மதுரையில் மூன்று கொலைகள்

சூர்யநாராயணன் ராமநாதன்

தமிழாக்கம்: சிவசங்கர் தளவாய்

ISBN: 9798895441534

10 9 8 7 6 5 4 3 2 1

Made with ♥ on the Notion Press Platform

www.notionpress.com

கடவுள் வாழ்த்து

"உலகெ லாமுணர்ந் தோதற் கரியவன்
நிலவு லாவிய நீர்மலி வேணியன்
அலகில் சோதியன் அம்பலத் தாடுவான்
மலர்சி லம்படி வாழ்த்தி வணங்குவாம்."

- தெய்வச் சேக்கிழார்

(பெரிய புராணம் - முதல் பாடல்)

முகவுரை

"கி.மு. 300 முதல் கி.பி. 1279 வரை நிலவிய தமிழ் அரசுகள் மற்றும் தமிழ் கலாச்சாரம் பற்றியும், சனாதன தர்மம் எவ்வாறு புத்த, சமண மதங்கள் இந்த இராச்சியங்களில் வேகமாக பரவுவதை நிறுத்தியது என்பதை பற்றியும் ஒருவர் மேலும் படித்து அறிந்து கொள்ள தூண்டுவதற்கு உதவும் என்ற நம்பிக்கையுடன் இந்த புத்தகத்தை தங்களது இல்லத்தில் நடைபெறும் திருமணம் போன்ற சுப நிகழ்ச்சிகளில் அன்பளிப்பாக வழங்கலாம். புத்தகங்களை மற்றவர்களுக்கு அன்பளிப்பாக வழங்கும்போது, அது அவர்களின் வாழ்க்கையில் ஒரு திருப்புமுனையாகவும் அமையலாம்.

சமர்ப்பணம்

இறையாற்றல் அல்லது கடவுள்பற்றிய தங்களது மிக உயர்ந்த தத்துவங்கள், கோட்பாடுகள் மற்றும் கொள்கைககளின் வாயிலாக இந்து சமயம் இந்த உலகத்தில் தலை சிறந்த சமயம் என்று உணர்த்திய அனைத்து முனிவர்கள், ஞானிகள், தீர்க்கதரிசிகள், துறவிகள், ரிசிகள் அனைவருக்கும் மற்றும் இந்தப் புத்தகத்தைப் படித்துப் பயன்பெறும் பாக்கியம் பெற்ற வாசகர்களாகிய உங்களுக்கும் பணிவன்புடன் சமர்ப்பிக்கிறோம்.

சமர்ப்பணம்

என் பெற்றோருக்கு

அய்லூர் எஸ். ராமநாதன்

தர்மாம்பாள்

- ரா.சூர்யநாராயணன்

அட்டை விளக்கப்படங்கள்

முன் பக்க அட்டை

மேல்பகுதியில்: சிதம்பரம் நடராசர் கோவில்.

கீழே இடது பகுதியில்: ராஜஸ்தானில் இருக்கும் ஸ்ரீ மஹாவீர்ஜி நகரில் உள்ள ஒரு முக்கியமான ஜெயின் யாத்திரை தலத்தில் அமைந்துள்ள பிரதான கோவிலில் இருக்கும் ஸ்ரீ மஹாவீர் ஜி சிலை. இங்கு மகாவீரர் பத்மாசன தோரணையில் அமர்ந்துள்ளார்.

கீழே மையப் பகுதியில்: நடராஜர் சிலை.

கீழே வலது பகுதியில்: தியான தோரணையில் அமர்ந்திருக்கும் புத்தர் சிலை.

பின்பக்க அட்டை

இடது பகுதியில்: சேக்கிழார் பிறந்த ஊரான சென்னை குன்றத்தூரில் அமைந்திருக்கும் சேக்கிழார் மணிமண்டபம்.

மையப் பகுதியில்: சென்னை குன்றத்தூரில் அமைந்திருக்கும் சேக்கிழார் மணிமண்டபத்தில் நிறுவப்பட்டுள்ள சேக்கிழார் சிலை.

வலது பகுதியில்: மதுரை மீனாட்சி சுந்தரேசுவரர் கோயில் - வைகை ஆற்றின் கரையில் அமைந்துள்ள கோயில் நகரமான மதுரையின் மத்தியில் அமைந்துள்ள சிவன் கோயில்.

என் கதைக்கு அர்த்தம் இல்லாமல் இருக்கலாம், ஆனால் அர்த்தம் இல்லாத கதைகள் என்று எதுவுமே இல்லை

- பாடோலினோ - உம்பெர்த்தோ எக்கோ

- (Baudolino by Umberto ECO)

இந்த வரலாற்று நாவலில் குறிப்பிடப்பட்டுள்ள அனைத்து கலைப்படைப்புகள், இலக்கியம், அறிவியல் மற்றும் வரலாற்றுக் குறிப்புகள் உண்மையானவை மற்றும் மீதமுள்ளவை கற்பனையானவை. மேலும் வெளிப்படையாக அடையாளம் காணக்கூடிய நபர்களுக்கிடையே நடைபெறுவதாக விவரிக்கப்பட்டுள்ள அனைத்து உரையாடல்களும் உண்மையில் நிகழவில்லை, அவை ஆசிரியரின் கற்பனை மட்டுமே.

\- ரா.சூர்யநாராயணன்

பொருளடக்கம்

கடவுள் வாழ்த்து iii

முகவுரை iv

சமர்ப்பணம் v

சமர்ப்பணம் vi

அட்டை விளக்கப்படங்கள் vii

பொருளடக்கம் xi

மூல நூலாசிரியரின் முன்னுரை xiii

நன்றி xvi

மொழிபெயர்ப்பாளரின் முன்னுரை xvii

அத்தியாயம் 1. சிதம்பரத்தில் நடைபெற்ற மாபெரும் நிகழ்ச்சி 1

அத்தியாயம் 2. மதுரை - கோவில் மற்றும் தமிழ் சங்கம் . 9

அத்தியாயம் 3. வேதங்கள் மற்றும் உபநிடதங்கள் - சனாதன தர்மம் 25

அத்தியாயம் 4. தீர்த்தங்கரர்கள் - சமணர்கள் 35

அத்தியாயம் 5. புத்தராக மாறிய இளவரசர் சித்தார்த்தர் ... 45

அத்தியாயம் 6. திருஞானசம்பந்தர் - சீர்காழியில் பிறந்த தெய்விகக் குழந்தை 69

அத்தியாயம் 7. சமண சமயத்தை நிராகரித்த திருநாவுக்கரசர் 81

அத்தியாயம் 8. ராணி, அதிசயம் மற்றும் விவாதம் 89

அத்தியாயம் 9. மதுரையில் மூன்று கொலைகள் 129

பொருளடக்கம்

அத்தியாயம் 10. விவாதம் மற்றும் மாற்றம் 135

அத்தியாயம் 11. ராணியின் மகிழ்ச்சியான தருணங்கள் ..159

அத்தியாயம் 12. மாணிக்கவாசகரும் சுந்தரரும்....................181

முடிவுரை 215

மேற்கோள் நூற்பட்டியல்....................217

முக்கிய கதாபாத்திரங்கள் மற்றும் சில முக்கியமான காலவரிசைகள்....................221

சொற்களஞ்சியம்....................225

வாசகர்களின் பாராட்டுக்கள்....................231

நீங்கள் இந்த புத்தகங்களைப் படித்திருக்கிறீர்களா?............241

மொழிபெயர்ப்பாளரைப் பற்றி 247

தெய்வச் சேக்கிழார் மணிமண்டபம் (குன்றத்தூர், சென்னை) 249

கணேச பஞ்சரத்னம் - ஆதிசங்கராச்சாரியார் 251

நிர்வாண ஷடகம் - ஆதிசங்கராச்சாரியார் 253

நமச்சிவாய - சிவபெருமானின் திருநாமம் - திருநாவுக்கரசர்....................255

மந்திரமாவது நீறு - விபூதியின் மகிமையை உணர்த்திய திருஞானசம்பந்தர்....................257

திருவாசகம் எனும் தேன் - சிவபுராணம் - மாணிக்கவாசகர் 259

பித்தா பிறைசூடி பெருமானே - சுந்தரர் பாடிய முதல் பாடல் 263

திருத்தொண்டத்தொகை - சுந்தரர்....................267

தினமும் பாட வேண்டிய பன்னிரு திருமுறைப் பாடல்கள் ..271

மூல நூலாசிரியரின் முன்னுரை

இந்தியாவிற்கு வருகை தரும் எவரும், அவர்களுடைய பூர்வீகம் மற்றும் பிறப்பிடத்திற்கு அப்பாற்பட்டு, இந்தியாவின் பல்வேறு பகுதிகளில் இருக்கும் அற்புதமான நினைவுச்சின்னங்கள் மற்றும் கோவில்களால் மட்டுமல்லாமல், புராணக்கதைகளாலும் மற்றும் சில சந்தர்ப்பங்களில், அவற்றுடன் தொடர்புடைய அற்புதங்களாலும் வெகுவாக ஈர்க்கப்படுகிறார்கள். இதற்கு நானும் விதிவிலக்கல்ல. பல ஆண்டுகளுக்கு முன்பு நாங்கள் இந்தியாவுக்குச் சென்றிருந்தபோது, சென்னையிலிருந்து கும்பகோணம் நோக்கிப் பயணம் செய்து கொண்டிருந்த எங்கள் பேருந்து திடீரெனப் பழுதடைந்ததால், எதிர்பாராதவிதமாகச் சிதம்பரத்தில் நிறுத்தப்பட்டோம். இது சிதம்பரத்தில் உள்ள மாபெரும் சிவன் கோவிலுக்குச் சென்று தில்லை நட்ராசப் பெருமானை (இறைவன் சிவபெருமான்) தரிசிக்க மற்றும் 12ஆம் நூற்றாண்டில் வாழ்ந்த இரண்டாம் குலோத்துங்க சோழன் அரசரின் அரசவையில் தலைசிறந்த முதன்மை அமைச்சராக இருந்த சேக்கிழாரைப் பற்றி அறிந்து கொள்வதற்கான வாய்ப்பை எங்களுக்கு வழங்கியது. பின்னர் சீர்காழியில் உள்ள எனது நெருங்கிய நண்பர் (மறைந்த) திரு கோபாலன் அவர்களின் மைத்துனர் திரு ராமநாதன் அவர்களைத் தொடர்பு கொள்ள நேர்ந்தது. நாங்கள் பிரம்மபுரீசுவரர் கோயில் மற்றும் ஞானசம்பந்தர் இல்லத்திற்குச் செல்வதற்கான ஏற்பாடுகளை அவர் மிகவும் கருணை உள்ளத்துடன் செய்திருந்தார். ஞானசம்பந்தரின் இல்லத்திற்குச் சென்றபோதுதான், அவர் மூன்று வயதிலேயே பாடக்கூடிய பாக்கியம் பெற்ற ஒரு ஆசீர்வதிக்கப்பட்ட குழந்தை என்பதை நாங்கள் அறிந்து கொண்டோம். சில ஆண்டுகளுக்குப் பிறகு, மதுரையில் உள்ள பெரிய கோவிலுக்கு நாங்கள் சென்றபோது, பாண்டிய மன்னர் கூன் பாண்டியன் பற்றியும், அவர் எவ்வாறு ஞானசம்பந்தரால் சைவ சமயத்திற்கு மாற்றப்பட்டார் என்பதைப் பற்றியும் அறிந்தோம். இருப்பினும், சமணர்களுக்கு வழங்கப்பட்ட தண்டனையைப் பற்றிப் பல முரண்பாடான கருத்துக்கள் இருப்பதாக அங்கிருந்த சிறு புத்தகங்களின் மூலம் அறிந்து கொண்டோம். கழுவேற்றம் அதாவது நன்கு எண்ணெய் பூசப்பட்ட கூர்மையான மரக்கம்பத்தில் கட்டாயமாக உட்காரச் செய்து வழங்கப்பட்ட ஒரு கொடூரமான மரண தண்டனைக்குச்

சமணர்கள் உட்படுத்தப்பட்டதாக சில எழுத்தாளர்கள் எழுதியிருக்கிறார்கள். அதே சமயம் மற்ற எழுத்தாளர்கள் தகுந்த ஆதாரக் குறிப்புகளுடன் இது ஒரு தூய கற்பனை என்று எழுதியிருக்கிறார்கள். சமணர்கள் கழுவேற்றத்திற்கு வழிவகுத்திருக்கலாம் என்று நான் கருதிய சில சம்பவங்களைத் தொகுத்து ஒரு நாவலாக எழுத வேண்டும் என்று ஆசைப்பட்டேன் - நிச்சயமாக ஒரு கற்பனை கதை தான். நான் ஒரு வரலாற்று ஆசிரியரோ அல்லது ஆன்மீக விசயங்களில் நிபுணரோ அல்ல என்பதால், இந்தக் கற்பனைக் கதையை எழுதுவதற்கு எனது கற்பனைத் திறனுக்கு முழு சுதந்திரத்தையும் வழங்கினேன். நீங்கள் இதைப் படித்து மகிழ்வீர்கள் என்று நான் நம்புகிறேன். உங்கள் மேலான கருத்துகளை நான் மனதார வரவேற்கிறேன்.

பாண்டிய வம்சத்திற்குப் பயன்படுத்தப்பட்டுள்ள தேதிகள் மிகவும் துல்லியமாக இருக்காது. உண்மையில், 6/7 ஆம் நூற்றாண்டுக்கு முந்தைய இந்திய வரலாற்றைக் கண்டறியும் பல வரலாற்றுத் தேதிகள் ஒரு ஆதாரத்திலிருந்து மற்றொன்றுக்கு வேறுபடுகின்றன. அநேகமாகச் சேக்கிழார் காலத்திலிருந்து (சுமார் பொ.ஊ. 1130), தேதிகள் ஓரளவு துல்லியமானவை என்று ஒருவர் கருதலாம். காஞ்சிபுரம் சங்கர மடம் வழங்கிய தேதியை ஆதி சங்கரரின் பிறந்த தேதி என்று நான் கருதியிருக்கிறேன். எப்படியிருந்தாலும், இந்த நாவலில் விவரிக்கப்பட்டுள்ள நிகழ்வுகள், இந்தத் தேதிகளால் பாதிக்கப்படவில்லை என்று நான் நம்புகிறேன்.

நான் சனாதன தர்மிகள் என்று இந்து மதத்தைப் பின்பற்றுபவர்களைக் குறிப்பிடப் பயன்படுத்தியிருக்கிறேன், சைவம் மற்றும் வைணவக் கோட்பாடுகளைப் பின்பற்றுபவர்கள், வேதங்கள் மற்றும் உபநிடதங்களை உண்மையான நூல்களாக ஏற்றுக்கொண்டு, வால்மீகியின் இராமாயணம் மற்றும் வியாசரின் மகாபாரதத்தில் விவரிக்கப்பட்டுள்ள நிகழ்வுகளை நம்புபவர்கள் ஆகிய அனைவரும் இதில் அடங்குவர். சிவன் ஒரு யோகி என்றும் இந்தியாவின் வடக்கு பகுதியில் உள்ள இமயமலை மலைத்தொடரில் வாழ்ந்ததாகவும் ஆனால் அவர் விரும்பினால் தெற்கிலும் தன்னை அவரால் வெளிப்படுத்திக் கொள்ள முடியும் என்றும் நான் நினைத்திருக்கிறேன் என்று வாசகர்களுக்கு ஒரு யோசனை வரலாம். இந்தியாவின் சில பகுதிகளில் இப்போதும் கூட சிறப்பு வாய்ந்த சித்தர்கள் வாழ்ந்து வருகிறார்கள் என்றும் அவர்களின் செயல்களைச் சாதாரண மனித தர்க்கத்தால் விளக்க முடியாது என்றும் நான் நம்புகிறேன். தமிழ் மன்னர்கள் மற்றும்

அவர்களுடன் தொடர்புடைய சில வரலாற்று நிகழ்வுகள் பற்றித் தெரியாதவர்களுக்காக, நான் சில விவரங்களை (தோராயமாக) கீழே சேர்த்துள்ளேன். நான் கலந்தாலோசித்த மற்ற குறிப்புகள் வேறு இடங்களில் கொடுக்கப்பட்டுள்ளன. சில தேர்ந்தெடுக்கப்பட்ட சொற்கள் சொற்களஞ்சியத்தில் விளக்கப்பட்டுள்ளன.

இயேசு கிறிஸ்துவுக்கு முன்

5000 சனாதன தர்மம், வேதங்கள், உபநிடதங்கள்

4400 முதல் தமிழ்ச் சங்கம்

4400 பாண்டிய வம்சம்

2500 சமணம்

599 மகாவீர் ஜெயின்

623 புத்தர்

509 ஆதி சங்கராச்சாரியார்

0 இயேசு கிறிஸ்துவின் பிறப்பு

இயேசு கிறிஸ்துவுக்குப் பிறகு

337 பாஹியான்

6ஆம் நூற்றாண்டு கடுங்கோன் பாண்டியன்

6ஆம் நூற்றாண்டு சிலப்பதிகாரம்

602 சுவான்சாங் (யுவான் சுவாங்)

700 கூன் பாண்டியன், மங்கையர்க்கரசி

750 ஞானசம்பந்தர், திருநாவுக்கரசர்

990 சரவணபெலகோலாவில் கோமதீசுவரர் சிலை

1003 இராச இராச சோழன், தஞ்சாவூர் கோவில்

1130 சேக்கிழார்

1135 குலோத்துங்கச் சோழன் II

ரா.சூர்யநாராயணன்

நன்றி

முதலாவதாக மற்றும் மிக முக்கியமாக,

என் மனைவி புஷ்பா அவர்களுக்கு நன்றி சொல்ல விரும்புகிறேன், அவரது ஆதரவு இல்லாமல் என்னால் இந்த நாவலை எழுதியிருக்க முடியாது. எனது சகோதரர் ரா.கிருஷ்ணன் அவர்களுடன் பல்வேறு தலைப்புகளில் செய்த மிகவும் சுவாரசியமாக விவாதங்கள் மற்றும் இந்தியாவில் ரயில் பயணத்தின் போதும், இந்தியத் தொழில்நுட்பக் கழகம் சென்னை (ஐஐடி மெட்ராஸ்) விருந்தினர் மாளிகையில் மதிய உணவு மற்றும் இரவு உணவின் போதும், இந்தியாவில் உள்ள பல்வேறு கோவில்களில் தரிசனத்திற்காகக் காத்திருக்கும் போதும் நான் சந்தித்த பல நண்பர்கள்மூலம் பலனடைந்துள்ளேன். இவர்களுக்கு என்னுடைய மனமார்ந்த நன்றிகள். கையெழுத்துப் பிரதியில் உள்ள பிழைகளைச் சிரத்தையுடன் சரிசெய்தது மட்டுமல்லாமல், மிகவும் பயனுள்ள தகவல்களையும் வழங்கிய என் மகன் தர்மன் அவர்களுக்கு நான் பெரிதும் கடமைப்பட்டுள்ளேன்.

\- ரா.சூர்யநாராயணன்

மொழிபெயர்ப்பாளரின் முன்னுரை

இந்தப் புத்தகத்தை உங்கள் கைகளில் எடுத்திருப்பதற்கு நன்றி. இதில் விவரிக்கப்பட்டுள்ள கருத்துக்கள் எனக்கு உதவியிருப்பதைப் போல உங்களுக்கும் கண்டிப்பாக உதவக்கூடும். இன்னும் சொல்லப் போனால், இந்தப் புத்தகம் உங்கள் வாழ்வில் ஒரு மிகப் பெரிய வித்தியாசத்தை ஏற்படுத்தி, வாழ்க்கையைப் பற்றிய கண்ணோட்டத்தை மேம்படுத்த உதவும் என்று நம்புகிறேன்.

நான் பிறந்து வளர்ந்த ஊரான கல்யாணிபுரம் தற்போதைய தென்காசி மாவட்டத்தில் மேற்குத் தொடர்ச்சி மலையின் அடிவாரத்தில் கடனாநதி ஆற்றின் கரையில் அமைந்திருக்கும் அழகிய கிராமம். இதற்கு அருகிலுள்ள சிவசைலம் என்கின்ற கிராமத்தில் இயற்கை வளம் கொழிக்கும் சோலைகளின் மத்தியில் மிகவும் சிறப்பு வாய்ந்த சிவன் கோவிலான அருள்மிகு ஸ்ரீ பரமகல்யாணி அம்பாள் சமேத சிவசைலநாதர் சுவாமி திருக்கோவில் அமைந்துள்ளது. சிறு வயது முதலே இந்தக் கோவிலுக்கு நாள்தோறும் செல்வது எனது வழக்கம். அவ்வாறு செல்லும் போதெல்லாம் கோவில் என்றால் என்ன? நான் ஏன் இந்த ஊரில் பிறந்தேன்? நான் ஏன் கோவிலுக்குச் செல்ல வேண்டும்? கடவுள் என்பவர் யார்? சிவபெருமான் தான் கடவுளா? சிவன் கோவில்களில் பாடப்படும் தேவார திருவாசகப் பாடல்களுக்கு அர்த்தம் என்ன? இந்தப் பாடல்களைப் பாடியவர்கள் யார்? அவர்கள் இப்போது எங்கிருக்கிறார்கள்? என்பன போன்ற பல கேள்விகள் எனக்குள் எழும். இப்படிப்பட்ட கேள்விகளுக்கு விடை காணும் முயற்சியில் இறங்கியபோது பல்வேறு புத்தகங்களைப் படிக்கும் ஆர்வம் பிறந்தது. அது முதல் ஆன்மிகம் சம்பந்தமான தமிழ் மொழி மட்டுமின்றி ஆங்கிலத்தில் எழுதப்பட்ட நூல்களையும் படிப்பது எனது வழக்கமாக இருந்தது.

இந்தியாவின் சென்னை, மஹிந்திரா வேர்ல்ட் சிட்டியில் அமைந்துள்ள ரெனால்ட் நிசான் ஆட்டோமோட்டிவ் தொழில்நுட்ப அலுவலகத்தில் நான் வேலை பார்த்துக்கொண்டிருந்தபோது, பிரான்சு நாட்டில் இருக்கும் ரெனால்ட் தொழில்நுட்ப அலுவலகத்திற்குச் செல்வதற்கான ஒரு நல்ல வாய்ப்பு 2016 ஆம் ஆண்டு கிடைத்தது. அப்போது "Indians in France" என்கின்ற முகநூல் பக்கத்தின் பல்வேறு பதிவுகளை படிப்பது எனது

வழக்கமாக இருந்தது. நான் சென்னைக்குத் திரும்பி வந்த பிறகு ஒருநாள் இந்த முகநூல் பக்கத்தில் எதேச்சையாகப் படித்த, என் கவனத்தை மிகவும் ஈர்த்த சில பதிவுகளின் மூலம் திரு.சூர்யநாராயணன் அவர்களுடன் அறிமுகம் ஏற்பட்டது. தனது முகநூல் வலைத்தள பக்கத்தில் இட்டிருந்த பதிவுகளின் மூலம் திரு.சூர்யநாராயணன் அவர்கள் எழுதியிருக்கும் பல்வேறு புத்தகங்களைப் பற்றிய தகவல்களை அறிந்தேன். அதில் குறிப்பாக "Triple Murder in Madurai" என்ற நாவல் என்னை மிகவும் கவர்ந்தது. உடனடியாக அமேசான் இணையதளத்தின் வாயிலாக ஆர்டர் செய்தேன். புத்தகம் கைக்குக் கிடைத்த ஒரு வாரத்தில் படித்து முடித்து விட்டேன். புத்தகத்தை வாசித்துக் கொண்டிருக்கும் போதே எனக்குள் ஓர் உந்துதல் ஏற்பட்டது. இந்த நாவல் தமிழ் மொழியில் கண்டிப்பாக மொழிபெயர்க்கப்பட வேண்டும்; அவ்வாறு செய்தால் பல்வேறு தரப்பினரும் குறிப்பாக இன்றைய இளைய சமுதாயம் மிகவும் பயன்பெறும் என்று நான் உறுதியாக நம்பினேன். உடனடியாகத் திரு.சூர்யநாராயணன் அவர்களைத் தொடர்பு கொண்டு எனது விருப்பத்தைத் தெரிவித்தேன். அவர்கள் உடனடியாகச் சம்மதித்து, தமிழில் மொழிபெயர்க்கும் உரிமையையும் எனக்கு வழங்கினார்கள். அனுமதி இவ்வளவு சுலபமாகக் கிடைத்துவிடும் என்று நான் எதிர்பார்க்கவில்லை. தமிழ் மொழிமீது மிகுந்த பற்று கொண்ட நான் இது மிகவும் சுலபமான பணிதான், எளிதாக முடித்துவிடலாம் என்று நினைத்தேன். எனவே அலுவலக வேலை முடித்து வீடு திரும்பியதும் தினமும் சுமார் ஒரு மணி நேரம் ஒதுக்கி இந்த நாவலின் தமிழாக்கத்தைத் தொடங்கினேன். ஆனால் இந்தப் பணி சுமார் இரண்டு ஆண்டு காலத்திற்கும் மேலாக நீடிக்கும் என்று நான் சிறிதும் நினைத்துப் பார்க்கவில்லை. இந்த இரண்டு ஆண்டுக் காலத்தில் நடைபெற்ற பல்வேறு நிகழ்வுகள் என் வாழ்க்கை பயணத்தை, வாழ்க்கையைப் பற்றிய எனது கண்ணோட்டத்தை முற்றிலுமாக மாற்றி அமைத்தன என்பது உண்மை.

மிக நேர்த்தியாக ஒழுங்கமைக்கப்பட்ட இந்தப் பிரபஞ்சம் முழுவதும் நேர்த்தியாக ஒருங்கிணைக்கப்பட்ட ஓர் ஒழுங்கின் படியே செயல்படுகிறது! நாம் வாழும் பூமியின் வேகம், சூரியனிலிருந்து அதன் தூரம் இவைகள் கொஞ்சம் மாறினாலும் நாம் யாரும் இங்கே சுகமாக உயிர் வாழ முடியாது! ஆகவே இவை எல்லாவற்றையும் உருவாக்கிய இறைவன் என்பவர் ஒருவர் இருக்கிறார்; அவர் வேறு எங்கோ, வேறொரு இடத்தில் இருக்கிறார் என்று நினைத்துக் கொண்டிருந்த எனக்கு இறைவன் வேறு எங்கோ இல்லை, அவர் எனக்குள்ளே தான் இருக்கிறார், இவ்வுலகத்தில்

மொழிபெயர்ப்பாளரின் முன்னுரை

வாழும் அனைவருக்குள்ளும் அவர் இருக்கிறார், இந்தப் பிரபஞ்சத்தில் இருக்கும் அனைத்தும் அவரால் உருவாக்கப்பட்டவை, அவர் வேறு நாம் வேறு அல்ல, எல்லையற்ற ஆற்றல் கொண்டவன், எங்கும் நிறைந்தவன், கருணையே வடிவானவன் இறைவன் என்கின்ற புரிதல் எனக்கு ஏற்பட்டது.

இந்த பணியை நான் தொடங்கியபோது பல்வேறு தருணங்களில் கிடைத்த அனுபவங்கள் இந்த நாவலை விரைவாகத் தமிழில் மொழிபெயர்த்து வெளியிட வேண்டும் என்ற எண்ணத்தை மேலோங்கச் செய்தன. இருப்பினும் பல்வேறு தடங்கல்களைச் சந்திக்க நேர்ந்தது. நான் ஒவ்வொரு முறையும் தடங்கல்களைச் சந்தித்த போதெல்லாம் என்னோடு கூடவே இருந்து என்னை வழிநடத்திய இறைவன் சிவபெருமானுக்கு நன்றி. குறிப்பாகச் சில சம்பவங்களை இங்குப் பதிவு செய்ய விரும்புகிறேன். இந்தப் பணியை நான் தொடங்க வேண்டும் என்ற ஆயத்த வேலைகளை ஆரம்பித்தபோது, எனது அருமை சகோதரன் கணேசன் தற்செயலாகத் திருநள்ளாறு கோவிலுக்குச் சென்று வரலாம் என்று அழைத்தார். அப்போது தில்லை சிதம்பரம் நடராசர் கோவிலுக்கும் செல்லும் வாய்ப்பு கிடைத்தது. இந்தத் தமிழாக்கப் பணி நிறைவு பெற்ற நிலையில் கிட்டத்தட்ட இரண்டு ஆண்டுகள் கழித்து தற்செயலாக மீண்டும் அங்கு செல்லும் வாய்ப்பு கிடைத்தது. எனது நெருங்கிய தோழர் ஹரிநாராயணன் மற்றும் அவரது குடும்ப உறுப்பினர்களுடன் திருநள்ளாறு கோவிலுக்குச் சென்றோம். சென்னையிலிருந்து காரில் புறப்பட்ட நாங்கள் திருநள்ளாறு கோவிலில் தரிசனத்தை முடித்துவிட்டு மகிழ்ச்சியுடன் வீடு திரும்பிய தருணத்தில், சில தவிர்க்க முடியாத காரணங்களினால் எங்கள் பயணம் தாமதமாகிவிட்டது. எனவே அங்கேயே காரைக்காலில் ஒரு நாள் தங்கவேண்டிய நிர்ப்பந்தம் எங்களுக்கு ஏற்பட்டது. அப்போது காரைக்கால் அம்மையார் கோவிலுக்குச் செல்லும் அருமையான வாய்ப்பு கிட்டியது. அங்குக் கிடைத்த இறை அனுபவம் வார்த்தைகளால் விவரிக்க முடியாதது. காரைக்கால் அம்மையாரின் ஆசியுடன் கிளம்பிய எங்களுக்கு அடுத்து ஒரு ஆச்சரியம் காத்திருந்தது. காரைக்காலிலிருந்து சிதம்பரம் சென்று சிதம்பரம் நடராசப் பெருமானைத் தரிசித்துவிட்டுச் சென்னைக்குத் திரும்பலாம் என்று முடிவு செய்தோம். நாங்கள் பயணம் செய்த ரெனால்ட் க்விட் (Renault KWID) கார் எங்களைப் பிரதான சாலைக்கு அழைத்துச் செல்ல மறுத்தது; எவ்வளவோ முயற்சி செய்தாலும் அது மீண்டும் மீண்டும் ஒரு குறுகிய சாலைக்கே எங்களை அழைத்துச் சென்றது.

அதனால் யாரிடமாவது விசாரிக்கலாம் என நினைத்தபோது அங்கிருந்து சிறிது தொலைவில் சாலை ஓரத்தில் இருந்த ஒரு சிறிய பெட்டிக் கடையின் வாசலில் சிலர் நின்றுகொண்டிருப்பதைக் கவனித்தோம். அங்கு சென்று அவர்களிடம் விசாரித்தபோது, இதே சாலையில் நேராகச் செல்லுங்கள் பின்னர் வலது புறமாக திரும்பினால் சிதம்பரம் நோக்கிச் செல்லும் பிரதான சாலையை அடைந்து விடலாம் என்று அவர்கள் சொன்னார்கள். சுமார் அரை மணி நேர அலைச்சலுக்குப் பின் சிறிதே எரிச்சலுடன் இருந்த எங்களுக்கு ஓரளவு மன நிம்மதி ஏற்பட்டது. மகிழ்ச்சி மற்றும் உற்சாகத்துடன் அங்கிருந்து கிளம்பிய எங்களுக்கு மிகப்பெரிய ஆச்சரியம் காத்திருந்தது. அந்தக் குறுகிய சாலை நேராகச் சென்று ஒரு பழமை வாய்ந்த கோவில் வாசலை அடைந்தது. கோவிலின் பெயரை வாசித்தவுடன் எங்களுக்குக் கிடைத்த ஆனந்தம் அளவிட முடியாதது. யாழ்முரிநாதர் கோவில் தான் அது. அதிகாலை வேளையில் முதலாவதாக அந்தக் கோவிலுக்குள் நாங்கள் தான் சென்றோம் என்று நினைக்கிறேன். அங்கு எங்களுக்குக் கிடைத்த அனுபவம் வார்த்தைகளால் விவரிக்க இயலாத அளவிற்கு மிகுந்த மன அமைதியையும் ஆனந்தத்தையும் அளித்தது. பின்னர் சிதம்பரத்திற்குச் சென்ற நாங்கள் தில்லை நடராசப் பெருமானைத் தரிசித்தோம். அவ்வேளையில் அங்குச் சிறப்பு ஆராதனைகளும் அர்ச்சனைகளும் நடைபெற்றுக் கொண்டிருந்தன. கோவில் பிரகாரத்தில் பல்வேறு சிவனடியார்களை கண்டு தரிசனம் செய்த பின்னரே நாங்கள் கோவிலுக்குள் சென்றோம். அங்குத் தென்பட்ட சிவனடியார்கள் தேவார திருவாசகப் பாடல்களைப் பாடியும் இசை வாத்தியங்களை முழங்கிக் கொண்டும் வந்தனர், தில்லை நடராசப் பெருமான் எங்களை அன்போடு வரவேற்றதைப் போல உணர்ந்தோம்.

இந்தப் பணியைத் தொடங்க வேண்டும் என்று முடிவு செய்தவுடன் இறைவனுக்கு வணக்கத்தைக் கூறி தொடங்க வேண்டும் என்றும் இந்தப் பணி நிறைவுற்றபோது நன்றியைத் தெரிவிக்க வேண்டும் என்றும் என்னைச் சிதம்பரம் நடராசப் பெருமான் தான் அங்குச் செல்ல வைத்தார் என்று நான் உறுதியாக நம்புகிறேன். எனக்குள் தற்செயலாக ஏற்பட்ட சிறு உந்துதலால் தான் சிதம்பரத்திற்கு சென்றேன் என்று நினைத்துக்கொண்டிருந்த எனக்கு, அது இறைவன் சிவபெருமானின் விருப்பமே, அவரது அருளால் மட்டுமே அது சாத்தியமாயிற்று என்று உணர்ந்தேன்.

மனித சமுதாயத்தின் உயர்வுக்காக உலகில் உள்ள பல்வேறு மதங்களால் மிகப் பெரிய தத்துவங்கள்

தோற்றுவிக்கப்பட்டன. இன்றும் உலகில் வாழ்ந்துகொண்டிருக்கும் மதங்களில் இந்து மதம் மிக முக்கியமானது; இது எல்லாவற்றிலும் பழமையானது மற்றும் சனாதன தர்மம் என்று அழைக்கப்படுகிறது. ஒரு மதத்திற்கு என்று தேவைப்படும் கிட்டத்தட்ட அனைத்து கூறுகள் அல்லது அம்சங்களைக் கொண்ட மற்றும் உலகளாவிய ஒரே மதம் இந்து மதம் மட்டும் தான் என்று கூறலாம். மனிதன் தன்னைக்குறித்தும், வாழ்க்கை குறித்தும் அறியாமல், சரியான பக்குவமின்றி அந்த மனக்குழப்பத்தினூடே வாழ்க்கையை நல்லவிதமாக முன்னெடுக்கத் தவறிவிடாதபடி அவனை காத்து முன்னேற்றியதில் முன்னிற்பது இந்து மதம் என்றால் அது மிகையாகாது. 'எங்கள் தாய்' என்ற கவிதையில் புரட்சிக்கவி பாரதியார் "தொன்று நிகழ்ந்தது அனைத்தும் உணர்ந்திடும் சூழ்கலைவாணர்களும் - 'இவள் என்று பிறந்தவள்?' என்று உணராத இயல்பினளாம் எங்கள் தாய்" என்று கூறுவது போல, இந்து மதம் என்று பிறந்தது என்று கூறக் கூடியவர் எவருமில்லை. இதற்கு என்ன ஆரம்பம் - என்று எவராலும் கூற இயலாத, நான்கு வேதங்கள்; உபநிடதங்கள்; புராணங்கள்; இதிகாசங்கள்; பகவத் கீதை; உத்தவ கீதை; விஷ்ணு புராணம்; ஸ்ரீமத் பாகவதம்; வியாசரின் பிரம்ம சூத்ரங்கள்; வசிஷ்டரின் யோகவாசிஷ்டம்; பதஞ்சலியின் யோக சூத்ரங்கள்; ஆதி சங்கரர், ராமானுஜர், மத்வாச்சார்யார் ஆகியோர் கண்ட மூன்று வேதாந்த வழிமுறைகள்; விதுர நீதி; கணிக நீதி; அர்த்தசாஸ்திரம்; பஞ்சதந்திர கதைகள்; இந்து மதத்திலிருந்து பிரிந்து தோன்றிய புத்த, சமண, சீக்கிய மதங்கள் போதிக்கும் தத்துவங்கள் என்று இந்து மத நூல்களிலிருந்தும் அதைச் சார்ந்தவர்களின் சிந்தனைகளிலிருந்தும் ஆன்மிகம் முதல் அரசியல் வரை பல விசயங்கள் கூறப்பட்டுள்ளன என்பதை நாம் எளிதாகப் புரிந்துகொள்ளலாம். இந்து மதத்தின் சரித்திரம், பல கோடி நூறாயிரம் ஆண்டுகளுக்குச் சொந்தமானது.

வரலாற்று ஆராய்ச்சியாளர்களின் கணிப்புப்படி தமிழகத்தில் பல்லவ மற்றும் பாண்டிய மன்னர்கள் மிகவும் சிறப்பு பெற்றிருந்தனர். மிகப் பழைய காலம் முதல் ஏறத்தாழக் பொ.ஊ. 300 வரையில் தமிழகம் சேர சோழ பாண்டிய அரசர்களின் ஆட்சியில் இருந்தது என்பதை தென்னிந்திய வரலாற்றை அறிந்துகொள்வதன் மூலம் ஒருவர் தெரிந்து கொள்ளலாம். அக்காலத்தில் பாண்டிய மன்னர்கள் தமிழ்ச் சங்கத்தை வளர்த்துத் தமிழ் மொழியை வளர்த்து வந்தனர் என்பது சங்ககால நூல்கள்மூலம் தெளிவாகத் தெரிகின்றது. மன்னர்கள் ஒருபுறம் நாட்டிற்காகப் போரிட்டனர் ஆனால் நம் இந்து சமயத்தில் சிறந்த

ஞானிகள் சமணத்தையும் பௌத்தத்தையும் எதிர்த்து வாதிட்டனர். நாயன்மார்களும் ஆழ்வார்களும் முறையே சைவத்தையும் வைணவத்தையும் தம் திருப்பாடல்கள்மூலம் வளர்த்தனர். பல்லவர்களின் ஆட்சிக்குப்பின் பேரரசர்களாய் இருந்த பிற்காலச் சோழ மன்னர்கள் சைவம் மற்றும் வைணவ சமயங்களையும் நன்கு ஆதரித்து வளர்த்ததோடு சமணர்களுக்கும் பௌத்தர்களுக்கும் வேண்டிய அளவு உதவியும் செய்து வந்தனர். சோழர்கள் கிட்டத்தட்ட பொ.ஊ. 875 (8-ஆம் நூற்றாண்டு) முதல் பொ.ஊ. 1300 (13-ஆம் நூற்றாண்டு) வரையில் நாட்டை ஆண்டனர். பொ.ஊ. 10-12 ஆம் நூற்றாண்டுகளில், சோழர்கள் வலிமை பெற்று மிகவும் உயர்நிலையில் இருந்தனர். அக்காலத்தில் சோழ நாட்டையாண்ட மன்னர்களில், முதலாம் இராசராச சோழரும், அவரது மகனான முதலாம் இராசேந்திர சோழரும், முதன்மையானவர்கள். அவர்கள் தற்போதய இந்திய வரலாற்றில் குறிப்பிடத்தக்க மன்னர்களாவர். அவர்கள் காலத்தில் சோழநாடு, படையிலும், பொருளாதாரத்திலும், பண்பாட்டிலும் வலிமை பொருந்திய பேரரசாக ஆசியா முழுவதிலும் செல்வாக்கு செலுத்தியது. சோழரது ஆட்சி காலத்தில் சமய வளர்ச்சி மிகுதியாக ஏற்பட்டது. இக்காலத்தில் தான் சீவக சிந்தாமணி, பெரியபுராணம், கம்பராமாயணம் போன்ற பெரிய நூல்கள் தோன்றின. இந்து மதம் ஒரு தனிப்பட்ட மதம் அல்ல, ஏனெனில் அது ஒட்டுமொத்த வாழ்க்கையின் ஒற்றுமையையும், சமூகத்தின் மற்ற உறுப்பினர்களுக்கு ஒவ்வொரு நபரின் கடமைகளையும் வலியுறுத்துகிறது. இந்து மதம் உலகளாவியது, ஏனென்றால் ஒவ்வொரு மனிதனும் கடவுளின் மகன், மேலும் ஒவ்வொருவரும் அவரை நேரடியாக உணர முடியும் என்ற உண்மையை அது உறுதிப்படுத்துகிறது. வேதங்கள், ஸ்மிருதிகள், இதிகாசங்கள், புராணங்கள், ஆகமங்கள், ஆழ்வார்கள் மற்றும் நாயன்மார்களின் அனுபவங்கள் ஆகியவை இந்து மதத்தின் உள் உண்மையை வெளிப்படுத்துகின்றன, அதாவது கடவுள் படிப்படியாக மனித மட்டத்திற்கு இறங்கி வந்து அவர்களைத் தெய்விக நிலைக்கு உயர்த்துகிறார். நீதியை நிலைநாட்டவும், மனிதனின் சீர்திருத்தத்திற்காகவும் கடவுள் முக்கியமான காலங்களில் வரலாற்றில் அவதாரம் எடுக்கிறார். இந்து சமய புராணங்களில் முதன்மையானவையாகக் கருதப்படும் விஷ்ணு புராணம் மற்றும் பாகவதம் முக்கியமாகப் பிரபஞ்சத்தின் தோற்றம், பாதுகாத்தல் மற்றும் அழிவு ஆகியவற்றைக் கையாளும் பிரபஞ்சக் கணக்குகளாகும். மனிதனின் பாவத்திலிருந்து அவனை மீட்பதற்காக இறைவன் சிலை வடிவில் உலகிற்கு வரும் வழியை

மொழிபெயர்ப்பாளரின் முன்னுரை

ஆகமங்கள் விளக்குகின்றன. நாயன்மார்கள் மற்றும் ஆழ்வார்களின் பாடல்கள் முக்கியமாக இறைவன் அருளைப் பெறுவதற்காகக் கோயிலில் உள்ள சிலையைப் புகழ்ந்து பாடப்பட்டன.

இப்படிப்பட்ட மிகவும் சிறப்பு வாய்ந்த, உலகில் தலைசிறந்த சமயமான இந்துச் சமயத்தை, சனாதன தருமத்தை இவ்வுலகிற்குத் தந்த பெருமை பல்வேறு துறவிகள், முனிவர்கள் மற்றும் மகான்களைச் சேரும். அந்த மகான்களின் வரிசையில், இந்துச் சமயத்தை மறுமலர்ச்சி அடையச்செய்து, அதன் மகிமையையும் மெய்ப்பொருளையும் இதுவரை இந்த உலகம் காணாத அளவிற்கு ஒரு நிகரற்ற நிலைக்கு உயர்த்திய பரிபூரண ஞானியாகிய ஆதி சங்கராச்சாரியார், இறைவனின் பெருமைகளைப் புகழ்ந்து மனமுருகி ஆயிரக்கணக்கான பாடல்கள் பாடி இந்துச் சமயத்தை மேலும் தழைத்தோங்கச் செய்த மகான்களான நாயன்மார்கள் மற்றும் ஆழ்வார்கள் மிக முக்கியமான இடத்தை வகிக்கின்றனர். சைவ சமய நாயன்மாரில் முதன்மையானவர்களாகக் கருதப்படும் அப்பர், திருஞானசம்பந்தர், மாணிக்கவாசகர், சுந்தரர் ஆகியோரின்மூலம் இறைவன் சிவபெருமான் இவ்வுலகில் நிகழ்த்திய பல்வேறு அற்புதங்கள் மற்றும் சேக்கிழார் எவ்வாறு தேவாரம் என்னும் நூலை எழுதினார் என்கின்ற வரலாற்று நிகழ்ச்சிகளையும், கதாபாத்திரங்களையும் வைத்து மிகவும் சுவாரசியமாகக் கற்பனை கலந்து ஒரு நாவலாகத் திரு.சூர்யநாராயணன் அவர்கள் ஆங்கிலத்தில் எழுதியிருக்கும் “Triple Murder in Madurai” என்ற நாவலை “மதுரையில் மூன்று கொலைகள்” என்ற பெயரில் தமிழாக்கம் செய்ததில் நான் பெருமகிழ்ச்சி அடைகிறேன்.

இந்து தர்மம், சனாதன தர்மம் மட்டும் தான் உலகிலேயே தனித்தன்மை வாய்ந்தது. இந்தியாவில் இன்றளவும் பின்பற்றப்பட்டு வரும் சனாதன தர்மம் என்பது ஓர் ஆன்மீக மரபு, இறை வழிபாட்டு முறை, வாழ்வியல் முறை, ஞான மரபு தத்துவ நிலைப்பாடு மற்றும் வேதங்களும் உபநிடதங்களும் இந்து மரபின் தொன்மையான அடிப்படைகள். இந்து சமயத்தில்தான் மிகப் பெரிய பொக்கிசம் இருக்கிறது. இன்றைய நாகரிகத்திற்கும் ஒத்து வரக்கூடிய, இன்றைய வாழ்க்கைக்கும், வழிகாட்டக்கூடிய விசயங்கள் ஏராளமாக இருப்பதால், பல்லாயிரக்கணக்கான ஆண்டுகளுக்கு முன்பாகவே இவ்வளவு சிந்தித்து இவ்வளவு அழகான எண்ணங்களை இந்து சமயத் துறவிகள், முனிவர்கள் மற்றும் மகான்கள் வெளியிட்டிருக்கிறார்கள். மனித நேயம், தீர்க்கமான சிந்தனை, என்றென்றும் நிலைத்து நிற்கக்கூடிய உண்மைகள்; அரசியல் நிர்வாகத்திலிருந்து சாதாரண மனிதன் அன்றாடம் கடைப்பிடிக்கக்கூடிய வழிமுறைகள்வரை இன்றைய

நடைமுறைகளுக்கும் ஏற்ற அறிவுரைகள் என்று இந்து மத இலக்கியங்களில் அதிகமாகவே இருக்கின்றன என்கின்ற புரிதல் எனக்குக் கிடைத்ததில் நான் இரட்டிப்பு மகிழ்ச்சி அடைகிறேன்.

என் வாழ்க்கையின் பல்வேறு தருணங்களில் எனக்கு மிகவும் உதவியாக இருந்தவர்கள் மற்றும் இந்தப் புத்தகம் தமிழ் மொழியில் உருவாவதற்கு உறுதுணையாக இருந்தவர்கள் என நான் நன்றி சொல்ல வேண்டியவர்கள் ஏராளமானோர் இருக்கிறார்கள். இருப்பினும் குறிப்பிட்ட சிலரது பெயர்களை நினைவு கூற விரும்புகிறேன்.

எழுத்துப் பிழைதிருத்தம் செய்திடப் பெரிதும் உதவிய பாலசுப்பிரமணியன் செல்லப்பா, வேலம்மாள், சகோதரி ராஜேஸ்வரி, கணேசன் சுப்பையா, ஷண்முகப்பிரியன், பென்சில் ஓவியங்களை வரைந்து கொடுத்த பாலசுந்தர் மற்றும் சகோதரி பானுமதி, மேலும் இந்த நாவலை சிறப்பாக வடிவமைப்பதற்கு தகுந்த உதவிகளைச் செய்த சகோதரி பத்மாவதி, அட்டைப்படங்களை வடிவமைப்பதற்கு மிகவும் உதவியாக இருந்த ஸ்ரீ முத்து லேகா, யாகேஷ் இவர்களுக்கு என்னுடைய மனமார்ந்த நன்றிகள்!

சென்னை மகிந்திரா சிட்டியில் இயங்கி வரும் ரெனால்ட் நிசான் அலுவலகத்தில் உடன் பணிபுரிந்த அனைத்து நண்பர்களுக்கும், குறிப்பாக மோகன்சுந்தர், சரவணன் சண்முகம், சுதர்சன் சுந்தரம், வினீத் சுக்லா, கணேஷ் ராமநாதன், லோகநாதன் சாரங்கன், சிவராஜ்குமார் செபாஸ்டின் வினோபா, ஹரி நாராயணன் குப்புசாமி, ஆனந்தன் துரைராஜ், ரமணன் குமார், தனபால் தியாகராஜன் மற்றும் ராஜாத்தி அவர்களுக்கும், இதற்கு முன் நான் பணிபுரிந்த அலுவலகங்களில் எனக்கு மேலதிகாரிகளாகவும் மிகச்சிறந்த நண்பர்களாகவும் இருக்கும் திரு.கிரிஷ் ஐயர், திரு.அரவிந்த், திரு.தனேஜா ஜி, திரு.நரேஷ் மன்சுகானி, திரு.ஹிரிதேஷ் சர்மா, திரு.அஸ்வினி சர்மா, திரு.நவநீத் சர்மா, திரு.சஞ்சீவ் சவுத்ரி அவர்களுக்கும் மற்றும் எனது நண்பர்கள் அனைவருக்கும் மனமார்ந்த நன்றிகளைத் தெரிவித்துக் கொள்கிறேன்.

நான் கல்வி பயின்ற ஸ்ரீ அத்திரி கலா நிலைய நடுநிலைப்பள்ளி ஆசிரியர்களான திரு.நல்லசிவன் சுப்ரமணியன், திரு.மனோகரன், திரு.அக்கினிமுத்து, (மறைந்த) திருமதி.சிவகாமி அவர்கள், திருமதி.சரஸ்வதி, திருமதி.ரேவதி, திருமதி.கோதை நாச்சியார், திருமதி.மகேஸ்வரி, திருமதி.சாந்தி மற்றும் ஸ்ரீ பரம கல்யாணி உயர்நிலைப் பள்ளி ஆசிரியர்களான திருமதி.வத்சலா,

மொழிபெயர்ப்பாளரின் முன்னுரை

திருமதி.அருணாச்சலம், திரு.ஆறுமுகம் மற்றும் எனது தமிழ் ஆசிரியர்களுக்கும் மனமார்ந்த நன்றிகளைத் தெரிவித்துக் கொள்கிறேன். இவர்கள் அனைவரும் ஆசிரியர்கள் என்ற நிலையையும் கடந்து, குடும்பத்தின் ஓர் அங்கத்தினர் என்ற அனுபவத்தை ஏற்படுத்தினர்.

என்னை இந்த உலகிற்கு அறிமுகம் செய்த என் பெற்றோர் தளவாய், செண்பகம் மற்றும் என் குடும்பத்தினர் அனைவருக்கும் என்னுடைய மனமார்ந்த நன்றிகளைத் தெரிவித்துக் கொள்கிறேன்.

பிரணாகுதி துணைகூடிய தியான வழியை இந்த உலகிற்கு அறிமுகம் செய்த ஆன்மிக குரு ஸ்ரீ ராம்சந்திராஜி மகராஜ் (ஷாஜஹான்பூர்) அவர்களுக்கும் எனது ஆன்மிகத் தேடலுக்கு மிகவும் உறுதுணையாக இருந்து எனக்குப் பயிற்சி அளித்துவரும் ஸ்ரீ ராம்சந்திராஜியின் உணர்வாலய நிறுவன பயிற்சியாளர் சகோதரர் மதுகுமார் மற்றும் சகோதரர் பரத் அவர்களுக்கும் எனது ஆத்மார்த்தமான நன்றிகள்.

எல்லாவற்றிற்கும் மேலாக, என்னுடைய இந்த முயற்சியில் கிட்டத்தட்ட இரண்டு ஆண்டுகள்வரை பொறுமையுடன் காத்திருந்து எனக்கு அவ்வப்போது ஊக்கமளித்து இந்தப் புத்தகம் தமிழ் மொழியில் சிறப்பாக உருவாவதற்கு மிகவும் உறுதுணையாக இருந்த திரு.சூர்யநாராயணன் மற்றும் திரு.ஆலம்பள்ளி வெங்கடேஷ் அவர்களுக்கு எனது மனமார்ந்த நன்றிகளைத் தெரிவித்துக் கொள்கிறேன். என்னுடைய இந்த முயற்சியில் இவர்கள் கொண்டிருந்த அசைக்க முடியாத நம்பிக்கைக்கு என்னால் எவ்வகையிலும் கைமாறு செய்ய இயலாது.

இறுதியாக, நான் இப்படி சொல்வது வாசகர்களுக்குச் சற்று விசித்திரமாகத் தோன்றலாம். இறைவன் சிவபெருமான் மற்றும் எனது ஆன்மிக குருவான ஸ்ரீ ராம்சந்திராஜி மகராஜ் (ஷாஜஹான்பூர்) அவர்களுக்கு ஒரு சாதாரண மனிதனாக நான் மிகுந்த பணிவுடன் தலைவணங்குகிறேன். முன்பு குறிப்பிட்டது போல் இந்த நாவலைத் தமிழில் மொழிபெயர்த்து எழுதும் காலம் முழுவதிலும் நான் சந்திக்க நேர்ந்த பல்வேறு தடங்கல்களைச் சுலபமாகக் கடந்து, ஒரு காலகட்டத்தில் இந்த முயற்சியைக் கைவிட்டுவிடலாம் என்று நினைத்துக்கொண்டிருந்த தருணத்தில் இறைவன் சிவபெருமான் என் கூடவே இருந்து எனக்கு மிகுந்த நம்பிக்கையூட்டி, மன தைரியத்தை கொடுத்து வழி காட்டியதை நான் உணரவே செய்தேன். இறைவனின் ஆசியும் கருணையும் இல்லாமல் இந்தப் புத்தகம் ஒருபோதும் சாத்தியம் ஆகியிருக்காது

என்று நான் உறுதியாக நம்புகிறேன். இந்து சமய ஆன்மிகம் என்னும் இந்தத் துறையில் கருத்து வேறுபாடுகள் எழுதல் இயற்கை. முடிந்தவரை மிகவும் எளிய தமிழ் நடையில் தமிழாக்கம் செய்ய முயற்சி செய்துள்ளேன். எனவே இந்தப் புத்தகத்தில், என் எழுத்தில் காணப்படும் கருத்துக்களுக்கு இடம் தந்து ஏதேனும் பிழைகள் இருப்பின் அதனைப் பொருத்தருளி என்னுடைய இந்த முதல் முயற்சியைத் தமிழ் உலகம் வரவேற்கும் என நம்புகிறேன். குற்றங்குறைகள் இருக்குமேயானால் அதற்கான முழுப் பொறுப்பையும் நான் ஏற்றுக் கொள்கிறேன்.

இந்த உலகத்தில் நம் நாட்டில் இருப்பது போல் மிகப்பெரிய பொக்கிசம் வேறு எங்கேயும் கிடையாது, இந்தியாவில் பிறந்திருக்கிறோம் என்பது மிகப்பெரிய பாக்கியம் அதிலும் குறிப்பாக தமிழ் நாட்டில் பிறந்திருக்கிறோம் என்பதை விட பாக்கியம் வேறொன்றுமில்லை என்று கூறலாம். நவீன கல்வி கற்றுக் கொண்டிருக்கும் இன்றைய இளைய சமுதாயத்திற்கு இந்து சமயத்தின் அடிப்படைக் கொள்கைகள், தத்துவார்த்தங்கள், இந்து சமயப் பண்பாடு, இந்து மரபின் வரலாறு அதன் மெய்ஞானம் பற்றிய ஒரு அடிப்படை புரிதலை ஏற்படுத்தி, இந்து சமயம் உலகின் மேன்மையான மதங்களில் ஒன்றாகத் திகழ்கிறது என்கின்ற தெளிவை ஏற்படுத்துவதற்கு ஒரு தூண்டுகோலாகவும் மற்றும் இறைப்பற்றையும், அறநெறியையும், அன்பு வாழ்க்கையையும் மேற்கொள்ளத் தூண்டும் பயன்மிக்க இனியதோர் நூலாகத் தமிழ்ச் சமுதாயத்திற்கு இந்தப் புத்தகம் அமையும் என்று உறுதியாக நம்புகிறேன். தங்களது தனிப்பட்ட கொள்கைகளையும் நம்பிக்கைகளையும் தாண்டி அனைத்து தரப்பு மக்களும் இந்த புத்தகத்தைக் கண்டிப்பாகப் படிக்க வேண்டும், குறிப்பாக தமிழக மாணவர்கள் படித்துப் பயன்பெற வேண்டும் என்பது எனது விருப்பம். எனவே தமிழகத்தில் உள்ள அனைத்து பள்ளிகளிலும் இருக்கும் நூலகங்களில் இந்த புத்தகம் இலவசமாக வைக்கப்பட வேண்டும் என்று விரும்புகிறேன். தமிழ் சமுதாயத்தில் இருக்கும் சான்றோர்களுள் எவரேனும் இதற்கு பரிந்துரை செய்து, தகுந்த உதவிகளையோ அல்லது தங்களால் இயன்ற அறிவுரைகளையோ வழங்கினால் மிகுந்த

மகிழ்ச்சியடைவேன். மேலும் இந்த புத்தகத்தை வாசித்துக் கொண்டிருக்கும் நீங்கள், தமிழ் மொழியில் கல்வி கற்கும் ஏதாவது ஒரு மாணவருக்கு இந்த நாவலின் ஒரு பிரதியை இலவசமாக வழங்க வேண்டும் என்று பணிவோடு கேட்டுக்கொள்கிறேன். உங்கள் மேலான கருத்துகளை நான் மனதார வரவேற்கிறேன்.

சிவசங்கர் தளவாய்

சென்னை

ஆகஸ்ட் - 2024

அத்தியாயம் 1

சிதம்பரத்தில் நடைபெற்ற மாபெரும் நிகழ்ச்சி

சேக்கிழாருக்கு அது ஒரு மிகச்சிறந்த நாளாக இருந்தது. உண்மையில், சிதம்பரத்தில் வாழ்ந்து வந்த மக்கள் அனைவருக்கும் அது மிகச்சிறப்பான நிகழ்ச்சியாக இருந்தது, மக்கள் ஒவ்வொருவரும் இதற்கு முன்பு எப்போதும் அனுபவித்து அறியாத அளவிற்கு மகிழ்ச்சியாக இருந்தனர். அதிலும் மிக முக்கியமாக, இந்த நாள் தமிழர்களின் வாழ்வில் இனிவரும் பல ஆயிரம் ஆண்டுகளுக்கு மறக்கமுடியாத ஒரு நாளாக அமையும் என்பதில் சிறிதளவும் ஐயம் இல்லை. சோழநாட்டு இரண்டாம் குலோத்துங்க சோழன் மன்னருக்கு நன்றி, சேக்கிழாரின் மாபெரும் காவியங்களைக் கேட்கும் வாய்ப்பு மக்களுக்குக் கிடைக்கும். பாண்டிய இராச்சியத்திலும் இன்னும் பல தேசங்களிலும் இது ஒரு மாபெரும் நிகழ்ச்சியாக கருதப்படும், ஏனென்றால் கடந்த கால வரலாற்றில் சுமார் 400 ஆண்டுகளுக்கு மேலாக மக்கள் மறந்து விட்ட பல நிகழ்ச்சிகள் சேக்கிழார் பாடிய திருத்தொண்டர் புராணம் எனப்படும் பெரியபுராணக் கவிதைகள்மூலம் வெளிச்சத்திற்கு வரும். தில்லை என்றழைக்கப்படும் புண்ணிய சேத்திரமாகிய சிதம்பரத்திலிருந்து வெகுதொலைவில் இருக்கும், 12-ஆம் நூற்றாண்டில் தொண்டை நாட்டைச் சேர்ந்த புலியூர்க் கோட்டத்தில் உள்ள குன்றைவள நாட்டின் தலைநகரமாக விளங்கிய குன்றத்தூர் என்னும் ஊரில் வேளாளர் மரபில் *தெய்வீக மொழிகளுள் ஒன்று* என்று பொருள்படும் அருண்மொழித்தேவன் எனும் இயற்பெயரில் பிறந்த சேக்கிழார், இந்த மாபெரும் காவியமான பெரியபுராணத்தை இயற்ற என்றாவது ஒரு நாள் அவர் தேர்ந்தெடுக்கப்படுவார் என்று கனவிலும் நினைத்திருக்க மாட்டார். அது அவ்வளவு சுலபமான பணியாக இருக்கவில்லை. சேக்கிழாரது பல ஆண்டுகால கடின உழைப்பின் காரணமாகவே இது சாத்தியமாயிற்று என்றால் அது மிகையாகாது. சேக்கிழார் தம் சிறு வயதிலேயே மிக உயர்ந்த நுண்ணறிவு கொண்டவராகத் திகழ்ந்தார் என்பதும் மன்னரால் அங்கீகரிக்கப்பட்டார் என்பதும் உண்மை. மிக இளம் வயதிலேயே சேக்கிழார் மன்னரால் முதன்மை அமைச்சராக நியமிக்கப்பட்டார். உண்மையில், மன்னரின் மூன்று கேள்விகளுக்குப் பதிலளிக்கக் கூடியவராக இருந்ததால் தான் சேக்கிழாருக்கு முதன்மை அமைச்சர் பதவி கிடைத்தது. மன்னர் சேக்கிழாரின் தந்தையிடம் கடல், உலகம்

மற்றும் மலையைவிட எது பெரியது என்ற மூன்று கேள்விகளைக் கேட்டார். சேக்கிழார் அம்மூன்று கேள்விகளுக்கும் திருக்குறளை மேற்கோள் காட்டி பின்வரும் பதில்களை அளித்தார்.

கடலைவிடப் பெரியது எது?

திருக்குறள்:

பயன் தூக்கார் செய்த உதவி நயன்தூக்கின்
நன்மை கடலில் பெரிது

இவருக்கு உதவினால் பிறகு நமக்கு என்ன பயன் கிடைக்கும் என்று எண்ணிப் பார்க்காமலே, அன்பின் காரணமாக ஒருவர் செய்த உதவியின் சிறப்பு கடலைவிடப் பெரியதாகும்.

உலகத்தைவிடப் பெரியது எது?

திருக்குறள்:

காலத்தினாற் செய்த நன்றி சிறிதெனினும்
ஞாலத்தின் மாணப் பெரிது

தேவைப்படும் காலத்தில் செய்யப்படும் உதவி மிகச் சிறிதளவாக இருந்தாலும், அதன் தன்மையை அறிந்தால் அது இந்த உலகத்தைவிடப் பெரியதாகும்.

மலையைவிடப் பெரியது எது?

திருக்குறள்:

நிலையில் திரியாது அடங்கியான் தோற்றம்
மலையினும் மாணப் பெரிது

தன் நேர்மையான நிலையிலிருந்து மாறுபடாமல், அலைபாயும் மனதைக் கட்டுப்படுத்தி உறுதியான உள்ளமும், அடக்க உணர்வும் கொண்ட ஒரு நபரின் உயர்வு மலையின் உயர்வைவிட மிகவும் பெரியதாகும்.

மன்னர் சேக்கிழாரது நுண்ணறிவினை கண்டு வியந்தார், அவரது பதில்களில் மிகவும் திருப்தி அடைந்து தனது முதன்மை அமைச்சராக நியமித்தார்.

சிவபெருமானிடம் மிகுந்த பக்தி கொண்டவராகத் திகழ்ந்த சேக்கிழார், அவரது மன்னராகிய இரண்டாம் குலோத்துங்க சோழனை சமண துறவிகள் மற்றும் அவர்களின் கதைகளால் ஈர்க்கப்படக் கூடாது என்று சிறிது சிறிதாக நம்ப வைக்க விரும்பினார். அதற்கு முதலாவதாக, பெரிய சைவத்துறவிகள் பலர் நம் நாட்டில் வாழ்ந்தனர், நாம் ஒவ்வொருவரும் இறைவன் சிவபெருமானின் தொண்டர்களாகிய சைவத்துறவிகளின் பங்களிப்புகளை அறிந்து பெருமை கொள்ள வேண்டும் என்று அவரது மன்னர் இரண்டாம் குலோத்துங்க சோழனை நம்ப வைக்க வேண்டும். ஆனால் தஞ்சாவூரில் அற்புதமான பிரகதீசுவரர்

கோவிலைக் கட்டிய சிவபெருமானின் தீவிர பக்தரான புகழ்பெற்ற தமிழ் சோழப்பேரரசர் முதலாம் இராசராச சோழன் போன்ற தனது முன்னோர்களின் மகத்தான பணியை மறந்துவிட்டதாகத் தோன்றும் அவரது மன்னர் இரண்டாம் குலோத்துங்க சோழனை அவர் எப்படி நம்ப வைப்பார்?

உண்மையில், மன்னர் இரண்டாம் குலோத்துங்க சோழன் தனது தலைநகரை தஞ்சாவூரிலிருந்து சிதம்பரத்திற்கு மாற்றினார் மற்றும் சைவ மதத்தில் மிகுந்த ஆர்வம் கொண்டிருந்தார். மேலும், சிதம்பரம் பெரிய நடராசர் கோவிலின் பராமரிப்பு பணிகளைச் செய்து சில கூடுதல் கட்டமைப்புகளை உருவாக்குவதற்கு பெரும் உதவி செய்தார். ஆனால் சமணர்களிடையே நன்கு அறியப்பட்ட, மிகவும் புகழ் பெற்ற கதையான, சமண சமயப் பெருங்காவியமாகிய *சீவக சிந்தாமணியின்* மீது இரண்டாம் குலோத்துங்க சோழ மன்னர் கொண்ட ஈர்ப்பு சேக்கிழாரை மிகவும் கவலையடையச் செய்தது.

சமண சமயப் பெருங்காவியமாகிய சீவக சிந்தாமணி வடமொழியில் இயற்றப்பட்ட, வடஇந்தியாவில் வாழ்ந்த சீவகன் என்ற ஒரு இளவரசனைப் பற்றிய வரலாறு. அதனை ஏறக்குறைய 200 ஆண்டுகளுக்கு முன்பு மதுரையில் வாழ்ந்து வந்த சமணத் துறவியான திருத்தக்க தேவர் என்பவர் ஒரு காவியமாகத் தமிழில் பாடினார் என்பதை சேக்கிழார் நன்கு அறிந்திருந்தார். சீவக சிந்தாமணி என்பது ஒரு இயற்கைக்கு அப்பாற்பட்ட கற்பனைக் கதையாகும். கதையின் நாயகனாகச் சித்தரிக்கப்படும் சீவகன் எனும் இளவரசன் அனைத்து கலைகளிலும் சிறந்த தேர்ச்சி பெற்றவன், சிறந்த போர்வீரன், எல்லாவற்றிற்கும் மேலாக ஏராளமான மனைவிகளைக் கொண்ட அவன் ஒரு சரியான காதலன். காவியம் ஒரு துரோகச்சதியின் கதையுடன் தொடங்குகிறது, வடஇந்தியாவில் ஏமாங்கத நாடு என்ற ஒரு நாடு இருந்தது. அதனைச் சச்சந்தன் என்ற அரசன் ஆண்டு வந்தான். அவன் தனது அமைச்சர்களுள் ஒருவனான கட்டியங்காரன் என்பவனிடம் அரசியலை ஒப்படைத்தான்; கட்டியங்காரனை முழுவதுமாக நம்பிய அரசன் இன்பமாகப் பொழுது போக்கி வருகிறான். பேராசை மற்றும் நயவஞ்சகனான கட்டியங்காரன் அரசனைக் கொன்று நாட்டைக் கைப்பற்ற எண்ணி ஒரு நாள் திடீரென்று அரண்மனையை நோக்கிப் படையெடுத்து வருகிறான். இதனை சிறிதும் எதிர்பார்த்திராத அரசன் சச்சந்தன் என்ன செய்வதென்றறியாது திகைக்கிறான். பின்னர் மயில் உருவத்தில் செய்யப்பட்ட ஒரு ஆகாய விமானம்மூலம் அவன் தனது கர்ப்பவதியான மனைவியை தப்பிக்க வைக்கிறான். தன் மனைவி பத்திரமாக தப்பித்துவிட்டதை உறுதிசெய்த பிறகு அரண்மனை வீரர்களுடன் இணைந்து கட்டியங்காரனை எதிர்த்துப் போரிடுகிறான்; ஆனால் போரில் அந்த நயவஞ்சகனால் அவன் கொல்லப்படுகிறான். இந்நிலையில் ஆகாய வழியில் தப்பித்து சென்ற ராணி அழகான ஆண் குழந்தை ஒன்றைப்

பெற்றெடுக்கிறாள். அவள் அக்குழந்தையை ஒரு விசுவாசமான வேலைக்காரனிடம் ஒப்படைத்து வளர்க்க சொல்கிறாள். பின்னர் சமணத்துறவிகள் வாழ்ந்து வந்த ஆசிரமம் ஒன்றை அடைந்து அங்கு பற்றற்ற நிலையில் தவம் செய்து துறவு வாழ்க்கை வாழ்ந்து வருகிறாள். வேலைக்காரனிடம் ஒப்படைக்கப்பட்ட குழந்தை நன்றாக வளர்ந்து இளைஞன் ஆகின்றான், மாறாக அனைத்து கலைகளிலும் திறமைகளிலும் தலைசிறந்தவனாகவும், அனைத்து துறைகளைப் பற்றியும் நுண்ணிய அறிவுகொண்ட ஒரு ஒப்பற்ற மனிதனாக விளங்குகிறான். அவன் போரிலும் மற்ற கலைகளிலும் சிறந்து விளங்குகிறான். தன் எதிரிகள் அனைவரையும் கொல்கிறான். தான் சந்திக்கும் ஒவ்வொரு அழகான பெண்ணையும் வென்று, அவர்களைத் திருமணம் செய்துகொள்கிறான். இறுதியில் கட்டியங்காரனையும் கொன்று தனது தந்தை இழந்த இராச்சியத்தை மீண்டும் பெறுகிறான். அதிகாரத்தையும், இல்லற வாழ்க்கையையும் நன்றாக அனுபவித்து, எண்ணற்ற மனைவிகளுடன் பல குழந்தைகளைப் பெற்ற பிறகு, உலக வாழ்க்கையைத் துறந்து ஒரு சமணத்துறவியாக அவன் மாறுவதுடன் காவியம் முடிவடைகிறது. சமண சமயப் பெருங்காவியமாகிய சீவக சிந்தாமணி ஒரு மாபெரும் படைப்பாகக் கருதப்பட்டாலும், சேக்கிழார் இந்தக் கதையைப் பெரிதும் வெறுத்தார். சீவகசிந்தாமணி ஒரு களவி நூலாக இருந்தமையாலும், அந்நூல் இம்மைக்கும் மறுமைக்கும் துணை செய்யாது என்பதையும் எண்ணி சேக்கிழார் வருத்தம் அடைந்தார். அதேவேளையில் தங்கள் வாழ்நாள் முழுவதையும் இறைவன் சிவபெருமானுக்கு சேவை செய்வதையே தமது குறிக்கோளாகக் கொண்டிருந்த ஞானசம்பந்தர், பாண்டிய நாட்டு அரசி மங்கையர்க்கரசி மற்றும் அப்பர் ஆகியோரின் பக்திமிக்க வாழ்க்கையைப் பற்றி தனது அரசர் இரண்டாம் குலோத்துங்க சோழனிடம் எப்படிச் சொல்வது என்று அவர் சிந்திக்கலானார்.

ஒரு நாள் சேக்கிழார் திருநாரையூர் கிராமத்தில் உள்ள மிகச் சிறிய கோவிலான பொள்ளாப் பிள்ளையார் (கணேசப் பெருமான்) கோவிலுக்கு செல்ல நேர்ந்தது. இந்த பொள்ளாப் பிள்ளையார் எந்த மனிதராலும் செதுக்கப்படவில்லை என்றும் இயற்கையாகவே அங்குத் தோன்றியவர் என்றும் கூறப்பட்டது. 'பொள்ளா' என்றால் உளியால் செதுக்கப்படாத என்று அர்த்தம். இந்தப் பிள்ளையார் சிலை உளியால் செதுக்கப்படாமல் சுயம்புவாக தானே தோன்றியது என்பதால் இவர் பொள்ளாப் பிள்ளையார் என அழைக்கப்படுகிறார். சேக்கிழார் உள்ளூர் கோவில் பட்டாச்சாரியாரைச் (குருக்கள், அர்ச்சகர்) சந்தித்தார். கோவில் பட்டாச்சாரியார் சேக்கிழாருக்கு ஏராளமான தகவல்களை வழங்கினார். இவ்வாறு தாம் சேகரித்த இந்த செய்திகள் அனைத்தையும் உடனடியாக மன்னரிடம் பகிர்ந்து கொள்ள முடிவு செய்தார் சேக்கிழார். அடுத்த நாள் காலையில் மன்னரைச் சந்திக்க அவர் விரைந்து சென்றார். மேலும் இந்தச் செய்திகள் மன்னரின் மனதை கண்டிப்பாக மாற்றும் என்று அவர் உறுதியாக நம்பினார்.

உரையாடலைத் தொடங்குவதற்கான சரியானதொரு வாய்ப்பைக் கண்டுபிடிக்க சேக்கிழார் தயங்கியபோது, மன்னர் குலோத்துங்க சோழன் தானே முன்வந்து பாண்டிய இராச்சியம் மற்றும் பிற இடங்களில் உள்ள பண்டைய துறவிகளின் கதைகளைப் பற்றி விரிவாக சொல்ல முடியுமா என்று சேக்கிழாரிடம் கேட்டார்.

'சேக்கிழார், நீங்கள் இப்போது என்னிடம் பேசிக்கொண்டிருக்கும் வெவ்வேறு மகான்களைப் பற்றி மேலும் அறிந்து கொள்வது எனது நேர்மையான இலட்சியம். அவர்களின் வாழ்க்கை மற்றும் அவர்கள் இயற்றி பாடியிருக்கும் பாடல்களால் நீங்கள் எப்படி ஈர்க்கப்படுகிறீர்கள் என்பது எனக்கு நன்றாகப் புரிகிறது. உங்களுக்குத் தேவைப்படும் அனைத்து ஆவணங்களையும் நமது தில்லை நடராசர் கோவிலிலும் மற்ற இடங்களிலும் இருந்து பெறுவதற்கு நான் உங்களுக்கு முழு அதிகாரம் தருகிறேன். அநேகமாய் நீங்கள் அவற்றைக் கதைகளாகவோ அல்லது கவிதைகளாகவோ எழுதலாம், அது பெரியபுராணம் - பெரிய வரலாறு என்று அழைக்கப்படும்.'

சேக்கிழாரால் தன் காதுகளை நம்பமுடியவில்லை, அவர் ஆனந்தப் பரவசம் அடைந்தார். இப்படியொரு பொன்னான சந்தர்ப்பம் எப்போது கிடைக்கும் என்று அவர் காத்திருந்தார் அல்லவா?

'என் மரியாதைக்குரிய அரசரே, நீங்கள் எப்போதும் என்னிடம் மிகவும் அன்பாக இருக்கிறீர்கள். உங்கள் இராச்சியத்தில் இந்த மதிப்புமிக்க முதன்மை அமைச்சர் பதவியை எனக்கு வழங்கியுள்ளீர்கள். இதை ஒரு மிகப்பெரிய கவுரவமாக நான் கருதுகின்றேன். இந்த மகத்தான பணியைச் செய்துமுடிக்க இறைவன் சிவபெருமான் எனக்குப் போதுமான பலத்தையும் ஞானத்தையும் தருவார் என்று நம்புகிறேன். சைவம் மட்டுமின்றி பிற மத நம்பிக்கைகள் குறித்தும் நான் ஏற்கனவே பல தகவல்களைச் சேகரித்துள்ளேன். ஒருவேளை நீங்கள் ஓய்வாக இருக்கும்போது, நான் சேகரித்து வைத்திருக்கும் தகவல்களைக் கூறுகிறேன். நீங்கள் அனுமதி அளித்தால், நான் அவற்றை வார்த்தைகளில் விவரிக்க விரும்புகிறேன். ஆனால் நான் எழுதும் கவிதைகள் அல்லது கதைகள் நிச்சயமாக மற்றவர்களைப் பற்றிய விமர்சனங்களையோ அல்லது பிற மதத்தலைவர்களின் வாழ்க்கை வரலாற்றையோ கொண்டிருக்காது. அது என் இலட்சியமும் அல்ல, என் வாழ்க்கையின் நோக்கமும் அல்ல.'

'நிச்சயமாக, சேக்கிழார், நீங்கள் என் கருத்துக்களை அப்படியே ஏற்றுக்கொள்ள வேண்டும் என்று நான் உங்களைக் கட்டாயப்படுத்த விரும்பவில்லை, நீங்கள் கூற விழையும் கருத்துக்களில் திருத்தங்களைச் செய்யவும் துணியவில்லை. ஆனால் பாண்டிய நாட்டு மகாராணி மங்கையர்க்கரசியைப் பற்றியும், சிவபெருமானுக்கு சேவை செய்வதில் அவள் மேற்கொண்ட பக்திமிக்க வாழ்க்கையைப் பற்றியும் விரிவாகச் சொல்வீர்கள் என்று நம்புகிறேன். நாம் நாளைத் தொடங்கலாம். எனது மாளிகையில் நாம் இருவர் மட்டும் தனியாகச் சந்தித்து உரையாடுவோம்.'

இதைக் கேட்ட சேக்கிழார் மிகுந்த மகிழ்ச்சி அடைந்தார், 'தங்கள் விருப்பப்படியே ஆகட்டும், என் அன்பிற்குறிய அரசே. இந்தப் பணியை எனக்கு வழங்கியதற்கு முன்கூட்டியே உங்களுக்கு நான் நன்றி சொல்ல விரும்புகிறேன். நீங்கள் சரியாகச் சொன்னது போல் மங்கையர்க்கரசி ராணியாக இருந்தபோது மதுரையில் பல்வேறு விசயங்கள் நடந்தன; எனவே, நாம் முதலில் மதுரையிலிருந்து தொடங்குகிறோம். நீங்கள் எப்போது வேண்டுமானாலும் என்னிடம் குறுக்கிட்டு எந்தச் சந்தேகமும் கேட்கலாம். நான் சொல்லப்போகும் சில கதைகள் மற்றும் பழங்கால வரலாற்று உண்மைகள் உங்களுக்கு ஏற்கனவே தெரிந்திருக்க வாய்ப்பிருக்கிறது. உங்களுக்குக் கற்பிப்பது எனது நோக்கமல்ல, ஆனால் நான் சேகரித்த சில உண்மைகளை உங்கள் கவனத்திற்குக் கொண்டு வர வேண்டும் என்று விரும்புகிறேன். உங்கள் பொன்னான நேரத்தை நான் அதிகமாக எடுத்துக்கொண்டால் என்னை மன்னிக்குமாறு கேட்டுக்கொள்கிறேன்.'

சேக்கிழாரது பதிலைக் கேட்டு இரண்டாம் குலோத்துங்க சோழன் மிகுந்த ஆச்சரியம் அடைந்தார்.

'நிச்சயமாக அப்படி ஒன்றும் இல்லை சேக்கிழார். உண்மையில் நீங்கள் சொல்லப்போகும் அனைத்துத் தகவல்களையும் கேட்டு நான் மிகவும் மகிழ்ச்சியடைவேன். தயவுசெய்து எந்த விவரங்களையும் தவிர்க்க வேண்டாம். ஆனால் எப்படி இவ்வளவு தகவல்களையும் சேகரித்தீர்கள்?'

'என் அன்புள்ள அரசரே, நம்பியாண்டார் நம்பி என்பவர் பற்றியும் அவர் வாழ்வில் நிகழ்ந்த அதிசயங்களைப் பற்றியும் கேள்விப்பட்டிருக்கிறீர்களா?'

'பிள்ளையார் பிரார்த்தனைக்குப் பிறகு அவருக்கு வழங்கப்பட்ட நைவேத்ய இனிப்புகளைப் பிள்ளையார் ஏற்றுக்கொண்டதைக் கண்ட ஒரு சிறுவனைப் பற்றி என் பாட்டி எங்களிடம் சொன்னது எனக்கு ஓரளவு நினைவிருக்கிறது.'

'மிகச்சரியாக. உண்மையில் அது உங்கள் முன்னோர்களின் காலத்தில் நடந்தது. இந்தச் சம்பவத்தை யாரும் நம்பவில்லை. ஆனால் சோழப் பேரரசர் முதலாம் இராசராச சோழன் அதை நேரில் பார்த்ததாகவும் இறைவன் சிவபெருமான் மீது பாடப்பெற்ற பாடல்களைப் பற்றி மேலும் அறிந்து கொள்ள மிகுந்த ஆவல் கொண்டவராக இருந்தார் எனவும் தெரிகிறது. அப்படித்தான் ஞானசம்பந்தர், மாணிக்கவாசகர், திருநாவுக்கரசர் மற்றும் சுந்தரர் ஆகிய மகான்களின் சிறந்த படைப்புகள் நம் நடராசர் கோயிலில் பத்திரமாக வைக்கப்பட்டுள்ளன என்பதை அவர்களால் அறிந்து கொள்ள முடிந்தது. சோழப் பேரரசர் முதலாம் இராசராச சோழன் நடராசர் கோயில் அதிகாரிகளை நேரடியாக அணுகும் அளவிற்கு அவர்களிடம் மிகவும் அன்பாக இருந்தார். ஒருநாள் அவர்கள் அனைவரும் ஆச்சரியப்படும் விதமாக ஒரு அறையில் பனை ஓலைச்சுவடிகள் நிறைந்திருப்பதைக் கண்டனர். ஆனால் நான் முன்பே சொன்னது போல், அவற்றில் பெரும்பாலானவை அழிக்கப்பட்டிருந்தன. இருப்பினும் எஞ்சியிருக்கும் அவற்றில் பெரும்பாலானவற்றைப் படிக்க எனக்கு ஒரு வாய்ப்பு கிடைத்தது, மேலும் திருநாவுக்கரசர், திருஞானசம்பந்தர், மாணிக்கவாசகர், சுந்தரர் போன்ற தலையாய சிவனடியார்களைப் பற்றியும் மற்ற சிவனடியார்களுடைய வரலாறுகள் பற்றியும் நான் விளக்கமாக எழுத விரும்புகிறேன். நான் இறைவன் சிவபெருமான் அருளைப் பெற்று, நமது தில்லை நடராசர் கோயிலில் இருந்தே இவ்வேலையை முடிக்க விரும்புகிறேன்.'

'சரி சேக்கிழார், நாம் நாளை சந்திப்போம். உங்களிடமிருந்து நிறைய கற்றுக்கொள்ள நான் மிகவும் ஆவலாக இருக்கிறேன்.'

சேக்கிழாரின் மகிழ்ச்சிக்கு எல்லையே இல்லை. திருநாவுக்கரசர், திருஞானசம்பந்தர், மாணிக்கவாசகர், சுந்தரர் போன்ற மகான்களைப் பற்றியும், அவர்களின் திருப்பாடல்களைப் பற்றியும் மற்றவர்களுக்குப் படித்து எடுத்துரைக்க கிடைத்தற்கரிய இவ்வாய்ப்பை தாம் பெற்றதற்காக இறைவன் சிவபெருமான், பொள்ளாப் பிள்ளையார் மற்றும் நம்பியாண்டார் நம்பி ஆகியோரை மனதில் நினைத்து பிரார்த்தனை செய்தார்.

அரசர் இரண்டாம் குலோத்துங்க சோழன் சிதம்பரத்தில் இருந்த மாளிகை ஒன்றில் அமைச்சர் சேக்கிழாருக்கு வேண்டிய வசதிகளைச் செய்வித்தார்.

ஒரு நல்ல நாளில் சேக்கிழார் அரசரிடம் விடைபெற்று புராணம் இயற்ற சிதம்பரம் நடராசர் கோயிலுக்குச் சென்றார். அங்கு சிவகங்கைத் தீர்த்தத்தில் நீராடிவிட்டு தில்லை நடராசப் பெருமானை வணங்கி, அடியேன், புகழ்பெற்ற உன் அடியார்கள் வரலாறுகளை எடுத்துரைக்க எனக்கு அடி எடுத்து கொடுத்து உதவி அருள வேண்டும் என்று பிரார்த்தனை செய்தார். அச்சமயம் அங்கிருந்த அடியார்கள் முன்னிலையில் ***“உலகெலாம் உணர்ந்து ஓதற்கரியவன்”*** என்று ஒரு குரல் கேட்டது. இதை சிவபெருமானிடம் இருந்து தனக்குக் கிடைத்த பச்சை சமிக்ஞையாக சேக்கிழார் எடுத்துக் கொண்டார். மேலும் இந்த மாபெரும் பணியை எவ்வாறு மேற்கொள்வார் என்று அவரது மனதில் கற்பனையாக உருவாக்கத் தொடங்கினார். தன் மனதில் தோன்றுவதை எல்லாம் மற்றும் இத்தனை ஆண்டுகளாக மறைத்து வைக்கப்பட்டிருந்த அனைத்து வரலாறுகளையும் எடுத்துரைக்க ஒரு வருடம் ஆகலாம் என்று அவர் நினைத்தார்.

பின்பு தில்லை நடராசர் கோயிலில் இருக்கும் ஆயிரம்கால் மண்டபத்தில் சிவன் அடியார்கள் முன்னிலையில் சேக்கிழார் புராணம் பாடத் தொடங்கினார். சித்திரை மாதம் திருவாதிரை நட்சத்திர நாளன்று புராணம் தொடங்கி, அடுத்த வருடம் சித்திரை மாதம் அதே திருவாதிரை நட்சத்திரத்தில் புராணத்தினை முடித்தார். ஓராண்டு காலம் புராணம் இயற்றப்பட்டது. இந்நூலில் திருத்தொண்டத்தொகையில் சுந்தர மூர்த்தியார் பாடியவாறே அடியார்களின் வரலாற்றை அதன் வரிசையிலேயே சேக்கிழாரும் பாடினார். அத்துடன் சுந்தரமூர்த்தியாரையும், அவரது பெற்றோர் சடையனார், இசைஞானியாரையும் நாயன்மார்களாக இணைத்துக் கொண்டார்.

இவ்வாறு சேக்கிழாரால் இயற்றப்பட்ட பெரியபுராணத்தில் இரண்டு காண்டங்களும், பதிமூன்று சருக்கங்களும், நான்காயிரத்து இருநூற்று எண்பத்து ஆறு (4286) பாடல்களும் உள்ளன. அதுநாள் வரை சைவசமய இலக்கியங்களில் பதினொரு திருமுறைகள் இருந்தன. அதனுடன் பன்னிரண்டாம் திருமுறையாகப் பெரியபுராணம் சேர்த்துக் கொள்ளப்பட்டது.

அத்தியாயம் 2

மதுரை - கோவில் மற்றும் தமிழ் சங்கம்

இந்தக் கதையின் முக்கிய சம்பவங்கள் மதுரையில் நடக்கின்றன. எனவே, நாம் இந்த நகரத்தின் தோற்றம், வரலாறு, மொழி மற்றும் கலாச்சாரத்தை முதலில் புரிந்து கொள்ள வேண்டும். இந்தப் பெரிய நகரத்தைப் பற்றி ஆழமாக அறிந்து கொள்ள வேண்டும். பல நூற்றாண்டுகளாக இந்த நகரம் எப்படி எல்லாம் வளர்ந்தது என்று பார்ப்போம். தமிழ் சாம்ராச்சியத்தில் சைவ சமயத்தை உறுதியாக நிலைநிறுத்திய இந்தப் பெரிய நகரத்தில் சில முக்கிய நிகழ்ச்சிகள் நடந்தன.

நம் அனைவராலும் நன்கு அறியப்பட்ட புராணத்தின்படி சுமார் மூவாயிரம் ஆண்டுகளுக்கு முன்பு, சந்திரன் கன்னி ராசியில் மற்றும் சூரியன் மேஷ ராசியில் சஞ்சாரம் செய்தபோது இறைவன் சுந்தரேசுவரர் மீனாட்சி தேவியை மதுரையில் திருமணம் செய்து கொண்டார். மகாபாரத சகாப்தத்திற்கு முந்தைய இந்திய வரலாற்றில் மிக நீண்ட காலம் ஆட்சி செய்த வம்சங்களில் பாண்டியர்கள் வம்சமும் ஒன்றாகும். பாண்டிய இராச்சியம் மிகப்பழமையான இராச்சியமாகக் கருதப்படுகிறது. 'பாண்டியா' என்ற வார்த்தைக்குப் பல அர்த்தங்கள் இருக்கின்றன. இந்த வார்த்தை 'பழையது' என்று அர்த்தம் கொள்ளத்தக்க 'பாண்டு' என்பது போன்ற பல வார்த்தைகளிலிருந்து பெறப்பட்டதாகக் கூறப்படுகிறது. மேலும் 'பாண்டியா' என்பது பாண்டி (காளை) என்ற தமிழ் வார்த்தையுடன் தொடர்புடையது. பண்டைய தமிழர்கள், காளையை ஆண்மை, வீரம் மற்றும் வல்லமையின் அடையாளமாகக் கருதினர். கோடிக்கணக்கான ஆண்டுகளுக்கு முன்பு கிருத யுகத்திலிருந்து சுந்தரேசுவர லிங்கம் மதுரையில் இருந்ததாகக் கூறப்படுகிறது.

இந்திரலோகம் என்று அழைக்கப்படும் தேவலோகத்தில் வாழ்கின்ற தேவர்களின் அரசரான இந்திரன், தன் குருவைக் கொன்ற குற்றத்திற்காகப் ஒரு பிச்சைக்காரனாக உலகில் அலைந்து திரியும்படி சபிக்கப்பட்டார். அதனால் அவர் காசி (வாரணாசி),

காஞ்சி, திருக்கடவூர் ஆகிய இடங்களுக்குச் சென்று கடைசியாகக் கடம்ப மரங்கள் நிறைந்த வனத்தை அடைந்தார். அங்கு ஒரு லிங்கத்தை நிறுவிக் கோபுரம் அமைத்துப் பல ஆண்டுகளாக இறைவனை வழிபட்டு சாப விமோசனம் பெற்றார். பாண்டியர்களின் ஆரம்பக்காலத் தலைநகரம் மணவூர் ஆகும், அங்கிருந்து குலசேகர பாண்டியன் என்ற மன்னர் ஆட்சி செய்து வந்தார். சங்க இலக்கியம் (சங்கம் - தமிழ் கவிஞர்கள் மற்றும் எழுத்தாளர்கள் சந்திக்கும் கலைக்கூடம்) இந்த ஆட்சிக் காலத்தில்தான் வளரத் தொடங்கியது. குலசேகர பாண்டிய மன்னர் மற்றும் மகத நாட்டின் மன்னர்களில் புகழ் பெற்றவரும், சக்தி வாய்ந்தவருமான சராசந்தன் மன்னர் ஆகிய இருவரும் சம காலத்தில் வாழ்ந்தவர்களாக அறியப்படுகிறார்கள். மன்னர் குலசேகர பாண்டியனின் தலைநகரில் வசித்து வந்த தனஞ்சயன் எனும் வணிகன், கடம்ப மரங்கள் நிறைந்த காட்டின் நடுவில் உள்ள இந்த லிங்கத்தைப் பார்க்க நேர்ந்தது. தனஞ்சயன் லிங்கத்தைக் கண்ட தகவல் உடனடியாக மன்னருக்குத் தெரிவிக்கப்பட்டது. வணிகன் தனஞ்சயன் சுட்டிக்காட்டிய இடத்திற்கு விரைந்து சென்ற குலசேகர பாண்டிய மன்னர் அங்கு இருந்த லிங்கத்தைக் கண்டு திகைப்பில் ஆழ்ந்தார், அங்கேயே வேரூன்றி நின்றார். சிவபெருமான் பாண்டிய மன்னர் கனவில் தோன்றி கடம்ப மரங்கள் நிறைந்த காட்டைத் திருத்தி ஒரு நகரமாக மாற்றச் சொன்னார். மன்னரும் அவ்வாறு செய்து, லிங்கத்தைச் சுற்றி ஒரு முறையான கோவிலைக் கட்டத் திட்டமிட்டார்.

இது சேக்கிழாரும் அவரது அரசர் இரண்டாம் குலோத்துங்க சோழனும் பிறப்பதற்கு சுமார் 1500 ஆண்டுகளுக்கு முன்பு நடந்தது.

(இந்தத் தகவலைக்கேட்டதும், தனது தாத்தா, பாட்டன், முப்பாட்டன் காலத்திற்கு முன்பே பாண்டியர்கள் இங்கே ஆட்சி செய்து இருந்திருக்கிறார்கள் என மன்னர் இரண்டாம் குலோத்துங்க சோழன் தன் மனதிற்குள் நினைத்தார்)

மன்னர் குலசேகர பாண்டியன் கடம்ப வனத்தில் கட்டிய கோவிலின் கும்பாபிசேக விழாவின்போது *(சம்பிரதாய நீராடல் அதாவது குடமுழுக்கு விழா)*, இறைவன் சிவபெருமான் தன் தலையில் சூடியிருக்கும் பிறை நிலவின் வழியாகத் தேவர்களின் உணவாகக் கருதப்படும் அமிர்தத்தை அபிசேகத்திற்கு பயன்படுத்திய தண்ணீரில் துளித்துளியாகக் கலக்க அனுமதித்தார். அமிர்தம் கலக்கப்பட்ட தண்ணீர் மிகவும் இனிமையாக மாறியதால் அந்த ஊருக்கு மதுரை (இனிப்பு) என்று பெயர் வந்தது.

மன்னர் குலசேகர பாண்டியன் பிற்காலத்தில் பகவான் கிருஷ்ணரால் கொல்லப்பட்டார். இந்தச் சம்பவம் மகாபாரதத்தில் விவரிக்கப்பட்டுள்ளது. அவர் ஒரு காளையைப் போல வலிமையானவர் என்று கூறப்படுகிறது. மன்னர் குலசேகர பாண்டியன் வெளிப்படையாகக் கிருஷ்ணரால் கொல்லப்பட்டார், ஆதலால் அவரது மகன் தனது தந்தையின் மரணத்திற்கு பழிவாங்க நினைத்தான். ஆனால் அவன் நலன் விரும்பிகளால் அவ்வாறு செய்வதிலிருந்து தடுக்கப்பட்டான்.

அந்த நாட்களில் கூட, தமிழில் மதுரை மாநகரம் (பெரும் நகரம்) என்று அழைக்கப்படும் மதுரை நகரம் தூங்கவே இல்லை. மேலும் முக்கியமான விசயம் என்னவென்றால், இந்த நகரம் தமிழ் இலக்கியம் மற்றும் - தமிழ் சங்கத்தின் தலைமை இடமாக இருந்தது. பெருமைமிக்க பாண்டிய மன்னர்கள் பலரால் ஆளப்பட்டது. உண்மையில், இந்த நகரம் பண்டைய தமிழ் இலக்கியங்களில் *கூடல், நான்மாடக்கூடல், திருவாலவாய், கடம்பவனச் சேத்திரம்* என்று பல பெயர்களால் குறிப்பிடப்படுகிறது. கூடல் என்பது கடலுடன் நதி சங்கமிப்பதைக் குறிக்கிறது. ஒரு காலத்தில் கடலுக்கு அருகில் இந்த மதுரை மாநகரம் இருந்தது என்பதால் கூடல் என்றும் அழைக்கப்பெற்றது. தமிழ்ச்சங்கத்தில் இருந்த அறிஞர்கள் பலர் தங்கள் கவிதைப் படைப்புகளை அறிமுகப்படுத்துவதற்காக சந்தித்துக்கொள்ளும் இடத்தையும் இது குறிக்கலாம்.

இந்த நகரம் கட்டப்படுவதற்கு முன்பு குலசேகர பாண்டிய மன்னரால் அழிக்கப்பட்ட கடம்ப வன காடுகளால் மூடப்பட்டு இருந்ததாக நம்பப்படுகிறது. எனவே பிற்காலத்தில் இது கடம்பசேத்திரம் என்றும் அழைக்கப்பட்டது. பிரளய காலத்தில் இந்த நகரம் பெருவெள்ளத்தில் மூழ்கியது என்று ஒரு புராணக்கதையும் உள்ளது. பின்னர் குலசேகர பாண்டிய மன்னரால் கட்டப்பட்ட கோயிலின் முதன்மைக் கடவுளான சுந்தரேசுவரர் ஒரு பாம்பை அனுப்பியதன் மூலம் பிரளயத்திற்கு முன்பு இருந்த அசல் நகரத்தின் எல்லைகளை மன்னருக்குச் சுட்டிக்காட்டினார் என்றும் புராணக்கதை கூறுகிறது. அதனால் அந்த நகரம் திருஆலவாய் எனப்பட்டது. *(சேக்கிழார் பிற்காலத்தில் இயற்றிய தேவாரம் எனப்படும் தெய்விகப் பாடல்களில் இறைவனை ஆலவாய் அண்ணல் என்று அழைக்கும் பாடல்கள் பல காணப்படுகின்றன).* ஆலவாய் என்பதன் சரியான அர்த்தம் தெரியவில்லை. இறைவன் சிவபெருமான் குலசேகர பாண்டிய மன்னரின் கனவில் தோன்றினார், இந்த நகரத்தில் வாழ்ந்து வந்த மக்களுக்கு

அருள்புரிய தாமே நேரில் வந்தார், மேலும் அவரிடமிருந்து ஒரு துளி அமிர்தம் இந்த நகரத்தின் மீது விழுந்தது என்பன போன்ற தகவல்களின் மூலம் சிவபெருமானுக்கும் மதுரைக்கும் உள்ள நெருக்கமான தொடர்பைப் பற்றி நாம் அறிந்து கொள்ளலாம். சிவபெருமானை வழிபடும் பலருக்கும் கயிலாயமலை எவ்வளவு உன்னதமான பிரதேசம் என்பது நன்றாகத் தெரியும். இமய மலைத்தொடர்தான் உலகில் உள்ள பெரிய மலைத்தொடர்களில் மிகவும் உயர்ந்ததாகவும், புனிதமானதாகவும், ஒப்பற்றதாகவும் திகழ்கிறது. இந்த மலையில் இருந்துதான் சிந்து, சட்லெஜ், பிரம்மபுத்திரா போன்ற நதிகள் உற்பத்தியாகின்றன. இந்த மலையின் பெரும்பாலான பகுதிகள் பனிப் பாறைகளால் மூடப்பட்டு வெண்மை நிறத்தில் இயற்கை அழகுடன் காட்சியளிக்கிறது. இந்த மலையில்தான் உலகிலேயே மிக உயர்ந்த இடத்தில் உள்ள நன்னீர் ஏரியாக கருதப்படும் மானசரோவர் ஏரியும், அதற்கு அருகிலேயே உப்புத்தன்மையுடைய நீரைக்கொண்ட இரட்சஸ்தல் ஏரியும் உள்ளன. அருகருகே இருந்தாலும் இரண்டிலும் இரண்டு விதமான நீர் எப்படி உண்டானது என்பது ஒரு அதிசயம்தான். இந்த மலை இந்துக்களுக்கு மட்டுமல்லாது, சமணர்கள், பௌத்தர்கள் மற்றும் திபெத்தியர்கள் ஆகியோருக்கும் புனிதத் தலமாக விளங்குகிறது. சிவபெருமான் ஒரு யோகி - ஆதி யோகி - முதல் யோகி - இமயமலையில் உள்ள கயிலை மலைத் தொடரில் உள்ள ஒரு புகழ் பெற்ற பர்வதமாகிய கைலாச மலையில் (கயிலாயமலை) என்றென்றும் வாழ்ந்து வருகிறார் மற்றும் அவர் எங்கு வேண்டுமானாலும் எப்போது வேண்டுமானாலும் தன்னை வெளிப்படுத்திக் கொள்ள முடியும், அவர்மேல் உண்மையான அன்பு கொண்டிருக்கும் பக்தர்களுக்கு முன் தோன்றி அவர்கள் வேண்டும் வரத்தை அருளுவார் என்ற நம்பிக்கைகளை இது மீண்டும் உறுதிப்படுத்துவதாகத் தெரிகிறது. *"காவாய் கனகத் திரளே போற்றி, கயிலை மலையானே போற்றி போற்றி"*, பொன் திரண்டு காணப்படுவது போல் காட்சியளிக்கும் கயிலை மலையை உடையவனே, பல துன்பங்கள் வருத்தும் என்னைக் காப்பாயாக, கயிலை மலையில் உறையும் இறைவனே, உன்னை போற்றி, போற்றி என்று பலமுறை போற்றி வணங்குகின்றேன் என்று திருநாவுக்கரசர் பாடியிருக்கிறார். கிரேக்கப் பயணியும் செலூக்கியப் பேரரசர் முதலாம் செலூக்கசு நிக்காத்தர் மன்னரின் தூதுவருமான மெகெசுதெனீசின் இந்திக்கா எனும் இலக்கியப் படைப்புகளில் இந்த மதுரை நகரத்தை மெத்தூரா என்று குறிப்பிடபட்டுள்ளதைக் காணலாம். உலக புகழ் பெற்ற ரோமானிய வரலாற்று

ஆசிரியர்களான இளைய பிளினி (Pliny the Younger) என்று அழைக்கப்பட்ட கையசு காசிலியசு (Gaius Caecilius) மற்றும் தொலெமி அல்லது தாலமி (Ptolemy) என்று பொதுவாக அழைக்கப்படும் குளோடியசு தொலெமாயெசு (Claudius Ptolemaeus) ஆகியோரின் இலக்கியப் படைப்புகளில் இந்த நகரத்தின் பெயர் குறிப்பிடப்பட்டுள்ளதைக் காணலாம். கிரேக்க வம்சாவளியைச் சேர்ந்த ரோமானியப் புவியியலாளர் இசுட்ராபோ (Strabo) மதுரையைப் பற்றி அறிந்திருந்தார்.

சேர மன்னர் நெடும் சேரலாதன் மற்றும் சோழ வம்சத்தைச் சேர்ந்த மன்னர் சோனை நல்சோனை ஆகியோரின் இளைய மகனான இளங்கோவடிகள் எழுதிய சிலப்பதிகாரம் (கால் கொலுசுக் காவியம்) என்ற மாபெரும் காவியத்தைப் படிப்பதன் மூலம் இந்த நகரத்தைப் பற்றி நாம் மேலும் அதிகமாகத் தெரிந்து கொள்ளலாம். இளங்கோவடிகள் புகழ்பெற்ற போர்வீரன் மற்றும் அரசராகத் திகழ்ந்த செங்குட்டுவனின் இளைய சகோதரர் ஆவார். அவர் நாட்டை ஆட்சி செய்வார் என்று ஒரு சோதிடர் கணித்திருப்பது மிகவும் சுவாரசியமானது. இது போன்ற ஒரு நிகழ்வைத் தவிர்க்க, குறிப்பாக சட்டரீதியான வாரிசாகிய அவரது மூத்த சகோதரர் செங்குட்டுவன் உயிருடன் இருந்தபோதே, இளவரசர் இளங்கோ துறவுபூண்டு சமணத் துறவி ஆனார். இதனால் இளங்கோவடிகள் என்ற பெயரைப் பெற்றார். என்ன ஒரு உன்னதமான செயல்! செங்குட்டுவன் உட்பட அவரைச் சுற்றி இருந்தவர்களில் பெரும்பாலோனோர் சிவபெருமானை வழிபடும்போது அவர் சமணத் துறவியாக மாறியது சற்று அசாதாரணமானது. அவர் பிற்காலத்தில் மிகவும் பிரபலமாக இருப்பார் என்றும், நீண்ட காலம் மக்கள் மனதில் நிலைத்திருப்பார் என்றும் சோதிடர்கள் கணித்திருந்தனர். ஆனால் இந்தக் கணிப்புகளை எல்லாம் பொய்யாக்கும் பொருட்டு, இளவரசர் இளங்கோ ஒரு சமணத் துறவியாக மாறத் தேர்ந்தெடுத்தார். அவர் பணிவான பாதையைத் தேர்ந்தெடுத்திருந்தாலும், அவர் இயற்றிய சிலப்பதிகாரம் ஒரு உன்னதமான படைப்பு மற்றும் அவரது பெயர் இன்றும் மக்கள் மனதில் நீங்காது நிலைத்திருக்கிறது. உண்மையில், இது தமிழ் இலக்கியத்தின் முக்கியமான இலக்கியப் படைப்புகளில் ஒன்றாகக் கருதப்படுகிறது, பெரிதும் போற்றப்படுகின்றது.

அது எதைப் பற்றியது?

சுமார் 5400 செய்யுள்களைக் கொண்டு புகார்க் காண்டம், மதுரைக் காண்டம் மற்றும் வஞ்சிக் காண்டம் எனும்

உட்பகுப்புகளால் பிரிக்கப்பட்டு கவிதையாக எழுதப்பட்டுள்ள சிலப்பதிகாரத்தின் கதை, சோழர்களின் தலைநகரான புகாரில் (பூம்புகார்) தனது கணவன் கோவலனுடன் அமைதியான வாழ்க்கை நடத்தி வந்த *கண்ணகி* என்ற கற்புடைய பெண்ணின் வாழ்க்கை வரலாற்றை சித்தரிக்கிறது. இது இரண்டு மாபெரும் உண்மைகளை நமக்கு உணர்த்துகிறது. இளங்கோவடிகள் சமண மதத்தைச் சேர்ந்தவர். எனவே, சமண மதம் இந்து மதத்துடன் (நாம் அதை சனாதன தர்மம் என்று அழைக்கிறோம்) அமைதியுடன் சமாதானமாக இணைந்து இருந்தது. அன்றைய மன்னர்கள் தங்கள் தீர்ப்பில் ஏற்பட்ட தவறுகளை உணர்ந்துகொள்ள சிறிதளவும் தயங்கவில்லை என்பதையும் இது காட்டுகிறது.

'நானும் அதைத்தான் செய்ய விரும்புகிறேன். சமணத்துறவிகளுக்குத் தீங்கிழைக்க நான் விரும்பவில்லை' என்று மன்னர் இரண்டாம் குலோத்துங்க சோழன் சேக்கிழாரை நோக்கிச் சொன்னார்.

கண்ணகி ஒரு பணக்கார கடல் வணிகம் செய்பவர்கள் குடும்பத்தில் பிறந்தாள். இவரது தந்தை மாநாயக்கன், புகார் நகரத்தில் வாழ்ந்த புகழ்பெற்ற கடல் வணிகன் ஆவான். ஒரு இளம் பெண்ணுக்குத் தேவைப்படும் சகல வசதிகளும் அவளுக்கு இருந்தது. மிகுந்த அழகும், நற்குணங்களும், கற்புத்திறமும் கொண்ட அவள் கோவலனை மணந்தாள், அவன் கண்ணகியின் தந்தை மாநாயக்கனைப் போன்ற செல்வந்தரான மற்றொரு கடல் வணிகன் *மாசாத்துவானின்* புதல்வன். இவன் கலையுணர்வும், வறியோர்க்கு உதவும் நற்பண்பும் மிக்கவன். நாட்டியக் கலைஞரான மாதவியுடன் கோவலன் தொடர்பு கொண்டதால் கண்ணகியின் வாழ்க்கை பின்னாளில் பரிதாபமாக மாறியது. கோவலன் கண்ணகியை விட்டுப் பிரிந்து மாதவியின் இல்லத்திலேயே நிரந்தரமாகத் தங்கினான். இந்தச் சூழ்நிலையைத் தனக்கு சாதகமாகப் பயன்படுத்திக்கொண்டு மாதவியின் தாய், கோவலனின் வேண்டுகோள் என்று கூறி கண்ணகியிடமிருந்து பணம் பெற ஆரம்பித்தாள். கோவலன், மாதவி ஆகிய இருவருக்கும் இது தெரியாமல் அவள் பார்த்துக்கொண்டாள். விசுவாசமும், நற்குணங்களும் கொண்ட கண்ணகி புத்திசாலியாக இருந்தபோதிலும் கோவலனின் வேண்டுகோளை நிறைவேற்ற வேண்டும் என்று நினைத்து, தன் பெற்றோர் கொடுத்த செல்வம் அனைத்தையும் இதன்மூலம் இழந்தாள்.

'மிகவும் வினோதமாக இருக்கிறது. இப்படிப்பட்ட கதையை ஒரு சமணத்துறவி எழுதியிருக்கிறாரா? ஞானசம்பந்தர்

அப்படியெல்லாம் எழுதியிருக்க மாட்டார் என்று நம்புகிறேன். தங்களிடமிருந்து மேலும் பல தகவல்களைத் தெரிந்து கொள்ள ஆவலாக இருக்கிறேன்' என்று இரண்டாம் குலோத்துங்க சோழன் மன்னர் கூறினார்.

ஒரு நல்ல நாளில், மாதவி தன்னை அறியாமல் அவள் வழக்கமாகப் பாடும் பாடலின் ஒரு வரியை உச்சரிக்கிறாள், இது கோவலன் தனது மனைவியை விட்டு வெளியேறிய தவறை உணர வைக்கிறது. கண்ணகியைக் கண்டுபிடிக்க அவன் உடனே மாதவியை விட்டுப் பிரிந்து செல்கிறான். பெற்றோரின் உதவியை நாட மறுத்து, இருவரும் மதுரையில் தங்கள் வாழ்க்கையை மீண்டும் உயிர்ப்பிக்கத் தொடங்குகிறார்கள். இது அந்நாட்களில் இந்நகரம் எவ்வாறு சிறந்து விளங்கியது என்பதை தெளிவாகக் காட்டுகிறது. தான் இழந்த செல்வத்தை மீண்டும் ஈட்ட எண்ணிய கோவலன், கண்ணகியுடன் மதுரைக்குச் செல்கின்றான். கண்ணகியை மதுரையின் புறநகரில் தங்க வைத்து விட்டு, கோவலன் ஒரு தொழிலைத் தொடங்க கண்ணகியின் இரண்டு மாணிக்கக் கொலுசுகளில் ஒன்றை விற்க மதுரை நகரக் கடை வீதிக்குச் சென்றான். விலை மதிப்பற்ற காற்சிலம்பு ஒன்றை கோவலன் விற்பதை அறிந்த பாண்டிய மன்னரின் பொற்கொல்லன், பாண்டிமாதேவியின் காற்சிலம்புகளில் ஒன்றைத் திருடிவிட்டு, பொய்யான பழியைக் கோவலன் மேல் சுமத்தினான். மிகவும் நேர்மையும் அரசியல் நடுநிலைமையும் கொண்ட பாண்டிய மன்னர் நெடுஞ்செழியன் கோவலனை நம்ப மறுத்ததால், பாண்டிய அரசியின் முத்து காற்சிலம்பைத் திருடியதற்காகக் குற்றம் சாட்டப்பட்ட கோவலன் தலை துண்டிக்கப்பட்டு கொலை செய்யப்படுகிறான். கோவலன் கொலை செய்யப்பட்ட செய்தியை அறிந்த கண்ணகி பெருந்துயரம் அடைந்தாள். தன் கணவன் கள்வன் அல்ல, பாண்டிமாதேவியின் காற்சிலம்பைத் திருடவில்லை என்பதை பாண்டிய மன்னருக்கும் உலக மக்களுக்கும் உணர்த்த அவள் விரும்பினாள். எனவே, அவள் பாண்டிய மன்னரின் அரண்மனை வாயிலை அடைந்தாள். வாயிற்காவலன் மன்னரின் அனுமதியோடு, அவளை அரண்மனைக்குள் அழைத்துச் சென்றான். மன்னர் நெடுஞ்செழியன் கண்ணகியைப் பார்த்து "கண்களில் கண்ணீர் ஒழுக இங்கு வந்து நிற்கும் பெண்ணே, யார் நீ?" எனக் கேட்டார். மன்னரின் கேள்விக்குத் தக்க பதிலளிக்க விரும்பிய கண்ணகி, அவரைப் பார்த்து "சரியாக விசாரிக்காமல் தவறான நீதி வழங்கிய மன்னனே! உன்னிடம் கூறுவதற்கு ஒன்று உண்டு, நான் கூறும் செய்திகளைக் கவனமாகக் கேள்" என்று உரைக்கத் தொடங்கினாள். "புறாவின் துன்பத்தைப் போக்கிய சிபி

சக்கரவர்த்தியும் தன் அரண்மனை மணி ஒலித்ததைக் கேட்டுப் பசுவின் துயர் அறிந்து தன் ஒப்பற்ற மகனையே தேர்ச்சக்கரத்திலிட்டுக் கொன்ற மனுநீதிச் சோழனும் வாழ்ந்த, பெரும்புகழ் பெற்ற புகார் நகரமே நான் பிறந்த ஊர். அப்படிப்பட்ட புகார் நகரில் எவ்வித பழியும் இல்லாத சிறப்பினையுடைய குடியில் தோன்றிய செல்வந்தரான கடல் வணிகன் மாசாத்துவானின் மகன் கோவலனை மணம் புரிந்தேன். வீரக்கழல் அணிந்த பாண்டிய மன்னனே! ஊழ்வினையின் காரணமாக இந்த மதுரை மாநகரத்திற்கு வந்தோம். நாங்கள் இழந்த செல்வத்தை மீண்டும் ஈட்டுவதற்காக என் காற்சிலம்புகளில் ஒன்றை விற்க முயன்றபோது, பொய் குற்றம் சாட்டப்பட்டு உன்னால் கொலை செய்யப்பட்ட கோவலனின் மனைவி தான் நான். என் பெயர் கண்ணகி" என்று கூறினாள். இதைக் கேட்டுச் சற்று அதிர்ச்சி அடைந்தாலும் உடனடியாகச் சுதாரித்துக்கொண்ட பாண்டிய மன்னர் கண்ணகியிடம் "கள்வனைக் கொலை செய்தல் கொடுங்கோல் ஆகாது, அதுவே அரச நீதி" என்று கூறினார். அதற்குக் கண்ணகி "சரியாக விசாரிக்காமல் தண்டனை வழங்கி அறநெறி தவறிய அரசனே! என் காற்சிலம்பு, மாணிக்கப் பரல்களைக் கொண்டது" என்றாள். அதற்கு அரசர் "அப்படியா, நல்லது, பாண்டிய மாதேவியின் காற்சிலம்பு முத்துப் பரல்களைக் கொண்டது" என்றார். மேலும் கோவலனிடமிருந்து கைப்பற்றிய காற்சிலம்பை உடனடியாகக் கொண்டு வருமாறு காவலாளிக்கு கட்டளை இட்டார். அரசவையில் அவள் முன் வைக்கப்பட்ட அந்தச் சிலம்பினைக் எடுத்துத் தரையில் ஓங்கி எறிந்தாள் கண்ணகி. தரையில் பட்டு உடைந்த அந்தச் சிலம்பிலிருந்து வெளிப்பட்ட மாணிக்கப்பரல் ஒன்று பாண்டிய மன்னரின் உதட்டில் பட்டுத் தெறித்தது. மாணிக்கப் பரல்களைக் கண்ட பாண்டிய மன்னர் அதிர்ச்சி அடைந்தார். மிகவும் சோர்வுற்றார். தன் ஆட்சி தாழ்ச்சி அடைந்தது, பாண்டிய வம்சத்தின் செங்கோல் தவறியது, "பொற்கொல்லனின் பொய்யான வார்த்தைகளைக் கேட்டு அறநெறி தவறி விட்டேன். நானே கள்வன்! அரசனாக இருக்கும் தகுதியை நான் இழந்துவிட்டேன்!" என்று கூறினார். தன் தவறை உணர்ந்து மனம் தளர்ந்து, சரியாக விசாரிக்காமல் தவறான தீர்ப்பைக் கூறியதால் நிலைகுலைந்து போன மன்னர், அறம் தவறாது குடிமக்களைக் காத்து வந்த பெருமை மிக்க பாண்டிய வம்சத்தின் தொன்மையான ஆட்சி இன்று என்னால் தவறியது. என் வாழ்நாள் அழியட்டும், இனிமேலும் உயிர் வாழும் தகுதி எனக்கு இல்லை" என்று கூறியவாறே மயங்கி வீழ்ந்தார். அருகில் அமர்ந்திருந்த மன்னரின் மனைவி பாண்டிய அரசி கோப்பெருந்தேவி உள்ளம்

கலங்கினாள். உடல் நடுங்கி, கணவனை இழந்த மகளிர்க்கு, எவ்விதத்திலும் ஆறுதல் கூற இயலாது என்று கூறித் தன் கணவனின் திருவடிகளை வணங்கி, மயங்கி வீழ்ந்த மன்னரின் அருகில் தானும் வீழ்ந்து இறந்தாள். மன்னர் மற்றும் ராணிக்கு உதவ அங்கிருந்த காவலர்கள், வீரர்கள், அமைச்சர்கள் என அனைவரும் உடனடியாக விரைந்து சென்றனர். அடுத்தடுத்து நிகழ்ந்த சில அதிர்ச்சியான சம்பவங்களால் அங்கு பெரும் குழப்பம் ஏற்பட்டது. பாண்டிய அரசரும் அவரைத்தொடர்ந்து பாண்டிய அரசி கோப்பெருந்தேவியும் உயிர்விட்ட காட்சி கண்ணகியைத் திகைப்படையச் செய்தது. இருப்பினும் இத்தருணத்தில் மிகுந்த கோபத்தில் இருந்த கண்ணகி யாரும் கவனிக்கப்படாத நிலையில் தனது மார்பில் ஒன்றைக் கிழித்தாள். மேலும் கற்புடைய மகளிர் பலர் பிறந்த புகார் நகரிலே பிறந்த நானும் பத்தினியே என்று கூறி, அரசோடு மட்டுமில்லாமல் மதுரை நகரத்தையும் தீயினால் அழிப்பேன் என்று சபதம் செய்தாள். அவளின் சாபத்தால் பொங்கி எழுந்த தீ மதுரை நகரின் பாதியை அழித்ததாகக் கூறப்படுகிறது.

இந்தக் காவியத்தில் வால்மீகி பல ஆண்டுகளுக்கு முன்பு எழுதிய இராமாயணத்தைப் பற்றிய பல குறிப்புகள் காணப்படுகின்றன என்பது குறிப்பிடத்தக்கது. இளங்கோவடிகள் பூம்புகாரின் விதியை ராமர் வனவாசம் சென்றபோது அயோத்தியின் தலைவிதி எவ்வாறு இருந்ததோ அதற்கு இணையாக எழுதியுள்ளார். மேலும், மூன்று உலகங்களையும் அளந்த இறைவன் (விஷ்ணு பகவான்) வாமனனாக அவதாரம் (மறுபிறவி) எடுத்தது பற்றியும், ராமரின் மனைவி சீதையைக் கடத்திய இலங்கையின் அரசனாகிய இராவணனை எதிர்த்துப் போரிடத் தன் சகோதரனுடன் காட்டுக்குச் சென்ற ராமர் பற்றியும் இந்த காவியத்தில் குறிப்பிடப்பட்டுள்ளது. எனவே இளங்கோவடிகள் சமண சமயத்தைப் பின்பற்றுபவர் என்ற உண்மை ஒருபுறம் இருந்தபோதிலும், சனாதன தர்மத்தைப் பின்பற்றுபவர்களின் நம்பிக்கையைப் போலவே ராமர் ஒரு சாதாரண மனிதர் அல்ல என்று அவரும் நம்பினார் என்று தெரிகிறது.

கவிஞர்கள் மதுரை மீனாட்சி அம்மன் கோவிலில் இருக்கும் தங்க தாமரை குளத்திற்கு வந்து தங்கள் படைப்புகளை மற்றவர்களுக்கு முன் அரங்கேற்றம் செய்வார்கள். திருவள்ளுவர் தனது கவிதைப் படைப்பான 1330 ஈரடிச் செய்யுள்களைக் கொண்டு அத்தியாயத்திற்கு 10 ஈரடிச் செய்யுள்கள் என்கின்ற விகிதத்தில் மொத்தம் 133 அத்தியாயங்களாகப் பிரிக்கப்பட்ட திருக்குறளை

இந்தத் தங்கத் தாமரை குளத்திற்கு முன் மற்றவர்களுக்கு எடுத்துரைக்க விரும்பியதாகப் பரவலாக நம்பப்படுகிறது. ஒவ்வொரு ஈரடிச் செய்யுளும் முதல் வரியில் நான்கு சொற்கள் மற்றும் இரண்டாவது வரியில் மூன்று சொற்கள் என மொத்தம் ஏழு சொற்களைக் கொண்டுள்ளது. இது சற்று அசாதாரணமானது. மேலும் தமிழ்ச் சங்க உறுப்பினர்கள் பலர் இந்த ஈரடிச் செய்யுள்களைக் கேலி செய்து இந்தப் படைப்பை நிராகரித்தனர் என்று தெரிகிறது. அப்போது திருவள்ளுவர் இந்தத் தாமரை குளத்தில் உள்ள தண்ணீரில் தனது படைப்புகளை வைக்க ஒப்புக்கொண்டார், மேலும் அவரது படைப்புகள் மக்கள் படிக்க ஏற்றதாக இருந்தால் அது தண்ணீரில் மூழ்காது என்று கூறினார். அவ்வாறே திருவள்ளுவர் தமது கவிதைகள் எழுதப்பட்ட பனை ஓலைச்சுவடிகளைத் தண்ணீரில் வைத்தபோது அது மூழ்காமல் இருப்பதைக் கண்டு அங்கிருந்தவர்கள் வியந்தனர். பின்னர் இந்தப் பூமியில் மனிதர்கள் வாழும் காலம்வரை இந்தப் படைப்பு அழியாமல் நிலைத்திருக்கும் என்று அவர்கள் கூறினார்கள்.

அறநெறிகளைப் பற்றிய உலகின் மிகச்சிறந்த படைப்புகளில் ஒன்றாகக் கருதப்படும் திருக்குறள் முறையே அறம், பொருள், காமம் (அல்லது இன்பம்) ஆகிய மூன்று தொகுப்புகளைக் கொண்டது. மிகப் பழமையான படைப்புகளில் ஒன்றாகக் கருதப்படும் இந்த நூல், “உலகப் பொதுமறை”, “பொய்யாமொழி”, “வாயுறை வாழ்த்து”, “முப்பால்”, “உத்தரவேதம்”, “தெய்வநூல்” எனப் பல பெயர்களாலும் அழைக்கப்படுகிறது. அகிம்சையை மையமாகக் கொண்டு இயற்றப்பட்ட இந்நூல், தனிநபர் பின்பற்ற வேண்டிய அடிப்படை நல்லொழுக்கங்களான இன்னா செய்யாமை மற்றும் புலால் உண்ணாமை ஆகியவற்றை வலியுறுத்துகிறது. இவற்றொடு வாய்மை, கருணை, அன்பு, பொறுமை, சுயகட்டுப்பாடு, நன்றியுணர்வு, கடமை, சான்றாண்மை, ஈகை, விருந்தோம்பல், இல்வாழ்க்கை நலம், கள்ளாமை, மது உள்ளிட்ட போதைப்பொருட்களையும் சூதாடுவதையும் தவிர்த்தல், கூடா ஒழுக்கங்களை விலக்குதல் முதலிய அனைத்துத் தனிநபர் ஒழுக்கங்களையும் போதித்துக் கூடுதலாக ஆட்சியாளர் மற்றும் அமைச்சர்களின் ஒழுக்கங்கள், சமூகநீதி, அரண், போர், கொடியோருக்குத் தண்டனை, கல்வி, உழவு போன்ற பலவிதமான அரசியல் மற்றும் சமூகத் தலைப்புகளையும் உள்ளடக்கியது. மேலும் நட்பு, காதல், மற்றும் அகவாழ்க்கை பற்றிய அதிகாரங்களும் இதில் அடங்கும். சங்ககாலத் தமிழர்களுக்கு இடையே காணப்பட்ட குறைகளையும் குற்றங்களையும் சுட்டிக்காட்டி பண்பாட்டு முரண்பாடுகள் அனைத்தையும் திருத்திப்

பிழைப்பட்ட வாழ்க்கை முறையை மாற்றித் தமிழ்க் கலாச்சாரத்தினை நிரந்தரமாக வரையறை செய்த நூலாகத் திருக்குறள் திகழ்கிறது. திருவள்ளுவர் சமண சமயத்தையோ அல்லது சனாதன தர்மத்தையோ சார்ந்தவராக இருந்திருப்பார் என்று அறிஞர்கள் கருதுகின்றனர். இவ்விரு சமயங்களின் பிரதான தர்மமான அகிம்சை அல்லது இன்னா செய்யாமை என்ற அறத்தை வள்ளுவர் தனது நூலின் மைய அறமாகக் கொண்டு மற்ற அறங்களைக் கையாண்டிருப்பதிலிருந்து இது புலனாகிறது. திருவள்ளுவர் சமண மதத்தைச் சேர்ந்தவர் என்று சிலரால் நம்பப்படுகிறது. மேலும், சமணர்கள் மற்றும் சனாதன தர்மத்தைப் பின்பற்றுபவர்களாலும் பரிந்துரைக்கப்பட்ட சைவ உணவை ஆதரிக்கும் வகையில் ஒரு முழு அத்தியாயத்தையும் திருவள்ளுவர் அர்ப்பணித்திருப்பதை நாம் கவனிக்கலாம். இளங்கோவடிகள் தனது சிலப்பதிகாரத்தில் இறைவன் விஷ்ணு பகவான் வாமன அவதாரம் (மறுபிறவி) எடுத்து மூன்று உலகங்களை அளந்தார் என்று சைவர்கள் வலுவாக நம்புவதைப் பற்றித் தற்செயலாகக் குறிப்பிட்டு இருப்பது மிகவும் சுவாரசியமானது. இந்தக் காரணத்தினால் தான் சைவர்கள் இளங்கோவடிகள் இயற்றிய சிலப்பதிகாரம் என்னும் காப்பியத்தைப் பெரிதாக எதிர்க்கவில்லை என்று தெரிகிறது.

பின்னர் சிவபெருமான் தனது பக்தர்களுக்கு உதவுவதை விவரிக்கும் புராணக்கதைகள் தோன்றின. சில சம்பவங்கள் மதுரையில் நடந்தன. சிவபெருமானால் முக்தி (மோட்சம்) பெற்ற ஒரு வயதான பெண்மணி வந்தியம்மை பற்றியது அத்தகைய ஒரு சம்பவம். மதுரையில் வைகை ஆற்றின் தென்கரையில் புட்டு தோப்பு என்கின்ற ஒரு ஊர் இருக்கிறது. சிவபெருமான் தனது திருவிளையாடல்களை (அற்புதங்கள்) நிகழ்த்திய தலங்களில் இதுவும் ஒன்று என நம்பப்படுகிறது. வைகை ஆற்றில் அவ்வப்போது ஏற்படும் வெள்ளம் போன்ற இயற்கைப் பேரிடர்களிலிருந்து தனது இராச்சியத்தைப் பாதுகாக்கும் வகையில், ஆற்றின் கரையில் ஒரு பெரிய தடுப்பணை கட்டுமாறு மதுரையை ஆண்ட பாண்டிய மன்னர் அரிமர்த்தன பாண்டியன் ஒவ்வொரு குடிமகனுக்கும் கட்டளையிட்டார். புட்டு விற்று வந்த மூதாட்டி வந்தியம்மையும் இந்தப் பணிக்காக மண்ணை சுமந்து பணியில் ஈடுபட வேண்டும் என காவலர்கள் உத்தரவிட்டனர். ஆனால் அவளால் மன்னரின் கட்டளையை நிறைவேற்ற முடியவில்லை. ஆதலால் அவள் உதவிக்காக இறைவன் சிவபெருமானிடம் பிரார்த்தனை செய்தாள். தனக்கு உதவி செய்பவர்களுக்கு புட்டு (புட்டு என்பது சுமார் 10 அல்லது 15 செ.மீ.

நீளமுள்ள ஒரு சிறிய உருளை வடிவ பாத்திரத்தில் ஆவியினால் வேகவைக்கப்பட்ட அரிசி மாவு கொண்டு செய்யப்படும் உணவு, இது இன்றும் நடைமுறையில் உள்ள ஒரு காலை உணவு) வழங்கத் திட்டமிட்டாள். யாரும் அவளுக்கு உதவ முன்வரவில்லை. திடீரென்று, இறைவன் சிவபெருமான் இளைஞனாகத் தோன்றி வந்தியம்மைக்கு உதவி செய்ய முன்வந்தார். வந்தியம்மை கொடுத்த சுவையான புட்டுவை நன்றாகச் சாப்பிட்டுவிட்டு, உண்ட மயக்கம் தொண்டருக்கும் உண்டு என்கின்ற சாக்கில் அசதியில் ஆற்றங்கரையில் படுத்துத் தூங்க ஆரம்பித்தார் இறைவன் சிவபெருமான். வேலையின் முன்னேற்றத்தைக் கண்காணித்துக் கொண்டிருந்தபோது ஆற்றங்கரையில் சவுகரியமாக படுத்து உறங்கிக் கொண்டிருந்த இளைஞனை மன்னர் அரிமர்த்தன பாண்டியன் கவனித்தார். இதனால் மிகவும் கோபமடைந்த அவர் உறங்கிக் கொண்டிருந்த இளைஞனுக்கு தண்டனை வழங்க விரும்பினார். இளைஞனின் முதுகில் ஒரு பிரம்பால் அடித்தார். வந்திருப்பது இறைவன் சிவபெருமான் என்பது மன்னருக்குத் தெரியாது அல்லவா, அப்போது அங்கு ஒரு அதிசயம் நடந்ததாக நம்பப்படுகிறது. இறைவன் சிவபெருமானின் முதுகில் விழுந்த அடி, மன்னர் அரிமர்த்தன பாண்டியன் உட்பட உலகில் இருந்த அனைத்து உயிரினங்களின் முதுகிலும் விழுந்தது. மூதாட்டி வந்தியம்மைக்கு 'முக்தி' (மோட்சம்) வழங்க சிவபெருமான் இவ்வாறு ஒரு அற்புதம் (திருவிளையாடல்) செய்ததாக நம்பப்படுகிறது.

பல பாண்டிய மன்னர்கள் இந்த நகரத்தை ஆட்சி செய்தனர். உதாரணமாக, தமிழ் சோழ பேரரசர் முதலாம் இராசராச சோழன் தஞ்சாவூரில் அற்புதமான பிரகதீசுவரர் கோவிலைக் கட்டினார். இந்த கோவில் கட்டப்படுவதற்கு சுமார் 1500 ஆண்டுகளுக்கு முன்பு மன்னர் பாண்டியன் நெடுஞ்செழியன் மதுரை நகரத்தை ஆட்சி செய்தார். பாண்டிய வம்சம் வலுவாக வளர்ந்து வந்தது. தஞ்சாவூரில் கோவில் கட்டப்படுவதற்கு சுமார் 400 ஆண்டுகளுக்கு முன்பு மன்னர் கூன் பாண்டியன் மதுரை நகரத்தை ஆட்சி செய்த காலத்தை நாம் இப்போது அடைகிறோம்.

சேக்கிழார் தொடர்ந்தார், 'அன்புள்ள மன்னரே, நான் உங்களை இப்போது பாண்டிய மன்னர்களின் இராச்சியத்திற்கு அழைத்துச் செல்கிறேன். பாண்டிய மன்னர் கூன் பாண்டியன் மற்றும் அவரது ராணி மங்கையர்க்கரசியின் சாம்ராச்சியத்திற்கு நாம் இப்போது செல்ல இருக்கிறோம்.

ஒரு குறிப்பிட்ட நாளில், மதுரை நகரம் முழுவதும் அமைதியாக இருந்தது, வழக்கத்திற்கு மாறாக மிகவும் அமைதியாக இருந்தது. அது ஒரு அமாவாசை நாள், அரண்மனை வாசலில் இருந்த விளக்குகள் மட்டும் எரிந்து கொண்டிருந்தன. தெருக்களில் இருந்த மற்ற எண்ணெய் விளக்குகள் அனைத்தும் அணைக்கப்பட்டுவிட்டன. எங்கும் இருள் சூழ்ந்திருந்தது. பிரசித்தி பெற்ற மீனாட்சி அம்மன் கோவிலின் பெரிய மரக்கதவுகளும் மூடப்பட்டுவிட்டன, கோவிலின் மரக்கதவுகள் மூடப்படுவதற்கு முன்பாகக் கோவிலுக்குள் யாரும் இல்லாதவாறு பட்டாச்சாரியார் (குருக்கள்) பார்த்துக்கொண்டார். இந்த அமாவாசை இரவில் மதுரை மாநகரத்திற்கு என்ன நடக்கிறது? ஏன் திருவிழாக்கள் எதுவும் இல்லை? மக்கள் அனைவரும் எங்கே சென்றார்கள்? அவர்கள் அனைவரும் உறங்கச் சென்றுவிட்டார்களா? ஆம், ஒரு மைதானத்திற்குச் செல்லும் சாலையில் தான் தனியாக இருப்பதாக நினைத்துக்கொண்டு ஒவ்வொருவரும் இந்த மைதானத்தை நோக்கி நடந்து கொண்டிருந்த இரண்டு நபர்களைத் தவிர பெரும்பாலோனோர் உறங்கிவிட்டார்கள். அந்த இரண்டு நபர்களில் ஒருவர் மிகவும் பின்தங்கியிருந்தார். முன்னால் சென்று கொண்டிருந்த நபர் பின்னால் வந்துகொண்டிருந்த மற்றொரு நபரைப் பற்றி அறிந்திருக்கவில்லை. அது என்ன மைதானம்? அது அனைவரும் சந்தித்துக்கொள்ளும் ஒரு பொதுவான இடமாக இருக்கவில்லை. அதிலிருந்து வெகுதொலைவில் இருந்தது. தவறு செய்பவர்கள், திருடர்கள், துரோகிகள், ஏமாற்றுக்காரர்கள், உளவாளிகள் போன்றவர்களை ஒரு நீண்ட கூர்மையான நுனி கொண்ட மரக்கம்பத்தின் மேல் உட்கார வைத்து அரசர் தண்டிப்பார். இது தமிழில் கழுவேற்றம் என்று அழைக்கப்பட்டது. குற்றவாளிகள் இந்தக் கூர்மையான கம்பத்தின் மேல் அமரும்படி கட்டாயப்படுத்தப்படுவார்கள். இப்படிப்பட்ட கொடூரமான தண்டனை வழங்குவதற்காகப் பயன்படுத்தப்பட்ட கழுவேற்ற கம்பங்கள் இருந்த இடம் தான் அந்த மைதானம்.

மிகக் குறுகிய கூர்மையான மேற்புறத்துடன் நன்றாக எண்ணெய் தடவப்பட்ட இந்த மரக்கம்பத்தின் உச்சியில் ஒருவரை கட்டாயப்படுத்தி உட்கார வைத்தால், அவரது உடல் இரண்டாகக் கிழிந்துவிடும் - என்ன கொடுமை! இது யாருக்கும் பிடிக்கவில்லை, ஆனால் இந்தக் கொடூரமான நடைமுறைக்கு எதிராக அரசரிடம் புகார் செய்யவோ அல்லது போராட்டம் நடத்தவோ யாருக்கும் தைரியம் இல்லை. ராணியோ அல்லது நீதித்துறை அமைச்சரோ தண்டனையை வெளிப்படையாகப் பரிந்துரைக்காவிட்டாலும் இந்தத் தண்டனையை வழங்குவது மன்னரின் முடிவாக இருந்தது.

குற்றவாளி யார் என்பதை மட்டும் நீதிபதி கண்டுபிடித்தார். தண்டனையின் தன்மை அரசரால் தீர்மானிக்கப்பட்டது. அவர் வேறு யாருமல்ல, அவர்தான் கூன் பாண்டியன் - கூன் அதாவது 'வளைந்த முதுகு'. துறவிகளான சமணர்கள் மதுரை மாநகரத்திலிருந்து வெகுதொலைவில் உள்ள குகைகளில் வாழ்ந்து வந்தனர். செல்வத்தின் மீது பேராசை மற்றும் பெண்களின் தூண்டுதல் ஆகியவற்றிலிருந்து தங்களை ஒதுக்கி வைத்திருக்கும் எளிய மனிதர்கள் என்பதால் மன்னர் கூன் பாண்டியன் சமணத்துறவிகள் மற்றும் அவர்களது கொள்கைகளால் பெரிதும் கவர்ந்திழுக்கப்பட்டார். சமணர்களுக்கு பெரிதும் ஆதரவு அளித்து வந்தார். இது அவரது மனைவி ராணி மங்கையர்க்கரசிக்கும் நகரத்தில் உள்ள பல பெண்களுக்கும் பிடிக்கவில்லை. ராணி மங்கையர்க்கரசி சிவபெருமானை வழிபட விரும்பினார் மற்றும் சைவ சமயத்தைப் பின்பற்றும் துறவிகளுக்குப் பல நன்மைகள் செய்துவந்தார். அவளுக்கு ஆதரவாக அமைச்சர் குலச்சிறை, சமணத்துறவிகளை, குறிப்பாகத் தெருக்களில் நிர்வாணமாகத் திரியும் ஒரு சில சமணத்துறவிகளை ஒழித்துக்கட்ட தன்னால் இயன்றவரை முயற்சி செய்தார். அரசரின் மனதை மாற்றும் ஏதாவது ஒரு அதிசயம் நடக்கும் என்று ராணி மங்கையர்க்கரசியும் அமைச்சர் குலச்சிறையும் எதிர்பார்த்தனர்.

ஆனால் அது எப்போது நடக்கும்?

மறுநாள் திருஞானசம்பந்தருக்கும் முக்தானந்தருக்கும் இடையே பெரிய விவாதம் நடக்கவிருந்தது உண்மைதான். விவாதத்தில் தோற்கடிக்கப்படும் நபர் தண்டிக்கப்படுவார் என்று எதிர்பார்க்கப்பட்டது - பெரும்பாலும் இந்த நீண்ட மரக்கம்பத்தின் மேல் உள்ள கூர்மையான நுனியில் உட்கார வைத்துக் கடுமையாகத் தண்டிக்கப்படலாம். இந்த இரவில் கழுவேற்ற கம்பங்கள் இருந்த மைதானத்தை நோக்கி நடந்து சென்றுகொண்டிருந்த இருவரில் ஒருவர் தனக்கு மிகவும் பிடித்த மகான் திருஞானசம்பந்தர் ஒருவேளை உயிரை மாய்த்துவிடுவாரோ என்று பயந்து, இந்தக் கம்பங்களை நன்றாகப் பாதுகாத்து வைக்கப்பட்டு இருந்த அந்த மைதானத்திற்குச் சென்று அவற்றை முற்றிலுமாக அழிக்க முடிவு செய்தார். அப்படியானால் அந்த இரண்டாவது நபர் யாராக இருக்க முடியும்? அவர் மற்ற குழுவான சமணத்துறவிகளை ஆதரிக்கும் நபராக இருக்கலாம் - சமணத்துறவிகளுள் ஒருவராக இருக்கலாம். ஏனென்றால் விவாதத்தில் யார் வெற்றி பெறுவார்கள் என்பது யாருக்கும் தெரியாது.

இந்த இரண்டு நபர்களின் பின்னனியில் யாரேனும் இருந்தார்களா?

யார் அவர்கள்?

ஏன் இந்த விவாதம் ஏற்பாடு செய்யப்பட்டது?

யாரால் ஏற்பாடு செய்யப்பட்டது?

எந்தத் தலைப்பில் விவாதம் நடந்தது?

இந்த விவாதம் மதுரையின் வரலாற்றை முற்றிலுமாக மாற்றும் என்று யாராலும் யூகிக்க முடியவில்லை.

'இனி, என் அருமை மன்னரே,' சேக்கிழார் தொடர்ந்தார், 'இந்தப் புதிரான கேள்விகளுக்கெல்லாம் விடை காண வேண்டுமென்றால், நாம் சுமார் இரண்டாயிரம் முதல் மூவாயிரம் ஆண்டுகளுக்கு முந்தைய வரலாற்றை சற்றுத் திரும்பிப் பார்க்க வேண்டும்.'

'தயவு செய்து மேலே சொல்லுங்கள் சேக்கிழார், நான் இதன் வரலாறு முழுவதையும் தெரிந்து கொள்ள ஆசைப்படுகிறேன்' என்று மன்னர் இரண்டாம் குலோத்துங்க சோழன் பதிலளித்தார்.

Bala
Sundar.

அத்தியாயம் 3

வேதங்கள் மற்றும் உபநிடதங்கள் - சனாதன தர்மம்

சேக்கிழார் மேலும் இவ்வாறு பேசத் தொடங்கினார், ஆயிரக்கணக்கான ஆண்டுகளுக்கு முன்பு சுமார் 50 முதல் 100 ஆண்கள் ஒரு மாபெரும் தீயை வளர்த்து, அந்த பெரிய நெருப்பைச் சுற்றி அமர்ந்து கொண்டு சில மந்திரங்களையும், சில கீர்த்தனைகளையும் மனப்பாடமாக சொல்லியவாறு யாகங்கள் நடத்தி வழிபாடு செய்து கொண்டிருந்தனர். சில இளம் சிறுவர்கள், புதிய மாணவர்கள் ஒரு மரத்திலிருந்து உடைக்கப்பட்ட சிறிய மரக்கிளைகள் மற்றும் உலர்ந்த மரக்குச்சிகளைச் சேகரித்து, நெருப்புக்கு அருகில் அவற்றை வைப்பதில் மும்முரமாக ஈடுபட்டு தங்கள் குருமார்களுக்கு உதவி செய்து கொண்டிருந்தனர். நெருப்பைச் சுற்றி அமர்ந்து கொண்டு இருந்த அவர்களது குருமார்கள், நெருப்புக்குப் பக்கத்தில் மாணவர்கள் அடுக்கி வைத்துக்கொண்டிருந்த மரக்கிளைகளை ஒவ்வொன்றாக எடுத்து, அருகே ஒரு பாத்திரத்தில் வைக்கப்பட்டிருந்த சுத்தமான பசு நெய்யில் தோய்த்து எடுத்து, சில சிறப்பு மந்திரங்களை உச்சரித்து நெருப்பில் போடுகின்றனர்; சில மந்திரங்களின் முடிவு மிகவும் அழகாக இருந்தது. தலைமை குருவானவர் தனக்குச் சொந்தமானது எதுவுமில்லை, இந்த உலகத்தில் இருக்கும் அனைத்தும் கடவுளால் படைக்கப்பட்டவை என்று கூறுவார், இருப்பினும் அவரது சீடர்கள் கொணர்ந்த கடவுளால் உருவாக்கப்பட்ட உலர்ந்த மரக்குச்சிகளை நெய்யில் நன்றாகத் தோய்த்த பின்னர், அவற்றை அவர் நெருப்புக்கு வழங்கிக்கொண்டிருந்தார். இந்த மந்திரங்கள் மற்றும் சூத்திரங்கள் அவர்களுக்கு வெளிப்படுத்தப்பட்டன அல்லது அவர்களின் முன்னோர்களால் வாய்மொழியாகச் சொல்லப்பட்டது அல்லது வாய்மொழியாகக் கற்பிக்கப்பட்டது. வாய்மொழியாக அவர்களுக்குக் கற்பிக்கப்பட்டது என்று சொல்வதற்குப் பதிலாக, அதை இதயத்தால் கற்றுக்கொள்ளக்கூடிய திறமை படைத்திருந்த சில முனிவர்களால் கேட்கப்பட்டது என்று சொல்வது நல்லது. ஏனெனில் அந்த முனிவர்கள் இந்த மந்திரங்களைச் சுலபமாக

மனனம் செய்துகொள்ளும் திறமை வாய்ந்தவர்களாகத் திகழ்ந்தனர். இவ்வாறு தொகுக்கப்பட்ட அந்த ஆகம சூத்திரங்கள் வாய்மொழியாக வருங்கால சந்ததியினருக்குக் கடத்தப்பட்டன. இவை பின்னர் ரிக், யசுர், சாம மற்றும் அதர்வண வேதங்கள் என நான்கு வேதங்களாக வகைப்படுத்தப்பட்டன. மனிதர்களின் தோற்றம், பிறப்பு, மறுபிறப்பு, மற்ற உயிரினங்களின் தோற்றம், இயற்கை, பிரபஞ்சம் போன்றவற்றைப் பற்றிய விசாரணையே இந்த வேதங்களின் பிரதான கருப்பொருளாக இருந்தது. இவை சாமானிய மக்களால் புரிந்து கொள்ள மிகவும் கடினமாக இருந்த சுலோகங்களில் வெளிப்படுத்தப்பட்டன. எனவே, ஒவ்வொருவரும் அவரவர் விரும்பியவாறு விளக்கம் அளித்தனர். பலர் ஒரு படைப்பாளியை (கடவுள் அல்லது இறைவன்) நம்பினர், மேலும் அவரை மகிழ்விக்க இந்தச் சுலோகங்களை சொல்லியவாறு அரிசி, தேன், பால் போன்றவற்றை அவருக்கு அர்ப்பணித்தனர் அல்லது தியாகம் செய்தனர். சிலர் மிருக பலியைக் கூடக் கடைப்பிடித்தனர். பல வருடங்களுக்குப் பிறகு மிருக பலியைக் கடைப்பிடிப்பதைக் கண்டிக்க ஒரு நபர் பிறப்பார் என்றும், சிலர் அந்த நபரின் போதனைகளைப் பின்பற்றுவார்கள் என்றும் அவர்கள் அப்போது அறிந்திருக்கவில்லை. இருப்பினும், பலர் விலங்குகளைப் பலியிடும் பழக்கத்தைக் கைவிட்டு விட்டு வேதங்களை ஓதுவதை மட்டும் கடைப்பிடித்தனர். ஒவ்வொரு நாளும், பிரார்த்தனைகள் நடத்தப்படும்போது, தலைமைப்பட்டாச்சாரியார்கள் அல்லது தலைமை சமயகுருக்கள் இரண்டு கால்கள் மற்றும் நான்கு கால்கள் கொண்ட அனைத்து உயிரினங்களின் நல்ல ஆரோக்கியத்திற்காகப் பிரார்த்தனை செய்து ***“சானூ அஸ்து த்விபதே, சஞ்ச் சதுஸ்பதே”*** என்ற மந்திரத்தை மறக்காமல் ஓதி வந்தனர்.

கடுமையான விதிகள் மற்றும் சடங்குகளைப் பின்பற்றவும், வேதங்களைக் கற்கவும் விரும்பும் மக்கள் பொதுவாகப் பிராமணர்கள் என்று அழைக்கப்பட்டனர். நாட்கள் செல்லச் செல்லத் தொழில் செய்ய விரும்புபவர்கள் வைசியர்கள் என்றும், நாட்டைக் காக்கத் தயாராக இருப்பவர்கள் சத்திரியர்கள் என்றும், தானியங்களை விளைவிக்க நிலத்தை உழுவதற்குக் காரணமானவர்கள் சூத்திரர்கள் என்றும் அறியப்படுவார்கள் என்று முடிவு செய்யப்பட்டது. சில சமயங்களில், ஒரு வைசியர் வேதங்களைக் கற்கவும், துறவு வாழ்க்கை வாழவும் அனுமதிக்கப்பட்டார். மேலும் அவர் பிராமணர் என்று அழைக்கப்பட்டார். இருப்பினும், சமூகத்தை நான்கு வகைகளாகப் பிரிப்பது விரைவில் சிலரால் சவால் செய்யப்படும் என்பதை

அவர்கள் அப்போது உணரவில்லை. இருந்தபோதிலும் பிராமணர்கள் ஆன்மீகம், யோகா, வானியல், மருத்துவம் போன்றவற்றை உள்ளடக்கிய மிக உயர்ந்த தத்துவங்களை உருவாக்குவதில் மும்முரமாக ஈடுபட்டிருந்தனர். உபநிடதங்கள் நான்கு வேதங்களின் சாராம்சத்தைச் சொல்ல முயற்சித்துக்கொண்டிருந்த அதே வேளையில், உலகத்தின் உருவாக்கம், கடவுளின் மறு அவதாரம் மற்றும் மனிதர்களின் மறுபிறப்பு போன்றவற்றைப் பற்றிய பல கேள்விகளைத் தொடர்ந்து எழுப்பின. ஒரு நபர் இறந்தால், உடல் மட்டுமே அழிந்துவிடும், ஆனால் ஆத்மா (ஆன்மா) தொடர்ந்து வாழ்கிறது மற்றும் ஒரு ஆத்மா மீண்டும் பிறக்க முடியும் என்று நம்பப்பட்டது.

நான் யார்?

நான் எங்கிருந்து வந்தேன்?

நான் ஏன் இந்த உலகத்திற்கு வந்தேன்?

நான் இறந்த பிறகு எங்குச் செல்வேன்?

நான் படைத்தவனைப் பார்க்க முடியுமா?

என்கின்ற பல்வேறு கேள்விகளுக்குப் பிராமணர்கள் விடை காண விரும்பினர். அவர்களில் சிலர் யோகாவில் தேர்ச்சி பெற்றனர் மற்றும் மூச்சுக் கட்டுப்பாட்டைப் பயன்படுத்தி நூறு ஆண்டுகளுக்கும் மேலாக உணவு மற்றும் பிற பொருட்களைச் சாப்பிடாமல் வாழ முடியும் என்று நிரூபித்தனர். மேலும் அவர்கள் அசாதாரண நினைவாற்றலை வளர்த்துக் கொண்டனர் மற்றும் அவர்களால் அனைத்து வேதங்களையும் இதயத்தால் கற்றுக்கொள்ள முடிந்தது.

வருடங்கள் உருண்டோடின. இந்த யோசனையைத் தொடங்கியவர் யார் என்பது யாருக்கும் சரியாகத் தெரியவில்லை, ஆனால் பல கடவுள்கள் இருக்க முடியும் என்று அவர்கள் அனைவரும் நம்பத் தொடங்கினர். பிரம்மா படைப்பவர், திருமால் பாதுகாப்பவர், சிவன் அழிப்பவர் என்று அவர்கள் நம்பினர். அவர்களில் மிகவும் கற்றறிந்தவர்கள் பிரம்மா, திருமால் மற்றும் சிவன் ஆகிய மூன்று பேருமே சிவபெருமானின் வெவ்வேறு தோற்றங்கள் அல்லது வெளிப்பாடுகள் தான் என்று நம்பினர் மற்றும் அவரை ஆதி யோகி என்றும் அழைத்தனர். சிவபெருமான் எப்போதும் இருந்திருக்கிறார். அவர் எங்கிருந்து வந்தார்? அவரும் ஒரு சித்தரா? என்று யாருக்கும் தெரியவில்லை. சுவேதாசுவதர உபநிடதம், சித்தர்கள் தங்கள் பிறப்பிலிருந்தே "மர்மமான (மனித

சக்திக்கு அப்பாற்பட்ட) தெய்விக தன்மையுள்ள சக்திகளையும்", "ஞானம், மிகுந்த அறிவு மற்றும் உலகத்தைப் பற்றிய விசயங்களில் நாட்டம் இல்லாத" அலட்சியத்தையும் கொண்டவர்கள் என்று குறிப்பிடுகிறது. ஒரு சித்தன் தன்னைப் படைத்து, பல அற்புதங்களைச் செய்து, மறைந்துபோவான், சாதாரண மனிதர்களால் இதைப் பார்க்க முடியாது. ஆதி யோகி என்று அழைக்கப்பெற்ற சிவபெருமான் இன்னும் கைலாசம் என்ற மலையில்தான் வாழ்ந்துவருகிறாரா? சிவபெருமான் தான் உண்மையில் கடவுள், அவர் ஒருபோதும் இறக்கமாட்டார். அதாவது பிறப்பு மற்றும் இறப்பிற்கு அப்பாற்பட்டவர் சிவபெருமான் என்று பலர் நம்பினர்.

'சேக்கிழார், இந்தச் சித்தர்களைப் பற்றிய மேலான கருத்துக்களைக் கேட்கும்போது நான் மெய்யாகவே ஆச்சரியம் அடைகிறேன்; அப்படிப்பட்ட தெய்விக சக்திகளைக் கொண்ட ஒரு சித்தரைத் தேடி அடர்ந்த காட்டுப் பகுதிக்குள் என்றாவது ஒரு நாள் நான் பயணிக்க விரும்புகிறேன். ஒருவேளை, மனிதர்களுக்கு ஏற்படும் அனைத்து நோய்களையும் குணப்படுத்தும் பல இரகசியங்கள் அவரிடம் இருக்கலாம். என் இராச்சியத்தில் இப்படிப்பட்ட சித்தர் ஒருவர் இருந்தால், அது நமக்கு மிகவும் பயனுள்ளதாக இருக்கும்'

'உண்மையில், என் அன்பிற்குரிய மன்னரே, நாம் உங்களுக்காக அத்தகைய ஒரு பயணத்தை மிக விரைவில் ஏற்பாடு செய்ய வேண்டியிருக்கும். நானும் அப்படிப்பட்ட எந்த ஒரு சித்தரையும் இதுவரை சந்தித்தது இல்லை.'

யோகப் பயிற்சிகளைப் பின்பற்றிய சிலர் சிவபெருமான்தான் கடவுள், படைப்பாளி என்று முழு மனதுடன் ஏற்றுக்கொண்டனர். எதிர்கால நிகழ்வுகளைக் கூடத் தங்களால் கணிக்க முடியும் என்று அவர்கள் நம்பினார்கள். அவர்களில் பலர் ஒரு மனிதன் தனது வாழ்க்கையை வாழ வேண்டும் என்றும் கடவுளைத் தேடி ஒரு காட்டிற்குச் செல்லத் தேவை இல்லை என்றும் ஒப்புக்கொண்டனர். அவர்கள் அதை வாழ்க்கையின் நான்கு நிலைகள் என்று அழைத்தனர். அவை: குழந்தைப் பருவம், பிரம்மச்சரியம் (இளமைப் பருவம்), இல்லறம் (திருமண வாழ்க்கை), வானப்பிரத்தம் அல்லது சன்யாசம் (காடுறை வாழ்வு அதாவது தனது உற்றார், உறவினர் மற்றும் நண்பர்கள், ஆசை முதலியவற்றை துறந்து வைராக்யத்துடன், பந்த பாசங்களிலிருந்து விடுபட்டு தனது மனைவியுடன் காட்டிற்குச் சென்று தவம்செய்து ஆன்மிக முதிர்ச்சிப் பெற்ற நிலையை அடைவது). ஒவ்வொரு

நிலையிலும் மனிதன் கடைப்பிடிக்க வேண்டிய தர்மங்கள் மற்றும் கடமைகள் ஆகியவற்றை தனித்தனியே வரையறுத்துக் காட்டினர். ஒரு நிலையில் அவன் பின்பற்றப்பட வேண்டிய கடமைகள் மற்றொரு நிலையில் பின்பற்றப்பட வேண்டிய கடமைகளை ஒத்திருக்கவில்லை. ஆனால் எல்லா நிலைகளிலும் தர்ம நெறியைக் கடைப்பிடிக்க வேண்டியது மிக அவசியமாக இருந்தது. பிரம்மச்சரிய நிலையில் ஒரு மனிதன் தனது இளமைப் பருவத்தில் குருகுலத்தில் சேர்க்கப்படுவான். அங்கு அவன் மற்ற மாணவர்களுடன் சேர்ந்து குருவுடனே தங்கியிருந்து கல்வி மற்றும் அடக்கம் ஆகிய இரண்டையும் அதாவது அறிவியல் ஞானம், தத்துவ ஞானம், தத்துவ சாத்திரங்கள் அல்லது வேதநூல்கள், தன்னடக்கப் பயிற்சி, தர்ம நெறி போன்றவற்றைக் கற்றுக் கொள்வான். இல்லற நிலையில் ஒரு மனிதன் தனது குடும்பத்தை ஒழுங்குமுறையாக நடத்துதல் அதாவது குடும்ப உறுப்பினர்களுக்குத் தேவையானவற்றைச் செய்தல், பிள்ளைகளுக்கு முழுமையான கல்வியை அளித்தல், குடும்பத்தைத் தர்ம நெறியில் செயல்படுத்துதல் ஆகிய கடமைகளை அவன் பின்பற்ற வேண்டும். இந்த நிலையில்தான் ஒருவன் அறம், பொருள், இன்பம் ஆகிய தர்மங்களை கடைப்பிடிக்க வேண்டும். தர்ம நெறியிலிருந்து நழுவாத வாழ்க்கைமுறை, நியாயமான முறையில் ஈட்டப்படும் பொருள், ஒழுக்கமான இன்ப வாழ்க்கை ஆகியவை இந்த நிலையில் பின்பற்றப்பட வேண்டும். வானப்பிரத்த நிலையில் ஒருவன் தன் குழந்தைகளுக்குச் செய்யவேண்டிய அனைத்துக் கடமைகளையும் செய்து, அவர்கள் சுயமாக வாழும் நிலையை அடைந்தபின்னர் இல்லற வாழ்விலிருந்து ஓய்வு பெறுகிறான். இப்போது அவன் தன் குடும்ப உறுப்பினர்களுக்கு ஒரு நல்ல வழிகாட்டியாக இருந்து நல்லறிவை அளிக்க வேண்டும். இந்த நிலையில் ஒருவன் தன்னிடம் இருக்கும் பொருள், இன்பம் ஆகியவற்றை மெல்லமெல்ல துறந்து ஆன்மிகத்தில் ஈடுபட்டு மோட்சத்துக்கான வழியை நாட வேண்டும். வானப்பிரத்த நிலையை அடைந்த ஒருவன் இல்லற வாழ்க்கையைத் துறந்துவிட்டு முழுமையாகத் தவத்தில் தன்னை ஈடுபடுத்திக் கொள்ள வேண்டும். குடும்ப வாழ்க்கையின்போது ஒருவன் அனைத்தையும் துறக்க முடியாது. குடும்ப வாழ்க்கையில் அவன் தன் கடமைகளை எல்லாம் முடித்தப் பின்னரே வானப்பிரத்த நிலையை அடைய வேண்டும். சன்யாச நிலை என்பது ஆன்மிக முதிர்ச்சிப் பெற்ற நிலையைக் குறிக்கின்றது. இந்த நிலையில் ஒருவன் முதன்மையான தர்மங்களாகக் கருதப்பட்ட தவம் மற்றும் இறைபக்தியில் மட்டும்

கவனம் செலுத்தி ஆன்மிக முதிர்ச்சி பெற வேண்டும். காட்டில் கிடைக்கும் கிழங்குகள் மற்றும் பழங்களை மட்டுமே உண்டு உயிர்வாழ வேண்டும். உலக ஆசைகள், பற்றுகள் போன்ற அனைத்திலும் ஈடுபாடின்றி முழுக்கமுழுக்க மோட்சத்தின் மீதே ஒருவனது எண்ணம் அமைந்திருக்க வேண்டும்.

மீண்டும், அவர்களில் சிலர் யோகப் பயிற்சி, படைப்பாளி, இறைவன் போன்ற கருத்துக்களுடன் உடன்படவில்லை. மாறாக, அவர்கள் வித்தியாசமாக சிந்திக்கத் தொடங்கினர். இந்தக் கேள்வி கேட்கும் செயல் சனாதன தர்மத்தின் சிறப்பியல்பாகத் தோன்றியது. படைப்பாளியை நம்பாதவர்கள் பிற்காலத்தில் சமணர்கள் என்று அழைக்கப்பட்டனர். விரைவில், சிவபெருமானைப் படைப்பாளியாக, உன்னதமானவராக ஏற்றுக்கொண்ட பிராமணர்கள் அல்லது சனாதன தர்மிகளுக்கும், புதிதாக உருவாகிய சமணர்களுக்கும் இடையே ஒரு போட்டி தொடங்கியது. இது மேலும் பாரதத்தில், அதாவது இந்தியாவில் உள்ள சமுதாயத்தைப் பிளவுபடுத்த வழிவகுத்தது. சில மன்னர்கள் சமணர்கள் போதித்த கொள்கைகளைப் பின்பற்ற விரும்பினர் மற்றும் படைப்பாளரான இறைவன் சிவபெருமானின் இருப்பை ஏற்க மறுத்தனர். இந்தக் கருத்து வேறுபாடு மேலும் பல ஆண்டுகளாகத் தொடர்ந்தது மற்றும் பல போட்டிகளை உருவாக்கியது, சில நேரங்களில் போர்களுக்கும் வழிவகுத்தது. உயிர்களின் தோற்றம், வாழ்க்கையின் நோக்கம், உலகத்தை உருவாக்கியவர், கடவுள் போன்ற கருத்துக்கள் குறித்து மக்களிடையே இந்த குழப்பம் நிலவி வந்த நிலையில், சனாதன தர்மத்திற்கு ஒரு வடிவம் கொடுக்க முயன்ற சங்கராச்சாரியார் என்ற பரிபூரண ஞானி ஒருவர் தோன்றினார்.

சங்கராச்சாரியார் பத்ராயனால் (வியாசர்) முன்மொழியப்பட்ட பிரம்ம சூத்திரத்தை விளக்க முயன்றார். 'கர்தா சாஸ்த்ரார்த்தவத்வாத்'. ஈசுவரன் தான் பிரபஞ்சத்தை உருவாக்கியவர் என்று அர்த்தம். ஈசுவரன் தான் நாம் செய்யும் நல்ல மற்றும் கெட்ட செயல்களின் பலனை நமக்கு அளிக்கிறார். அவர் பிரபஞ்சத்துடன் இணைக்கப்படாதவர் மற்றும் புருசராகத் தூய்மையான "பிரம்மம்" (அல்லது பரம்பொருள்) ஆவார். இந்தப் புருசரே இறுதியான நிர்குண பிரம்மன் (கடவுள், பரமாத்மா) - எந்தப் பண்புகளும் இல்லாதவர். இதைக் கற்பனை செய்ய, சாதாரண மக்கள் படைப்பாளிக்கு (கடவுள்) பல்வேறு வடிவங்களைக் கொடுக்கிறார்கள்.

நாம் பிராமணனாக மாற வேண்டியதில்லை, நாம் இயற்கையாகவே பிராமணனாக இருக்கிறோம். நமது உண்மையான சுயம், ஆத்மா, பிரம்மனுடன் ஒன்றியே இருக்கிறது. ஆனால் நாம் ஏன் அதை அறியாமல் இருக்கிறோம்? சங்கராச்சாரியார் இந்த உலகத்திற்கு எடுத்துக்காட்டிய அத்வைத தத்துவத்தில் மாயா அல்லது மாயையின் மிகப்பெரிய கருத்து உள்ளது. மாயா என்பது நமது உண்மையான இயல்பை மறைக்கும் திரை. அது ஏன் இருக்கிறது என்று எவருக்கும் தெரியாது. அறிவின் விடியலில், மாயா இல்லாமல் போய்விடுகிறது. இந்தக் கருத்து அடிக்கடி கேள்விக்குள்ளாக்கப்பட்டாலும், இனி வரும் பல ஆண்டுகளுக்கு இந்துக்களின் வாழ்க்கையில் தொடர்ந்து ஆதிக்கம் செலுத்தும்.

'சேக்கிழார், இந்தக் கருத்துக்களை என்னைப் போன்ற சாதாரண மனிதர்களால் புரிந்து கொள்வதோ, உணர்ந்து கொள்வதோ மிகவும் கடினம்; ஆனால் எதையும் கற்றுக்கொள்வதற்கு நாம் சிறிது நேரம் செலவிட வேண்டும் என்பதை மட்டும் நான் நன்றாகப் புரிந்துகொள்கிறேன், அதாவது குதிரை சவாரியோ அல்லது வாள் சண்டையோ கற்றுக்கொள்வதற்கு நாம் சிறிது நேரம் செலவிடுவதைப் போல. இனி வரும் காலத்தில் ஒரு கற்றறிந்த மனிதரிடமிருந்து சில பாடங்களைக் கற்றுக்கொள்வேன் என நான் நம்புகிறேன். இப்போது, நீங்கள் சொல்வது எனக்கு முழுமையாகப் புரியவில்லை என்றாலும், தயவுசெய்து தொடருங்கள்.'

'நான் உங்களுடைய கருத்துக்களுடன் உடன்படுகிறேன் எனதருமை அரசரே. நான் பல்வேறு கற்றறிந்த மனிதர்கள் சொல்வதைக் கேட்டுக் கொண்டிருக்கிறேன், ஆனாலும் இந்த நூல்களின் உண்மையான அர்த்தத்தை நான் இன்னும் முழுமையாகப் புரிந்து கொள்ளவில்லை.' சேக்கிழார் கூறினார்.

இந்தக் கருத்துக்கள் சனாதன தர்மத்திற்கு மிகவும் உறுதியான அடித்தளத்தை அமைத்தன, அது ஒரு சிலரால் ஏற்றுக்கொள்ளப்படவில்லை. வருடங்கள் செல்லச் செல்ல, போட்டி எண்ணங்கள் கொண்ட மற்றவர்கள் இந்தக் கருத்துக்களுடன் உடன்படவில்லை, இவை கருத்து வேறுபாட்டிற்கும் இறுதியில் சண்டைகள் அல்லது குலங்களை உருவாக்குவதற்கும் வழிவகுத்தன. இருப்பினும், சங்கராச்சாரியாரின் கருத்துக்கள் நீண்ட தூரம் சென்று, வடக்கே சம்மு காசுமீர் முதல் தெற்கே கன்னியாகுமரி வரை நாட்டின் அனைத்து பகுதிகளுக்கும் முழு மூச்சில் பரவியது. சங்கராச்சாரியார் நாட்டின் பல்வேறு

பகுதிகளுக்குப் பயணம் செய்து *தெற்கில் சாரதா பீடம் (சிருங்கேரி), மேற்கில் துவாரகா பீடம் (துவாரகை), வடக்கில் ஜோசி மடம் மற்றும் கிழக்கில் கோவர்த்தன பீடம்(புரி) என நான்கு அத்வைத பீடங்களை (மடம்)* நிறுவினார். இந்த நன்கு ஒழுங்கமைக்கப்பட்ட நிறுவனங்கள்மூலம் அவரது போதனைகள் நிலைத்து நிற்கும், மடங்களை நிறுவியதற்கு நன்றி. ஆனால் சிலர் வித்தியாசமாகச் சிந்திப்பதை அவரால் தடுக்க முடிந்ததா? பிறப்பு மற்றும் இறப்பு சுழற்சியிலிருந்து விடுபடக்கூடிய இறுதி உண்மையை வேதங்களும் உபநிடதங்களும் கொண்டிருக்கின்றன, அதை பின்பற்றும் போது ஒரு மனிதன் மோட்சத்தை அடைவான் என்பதை அனைத்து மக்களையும் எப்படி நம்ப வைப்பது. ஆனால் வேறுவிதமாகச் சிந்திக்க விரும்பிய மற்றும் வெவ்வேறு கோட்பாடுகளையும் நடைமுறைகளையும் உருவாக்கித் தங்கள் சொந்த சீடர்களை நிறுவ விரும்பிய மற்றவர்கள் யார்?

'இப்போது என் அன்பான அரசரே, நான் சமணர்களின் தத்துவத்தைப் பற்றி உங்களுக்கு விளக்கமாகக் கூற விரும்புகிறேன். நீங்கள் சமண மத கோட்பாடுகளால் பெரிதும் ஈர்க்கப்படுகிறீர்கள் என்பது எனக்குத் தெரியும். நான் ஏதாவது தவறாகச் சொன்னால் என்னை மன்னியுங்கள்.'

'உண்மையைப் பேச பயப்பட வேண்டாம், அது என்னை அவமதிக்கும் என்று நீங்கள் நினைத்தாலும் கூட.'

'உங்கள் அன்பான புரிதலுக்கு மீண்டும் நன்றி.'

Bala
Sundar.

அத்தியாயம் 4

தீர்த்தங்கரர்கள் - சமணர்கள்

சேக்கிழார் தொடர்ந்தார்.

சுமார் இரண்டாயிரம் வருடங்கள் அல்லது அதற்கும் மேலான வரலாற்றிற்கு நான் உங்களை அழைத்துச் செல்கிறேன்.

அன்றைய தினம் பிரார்த்தனைக் கூட்டத்தில் (சத்சங்கம்) கலந்து கொண்ட சுமார் ஐம்பதுக்கும் மேலான துறவிகளில், தர்மபாதா மட்டுமே விசேசமான ஒன்றைக் கவனித்தார். பிரார்த்தனை கூட்டம் எதிர்பாராத விதமாகத் திடீரென்று முடிந்தது. அவருடைய குரு 15 நிமிடங்களுக்கு மேல் பேசவில்லை. இது மிக அரிதானது, ஏனெனில் பொதுவாக விவாதங்கள் நடக்கும், சீடர்கள் வாழ்க்கை மற்றும் இறப்பு போன்றவற்றின் பல்வேறு அம்சங்களைப் பற்றிய தங்களுக்கு ஏற்படும் சந்தேகங்களைத் தீர்த்துக்கொள்ளப் பல கேள்விகளைக் கேட்பார்கள். ஆனால் இன்று குரு கையை உயர்த்தி தனது பிரியமான சீடரான தர்மபாதாவிடம் ஆரத்தி செய்யச் சொன்னார், ஆரத்தி என்பது ஒரு ஏற்றப்பட்ட விளக்கை வட்டமாக மூன்றுமுறை சுழற்றி பாடலுடன் கூட்டத்தை முடிவுக்குக் கொண்டுவருதலின் அறிகுறியாகச் செய்யப்படும் ஒரு செயல். தர்மபாதா தன் குருவின் கட்டளையை ஏற்று ஆரத்தி காட்டினார். மற்றவர்கள் சாப்பாட்டு அறைக்கு வெகு சீக்கிரமாகச் செல்ல இருப்பதை நினைத்து மிகுந்த மகிழ்ச்சியடைந்தனர், ஆனால் தர்மபாதா மட்டும் மகிழ்ச்சி அடையவில்லை. உண்மையில், கோதுமை மாவு மற்றும் பனைவெல்லம் கலந்து (பனை மரங்களிலிருந்து பெறப்படும் பச்சை சர்க்கரை) செய்யப்பட்ட ஒரு இனிப்புப் பதார்த்தம் அன்று இரவு உணவாக இருக்கப் போகிறது என்பதால் தர்மபாதாவைத் தவிர மற்ற அனைத்து சீடர்களும் மிகவும் மகிழ்ச்சியடைந்தனர். ஆனால் தர்மபாதா இந்த இனிப்பு உணவைப் பற்றிச் சிறிதுகூட சிந்திக்கவில்லை. அவர் தன் குருவின் முகத்தில் ஏற்பட்ட அந்த வித்தியாசமான உணர்வைப் பற்றியே நினைத்துக் கொண்டிருந்தார். தனது குருவான வர்த்தமானர் என்றும் அழைக்கப்படும் மகாவீரர், 24வது தீர்த்தங்கரர் எதற்கோ கவலைப்படுகிறார் என்பதை அவர் கவனித்தார். மக்கள் சீவ நதியைக் கடக்க உதவுவதை மட்டுமே தனது தலையாய

நோக்கமாகக் கொண்டிருந்த தீர்த்தங்கரராக இருந்த மகாவீரர், தனது நோக்கத்தை நிறைவேற்றுவதில் வெற்றி பெறுவோமா என்று கவலைப்பட்டார். தனக்கும் தனது சீடர்களுக்கும் வரவிருக்கும் சில ஆபத்தான நிகழ்வுகளைப் பற்றி அவர் பயப்படுவது போல் அவரது முகம் பிரதிபலித்தது. அது என்னவாக இருக்கும்? மகாவீரர் அனைவராலும் நன்கு மதிக்கப்பட்டார் மற்றும் மன்னர்களுடன் நன்றாகப் பழகினார். உண்மையில், மகாவீரரது போதனைகளை ஏற்றுக்கொண்டு மற்றும் சிறந்த முறையில் பின்பற்றியும் வந்த பேரரசர் சந்திரகுப்தா, இறுதியாக ஒரு காட்டில் வாழத் தனது அரியாசனத்தைத் (சிம்மாசனம்) துறந்தார். ஒருவேளை சாதாரண மனிதர்களால் புரிந்து கொள்ள மிகவும் கடினமான வேதங்கள் மற்றும் உபநிடதங்கள் என்று அழைக்கப்படும் சிறப்புப் புத்தகங்களை வைத்திருந்த பிராமணர்களுக்கு அவரது குரு மகாவீரர் பயந்தாரா? ஆனால் அவருடைய குரு ஏன் பிராமணர்களைப் பற்றிப் பயப்படுகிறார் அல்லது கவலைப்படுகிறார்?

எல்லாவற்றிற்கும் மேலாக, சமண மதத்தை மீட்டெடுத்தவர் மகாவீரர். வேதங்களுக்கும் மற்றும் இந்தத் தீர்த்தங்கரர்களுக்கு எதிரான மற்றவர்களால் பரப்பப்பட்ட புனித நூல்களுக்கும் முன்பு பிறந்த முந்தைய குருக்கள் அல்லது தீர்த்தங்கரர்களின் ஆன்மீக தத்துவம் மற்றும் நெறிமுறை போதனைகளுக்கு மகாவீரர் ஒரு உண்மையான வடிவத்தை வழங்கினார். தர்மபாதா தனது குருவின் மேல் மிகுந்த மதிப்பு, மரியாதை மற்றும் பயபக்தி கொண்டிருந்தார். மகாவீரர் ஒரு அரச சத்திரிய குடும்பத்தில் பிறந்தவர் என்று தர்மபாதா கேள்விப்பட்டிருந்தார். மகாவீரருடைய பிறப்பே மர்மமானதாக இருந்தது. அவரது ஆன்மா பிறப்பதற்கு முன்பு சொர்க்கத்தில் ஒரு தேவதையாக இருந்தது என்று நம்பப்பட்டது. இந்தத் தேவதை ஆன்மா பூமிக்கு வந்து தேவானந்தா என்ற ஒரு பிராமணப் பெண்ணின் வயிற்றில் கருவாக உருவானது. 82 நாட்களுக்குப் பிறகு, பிற்காலத்தில் நடக்கவிருக்கும் நிகழ்வுகளை முன்கூட்டியே அறிந்து கொள்ளும் (எதிர்காலத்தைக் கண கச்சிதமாகக் கணிக்கும்) ஆற்றல் கொண்ட தேவதைகளின் அரசராகக் கருதப்படும் சௌதர்ம இந்திரன், மகாவீரரின் ஆன்மா தேவானந்தாவின் வயிற்றில் கருவாக உருவாகியிருக்கிறது என்பதை அறிந்தார். தேவானந்தாவின் வயிற்றில் மகாவீரரின் ஆன்மா கருவுற்றதை அறிந்த, தேவதைகளின் அரசரான சௌதர்ம இந்திரன் தேவானந்தாவின் வயிற்றில் உருவான மகாவீரரின் கருவை மன்னர் சித்தார்த்தரின் மனைவி ராணி திரிசாலாவின்

கருப்பையில் இடமாற்றம் செய்யவும், ராணி திரிசாலாவின் வயிற்றில் உருவான கருவைத் தேவானந்தாவின் கருப்பையில் வைக்கவும் ஒரு தேவதைக்குக் கட்டளையிட்டார். சித்திரை மாதம் பதின்மூன்றாம் நாள் இரவு ராணி திரிசாலா பல கனவுகளைக் கண்டாள். பிறக்கப்போகும் அந்தக் குழந்தை மிகவும் வலிமையானதாகவும், தைரியமானதாகவும், மத நம்பிக்கை உடையதாகவும், ஒரு சிறந்த ஆன்மீகத் தலைவராகவும் மாறும் என்றும், தனது இளமைப் பருவத்தை அடைந்த பிறகு உலகில் உள்ள அனைத்து உயிரினங்களுக்கும் முக்தி அடைய வழிகாட்டியபிறகு அவர் ஒரு விடுதலை பெற்ற ஆத்மாவாக இருப்பார் என்றும் பல்வேறு இராச்சியங்களின் அறிஞர்கள் சுட்டிக்காட்டினர்.

மகாவீரர் ராணி திரிசாலாவின் மகிழ்ச்சிக்காகப் பிறந்தாலும், அறிஞர்கள் சரியாகக் கணித்தபடியே தனது 30வது வயதில் உலக உடைமைகள் அனைத்தையும் துறந்து, ஆன்மீக விழிப்புணர்வைத் தேடி வீட்டை விட்டு வெளியேறி, ஒரு துறவியாக மாறினார். மகாவீரர் 12 ஆண்டுகள் தீவிர தியானம் மற்றும் கடுமையான தவங்களை மேற்கொண்டார், அதன் பிறகு அவர் கேவல ஞானத்தை (மனசாட்சியை வெற்றி கொள்ளுதல், மனசாட்சி - ஒருவரின் நடத்தையின் சரி அல்லது தவற்றுக்கு வழிகாட்டியாகச் செயல்படும் உள் உணர்வு அல்லது குரல்) அடைந்ததாக நம்பப்படுகிறது. அந்த நேரத்தில்தான் தர்மபாதா அவருடைய போதனைகளால் கவரப்பட்டு, அவருக்குச் சேவை செய்வதற்கும், ஞான உபதேசங்களைக் கற்றுக்கொள்வதற்கும் தீர்மானித்தார்.

தர்மபாதா தனது குரு மகாவீரருடன் இணைந்த பின்னரே, மகாவீரருக்கு முன்பு இதுபோன்ற 23 தீர்த்தங்கரர்கள் இருந்ததை அவர் அறிந்து கொண்டார். ஆயிரம் ஆண்டுகளுக்கு முன்பு முதல் தீர்த்தங்கரர் வாழ்ந்ததாக அவரிடம் கூறப்பட்டது. ஆனால் சமணர்கள் என்று அழைக்கப்பட்டவர்கள் தங்கள் வாழ்க்கை முறையைப் பின்பற்றுவதில் பல சிரமங்களை எதிர்கொண்டனர். உண்மையில், சமூகத்திற்கு மிகப் பெரிய எழுச்சியை அளித்தவர் மகாவீரர் அவர் தனது சீடர்களுக்குச் சமண மதத்தின் மகத்தான கொள்கைகளை அடிக்கடி நினைவூட்டினார். “சமணம்” என்றால் சுய ஒழுக்கத்தின் மூலம் தற்காலிக மற்றும் பௌதிக இருப்பை வென்றவர் மற்றும் வெளிப்புற பேரின்பத்தின் ஆழ்நிலையை அடைந்தவர் என்று அவர் விளக்கமாகக் கூறினார்; மேலும் ஒருவர் இந்த நிலையை அடைவதற்குப் பின்பற்ற வேண்டிய

வழிமுறைகளைத் தனது சீடர்களுக்குக் கற்பித்தார். ஒவ்வொரு நாளும் அவர் தனது சீடர்களுக்கு அவர்கள் ஒவ்வொருவரும் கண்டிப்பாக கடைப்பிடிக்க வேண்டிய பஞ்ச விரதங்கள் (பெரிய சபதங்கள்) அல்லது மகா விரதங்கள் எனப்படும் ஐந்து நடத்தை விதிகளை (அடிப்படை உறுதிமொழிகள்) மீண்டும் மீண்டும் பரிந்துரைத்தார்.

1. அகிம்சை (அகிம்சை) - எந்த உயிரினத்திற்கும் தீங்கு விளைவிக்கக் கூடாது.
2. உண்மைத்தன்மை (சத்தியம்) - தீங்கற்ற உண்மையை மட்டுமே பேசுதல்.
3. திருடாதது (அஸ்தேயம்) - சரியாகக் கொடுக்கப்படாத எதையும் எடுத்துக் கொள்ளாமல் இருப்பது.
4. கற்பு (பிரம்மச்சரியம்) - சிற்றின்பத்தில் ஈடுபடாமல் இருப்பது.
5. பற்றற்ற தன்மை (அபரிகிருகம்) - மக்கள், இடங்கள் மற்றும் பொருள் ஆகியவற்றிலிருந்து முழுமையான பற்றின்மை.

என்பன போன்ற மகத்தான சபதங்களையும் (தத்துவங்கள் மற்றும் கோட்பாடுகள்) அநேகாந்தவாதம், சியாத்வாதம் மற்றும் கர்மா போன்ற மூன்று கொள்கைகளையும் ஒவ்வொரு நாளும் அவர் தனது சீடர்களுக்கு திரும்பத் திரும்பப் போதனை செய்தார். தர்மபாதா இந்தத் தத்துவங்கள் மற்றும் கொள்கைகளால் மிகவும் ஈர்க்கப்பட்டார், இவற்றை கண்டிப்பாகப் பின்பற்றத் தீர்மானித்தார்.

அன்று இரவு அவர்கள் இருவராலும் சரியாகத் தூங்க முடியவில்லை. தனது குரு ஏன் கவலைப்படுகிறார் என்று தர்மபாதா யோசித்துக் கொண்டிருந்தார், எதிர்காலத்தில் சமண மதத்திற்கு என்ன நடக்கப் போகிறதோ என்று மகாவீரர் யோசித்துக் கொண்டிருந்தார். மறுநாள் காலை, விடியற்காலை வேளையின்போது, குளிர்ந்த காற்று வீசியதன் காரணமாக இன்னும் சற்று குளிராக தர்மபாதா உணர்ந்தார், மேலும் அருகிலுள்ள குகையில் எந்த வித மேலாடையும் படுக்கை விரிப்புகளும் இல்லாமல் தூங்கிக் கொண்டிருந்த தனது குருவிடம் ஒரு மேலாடையை எடுத்துச் செல்ல அவர் முடிவு செய்தார். தர்மபாதா குகைக்குள் நுழைந்தபோது, தியானத்தில் இருந்த தனது குருவைக் கண்டு ஆச்சரியப்பட்டார். ஆழ்ந்த தியானத்தில் இருக்கும்போது ஒருவர் குளிர்ச்சியாக உணர்வதில்லை என்று

அவரிடம் மகாவீரர் பலமுறை கூறி இருக்கிறார். தர்மபாதா தனது குருவை தொந்தரவு செய்ய விரும்பவில்லை, ஆதலால் அவர் எடுத்து வந்த மேலாடையைக் குருவின் பாதத்திற்கு அருகில் வைத்துவிட்டுத் திரும்பிச் செல்ல முடிவு செய்தார். இருப்பினும், மகாவீரர் தனது கண்களைத் திறந்து தர்மபாதாவைப் பார்த்துப் புன்னகைத்தார். தனது சீடரின் குருபக்தியைக் கண்டு அவர் மகிழ்ச்சியடைந்தார். தர்மபாதாவை மகிழ்விப்பதற்காகவே அவர் கொண்டு வந்திருந்த மேலாடையை எடுத்துத் தனது உடலை மகாவீரர் மூடிக்கொண்டார்.

'நீங்கள் இந்த மேலாடையை எடுத்துக் கொண்டு இங்கு வந்திருப்பது மிக்க மகிழ்ச்சி அளிக்கிறது. உண்மையில், நான் உங்களை அழைக்கவிருந்தேன். நான் உங்களுக்கு ஒரு முக்கியமான செய்தியை தெரிவிக்க விரும்புகிறேன். தைரியமாக இருங்கள் தர்மபாதா, இந்தச் செய்தி உங்களை மகிழ்விக்கப் போவதில்லை. இன்னும் சில மாதங்களில் நான் இந்த பௌதிக உலகத்தை விட்டு வெளியேறி, சமாதி அடையும் நம்பிக்கையில் இருக்கிறேன். நாம் சில ஆபத்துகளைச் எதிர்கொள்ளப் போகிறோம் என்று எனது முந்தைய குருமார்களால் வழிநடத்தப்பட்ட சில தரிசனங்களை நான் அனுபவித்து வருகிறேன். வருடங்கள் செல்லச் செல்ல, எனது கடின உழைப்பு ஒருபக்கம் இருந்தபோதிலும் பலர் நமது கருத்துக்களை ஏற்றுக்கொண்டு நம்மைப் பின்பற்றப் போவதில்லை. விரைவில், மற்றொரு நபர் பிறப்பார் அல்லது ஒருவேளை அவர் ஏற்கனவே பிறந்திருக்கலாம், இங்கிருந்து வெகுதொலைவில் இல்லை, அவர் நிர்வாணம் அல்லது ஞானத்தை அடைவதற்கான தனது சொந்த வழிமுறைகளைப் பிரசங்கிப்பார், மேலும் பிராமணர்கள் தங்கள் புனித நூல்களைக் கொண்டு பல குழுக்களை நிறுவுவர், அவ்வாறு பிராமணர்களால் நிறுவப்படும் குழுக்கள் நம் நாட்டில் வெகுதூரம் பயணித்து தங்கள் கடவுளான சிவபெருமானை வழிபட மக்களைத் தூண்டும் மற்றும் மக்களிடையே மிகுந்த செல்வாக்கைப் பெற்று ஒரு தாக்கத்தை ஏற்படுத்தும். மக்கள் சிவபெருமானை ஆதி யோகி என்று அழைப்பார்கள், மேலும் இந்த ஆதி யோகியானவர் காலங்காலமாக இருந்தவர், இருப்பவர்.

'இது எப்போது நடக்கும் என் குருவே? விளைவை நினைத்துப் பார்க்கவே நான் மிகவும் பயப்படுகிறேன். எனக்கு என்ன ஆகப் போகிறது?'

'பயப்படாதே என் மகனே, விரைவில் நீ இயற்கையாகவே மரணம் அடைவாய், ஆனால் நீ விந்திய மலைகளுக்கு

அப்பாலுள்ள வேறு ஏதேனும் ஒரு நகரத்தில் மீண்டும் பிறப்பாய். மேலும் தெற்கு திசை நோக்கிப் பயணம் மேற்கொள்வாய். தெற்கிலும் நமது நம்பிக்கையை மீண்டும் நிலைநிறுத்துவதில் நீ வெற்றியடைவாய், ஆனால் நீ சமாதியை அடைவதற்கு முன்பு, தெற்கில் உள்ள மன்னர்கள் பிராமணர்களைப் பின்பற்ற விரும்புவார்கள் மற்றும் தங்கள் குடிமக்கள் அனைவரையும் நமது குழுவை விட்டு வெளியேறும்படி கட்டாயப்படுத்துவார்கள். விரைவில் பிறக்கப்போகும் இந்த நபருக்கு நிறைய பின்தொடர்பவர்கள் இருப்பார்கள், பின்னர் தொலைதூர நாடுகளிலிருந்து அந்நியர்கள் நம் நாட்டிற்கு வந்து அவருடைய போதனைகளைக் கற்றுக் கொண்டு அவற்றை தங்கள் நாட்டிலும் பரப்புவார்கள். இந்த அந்நியர்களால் நமது கொள்கைகளையோ அல்லது சனாதன தர்மிகளால் பின்பற்றப்படும் கொள்கைகளையோ புரிந்து கொள்ள முடியாது. ஆனால் இந்த அந்நியர்களைப் பற்றி நாம் கவலைப்பட வேண்டியதில்லை. நமது சொந்த நாட்டில், மக்கள் இந்த உலகத்தை உருவாக்கியவரைத் தொடர்ந்து நம்புவார்கள் மற்றும் படைப்பாளரை பல வடிவங்களில் வணங்குவார்கள். நாம் அவர்களைக் கடவுளாக ஏற்றுக்கொள்கிறோம். ஆனால், மனித குலத்தைக் காப்பாற்றுவதற்காக இந்த உலகில் பிறந்த ராமரையும் கிருஷ்ணரையும் கடவுளாக ஏற்றுக் கொள்ளவே பலர் விரும்புவார்கள். அகிம்சை மற்றும் மறுபிறவி ஆகியவற்றில் நம்பிக்கை கொண்டவர்களாக இருந்தாலும் நமது போதனைகளை இந்த மக்கள் கேட்பார்கள். எனவே, நேற்றைய நமது பிரார்த்தனைக் கூட்டத்தை நான் திடீரென்று நிறுத்தியதற்கான காரணம் என்னவென்று இப்போது உனக்கு நன்றாகப் புரிந்திருக்கும் என்று நினைக்கிறேன்.'

மகாவீரர் தனது சமாதியை அடைந்தார், தர்மபாதாவும் விரைவில் இயற்கையாகவே மரணம் அடைந்தார். ஆனால் சமண மதம் முற்றிலுமாக இறக்கவில்லை. மகாவீரர் கணித்து முன்கூட்டியே அறிவித்தபடி, தர்மபாதா விந்திய மலைகளுக்கு அருகில் ஏதோ ஒரு இடத்தில் மீண்டும் பிறந்தார், மேலும் அவர் நிறைய சிரமங்களைச் சந்திக்க நேரிட்டது.

தன் மையக்கருத்துக்களில், சமண மதம் என்பது கேவல ஞானத்தை அடைவதற்கான, ஒரு ஆனந்தமான அல்லது மிக உயர்ந்த இருப்பை அடைவதற்கான ஒரு வழிமுறையாக அகிம்சையை நம்புவதாகும். இதைப் புத்த மதத்தின் நிர்வாணத்துடன் அல்லது *வேதங்கள் மற்றும் உபநிடதங்களைப்*

*பின்பற்றுகிற இந்துக்களின் "முற்றிலும் அறியப்பட்ட நிலை" அல்லது "மோட்ச நிலை"*யுடன் ஒப்பிடலாம். கேவல ஞானத்தை அடைந்தவுடன், ஆவி உடல் (The sprit) உடலின் பிணைப்புகளை விட்டு வெளியேறுகிறது. கேவல ஞானத்தை அடைவதற்கு, ஒருவர் ரத்னத்ரயாவின் பாதையை, அல்லது சமண மதத்தின் மூன்று நகைகள் என்று கருதப்படும் சரியான பாதை, சரியான அறிவு மற்றும் சரியான நடத்தையைப் பின்பற்ற வேண்டும். சமணர்கள் யதிகள் மற்றும் ஷ்ரவக்ஸ் (Yatis and Shravaks) என இரண்டு குழுக்களாகப் பிரிக்கப்பட்டனர். முந்தையவர்கள் உலக இன்பத்தைத் துறந்து, பூரண பிரம்மச்சரியத்தைக் கடைப்பிடிக்கும் துறவிகள். அவர்களில் பெரும்பாலோர் எந்த ஆடையும் அணியவில்லை, அவர்கள் திகம்பரர்கள் என்று அழைக்கப்பட்டனர். அவர்கள் எந்த உணவையும் சமைப்பதில்லை, மற்றவர்கள் எதை உணவாகக் கொடுத்தாலும் அதை தங்கள் உணவாக ஏற்றுக்கொண்டார்கள். மற்ற குழுவைச் சார்ந்தவர்கள் குடும்ப வாழ்க்கையில் ஈடுபட்டனர். இருப்பினும், அவர்கள் அகிம்சை, சைவ உணவு உண்பது, உண்மையைச் சொல்வது, பிறருக்குச் சொந்தமான பொருட்களை எடுத்துக் கொள்ளாமல் இருப்பது போன்ற சில அடிப்படை கொள்கைகளையும் வழிகாட்டுதல்களையும் பின்பற்ற வேண்டும். குடும்பத்தலைவர்கள், இல்லத்தரசிகள் ஒரு நாளைக்கு பல மணிநேரம் தியானம் செய்ய ஊக்குவிக்கப்பட்டார்கள். அவர்கள் தங்களால் இயன்ற போதெல்லாம் யதிகளுக்கு உதவ வேண்டும், மேலும் அவர்களின் வாழ்நாளில் குறைந்தபட்சம் ஒரு நாளாவது அவர்களைப் போல வாழ வேண்டும். அவர்கள் தங்களுக்கு தாங்களே உணவளிப்பதற்கும் தங்கள் குடும்ப உறுப்பினர்களுக்கு உணவளிப்பதற்கும் தேவையான செல்வத்தை விட அதிகமாக செல்வத்தைச் சேகரிக்கக் கூடாது. வேதங்கள் மற்றும் உபநிடதங்களைப் பின்பற்றுபவர்களால் இது போன்ற கொள்கைகள் நிர்ணயிக்கப்படவில்லை. எனவே, பலர் சமணர்களாக மாறத் தயங்கினார்கள். இதனால், இந்தியாவில் சமண மதத்தைப் பின்பற்றுபவர்களின் எண்ணிக்கை மெதுவாகத்தான் அதிகரித்தது. பல்வேறு விதிகள் மற்றும் கட்டுப்பாடுகளின் நோக்கம் குடும்பத்தலைவர்கள் மற்றும் இல்லத்தரசிகளின் உள் நடத்தை மற்றும் நடத்தையைக் கண்காணிப்பது, மத வாழ்க்கை மற்றும் அதைச் சார்ந்த செயல்பாடுகளில் ஒரு வலுவான பங்களிப்பை ஊக்குவிப்பது போன்றவையாகும்.

மொத்தத்தில், இந்தியாவில் வாழ்ந்து வந்த பல நபர்களுக்கு இந்தச் சமணமதக் கொள்கைகளைப் பின்பற்றுவது

அவ்வளவு எளிதான காரியமாக இருக்கவில்லை. மேலும் அவர்களில் பெரும்பாலோனோர் இந்துக் கடவுள்கள், வேதங்கள் மற்றும் உபநிடதங்களை ஏற்க விரும்பினர். ஒருவர் குடும்ப வாழ்க்கையில் பங்கு கொண்டவராக இருந்தும் மோட்சம் அல்லது நிர்வாணத்தை அடைவதற்கான வழிமுறைகளையும் முறைகளையும் தேடலாம்.

பல இந்துக்கள் இந்த மனநிறைவை அனுபவித்த போதிலும், குறைந்தபட்சம் ஒரு நபர் மட்டும் மகிழ்ச்சியாக இருக்கவில்லை. வாழ்க்கையைப் புரிந்துகொள்வதற்கான ஒரு புதுமையான அணுகுமுறையை அவர் தொடங்குவார் - கிட்டத்தட்ட ஒரு புரட்சி - இது வேத தத்துவம் மற்றும் சமண மதத்துடன் ஒப்பிடும்போது வெகுதூரம் பரவும். அந்த நபர் யார்? அவர் ஒரு இளவரசராகவும் இருந்தார், மேலும் அவர் எப்படி தத்துவத்தால் ஈர்க்கப்பட்டார் மற்றும் வித்தியாசமாகச் சிந்திக்கத் தொடங்கினார். பிற்காலத்தில் மன்னர்கள் கூட அவரைப் பின்தொடரத் தொடங்குவார்கள் என்றும், நாட்டின் பல்வேறு பகுதிகளுக்கு மட்டுமல்லாமல் தொலைதூர இடங்களுக்கும் தூதர்களை அனுப்புவார்கள் என்றும், அவர் இறந்து பல ஆண்டுகளுக்குப் பிறகு அவரது போதனைகள் தொலைதூர இடங்களிலிருந்து பார்வையாளர்களை ஈர்க்கும் என்றும் யாராலும் கனவு காண முடியவில்லை. இந்த நபர் எங்கே, எப்போது பிறந்தார்?

'எனதருமை அரசரே உங்களுக்கு ஆட்சேபனை எதுவும் இல்லை என்றால், படைப்பாளர் என்ற கருத்தை நிராகரித்த இளவரசர் ஒருவர் முன்மொழிந்த மற்றொரு கண்ணோட்டத்தை நான் தொடர்ந்து விளக்குகிறேன்.'

'இல்லை, சேக்கிழார், சமணத் தத்துவத்தை நன்கு சுருக்கமாகக் கூறியுள்ளீர்கள், உங்கள் பேச்சு குறித்து எனக்கு எந்தக் கேள்வியும் இல்லை. ஆனால் என்னை குழப்பமடையச் செய்வது என்னவென்றால், எனது வரையறுக்கப்பட்ட அறிவைக் கொண்டு நான் நம்புகின்ற, உலகம் இதுவரை உருவாக்கிய தத்துவத்தின் மிக உயர்ந்த வடிவங்களான வேதங்கள் மற்றும் உபநிடதங்கள் இருப்பதைச் சமணர்கள் எப்படி மறுக்க முடியும் என்பதுதான். நீங்கள் ஒருமுறை சொன்னது போல், சீன தத்துவஞானி கன்பூசியசு ஆன்மீக விசயங்களைப் பற்றி ஒருபோதும் கவலைப்படவில்லை. வேதங்கள் மற்றும் உபநிடதங்களில் உள்ள அனைத்து போதனைகளையும் புரிந்துகொள்வது எளிதானது அல்ல என்பதால்

தான் என்று நான் நினைக்கிறேன். ஆனால் இது ஒருபுறம் இருந்தபோதிலும், பலர் சமணர்களாக மாற விரும்பவில்லை. என் கருத்துப்படி, சில சனாதன துறவிகளிடம் இருந்த சித்தர்களின் யோக சக்திகள் சமணத்துறவிகளுக்கு இல்லை.'

M. Barumathi

அத்தியாயம் 5

புத்தராக மாறிய இளவரசர் சித்தார்த்தர்

அது கபிலவத்துவில் அதிகாலை பொழுது. புதிதாகப் பிறந்திருந்த தனது மகன் ராகுலா அழுதுகொண்டிருந்ததால் யசோதரா எழுந்தாள். காலையில் எல்லா குழந்தைகளையும் போலத் தாயிடம் பால் குடிக்க ராகுலாவும் பசியுடன் இருந்தான். யசோதரா தன் மகனின் தேவைகளை விரைவாகக் கவனித்தாள். தன் மகனின் முகத்தில் புன்னகையைப் பார்த்து மிகவும் மகிழ்ச்சியடைந்தாள். அவள் தன் கணவர் பக்கம் திரும்பி, ஓ, என் அன்பான கணவரே, எழுந்திருங்கள், ராகுலாவின் இனிமையான புன்னகையைப் பாருங்கள். நீங்கள் எங்கே இருக்கிறீர்கள், ஏற்கனவே எழுந்துவிட்டீர்களா? ஆம், தனது கணவர் சித்தார்த்த கௌதமா, இளவரசர், ஒரு மணி நேரம் அல்லது அதற்கு முன்னதாகவே எழுந்து வெளியே சென்றதை அவள் அறியவில்லை. தன் மகன் ராகுலா, மனைவி யசோதரா மற்றும் அரண்மனை வாழ்க்கையை விட்டு விட்டு வெளியே சென்ற சித்தார்த்த கௌதமா மறுபடியும் திரும்பி வரப்போவதில்லை என்பதை அவள் அறிந்திருக்கவில்லை. யசோதரா சிறிது நேரம் கழித்து தோட்டத்திற்கும் சமையலறைக்கும் சென்றாள். அங்கு வேலைக்காரர்கள் அவர்களுக்கு உணவு தயாரிக்க அப்போதுதான் வந்திருந்தனர். இல்லை, சித்தார்த்த கௌதமா எங்கும் காணப்படவில்லை. அவர்களின் அரண்மனையின் பிரதான வாயிலில் இருந்த காவலாளிக்கு அவள் தகவல் அனுப்பினாள். இளவரசர் அதிகாலைப் பொழுதில் தாம் நடைப்பயிற்சிக்காகச் செல்வதாகக் கூறி வெளியே சென்றதாகக் காவலாளி கூறினார். 'தயவுசெய்து ஓடுங்கள், ஒருவேளை அவர் எங்காவது விழுந்திருக்கலாம், அவர் வெறும் வயிற்றில் வெளியே சென்றிருக்கிறார்'. என்று காவலாளியைத் துரத்தினாள் யசோதரா. சில மணிநேரங்களுக்குப் பிறகு காவலாளி திரும்பி வந்து, அவரை எங்கும் கண்டுபிடிக்க முடியவில்லை என்று கூறினார்.

‘ஏன், ஏன் இந்தப் பூமியில், அவர் என்னை விட்டுப் பிரிந்து சென்றார்? அவரது வாழ்க்கையில் வேறு எந்த ஒரு பெண்ணும் இல்லை என்பது எனக்கு நன்றாகவேத் தெரியும். ஒருவருடைய வாழ்க்கையில் ஒருவர் எதிர்பார்க்கக்கூடிய அனைத்தும் அவரிடம் உள்ளன. நான், ஒரு அழகான விசுவாசமான மனைவி, புதிதாகப் பிறந்த குழந்தை ராகுலா, அவருக்குத் துன்பம், பிரச்சனை மற்றும் கடின உழைப்பு போன்றவற்றுக்கு அர்த்தம் தெரியாத அளவிற்கு, அவரை அரண்மனையிலே வைத்துச் சீரோடும், சிறப்போடும் வளர்த்துப் பிற்காலத்தில் அவரை அரசராக்க எண்ணிய அவரது அன்பான பெற்றோர், செல்வச் செழிப்பான ஆடம்பரமான அரண்மனை வாழ்க்கை, வீட்டு வேலைகளைச் செய்ய போதுமான ஊழியர்கள். விதவிதமான சுவையான உணவுகளை தயாரிக்கக்கூடிய ஒரு அற்புதமான சமையல்காரர். காரணம் என்னவாக இருக்க முடியும்?’

தனது மகன் சித்தார்த்தர் எல்லாவற்றையும் துறந்து கபிலவத்துவிற்கு அப்பால் உலகம் முழுவதும் மிகவும் பிரபலமான நபராக மாறுவார் என்று பிராமண சோதிடர்கள் கணித்ததாக தனது மாமனார் சுத்தோதனர் ஒருமுறை தன்னிடம் கூறியதை யசோதரா நினைவு கூர்ந்தாள். உண்மையில், சுத்தோதனர் தனது மகன் சித்தார்த்தாவுக்கு தனது வாழ்க்கையில் எதற்கும் குறைவு இல்லாமல் கவனித்து அவருக்குத் தேவையான அனைத்து வசதிகளையும் வழங்கினார். மேலும் அவரை சீரோடும், சிறப்போடும் வளர்த்துப் பிற்காலத்தில் அவரை அரசராக்க எண்ணிய அவரது தந்தை, அவருக்குத் துன்பம், பிரச்சனை மற்றும் கடின உழைப்பு போன்றவற்றுக்கு அர்த்தம் தெரியாத அளவிற்கு, அவரை அரண்மனையிலே வைத்து வளர்த்தார். தனது இளம் வயதில், செல்வச் செழிப்பான ஆடம்பரமான வாழ்க்கையே வாழ்ந்து வந்தார் சித்தார்த்தர். தனது இளமைப் பருவம் முழுவதும் அரண்மனையிலேயே அவர் செலவிட்டார். உண்மையில், ராகுலா பிறந்தபோது யசோதராவை விடச் சுத்தோதனர் மிகவும் மகிழ்ச்சி அடைந்தார். வேறு எந்த தந்தையையும் போலவே, புதிதாகப் பிறந்த குழந்தையுடனான பிணைப்பு, அவரை தனது மனைவி மற்றும் மகனுக்குப் பக்கத்திலேயே வைத்திருக்கும் என்று சுத்தோதனர் நம்பினார். ஆனால் சித்தார்த்தாவிற்கு விதி வேறுசில திட்டங்களை வைத்திருந்தது.

சித்தார்த்தர் தனது மகனைப் பார்த்து மகிழ்ச்சி அடைந்தாலும், தெரியாத ஏதோ ஒன்றைத் தேடிக்கொண்டிருந்தார். அவரது மனம் அமைதியாக இருக்கவில்லை. ஆனால் அதை அவர்

யாரிடமும் வெளிக்காட்டியதில்லை. வாழ்க்கையின் ரகசியங்களை அறிய அவர் ஏங்கினார். அவர் ஏன் பிறந்தார்? இறப்பதற்காகவா? பணக்காரராக இருந்தாலும் ஏழையாக இருந்தாலும், இளைஞராக இருந்தாலும் முதியவராக இருந்தாலும், ஆணாக இருந்தாலும் பெண்ணாக இருந்தாலும் சரி, அவர்கள் அனைவரும் ஒருநாள் இறந்துவிடுவார்கள். அடுத்து என்ன? ஒரு நாள், சூரிய உதயத்திற்கு முன்பு, அவர் தனது அழகான மனைவியையும் அன்பான மகனையும் விட்டுவிட்டுப் பிரிந்து செல்ல முடிவு செய்தார். அவர் தனது அரண்மனையை விட்டு வெளியேறினார். இளம் இளவரசர் தனியாக நடந்து செல்வதைக் கண்டு பாதுகாப்புக் காவலாளி ஆச்சரியப்பட்டார், ஆனால் அவரிடம் கேள்வி கேட்க பயந்தார். இளம் இளவரசர் மகத இராச்சியத்தை அடையும் வரை தொடர்ந்து நடந்து சென்றார். அவர் மகத இராச்சியத்தின் தலைநகரமான "ராஜகிரகம்" என்ற இடம் நோக்கிப் பயணம் செய்தார். அவர் தலைநகரமான ராஜகிரகாவில் தங்கி பின்னர் அலைந்து திரிந்தார். அங்கு அருகே அமைந்துள்ள மலைகளில், துறவிகள் வாழ்ந்து கொண்டிருந்த குகைகளை நோக்கிச் சென்றார். மஞ்சள் ஆடைகளை அணிந்த சில பிட்சுக்கள் வீடுகளுக்கு முன்னால் நின்று பிச்சை எடுக்காமல் இருப்பதை அவர் பார்த்தார். வீட்டுப் பெண் விரும்பினால், அந்த பிட்சுக்கள் உயிர்வாழ்வதற்குப் போதுமான உணவை அவர் பிட்சுக்களுக்கு வழங்குவார். குடும்ப வாழ்க்கையில் ஈடுபட்டிருந்தவர்கள் தங்களுக்கு ஒரு நல்ல மறுபிறப்பு கிடைக்கும் என்ற நம்பிக்கையில் தங்கள் வீடுகளுக்கு முன்னால் நின்று கொண்டிருக்கும் பிட்சுக்களுக்கு எப்போதும் சிறிது உணவை வழங்கினார்கள். எனவே மக்கள் மறுபிறப்பை நம்புகிறார்கள், மேலும் நல்ல செயல்களைச் செய்கிறார்கள், நல்ல கர்மாவைச் செய்கிறார்கள் என்று இளவரசர் சித்தார்த்தர் நினைத்தார். அவர் எங்கு சென்றாலும், மக்கள் ஏதோ ஒரு ஆன்மீகப் பாதையைத் தேடிக்கொண்டிருப்பதைக் கவனித்தார். அவர்களில் சிலர் தங்களை பெரிய தீர்த்தங்கரர்களைப் பின்பற்றுபவர்கள் என்றும் மற்றும் சிலர் தங்களை சனாதன தர்மிகள் - வேதங்கள் மற்றும் மறுபிறப்பில் நம்பிக்கை கொண்ட சனாதன தர்மத்தைப் பின்பற்றுபவர்கள் என்றும் அழைத்துக்கொள்கிறார்கள். வேதங்களை பொதுவாக பிராமணர்கள் மட்டுமே படித்துத் தேர்ச்சி பெற்றனர். அவர்கள் பெரிய நெருப்பு யாகங்களை நடத்தினார்கள், ஆனால் பெரும்பாலும் சில சமயங்களில் மட்டும் ஒரு விலங்கு கடவுள்களுக்கு பலியாக வழங்கப்பட்டது. சித்தார்த்தர் இதை ஒருபோதும் விரும்பவில்லை, மேலும் ஒரு விலங்கைப் பலியிடுவதன் மூலம் ஒருவரது

தனிப்பட்ட பிரச்சினைகளைத் தீர்க்கவும், மனிதர்களையும் விலங்குகளையும் உருவாக்கிய எந்த கடவுளையும் திருப்திப்படுத்தவும் முடியாது என்று நம்பினார்.

பிராமணர்களுடன் தனது பிரச்சினைகளைப் பற்றி விவாதிக்க வேண்டாம் என்று அவர் முடிவு செய்தார், இருப்பினும் பலர் பிராமணர்களை ஏற்றுக்கொண்டு சனாதன தர்மத்தை மிகவும் கண்டிப்புடன் பின்பற்றினர். உண்மையில், சந்நியாச உபநிடதம் என்றும் அழைக்கப்படும் பிருஹத்-சந்நியாச உபநிடதம், சந்நியாசம் அல்லது துறவற ஒழுக்கம், சந்நியாசி அல்லது துறவியாக மாறத் தகுதி உடையவர்கள், துறவிகள் தங்களை எவ்வாறு நடத்த வேண்டும், துறவிகளின் ஆடைக்கு பொருந்தக்கூடிய விதிகள், அவர்களின் தோற்றம், பிச்சை எடுக்கும் நடைமுறைகள், சந்நியாசம் பற்றிய உள்ளூர் சமூக கலாச்சார நம்பிக்கைகள், பிச்சை எடுக்கும் பழக்கம், சந்நியாசிகளின் வகைகள் மற்றும் அவற்றின் தகுதி மற்றும் பலவற்றைக் கையாள்கிறது. மற்ற சந்நியாச உபநிடதங்களைப் போலவே, இது உலக வாழ்க்கை மற்றும் சடங்கு நடைமுறைகளைத் துறப்பதன் முக்கியத்துவத்தை வலியுறுத்துகிறது, மேலும் விடுதலையை அடைய கடினமான வாழ்க்கையை வாழுமாறு ஆர்வமுள்ளவர்களை வலியுறுத்துகிறது. இருப்பினும், உபநிடதங்களைப் பின்பற்றுவதில் சித்தார்த்தர் மகிழ்ச்சி அடையவில்லை.

‘சேக்கிழார், இது எனக்கு மிகவும் ஆச்சரியமாக இருக்கிறது, சொல்லுங்கள், இவை அனைத்தையும் நீங்கள் எங்கே, எப்படிக் கற்றுக்கொண்டீர்கள்?’

‘என் அன்பார்ந்த மன்னரே, எனது குறுகிய பயணத்தின்போது, மாமல்லபுரம் மற்றும் காஞ்சிபுரம் அருகே ஒரு நட்பான கலந்துரையாடலின் போது சில கற்றறிந்த புத்த துறவிகளையும், சமணத் துறவிகளையும் சந்திக்கும் பாக்கியம் எனக்குக் கிடைத்தது. பல உண்மைகளை சேகரித்த நான், மற்றவர்களை காயப்படுத்தாமல் சனாதன தர்மத்தை தொடர்ந்து பின்பற்றுவேன் என்ற முடிவுக்கு வந்தேன்.’

‘சேக்கிழார், நான் உங்களை உண்மையிலேயே மனதாரப் பாராட்டுகிறேன்; எனது பிரதம மந்திரியாக உங்களைத் தேர்ந்தெடுத்ததில் நான் மிக்க மகிழ்ச்சியடைகிறேன். நீங்கள் மற்ற மதங்களை பின்பற்றுபவர்களைப் பற்றித் தவறாகப் பேசுவதில்லை என்பதையும் நான் கவனிக்கிறேன். நம் நாட்டில் உள்ள ஒவ்வொரு அரசரும் உங்களைப் போன்ற புத்திசாலியான ஒருவரை பிரதம மந்திரியாக தேர்வு செய்ய வேண்டும் என்றும் நான்

விரும்புகிறேன். அப்போது, நாடு வளம் பெறுவது உறுதி என்றும், மக்கள் அனைவரும் அமைதியாக வாழ்வார்கள் மற்றும் நாட்டின் முன்னேற்றம் உறுதி செய்யப்படும் என்றும் நான் உறுதியாக நம்புகிறேன்.

நாம் புத்தரின் தாக்கத்திற்கு உள்ளானோம், புத்தரால் ஈர்க்கப்பட்டோம் என்பதை நாம் ஒப்புக்கொள்ள வேண்டும். அந்தக் காலத்தில் சிலர் விலங்குகளை பலியிட்டார்கள், மற்றவர்கள் இறைச்சியை உட்கொண்டார்கள் என்று நான் நினைக்கிறேன். இவை புத்தரின் பேச்சைக் கேட்டு நிறுத்தப்பட்டன, ஆனால் இந்த மக்கள் புத்தரின் போதனைகளைக் கேட்டு மிருகங்களைப் பலியிடுவதையும் மற்றும் இறைச்சியை உட்கொள்வதையும் நிறுத்திக்கொண்டார்களே தவிர புத்த மதத்திற்கு மாறவில்லை.'

'மிகவும் சுவாரசியமான பல தகவல்கள் நிறைந்த உங்கள் கதையை தயவுசெய்து தொடரவும்.'

'என் அன்பான அரசரே, நீங்கள் என்னைத் தயவுசெய்து அனுமதித்தால், நானும் உங்களைப் போலவே நினைத்துக் கொண்டிருந்தேன். ஆனால் சில மாதங்களுக்கு முன்பு, இமயமலையில் இருந்து சிதம்பரத்திற்கு வந்திருக்கும் மிகவும் கற்றறிந்த, மிகச் சிறந்த அறிவாளி ஒருவரைச் சந்திக்கும் பாக்கியம் எனக்குக் கிடைத்தது. இந்த மகானைச் சந்தித்ததைப் பெரும் புண்ணியமாகக் கருதுகிறேன். பல மொழிகள் குறிப்பாக சமசுகிருதம் மற்றும் தமிழையும் பேசக்கூடிய திறமை அவரிடம் இருந்தது. இமயமலையில் வாழ்ந்த பிற துறவிகளிடமிருந்து வேதங்கள் மற்றும் உபநிடதங்களின் உண்மையான அர்த்தத்தையும் விளக்கத்தையும் அவர் கற்றுக்கொண்டார் எனத் தெரிகிறது. அவரைப் பொறுத்தவரையில், வேதங்கள் மற்றும் நெருப்பு யாகங்கள், இந்த நடைமுறைகளை கண்டிக்க விரும்பிய மற்றவர்களால் தவறாகப் புரிந்து கொள்ளப்பட்டன. எடுத்துக்காட்டாக, நெருப்பு யாகங்களில் தியாகங்கள் செய்யப்படும்போது, தலைமை சமயகுருக்கள் இரண்டு கால்கள் கொண்ட உயிரினங்களை மட்டுமல்லாமல் அதாவது மனிதர்களாகிய நம்மையும், நான்கு கால்கள் கொண்ட உயிரினங்களைக் குறிக்கும் அதாவது ஆடுகள், குதிரைகள், பசுக்கள் மற்றும் பிற உயிரினங்களையும் காப்பாற்றுவதற்கான பிரார்த்தனைகளைக் கொண்ட கீர்த்தனைகளை ஓதுகிறார்கள். அசல் பிரார்த்தனை எனக்கு இன்னும் நினைவிருக்கிறது -

தட்சம் யோ ராவவ்ணிமஹே,
காதும் யாக்யா,
காதும் யக்ஞபதயே,
தைவீ : ஸ்வஸ்திரஸ்து ந:
ஸ்வஸ் திர்மானுஷேப்ய:
ஊர்த்த்வம் ஜிகாது பேஷஜம்,
சந்நோ அஸ்து த்விபதே
சஞ்ச் சதுஷ்பதே
ஓம் சாந்தி: சாந்தி: சாந்தி:

அனைவருக்கும் அமைதி வேண்டிப் பிரார்த்தனை முடிவடைகிறது. வேதங்களில் உள்ள மற்றொரு முக்கியமான சொல் "அகிம்சா பரமோ தர்மஹா" அதாவது கொல்லாமல் இருப்பது மிகச்சிறந்த நல்லொழுக்கம் (தர்மம்) ஆகும். சரீரத்தால் துன்பம் செய்யக் கூடாது என்பது மட்டும் அகிம்சையல்ல; வாயால் பிறருக்குக் துன்பம் தருகிற பேச்சைப் பேசக் கூடாது; யாருக்கும் எவ்வித துன்பமும் ஏற்படவேண்டுமென்று மனதாலும் நாம் நினைக்கக் கூடாது என்பதும் அகிம்சை ஆகும் (அகிம்சை - மிக உயர்ந்த அறம் / மிக உயர்ந்த பண்பு). எனவே, சமயகுரு ஒருவர் விலங்குகளின் ஆரோக்கியத்திற்காகவும் பிரார்த்தனை செய்யும்போது, அவர் அவற்றைக் கொன்று நெருப்பு யாகங்களில் சமர்ப்பிப்பார் என்று கற்பனை செய்வது மிகவும் கடினம்.

'அடடா, அது உண்மையா? நீங்கள் பாருங்கள், அதனால்தான் மக்கள் சரியான செய்தியைப் பெறுவதற்கும், அவர்கள் எப்போதும் நமது வரலாற்றை தங்கள் நினைவில் வைத்து வாழ்வதற்கும், நமது தமிழ் இராச்சியத்தில் பிறந்த இந்த மாபெரும் தீர்க்கதரிசிகள் அனைவரின் கதைகளையும் நீங்கள் எழுத வேண்டும் என்று நான் விரும்புகிறேன்.

அடுத்த ஆறு ஆண்டுகளில், சித்தார்த்தர் பல திறமையான தியான ஆசிரியர்களைச் சந்தித்தார். மேலும் அவர்களின் தியான நுட்பங்கள் அனைத்தையும் கற்று தேர்ச்சி பெற்றார். அந்த தியான நுட்பங்கள் அனைத்தும் மனதின் திறனைக் காட்டுகின்றன, ஆனால் மனதை அல்ல என்பதை அவர் எப்போதும் கண்டறிந்தார். அவர் மனதைக் காண வேண்டும் என்ற தீராத வேட்கை கொண்டிருந்தார். மனதின் உண்மை நிலையை அறிய வேண்டும் என்று சொல்லி அவரால் சிலரை சமாதானப்படுத்த முடிந்தது, இவ்வாறு சித்தார்த்தர் கூறிய கருத்துக்களால் பெரிதும் ஈர்க்கப்பட்டு சமாதானம் அடைந்தவர்கள் அவர் எங்கு சென்றாலும் அவரைப்

பின்தொடர்ந்து சென்றனர். இறுதியாக, "புத்தகயா" என்று அழைக்கப்பட்ட ஒரு இடத்தில், சித்தார்த்த கௌதமர் தொடர்ந்து தியானத்தில் இருக்க முடிவு செய்தார். அனைத்து உயிரினங்களுக்கும் நன்மை செய்யக்கூடிய மனதின் உண்மையான தன்மையை அறிந்து கொள்ளும் வரை அவர் ஒரு போதி மரத்தின் கீழ் அமர்ந்திருந்தார். மனதின் மிக நுட்பமான தடைகளைத் துண்டித்து ஆறு பகல்களும் இரவுகளும் கழித்த பிறகு, அவர் முப்பத்தைந்து வயதை அடைவதற்கு ஒரு வாரத்திற்கு முன்பு ஒரு பௌர்ணமி தினத்தின் காலையில் ஞானத்தை அடைந்தார். முழு ஞான நிலையை உணர்ந்த தருணத்தில், கலவையான உணர்வுகள் மற்றும் கடுமையான எண்ணங்களின் அனைத்து திரைகளும் கலைக்கப்பட்டதை உணர்ந்தார். புத்தர் இங்கே மற்றும் இப்போது உள்ளடக்கியது அனைத்தையும் அனுபவித்தார். ஒரு வாரம் தனது மிக நுண்ணிய கவனிப்பின் பலனாக முதன் முறையாகக் கவலைக்கும், துன்பத்திற்குமான காரணம் பற்றியும், தான் முதன் முறையாக மிக மகிழ்ச்சியாக அப்போது இருப்பதையும் உணர்ந்தார். புரிந்துணர்வே ஞானத்தின் அடிக்கல் என்பதை உணர்ந்தார். மேலும் சித்தார்த்த கௌதமர் இந்த உலகத்தில் இருக்கும் அனைத்தையும் உள்ளடக்கிய சக்தியை இப்போது அனுபவித்தார். துன்பத்திலிருந்து எப்படி விடுபடுவது அல்லது விடுதலை அடைவது என்று அவர் தெரிந்து கொண்டார். காலத்திலும் இடத்திலும் உள்ள அனைத்து பிரிவினைகளும் மறைந்துவிட்டதாக உணர்ந்தார். கடந்த காலம், நிகழ்காலம் மற்றும் எதிர்காலம், அருகாமை மற்றும் தொலைவு என அனைத்தும், உள்ளுணர்வின் பேரின்ப நிலையில் ஒரு ஒளிமயமான நிலையில் உருகியுள்ளதாக உணர்ந்தார். அவர் காலத்தைக் கடந்தவராகவும், எங்கும் நிறைந்த விழிப்புணர்வு நிலையை அடைந்தவராகவும் இருந்தார். அவரது உடலில் உள்ள ஒவ்வொரு உயிரணு வழியாகவும், அவர் எல்லாவற்றையும் அறிந்திருந்தார். அவர் *புத்தர்* ஆனார், அதாவது ஞான நிலை அடைந்தவர். *(புத்தர் - மெய்ஞானம் பெற்றவர், ஒளிபெற்றவர், உண்மையை அறிந்தவர்).*

ஞானம் பெற்ற பிறகு, புத்தர் இந்தியாவின் வடக்குப் பகுதி முழுவதும் கால்நடையாக பயணம் செய்தார். அவர் தனக்குத்தானே சொல்லிக் கொண்டார், "நான் வாரணாசிக்குச் செல்வேன், இந்த உலகிற்கு ஒளியைக் கொண்டுவரும் விளக்கை அங்கு ஏற்றி வைப்பேன். நான் அங்கு சென்று மனிதகுலத்தை எழுச்சி பெறச் செய்யும் முரசுகளை அடிப்பேன். அங்கே நான் சட்டத்தைக் கற்பிப்பேன், நியாயப்பிரமாணத்தைக் கற்பிப்பேன்".

அவர் நாற்பத்தைந்து ஆண்டுகள் தொடர்ந்து கற்பித்தார். அனைத்து சாதிகள் மற்றும் தொழில்களைச் சேர்ந்த மக்களும், அரசர்கள் முதல் வேசிகள் வரை அனைத்து மக்களும் அவரிடம் ஈர்க்கப்பட்டனர். அவர்களின் அனைத்து கேள்விகளுக்கு அவர் பதிலளித்தார், எப்போதும் இறுதியில் உண்மையானதை நோக்கி சுட்டிக்காட்டினார். புத்தர் தனது வாழ்நாள் முழுவதும், அவரது போதனைகளை கேள்வி கேட்கவும், தங்களின் சொந்த அனுபவத்தின் மூலம் அவற்றை உறுதிப்படுத்தவும் தனது மாணவர்களை ஊக்குவித்தார். "உங்களுக்கு நீங்களே உங்கள் சொந்த வழிகாட்டும் ஒளியாக இருங்கள்" என்று அவர் உபதேசித்தார். அவருடைய போதனைகள் இருந்தபோதிலும், மக்கள் அவரை கடவுளாகக் கருதத் தொடங்கினர், இதனால் *புத்த மதம்* என்று அழைக்கப்படுகின்ற மற்றொரு மதம் பிறந்தது. தங்கள் புனித நூல்களான வேதங்கள் மற்றும் உபநிடதங்களைத் தவிர வேறு எந்தத் தலைவரையும் கொண்டிராமலும், மற்ற தலைவர்களிடமிருந்து வரும் நல்ல கருத்துக்களை உள்வாங்குவதற்கு ஓரளவு திறந்த மனதுடனும் இருந்த இந்துக்களுக்கு மாறாக சமண மதத்தைப் போலவே இதுவும் ஒரு மனிதத் தலைவருடன் இருந்தது. மறுபுறம், புத்தர் வேதங்களை மிகவும் கடினமானது என்று கருதி அவற்றை மிகச் சுலபமாக நிராகரித்தார். இருப்பினும், பலர் வேதங்கள் மற்றும் உபநிடத கொள்கைகளைப் பின்பற்றி, மறுபிறவி மற்றும் அனைத்திற்கும் உயர்வாகக் கருதப்படும் கடவுள்மீது நம்பிக்கை கொண்டு தொடர்ந்து வாழ்ந்தனர்.

பல நூறு ஆண்டுகள் கடந்துவிட்டன. மகத வம்சம் சமண மதத்தைப் பின்பற்றினாலும் புத்தரைத் தங்கள் தலைவராக ஏற்றுக்கொள்ளத் தொடங்கியது. நம் நாட்டின் பெரும் பகுதியைத் தனது ஆட்சியின் கீழ்க் கொண்டுவருவதில் வெற்றிபெற்று, மௌரியப் பேரரசை நிறுவிய பேரரசராகிய சந்திரகுப்த மௌரியர் மகாவீரரின் போதனைகளைப் பின்பற்றி, தனது சிம்மாசனத்தை துறந்து ஒரு துறவியாக மாறிய போதிலும், மௌரியப் பேரரசின் மூன்றாவது பேரரசராகிய அசோகர் (சந்திரகுப்த மௌரியரின் மகன் பிந்துசாரர், பேரன் அசோகர்) புத்தரின் போதனைகளைப் பின்பற்ற விரும்பினார். நாடு முழுவதும் பல புத்த மடாலயங்களை அசோகர் நிறுவினார், அவை இந்தியாவின் வடக்கிலிருந்து இந்தியாவின் தெற்குப் பகுதிகள்வரை பரவி விரிவடைந்து இருந்தன. மேலும் இந்தியப் பெருங்கடலைக் கடந்து இலங்கையையும் அடைந்தன. அவர்களில் சிலர் சனாதன தர்மத்தைப் பின்பற்றுபவர்களாகவும், மற்றவர்கள் (சௌராஸ்ட்ரியர்) சொராட்டிரியர்களாகவும்

இருந்தபோதிலும், புத்த மதம் மெதுவாக, மேற்கில் அவங்கணா (இப்போது ஆப்கானிஸ்தான் என்று அழைக்கப்படுகிறது) வரை பரவத்தொடங்கியது.

சமண மதம், புத்த மதம் மற்றும் சனாதன தர்மத்தைப் பின்பற்றியவர்கள் ஒற்றுமையாக வாழக் கற்றுக்கொள்ள முயன்றனர். இருப்பினும் அவர்களுக்கு இடையே அடிக்கடி வார்த்தைப் போர்கள் நடந்தன, அவை சில நேரங்களில் ஒரு மதத்தை விட மற்றொரு மதத்திற்கு ஆதரவளிக்க விரும்பிய அரசர்களிடையே சிறு போர்களுக்கு வழிவகுத்தன. இந்த மூன்று குழுக்களிடையே பல பொதுவான நம்பிக்கைகள் இருந்தன. மகாபாரதப் போருக்குப் பிறகு பகவான் ஸ்ரீ கிருஷ்ணர் முன்வைத்த மறுபிறப்பு, மறுபிறவி, அகிம்சை மற்றும் கலியுகம் ஆகியவற்றில் கூட அவர்கள் அனைவரும் நம்பிக்கை கொண்டிருந்தனர். இருப்பினும், பௌத்தர்களும், சமணர்களும் சனாதன தர்மத்தைப் பின்பற்றுபவர்களால் வணங்கப்பட்ட வேதங்களையும், பலதரப்பட்ட கடவுள்களையும் ஏற்க மறுத்தனர்.

நூற்றுக்கணக்கான ஆண்டுகள் கடந்து சென்றன. படிப்படியாகப் புத்தரின் கருத்துக்களை ஏற்றுக் கொண்டவர்களின் எண்ணிக்கை மகாவீரரின் கருத்துக்களை ஏற்றுக்கொண்டவர்களின் எண்ணிக்கையை விட அதிகரிக்கத் தொடங்கியது. புத்தரின் கருத்துக்களைப் பின்பற்றுபவர்களாகிய அவரது சீடர்கள் சங்கங்கள் என்று அழைக்கப்பட்ட சபைகளை அமைத்தனர். மேலும் சாரநாத்துக்கு அருகிலேயே நாளந்தா என்று அழைக்கப்படும் ஒரு பல்கலைக்கழகத்தையும் அவர்கள் நிறுவினர். புத்தரால் நிறுவப்பட்ட கொள்கைகளைக் கற்றுக்கொள்வதற்கும் விவாதிப்பதற்கும் தொலைதூர தேசங்களிலிருந்து பலர் அங்கு வந்தனர். இந்தப் பல்கலைக்கழகம் தொலைதூர தேசமாகிய சீனாவிலிருந்து ஒரு நபரை ஈர்த்தது. புத்த மதத்தின் இருப்பு பட்டுப்பாதை வழியாகப் பயணித்த பயணிகளால் சீனாவிற்கு எடுத்துச் செல்லப்பட்டது.

கி.பி.க்குப் பிறகு சுமார் 60 ஆண்டுகளில் வாழ்ந்த சீனப் பேரரசர் மிங் மேற்கிற்கு அனுப்பிய ஒரு தூதரின் அரைகுறை புராணக் குறிப்பின்படி, கி.பி. முதல் நூற்றாண்டில் ஹான் வம்சத்தின்போது பட்டுப்பாதை வழியாகப் பயணித்த பயணிகளால் சீனாவிற்கு புத்த மதம் பரவத் தொடங்கியது. இந்தக் காலகட்டத்தில் புத்த மதம் பரந்த வரவேற்பையும் புகழையும் பெற்று இந்தியா முழுவதும் காட்டுத்தீ போல் பரவியது. புத்த மத கோட்பாடுகள் இந்தியாவில் மட்டுமல்லாமல், இந்தியாவிற்கு

வெளியேயும் பெரும் அங்கீகாரத்தைப் பெற்றன. இந்தியாவிற்கு வெளியே தென்கிழக்கு, கிழக்கு மற்றும் மத்திய ஆசியா நாடுகள் முழுவதும் புத்த மதம் பெருமளவு பரவத் தொடங்கியது.

ஒரு மிகச் சிறந்த இந்துத் துறவிகூடப் புத்தரின் செய்தியைத் தொலைதூர தேசமான ஜப்பானுக்கு பரப்புவதில் பங்கேற்றார். அற்புதமான இயற்பியல் சக்திகளுக்குப் பிரபலமான அவரது பெயர் பரத்வாஜர். ஒருமுறை, ஒரு பணக்காரர் அவரது சக்திகளைச் சோதிக்க விரும்பி, ஒரு உயரமான பீடத்தின் உச்சியில் ஒரு கிண்ணத்தில் தண்ணீரை வைத்து, அதைக் கீழே கொண்டுவரும்படி சவால் விடுத்தார். பரத்வாஜர் தன் தவ வலிமையால், தன் தவ சக்தியால் வானத்தில் வெறுமனே பறந்து சென்று அந்தக் கிண்ணத்தை எளிதாகக் கீழே எடுத்துக் கொண்டுவந்தார்.

புத்தர் இந்நிகழ்வைப் பற்றி அறிந்ததும், 'எளிமையான அறிவற்ற மக்களைக் கவருவதற்காக நீங்கள் ஒருபோதும் உங்கள் சக்திகளைக் காட்டக்கூடாது. அந்த அற்புதத்தை மீண்டும் நிகழ்த்த வேண்டாமெனக் கூறி அவரைக் கடிந்துகொண்டார். என் அன்புச் சகோதரர்களே, கவனமாகக் கேளுங்கள். நான் பிக்குகளுக்கு அந்த வழியில் சட்டத்தைக் கற்பிக்கவில்லை. மூன்று வகையான இயல்நிலைக்கு அப்பாற்பட்ட (அமானுஷ்ய) சக்திகள் இருக்கின்றன.

- முடிந்தவரை பல மனிதர்கள்போலத் தோன்றுவது, சுவர்களைக் கடந்து செல்வது, காற்றில் பறப்பது, தண்ணீரில் நடப்பது போன்ற வியக்கத்தக்கதொரு அமானுஷ்ய சக்தி. இவை அனைத்தும் சாதாரண மக்களால் செய்ய முடியாத உடல் ரீதியான செயல்கள்.

- மற்றவர்களின் மனதைப் படிக்கும் அமானுஷ்ய சக்தி.

- இந்த மக்களின் மன வளர்ச்சிக்கு ஏற்ப, அவர்களின் சொந்த நலனுக்காக, அவர்களுக்கு ஏற்றப் பொருத்தமான முறைகளைப் பயன்படுத்தி மக்களை வழிநடத்தக்கூடிய அமானுஷ்ய சக்தி.

முதல் இரண்டு அமானுஷ்ய சக்திகள், மக்களைக் கவரத் தங்கள் சொந்த நலனுக்காகக் காட்டப்பட்டால், அவை மந்திரவாதிகளின் செயல்களிலிருந்து வேறுபட்டவை அல்ல. இத்தகைய உலக விசயங்கள் சார்ந்த அதிசயங்களைச் செய்யும் ஒரு துறவி அவமானம், வெட்கம், நாணக்கேடு, இழிவு, அவமதிப்பு, தன்னைத்தானே தாழ்த்திக்கொள்ளுதல், மற்றும் கடும்வெறுப்பின் ஒரு ஆதாரமாக இருக்கிறார். இத்தகைய செயல்கள் மதம்

மாறுபவர்களையும் பின்பற்றுபவர்களையும் ஈர்க்கலாம் மற்றும் இதன் மூலம் அவர்களை எளிதாக வெற்றி கொள்ளலாம், ஆனால் அவர்களின் துன்பத்திற்கு முற்றுப்புள்ளி வைக்க உதவும் ஞானத்தை (அறிவொளி) இத்தகைய செயல்கள் ஒருபோதும் கொண்டு வருவதில்லை.

மூன்றாவது வகையான அதி அமானுஷ்ய சக்தி, இருப்பினும், இது ஒரு "அதிசயம்" என்று அழைக்கப்பட்டாலும், இந்த வகையான அமானுஷ்ய சக்தி மக்கள் தங்கள் துன்பங்களிலிருந்து விடுபடப் பெரிதும் உதவுகிறது. இது மட்டுமே நடைமுறைக்கு உகந்த பயிற்சி செய்யத் தகுதியான ஒரே அமானுஷ்ய சக்தி.

இந்த மூன்றாவது வகையான அற்புதங்கள் மட்டுமே நிகழ்த்தப்பட வேண்டியவை; பேரார்வம், ஏக்கம் மற்றும் பேராசை நிறைந்த ஒரு மனிதனை நீங்கள் பார்க்கும்போது, பேரார்வம், ஏக்கம் மற்றும் பேராசை ஆகியவற்றிலிருந்து தன்னை விடுவித்துக் கொள்ள நீங்கள் அவனுக்குக் கற்றுக்கொடுக்கிறீர்கள்; ஒரு மனிதன் வெறுப்பு மற்றும் கோபத்திற்கு அடிமையாக இருப்பதை நீங்கள் காணும்போது, அவனுடைய வெறுப்பு மற்றும் கோபத்தை கட்டுப்படுத்த அவனுக்கு உதவ உங்கள் சக்திகளைப் பயன்படுத்துகிறீர்கள்; அறியாமையில் இருக்கும் மற்றும் உலகின் உண்மையான இயல்பைக் காண முடியாத ஒரு மனிதனை நீங்கள் சந்திக்கும்போது (இந்த உலகில் உள்ள அனைத்தும் நிலையற்றவை, துயரமானவை மற்றும் அகங்காரமானவை) மற்றும் அவரது அறியாமையை போக்க அவருக்கு உதவ உங்கள் சக்திகளைப் பயன்படுத்துகிறீர்கள்.

இவையே நீங்கள் நிகழ்த்தக்கூடிய தகுதியான 'அற்புதங்கள்'. எனவே பரத்வாஜா, நீங்கள் வானத்தில் பறந்து செல்வது போன்ற உங்களுடைய அற்புதங்களைச் செய்வதைத் தவிர்த்து, எனது ஆலோசனையைப் பின்பற்றி, தொலைதூர நாடுகளுக்குச் சென்று உபதேசம் செய்யுமாறு உங்களை கேட்டுக்கொள்கிறேன்.

பரத்வாஜர் உண்மையிலேயே புத்தரின் ஆலோசனையைக் கண்டிப்பாகப் பின்பற்றி ஜப்பான் வரை பயணம் செய்தார்.

அவர் பின்னர் ஜப்பானில் 'பிண்டோலா பரத்வாஜா' என்று அழைக்கப்பட்டார். அவர் புத்தரால் இவ்வுலகில் இருக்கும்படி பணிக்கப்பட்ட நான்கு அர்ஹதர்களில் ஒருவர் என்றும் அறியப்படுகிறார்.

உலக மதங்களின் வரலாற்றில் பௌத்த இயக்கம் ஏன் முதன்முதலில் பெரிய அளவிலான சமயப்பரப்பு குழுவினர் இயக்கமாக இருந்தது என்பது தெளிவாகத் தெரியவில்லை. சீனாவின் உயேசி கூட்டமைப்பின் ஐந்து பிரிவுகளில் ஒருவராக அநேகமாக இருந்திருக்கலாம் என்று கருதப்படும் குசானர்களின் கட்டுப்பாட்டின் கீழ், புத்தர் இறந்து சுமார் 500 ஆண்டுகளுக்குப் பிறகுதான், புத்த மதம் சீனாவிற்கும் ஆசியாவின் பிற பகுதிகளுக்கும் பரவத் தொடங்கியது என்று நம்பப்படுகிறது. பொதுவாக குசானர்கள் பௌத்தத்திற்கும் சிறந்த புரவலர்களாக விளங்கினர், மேலும் சீனா மற்றும் பிற ஆசிய நாடுகளுக்குப் பட்டுப்பாதை வழியாகப் புத்த மதம் பரவியதில் இவர்கள் ஒரு முக்கியப் பங்கை ஆற்றினர் என்று நம்பப்படுகிறது. காந்தார தேசத்திலிருந்து சீனாவிற்குச் சென்ற ஒரு நேரடிச் சாலையானது குசானர்களின் கட்டுப்பாட்டில் ஒரு நூற்றாண்டுக்கும் மேலாக இருந்தது. சீனாவிற்கு புத்த மதத்தின் பரவலை இது எளிதாக்கியது என்று கருதப்படுகிறது. *(12ஆம் நூற்றாண்டு வரலாற்று நூலான இராஜதரங்கிணி குசான மன்னர்களின் ஆட்சி மற்றும் புத்த மதத்திற்கு அவர்களது கொடை ஆகியவற்றை விளக்கமாகக் குறிப்பிடுகிறது)* ஏராளமான புத்த துறவிகள் சீனாவிற்கு மேற்கொண்ட சமயப்பரப்பு குழுவினர் முயற்சிகளின் காரணமாகவும், குசானப் பேரரசு சீனப் பகுதியான தாரிம் படுகையில் விரிவடைந்ததன் விளைவாகவும், விரிவான தொடர்புகள் தொடங்கியிருக்கலாம்.

'சேக்கிழார், உங்களிடம் ஒரு சந்தேகம் கேட்க விரும்புகிறேன்'

'ஆம், தாராளமாகக் கேளுங்கள் எனதருமை அரசே.'

'சனாதன தர்மத்தைப் பின்பற்றியவர்கள் அந்த நாடுகளுக்குச் சமயப்பரப்பு குழுவினர்களை அனுப்பவில்லை என்று சொல்கிறீர்களா?'

'ஆம், ஏனென்றால் சனாதன தர்மத்தைப் பின்பற்றிய மக்கள் மற்றவர்களைக் கட்டாயப்படுத்துவதில் ஆர்வம் காட்டவில்லை. சனாதன தர்மத்தைப் பின்பற்றும்படி மக்கள் கட்டாயப்படுத்தப்படவும் இல்லை.'

புத்த மத அறநூல்களையும் வேதங்களையும் சீன மொழியில் மொழிபெயர்த்த முதல் சமயப்பரப்பு குழுவினர் மற்றும் மொழிபெயர்ப்பாளர்கள் பார்த்தியன், குசான், சோக்டியன் அல்லது குச்சியன் ஆவர். கிரேக்க செலூசிட் வம்சம் தன் செல்வாக்கை

இழந்து ஈரான் மற்றும் மத்திய ஆசியாவிற்கு நாடுகடத்தப்பட்டபோது, ரோமானியர்கள் பட்டுக்கு முக்கிய வாடிக்கையாளர்களாக இருந்தனர். இதே காலகட்டத்தில் பார்த்தியர்கள் பட்டு வர்த்தகத்திற்கான புதிய இடைத்தரகர்களாக மாறினர். இதன்மூலம் பார்த்தியர்கள் புத்த மதத்திற்கு ஆற்றிய பங்கைப் புரிந்து கொள்ள முடியும். பார்த்தியன் அறிஞர்கள் முதன்முதலில் புத்த மத உரைகளைச் சீன மொழியில் மொழிபெயர்ப்பதில் ஈடுபட்டிருந்தனர்.

பட்டுப்பாதையில் பயணித்த வர்த்தகர்கள் வட இந்தியாவின் வழியாகச் சென்றபோது நிச்சயமாக இந்துக்களைப் பார்த்திருப்பதோடு மகாவீரரைப் பின்பற்றுபவர்களையும் (மகாவீரரின் சீடர்கள்) கவனித்திருப்பார்கள். ஆனால் சீன சமயப்பரப்பு குழுவினர்களால் புத்த மதத்தை ஓரளவிற்கு, பூர்வீக சீன தாவோயிசத்தின் கருத்துக்களுடன் ஒருங்கிணைக்க முடிந்தது, இது இரண்டு நம்பிக்கைகளையும் ஒன்றாக இணைத்தது. தாவோயிசத்தின் ஒத்துழைப்பு, உதவி மற்றும் கருணையினால் சீனாவில் புத்த மதம் எளிதாகப் பரவியது. சில சீனர்களை ஈர்த்த மற்றொரு உண்மை, அவர்கள் சிறந்த சிந்தனையாளரான கன்பூசியஸால் திருப்தி அடையவில்லை என்ற உண்மையுடன் தொடர்புடையதாக இருக்கலாம். புத்தர் பிறந்த அதே காலகட்டத்தில் சீனாவில் பிறந்த, பாரம்பரியமாகச் சீன தத்துவஞானிகளின் முன்மாதிரியாகக் கருதப்படும் கன்பூசியஸ், தனிப்பட்ட நபர் மற்றும் அரசாங்க ஒழுக்கம், நீதி, அறநெறி, சமூக பொறுப்புணர்வு, இரக்கம் மற்றும் நேர்மை ஆகியவற்றை வலியுறுத்தினார். கன்பூசியனிசம் என்று அழைக்கப்படும் கன்பூசியஸின் தத்துவ போதனைகள் சீன பாரம்பரியம் மற்றும் நம்பிக்கையுடன் தொடர்புடைய பொதுவான கொள்கைகள். வலுவான குடும்ப விசுவாசம், மூதாதையர்களின் மரியாதை, கணவர்கள் தங்கள் மனைவிகள் மற்றும் பெரியவர்கள் அவர்களின் குழந்தைகளால் மதிக்கப்பட வேண்டும் ஆகியவற்றை அவர் ஆதரித்தார். இலட்சிய அரசாங்கத்திற்கு குடும்பம் ஓர் அடிப்படையாக இருக்க வேண்டும் என்று பரிந்துரைத்தார்.

"உங்களுக்கு நீங்களே செய்ய விரும்பாததை மற்றவர்களுக்குச் செய்யாதீர்கள்" என்ற நன்கு அறியப்பட்ட கொள்கையான பொன் விதியை அவர் பெரிதும் ஆதரித்தார், பொன் விதி. இந்த உலகத்தில் இருக்கின்ற ஒட்டுமொத்த உயிரினங்களிலேயே மனிதன் தான் மிகவும் பெரியவன் என கூறினார். ஆனால் அவர் நிகழ்காலம், கடந்தகாலம் மற்றும்

எதிர்கால வாழ்க்கையைப் பற்றி ஒருபோதும் நீதிபோதனை செய்யவில்லை. பயணிகள் புத்தரைப் பற்றிய பல கதைகளைச் சீனாவுக்குக் கொண்டு வந்தனர். அவர்களில் சிலர் புத்தர் பிறந்த இடத்திற்கோ அல்லது அவர் நீதிபோதனை செய்த இடங்களுக்கோகூடச் சென்றிருக்கிறார்கள். இந்து மதத்தைப் பொறுத்த வரையில் அத்தகைய வாய்ப்புகள் எதுவும் கிடைக்கவில்லை. நம் கண்களுக்குப் புலப்படாத, நம்மால் பார்க்க முடியாத கடவுள்களை எப்படி நம்புவது. சிவன் எங்கே பிறந்தார்? விஷ்ணு புத்தரைப் போன்ற ஒரு அரசராக இருந்தாரா? ராமரும் ஸ்ரீ கிருஷ்ணரும் வெறும் கதைகள் மற்றும் நாட்டுப்புறக் கதைகளின் நாயகர்கள் மட்டும்தானா? இந்து மதக் கோயில்களில் உள்ள எண்ணற்ற கடவுள்கள் மற்றும் இந்துக்களால் நெருப்பின் முன் செய்யப்படும் விரிவான சடங்குகள் போன்றவற்றால் சீனர்கள் குழப்பமடைந்திருக்கலாம். இதற்கும் மேலாக, ஒருவேளை, இந்துக்களால் கடைப்பிடிக்கப்பட்டுவந்த வர்க்க அமைப்பு முறை மிகவும் குழப்பமானதாகவும் மற்றும் கவர்ச்சிகரமானதாகவும் இல்லை.

இந்து மதம் மற்றும் சமண மதங்களுக்கு மாறாக, புத்த மதம் தங்கள் துறவிகள்மூலம் செய்தியைப் பரப்புவதில் ஆர்வம் காட்டியது. என் அன்பிற்குரிய அரசரே, புத்த மதத்தைக் கற்றுக்கொள்வதில் உண்மையிலேயே தீவிரமாக ஈடுபட்ட முதல் நபர் நீங்கள் பிறப்பதற்கு சுமார் 650 ஆண்டுகளுக்கு முன்பு சீனாவில் உள்ள ஷங்சி மாகாணத்தில் உள்ள பிங் யாங்கில் பிறந்த பாஹியான் ஆவார். அவரது பெற்றோர் தங்கள் மூன்று குழந்தைகளையும் இழந்துவிட்டனர். எனவே நான்காவதாகப் பிறந்த பாஹியானையும் இழந்துவிடக் கூடாது என்று அஞ்சிய அவர் தந்தை புத்தரை மனதில் நினைத்துப் பிரார்த்தனை செய்து, `என் மகனை நீங்கள் காப்பாற்றினால் அவனை உங்களுக்கு அர்ப்பணித்து விடுகிறேன்' என்று இறைஞ்சியிருக்கிறார். இதனால் பாஹியான் உயிர் பிழைத்தார் என்று தெரிகிறது. எனவே அவரது பெற்றோர் பாஹியானை புத்த சமூகத்திற்கு சேவை செய்ய அனுப்பினர். அவருக்குப் பத்து வயதாக இருந்தபோது, அவரது தந்தை இறந்தார், பாஹியான் ஒரு புத்த மடாலயத்திற்குச் சென்றார். 'என் தந்தையின் விருப்பத்திற்கு இணங்க நான் குடும்பத்தை விட்டு வெளியேறவில்லை, ஆனால் நான் தூசி மற்றும் மோசமான வாழ்க்கை முறைகளிலிருந்து விலகி வெகுதொலைவில் இருக்க விரும்பினேன். இதனால்தான் நான் துறவி ஆக விரும்புகிறேன்' என்று அவர் கூறியதாகத் தெரிகிறது. புத்தரின் போதனைகளைப் பற்றிய முதல் தகவல்களைப் பெற

முடிவு செய்த அவர், தனது 12 வருட நீண்ட இந்திய சுற்றாய்வுப் பயணத்தை முடிவு செய்தார். புத்த துறவிகளால் நிறுவப்பட்ட பல மடாலயங்களை இந்தியாவுக்குச் செல்லும் வழியில் பார்த்து அவர் ஆச்சரியப்பட்டார். ஒருவர் அங்கே ஒரு சில நாட்கள் தங்கலாம் மற்றும் உணவையும் கூட இலவசமாகப் பெறலாம். புத்தர் பிறந்த இடத்தையும் (லும்பினி) அவர் தியானம் செய்த இடத்தையும் (புத்தகயா) பார்த்து பாஹியான் மகிழ்ச்சியடைந்தார். புத்தர் வாழ்ந்திருக்கிறார் என்று அவர் நம்ப வேண்டியிருந்தது, மேலும் அவர் தெற்கே பயணம் செய்தபோது மக்களிடமும் சில மன்னர்களிடமும் புத்தர் பெற்றிருந்த செல்வாக்கைக் கண்டார். யதார்த்தத்திற்கு அப்பாற்பட்ட ஒரு யதார்த்தத்தை அதாவது உண்மை நிலையைத் தேட புத்த மதம் துறவற வாழ்க்கையில் நுழைவதை வலியுறுத்துகிறது என்று அவர் நம்பினார் மற்றும் ஈர்க்கப்பட்டார். புத்த மத நூல்களைக் கவனமாகப் படித்து சீன மொழியில் மொழிபெயர்க்க முடிவு செய்தார், அவர் வீடு திரும்புவதற்கு முன்பு தான் சேகரித்த அனைத்து புத்த மத நூல்களையும் பல ஆண்டுகள் எடுத்துக்கொண்டு சீன மொழியில் மொழிபெயர்த்தார்.

பாஹியானைத் தொடர்ந்து, பல சீனர்கள் இந்தியாவிற்கு தங்கள் பயணத்தை மேற்கொண்டனர். பலர் தாங்கள் கேள்விப்பட்ட தகவல்களினால் திருப்தி அடையவில்லை. அல்லது கன்பூசியஸ் போதித்த மற்றும் ஆளும் வர்க்கம் மற்றும் குடிமக்களால் பின்பற்றப்பட்ட நன்கு நிறுவப்பட்ட வாழ்க்கை முறைகள் இருந்தபோதிலும் அவர்களின் ஆர்வம் அதிகரித்தது. ஆச்சரியமாக இருந்தது. ஏனென்றால், சீனாவின் ஆட்சியாளர்கள் தங்கள் நாட்டு மக்களைப் பயணம் செய்வதற்கும் மதத்தைப் பற்றிய புதிய யோசனைகளை சீனாவிற்கு கொண்டுவருவதற்கும் ஒருபோதும் ஊக்குவிக்காத நாட்கள் அவை. இவ்வாறு, புத்தர் நிர்வாணம் (ஞானம்) அடைந்த சில நூறு ஆண்டுகளுக்குப் பிறகு, ஹான் வம்சத்தின்போது, புத்த மதம் சீனாவை அடைந்தாலும், அது மக்களிடையே மிகவும் பிரபலமாக இல்லை. சீனா ஆழ்ந்த கன்பூசியஸ் சித்தாந்தம் நிறைந்ததாக இருந்தது. கன்பூசியனிசம் நெறிமுறைகள் மற்றும் சமூகத்தில் நல்லிணக்கம் மற்றும் சமூக ஒழுங்கைப் பேணுவதில் கவனம் செலுத்தியது. மறுபுறம், புத்த மதம், யதார்த்தத்திற்கு அப்பாற்பட்ட ஒரு யதார்த்தத்தை அதாவது உண்மை நிலையைத் தேட துறவற வாழ்க்கையில் நுழைவதை வலியுறுத்தியது. கன்பூசிய சீனா உண்மையில் புத்த மதத்துடன் நட்பாக இருக்கவில்லை. ஆனால் புத்தரைப் பற்றி மேலும் அறிய வேண்டும் என்ற தாகம் 200 ஆண்டுகளுக்கும் மேலாக நீடித்தது.

இவ்வாறு பாஹியானின் வருகைக்குச் சுமார் 200 ஆண்டுகளுக்குப் பிறகு, பல ஆண்டுகளுக்குப் பிறகு, யுவான் சுவாங் ஒரு துறவியாக மாறவும், மேலும் இந்தியாவிற்கு கடினமான பயணத்தை மேற்கொள்ளவும் முடிவு செய்தார், யுவான் சுவாங் இந்தியாவை அடைந்தபோது, புத்தர் ஒரு கற்பனையான நபர் அல்ல, ஆனால் அவர் இந்தியாவில் பிறந்தார் மற்றும் அவரது சிந்தனையைப் பரப்புவதற்காகப் பல குழுக்களை நிறுவினார் என்பதை இந்தியாவை அடைந்தபோது யுவான் சுவாங் உணர்ந்தார். அவர் சாரநாத்தை நோக்கிய தனது பயணத்தின்போது வழியில் புத்த துறவிகளிடமிருந்து பல கதைகளைக் கற்றுக்கொண்டார். சாரநாத்தை சுற்றி நடக்கும்போது, இங்கே புத்தரும் தனது தியானத்தைத் தொடங்குவதற்கு முன்பு நடந்து சென்றார் என்பதை நினைத்து அவர் மிகவும் சிலிர்ப்பாக உணர்ந்தார்.

'அப்படியானால் சேக்கிழார், இந்தச் சீனப் பயணிகளின் பதிவுகளிலிருந்து தான் புத்த மதத்தைப் பற்றியும் நம் சொந்த நாட்டைப் பற்றியும் நாம் அதிகம் தெரிந்து கொள்ள வேண்டும் என்று சொல்கிறீர்களா?'

'ஆம், நிச்சயமாக, அது உண்மைதான், என் அன்பிற்குரிய அரசே. அந்தச் சீனப் பயணிகளால் நன்கு பாதுகாக்கப்பட்ட அவர்களின் எழுத்துக்களுக்கு நன்றி. இந்தச் சீனப் பயணிகளின் ஆர்வம் மற்றும் கடினமான உழைப்பிற்காக நாம் அவர்களைப் பாராட்ட வேண்டும்; எல்லாவற்றிற்கும் மேலாக, அவர்கள் தங்கள் சொந்த நாட்டிலிருந்து வெகுதூரம் பயணம் செய்தனர் மற்றும் பல ஆண்டுகளுக்குப் பிறகுதான் தங்கள் குடும்பத்தினருடன் மறுபடியும் அவர்கள் இணைய முடிந்தது. நமது நாடு மகத்தான சிந்தனையாளர்களை உருவாக்கியிருக்கிறது என்பதையும் நாம் ஒப்புக் கொள்ளத்தான் வேண்டும், ஒருவேளை அந்தச் சீனப் பயணிகளால் அதை நம்ப முடியவில்லை மற்றும் தாங்கள் கேள்விப்பட்டதைச் சரிபார்க்க தனிப்பட்ட முறையில் நேரில் வர விரும்பியிருக்கலாம் என்பதையும் நாம் ஒப்புக் கொள்ள வேண்டும்.'

மன்னர் குமாரகுப்தாவால் நிறுவப்பட்ட நாளந்தா பல்கலைக்கழகத்திற்குச் செல்லுமாறு அவர்கள் யுவான்சுவாங்கை வலியுறுத்தினர். அது சுமார் 600 லி (300 கி.மீ.) தொலைவில் இருந்தது. பத்தாயிரத்திற்கும் அதிகமான லி பயணம் செய்திருந்த யுவான்சுவாங்கிற்கு இது ஒன்றுமே இல்லை. ஆனால் சுமார் 10,000 மாணவர்கள் மற்றும் சுமார் 2,000 ஆசிரியர்கள் முறையே புத்தரின் போதனைகளை கற்றுக்கொள்வதிலும் கற்பிப்பதிலும் மும்முரமாக

ஈடுபட்டுக்கொண்டிருப்பார்கள் என்று அவர் ஒருபோதும் எதிர்பார்க்கவில்லை. இந்துக்கள் லிங்கம் என்று அழைக்கப்படும் ஒரு கல் சிலையையும் மற்றும் பிற வடிவங்களில் கடவுள்களையும் வழிபடுவதை பற்றியும் அவர் கேள்விப்பட்டார். இது அவருக்கு யதார்த்தத்திலிருந்து விலகி, பிரிக்கப்பட்ட ஒன்றாக, ஒரு கருத்து அல்லது ஒரு உணர்வு என்பதாக மட்டுமே தோன்றியது. அதேசமயம் கன்பூசியஸைப் போலவே புத்தரும் இருந்தார் என்று அவர் உறுதியாக நம்பினார், அதனால் புத்தரின் போதனைகளில் மட்டும் கவனம் செலுத்த விரும்பினார். எனவே, பாஹியான் அல்லது யுவான்சுவாங் ஆகிய இருவராலும் சனாதன தர்மத்தின் தத்துவத்தை சீனாவிற்கு எடுத்துச் செல்லவோ அல்லது இந்துக்களுக்கு மிகவும் புனிதமானதாக இருக்கும் வேதங்கள் மற்றும் உபநிடதங்களின் சாரத்தை அவர்களால் புரிந்து கொள்ளவோ முடியவில்லை. இவ்வாறு நம் நாட்டிற்கு வருகை தந்த சீனப் பயணிகளை நம்ப வைக்க வேண்டும் என்று இந்துக்களும் கவலைப்படவில்லை. மேலும் புத்தர் தான் ஒரு படைப்பாளியை நம்பவில்லை என்ற உண்மையைத் தவிர புதிதாக எதையும் சொல்லவில்லை. இந்துக்கள் கடைப்பிடித்த விரிவான சடங்குகளைக் காட்டிலும் யுவான்சுவாங் புத்த தியானத்தால் அதிகம் ஈர்க்கப்பட்டார். அவர் இந்துக்களின் நம்பிக்கைகளை முற்றிலுமாகப் புறக்கணித்தார், எனவே தெற்கில் உட்பட இந்தியா முழுவதும் வலுவாக வளர்ந்து வந்த சைவ சமயத்தைப் பற்றி அவர் அறிந்திருக்கவில்லை. யுவான்சுவாங் இன்னும் சில ஆண்டுகள் வாழ்ந்திருந்தால், பிற்காலத்தில் தென்னிந்தியாவில் பிறந்து, புத்த மதத்தையும் சமண மதத்தையும் கிட்டத்தட்ட வேரோடு அழித்துவிடக்கூடிய சில பெரிய மகான்களைப் பற்றிக் கேள்விப்படவோ அல்லது அவர்களைச் சந்திக்கவோ நேர்ந்திருந்தால், அவரது உணர்வுகள் எவ்வாறு இருந்திருக்கும் என்று நாம் கற்பனை செய்து பார்ப்பது சற்று கடினம்.

யுவான்சுவாங் தனது தாயகமான சீனாவிற்கு திரும்பிய பயணம் மிகவும் கடினமானதாக இருந்தது, மேலும் அவர் வழியில் தான் சந்தித்த மக்களின் கலாச்சாரத்தைப் பற்றிப் படிப்பது, கற்பிப்பது மற்றும் கற்றுக்கொள்வது என மெதுவாகத் திரும்பினார். யுவான்சுவாங் அனுமதியின்றி வெளியேறியதால் தனது தாயகமான சீனாவில் இன்னும் அதிகாரப்பூர்வமாகத் தப்பியோடியவராக இருந்தார். அவர் தான் கற்றுக்கொண்டதை விவரித்து சீனப் பேரரசருக்கு ஒரு கடிதத்தை எழுதினார், இதன் விளைவாக, சீனப் பேரரசர் யுவான்சுவாங்கை மீண்டும் வரவேற்றது மட்டுமல்லாமல், அவரை அரசவை ஆலோசகராகவும் நியமித்தார்.

இவ்வாறு புத்த மார்க்கமானது புத்த சித்தாந்தத்தை உபதேசிக்கும் நூல் வடிவத்திலும் பண்பாட்டு வடிவிலும் இந்தியாவில் இருந்து சீனாவுக்கு சென்றது.

'ஆனால் நம் நாட்டில் என்ன நடந்து கொண்டிருந்தது? புத்தர் நம் நாட்டு மக்களால் ஏற்றுக் கொள்ளப்பட்டாரா?'

'நீங்கள் சொல்வது சரிதான் என் அன்பான அரசரே, சில அரசர்கள் அவருடைய கொள்கைகளை ஆதரித்தபோது புத்த மார்க்கம் நம் நாட்டில் மெதுவாகப் பரவத் தொடங்கியது.'

இந்தியாவில், புத்தரின் கொள்கைகளைப் பின்பற்றிய அவரின் சீடர்கள், உறுப்பினர் சபைகளில் தங்களை ஒழுங்கமைத்துக் கொள்ளத் தொடங்கினர். அசோகர் 8000க்கும் மேற்பட்ட ஸ்தூபிகளை (தூண்கள்) நிறுவினார். இது அவருக்கு ஆப்கானிஸ்தான் வரை புத்தரின் போதனைகளைப் பரப்பப் பெரிதும் உதவியது. புத்தரின் சீடர்கள் அவருடைய போதனைகளை ஒரு முறைப்படுத்தப்பட்ட வகையில் மெதுவாகச் சேகரிக்கத் தொடங்கினர். அதனால் புத்த மதத்திற்கென்று ஒரு தலைவர் உருவாக்கப்பட்டார். ஆனால் சனாதன தர்மத்தை பின்பற்றுபவர்கள் இதை ஏற்றுக்கொள்ளவில்லை. வேதங்களையும் உபநிடதங்களையும் பின்பற்றிய மக்களுக்கு அத்தகைய தலைவர் இல்லை. அது புத்த மதத்தின் வளர்ச்சியில் பெரிய மாற்றத்தை ஏற்படுத்தியது. உண்மையில், புத்தரின் சீடர்கள் அவரை ஒரு தலைவர் என்றோ அல்லது கடவுள் என்றோ அழைப்பதை அவர் ஒருபோதும் விரும்பவில்லை. ஆனால், அவரது ஆசை நிறைவேறாமல் போனது. புத்தரின் சீடர்கள் அவரது ஆசையை மறந்தனர். உறுப்பினர் சங்கங்களில் புதிதாய்ச் சில பழக்கவழக்கங்கள் புகத் தொடங்கின. புத்தரின் போதனைகளின் வெவ்வேறு விளக்கங்கள் காரணமாகப் வெவ்வேறு சங்கங்களுக்கிடையே பிளவுகள் ஏற்பட்டன. சில பழக்கவழக்கங்கள், நடைமுறைக் கோட்பாடுகள், கருத்து மாறுபாடுகள் புகுந்து புத்த மதத்தில் பிற்காலத்தில் பிளவுகள் ஏற்பட்டன; பல பிரிவுகள் உண்டாயின.

தஞ்சாவூர் பிரகதீசுவரர் ஆலயம் கட்டப்படுவதற்கு சுமார் ஆயிரம் ஆண்டுகளுக்கு முன்பே மகாயான பௌத்தம் ஒரு தனித்துவமான பள்ளியாக உருவெடுத்தது. மகாயானம் ஒருவேளை மகாசங்கீகர்களின் ("ஒரு பெரிய சமூகத்தைச் சேர்ந்தவர்") வழித்தோன்றலாக இருந்திருக்கலாம், ஆனால் வேறு தாக்கங்களும் இருந்திருக்கலாம். முக்கியமான விசயம் என்னவென்றால், மகாயான கருத்துக்கள் முதல் நூற்றாண்டில்

முதல் முறையாக உருவாகவில்லை, ஆனால் அதற்கும் முன்பு இருந்தே நீண்ட காலமாக உருவாகி வந்திருக்கின்றன என்பதுதான். கி.மு. 1 ஆம் நூற்றாண்டில், இந்த மாறுபட்ட பள்ளியைத் தெரவாடா / ஸ்தாவிரவாடா பள்ளியிலிருந்து வேறுபடுத்துவதற்காக "மகாயானம்" அல்லது "பெரிய வாகனம்" (அல்லது "பெரிய தேர்") என்ற பெயர் நிறுவப்பட்டது. தெரவாடா "ஹீனயானம்" அல்லது "சிறிய வாகனம்" என்று விவரிக்கப்பட்டது. தனிப்பட்ட ஒருவரின் விழிப்புணர்விற்கு தெரவாடா முக்கியத்துவம் அளிக்கிறது என்பதற்கும் மற்றும் அனைத்து உயிரினங்களின் விழிப்புணர்வே மகாயானத்தின் இலட்சியம் என்பதற்கும் இடையிலான வேறுபாட்டை இந்தப் பெயர்கள் சுட்டிக்காட்டுகின்றன. "ஹீனயானம்" என்ற பெயர் பொதுவாக இழிவானது அல்லது தரக்குறைவானதாகக் கருதப்படுகிறது. உதாரணமாக, சீனாவில், மகாயானம் தலையாயதாகப் பின்பற்றப்பட்டது. உபநிடதங்கள் மற்றும் வேதங்களில் வெளிப்படுத்தப்பட்டுள்ள தத்துவத்தைப் புரிந்துகொள்வது சீனர்களுக்குக் கடினமாக இருந்திருக்க வேண்டும். மேலும், இந்துக்கள் கடைப்பிடிக்கும் பல்வேறு மத சடங்குகள் மற்றும் பல வடிவங்களில் கடவுளை வழிபடுவதை பார்த்து சீனர்கள் குழப்பமடைந்திருக்க வேண்டும். எனவே, பெரும்பாலான சீனர்கள் கன்பூசியசின் தத்துவங்களைப் பின்பற்ற விரும்பினாலும், இந்தியாவை விடச் சீனாவில் புத்த மதம் மிக வேகமாகப் பரவியது. புத்தமதம் ஒரு புதிய வளர்ச்சியைப் பெற்றது. மீண்டும், புத்த மதத்தில் பல்வேறு குழுக்களிடையே கருத்தியல் வேறுபாடுகள் மற்றும் தொடர்ச்சியான சர்ச்சைகளினால் பிளவு ஏற்பட்டது. பின்னர், டாங் வம்சத்தின்போது (கி.மு. 620 முதல் கி.மு. 900 வரை) ஆதரவைப் பெற்று பௌத்த மடாலயங்கள் மீண்டும் செழித்து வளர்ந்த போதிலும், டாங் வம்ச பேரரசர் 4000க்கும் மேற்பட்ட பௌத்த மடாலயங்களை அழித்தார். புத்த மதத்தின் உரிமைகள் கணிசமாக மட்டுப்படுத்தப்பட்டன. இறுதியாகச் சீனாவில் புத்த மதம் வீழ்ச்சி அடைந்து அதன் செல்வாக்கை மெதுவாக இழந்தது என்று ஒருவர் கூறலாம். மேலும், உபநிடதங்கள், வேதங்கள் மற்றும் அதன் சிக்கலான மற்றும் விரிவான சடங்குகளின் உண்மையான அர்த்தத்தைப் புரிந்துகொள்வதில் உள்ள சிரமங்கள் காரணமாகச் சீனர்கள் சனாதன தர்மத்தால் ஈர்க்கப்படவில்லை.

இந்தியாவில் இருந்த நிலைமையும் இதிலிருந்து பெரிதாக மாறுபட்டதாக இல்லை. சமண மதத்தைப் பொறுத்தவரை, சில அரசர்கள் அதை ஆதரித்தனர் என்பது உண்மைதான். இருப்பினும், விரைவிலேயே அவர்கள் துறவிகள் ஆனார்கள். அதனால் புத்த

மதத்தைப் போல சமண மதத்தால் வேகமாக வளர முடியவில்லை. உதாரணமாக, சமணர்கள் தங்கள் மதத்தைச் சீனாவிற்கு பரப்புவதைப் பற்றி ஒருபோதும் கவலைப்படவில்லை. ஆனால் புத்த மதம் ஒரு சமயப்பரப்பு குழு கொண்ட மதம், துறவிகள் மற்றும் கன்னியாஸ்திரீகள் இயக்கங்களின்மூலம் (சங்கங்கள்) புத்தரால் எடுத்துரைக்கப்பட்ட தர்மத்தின் செய்தியைப் பரப்ப முயற்சி செய்துகொண்டிருந்தது. நிர்வாணத்தை அடைய முயற்சிக்கும் துறவிகள் மற்றும் கன்னியாஸ்திரீகளுக்கு மட்டுமே கடுமையான விதிகளைக் கொண்ட புத்த மத கொள்கைகள் பாமர மக்களாலும் எளிதில் நடைமுறைப்படுத்தக் கூடியதாக இருந்தது. சிரமண இறையியலின் சமண கிளை அதன் வேர்களுக்கு மிகவும் நெருக்கமாக இருந்தது. இந்தக் கிளை இறையியலைத் தேடுபவர்களுக்கு அவர்களின் தனிப்பட்ட விடுதலையே முதன்மையாக இருந்ததால், அவர்கள் தங்கள் தத்துவத்தை மற்ற யாருக்கும் போதிப்பதில் அக்கறை காட்டவில்லை. அவர்கள் தங்கள் சமய கொள்கைகளை மற்றவர்களுக்குப் பரப்ப வேண்டும் என்று ஒருபோதும் கவலைப்பட்டதில்லை. மற்றவர்களுக்கு உதவுதல் என்ற கருத்து ஆரம்பகால சமண மதத்தில் ஒருபோதும் தோன்றவில்லை. மற்றவர்களுக்கு உதவுவது என்பது அவர்களுக்குப் பிரச்சனைகளை உருவாக்குவதை நிறுத்துவதே என்பது அவர்களின் கருத்தாக இருந்தது. இவ்வாறு இந்தத் தத்துவத்தின் முழு கவனமும் அதன் தேடுபவர்களும் எப்போதும் உள்முகமாகவே திரும்பி இருந்தனர். வெறுங்காலுடன் நிலத்தில் பயணிப்பதை விட தண்ணீரில் பயணிப்பது மற்ற உயிரினங்களுக்கு அதிக தீங்கு விளைவிக்கும் என்பதால் சமணர்கள் அதை ஒரு தடை என்று கருதினர். பௌத்தர்கள் அவ்வாறான கருத்தைக் கொண்டிருக்கவில்லை என்பதால், இலங்கை, தென்கிழக்கு ஆசியா, சீனா போன்ற நாடுகளுக்கு அவர்களால் தங்கள் மதத்தை எளிதாகப் பரப்ப முடிந்தது. புத்த மதம் அதைப் பின்பற்றியவர்களுக்கும், பின்பற்ற விரும்பிய சாமானியர்களுக்கும் உணவில் வலுவான கட்டுப்பாடுகளைக் கொண்டிருக்கவில்லை, மேலும் அசைவ உணவுப் பழக்கங்களைக் கொண்ட சமூகங்களுக்கும் பகுதிகளுக்கும் எளிதில் பரவக்கூடியதாக இருந்தது. ஆன்மாவின் பிறப்பு மற்றும் இறப்பு (ஆன்மாவின் மறுபிறவி) சுழற்சிகளில் சமண மதத்தின் நம்பிக்கை மற்றும் இந்தச் சுழற்சியிலிருந்து விடுபடுவதற்கான அதன் குறிக்கோள் - கைவல்யா போன்ற கருத்துகளை நம்பாத பிற பகுதிகளைச் சேர்ந்த மக்களால் நன்கு வரவேற்கப்பட்டிருக்காது, அதே நேரத்தில் புத்த மதத்தின் முக்கிய குறிக்கோள் - துக்கத்தின் முடிவு (துன்பம், திருப்தியற்றது) அதாவது

நிர்வாணம் என்பன போன்ற கருத்துக்கள் பல்வேறு பகுதிகளைச் சேர்ந்த மக்களிடம் குறிப்பாக மன்னர்கள் மற்றும் அறிவுவாழிகளால் நன்கு வரவேற்கப்பட்டது.

'சேக்கிழார், நான் இங்கே ஒன்றைச் சொல்லியாக வேண்டும், மேலே குறிப்பிடப்பட்ட அனைத்து கருத்துக்களும் ஒருபுறம் இருந்தபோதிலும், சமண மதத்தின் சிந்தனைகளும் தத்துவங்களும் புத்த மதத்தின் சிந்தனைகளுக்குச் சமமாகப் போற்றத்தக்கவை. சமணம் மற்றும் பௌத்தம் ஆகிய இரண்டு தத்துவங்களுக்கும் இடையேயான வேறுபாடுகள் அடிப்படையில் மிகவும் குறைவாக இருப்பதால், பௌத்தர்களின் சந்தைப்படுத்துதல் யோசனையே புத்த மதத்தைப் பின்பற்றியவர்களின் எண்ணிக்கைக்கும் சமண மதத்தைப் பின்பற்றியவர்களின் எண்ணிக்கைக்கும் இடையே அதிக வித்தியாசத்தை ஏற்படுத்தியது. எந்தவொரு யோசனையும் சில நேரங்களில் பணத்தின் வடிவத்தில் அதிகாரத்தால் ஆதரிக்கப்படும்போது அது ஒரு யதார்த்தமாக மாறுகிறது. எனவே இது புத்த மதம் தழைத்தோங்குவதை உறுதி செய்தது. நான் சொல்வது சரிதானே?'

'ஆம், அன்புள்ள அரசரே, நீங்கள் நிலைமையைச் சரியாகக் கணித்திருக்கிறீர்கள். சோழ அரசர் முதலாம் இராச இராச சோழனின் மூத்த சகோதரியான ராணி குந்தவை சமணர்களுக்கு ஆதரவளித்தார் என்பதையும், பல குகைகளையும் கோயில்களையும் கட்டினார் என்பதையும் நான் நன்கு அறிவேன். சமணத்தையும், சனாதன தர்மத்தையும் ஆதரிப்பதில் சோழ மன்னர்கள் எவ்வளவு கருணையுடன் இருந்தனர் என்பதை இது காட்டுகிறது.'

மௌரிய வம்சத்தைச் சேர்ந்த மன்னர் அசோகர் புத்த மதத்தைப் பின்பற்றியபோது அது ஒரு வலுவான புதிய உத்வேகத்துடன் பரவத் தொடங்கியது. புத்த மதத்தைப் பின்பற்றுபவர்களின் எண்ணிக்கை கணிசமாக அதிகரித்தது. அசோகரின் காலத்திற்குப் பிறகு ஆட்சி செய்த மன்னர்கள் யாரும் மடாலயங்களை அழிக்கவில்லை என்றாலும், அசோகரின் காலத்தில் கிடைத்ததைப் போலப் புத்த மதம் அத்தகைய ஆதரவைப் பெறவில்லை. மௌரிய வம்சமும் விரைவில் மறைந்தது. பெரும் பஞ்சத்தின் காரணமாக, சில சமணர்கள் தங்கள் இருப்பிடத்தை விட்டு வெளியேறி தெற்கு நோக்கி பயணம் செய்து, மகாவீரரின் போதனைகளைப் பற்றி எதுவும் அறிந்திராத தென்னிந்தியாவில் வசித்துவந்த மக்களை மெதுவாக ஈர்க்கத்

தொடங்கினர். குறிப்பாகச் சமணர்கள் கடைப்பிடித்த கடுமையான ஆடைக் கட்டுப்பாடு மற்றும் உணவுப் பழக்கவழக்கங்கள் காரணமாக அவர்கள் அதிகம் பாராட்டப்படவில்லை. எனவே, இந்தியாவின் பெரும்பாலான பகுதிகளில் இறைவன் சிவபெருமான் வழிபாடு தொடர்ந்தது. தென்னிந்தியாவில் பல சிவாலயங்கள் தொடர்ந்து கட்டப்பட்டன. தென்னிந்தியாவில் ஆட்சி செய்துவந்த மன்னர்களில் வெகுசில மன்னர்கள் மட்டுமே சமணர்களை ஆதரித்தனர். ஆரம்பத்தில் சமணர்களுக்குக் கோயில்கள் கட்டுவதற்கு போதுமான ஆதரவு கிடைக்கவில்லை, ஆனால் வலிமைமிக்க பாண்டிய மன்னர்களால் ஆளப்பட்ட மதுரைக்கு அருகில் உள்ள கழுகுமலை போன்ற சில நகரங்களுக்கு அருகிலுள்ள குகைகளில் அவர்கள் மகிழ்ச்சியுடன் வசித்து வந்தனர். பின்னர் அவர்கள் உள்ளூர் ஆட்சியாளர்களைச் சமண மதத்தை நோக்கி ஈர்க்க முயன்றனர். ஆனால் ஒருவேளை விதியும் அவர்களுக்கு எதிராக இருந்திருக்கலாம், அவர்களால் தங்கள் முயற்சிகளில் அதிகம் வெற்றி பெற முடியவில்லை. விரைவில், பல மகான்கள் தோன்றி சிவபெருமானின் புகழைப் போற்றிப் பாடினர். அவர்களில் ஒருவரான திருஞானசம்பந்தர் என்பவர் மிகவும் பிரபலமடைந்து மக்களிடம் சமண மதம் மற்றும் புத்த மதத்தின் செல்வாக்கைக் குறைப்பதில் முக்கியப் பங்கு வகித்தார்.

'என் அன்பான மன்னரே, இந்தத் தெய்விகக் குழந்தை திருஞானசம்பந்தரைப் பற்றிய கூடுதல் விவரங்களை நான் இப்போது உங்களுக்குச் சொல்லப் போகிறேன்'

'ஆகா, இப்போது, உங்களிடமிருந்து விரிவாகக் கற்றுக் கொள்ள நான் மிகவும் ஆர்வமாக இருக்கிறேன்.'

M. Banumathi

அத்தியாயம் 6

திருஞானசம்பந்தர் - சீர்காழியில் பிறந்த தெய்விகக் குழந்தை

தென்னிந்திய மாநிலங்களில் ஒன்றான தமிழ்நாட்டின் நாட்டியத்திற்கும், கட்டிடக்கலைக்கும், பக்திக்கும் புகழ் பெற்ற நகரம் சிதம்பரம் ஆகும். இன்றைய கடலூர் மாவட்டத்தில் அமைந்துள்ள இந்தச் சிதம்பரம் என்னும் நகரில் உள்ள உலகப் புகழ்பெற்ற சிவன் கோவிலான நடராசர் கோவிலைப் பற்றி பலர் கேள்விப்பட்டிருக்கிறார்கள். இந்நகரத்தின் அசல் பெயர் தில்லை வனம் - தில்லை மரங்களின் காடு. பழங்காலத்தில் தில்லை மரங்கள் நிறைந்த காடாக இருந்ததால் தில்லை வனம் என்று அழைக்கப்பட்டது.

நாம் இப்போது இன்றிலிருந்து சுமார் நான்காயிரம் ஆண்டுகளுக்கு முன்பாகவே தோற்றம் பெற்றதாக நம்பப்படும் தில்லை வன காடுகளுக்குள் செல்ல இருக்கிறோம்.

முற்காலத்தில் இந்தத் தில்லைக் காடுகளில் 'ரிசிகள்' பலர் குழுக்களாக வாழ்ந்து வந்தனர். இவர்கள் மந்திரங்களின் மீது மிகுந்த நம்பிக்கை கொண்டிருந்தனர். மேலும் 'மந்திரங்கள்' மற்றும் 'சடங்குகள்' மூலம் கடவுளை நேரடியாக அழைக்க முடியும் என்று அவர்கள் கருதினர். இச்சமயம் இறைவன் சிவபெருமான் தமது உண்மையான வடிவத்தை இந்த முனிவர்களுக்கு வெளிப்படுத்த ஆவல் கொண்டார். ஆதலால் மிகவும் ரம்மியமான ஒளிவீசும் அழகுடன் பிச்சை கேட்கும் ஒரு எளிய துறவி வடிவத்தை ஏற்றுக்கொண்டு 'பிட்சாடநாதர்' என்ற பெயரில் தில்லைக் காடுகளில் உலா வரத் தொடங்கினார். மேலும், அவரைத் தொடர்ந்து அவரது துணைவியாக, மிகுந்த அழகும் கருணையும் கொண்ட திருமால் (பகவான் விஷ்ணு) ஒரு 'மோகினி' வடிவத்தை எடுத்துக்கொண்டு தில்லைக் காட்டிற்கு வருகிறார். முனிவர்களும் அவர்களது மனைவிகளும் புதிதாகக் காட்டிற்கு வந்திருக்கும் அழகான ஆண்மகன் பிட்சாடநாதர் மற்றும் அவரது மனைவி மோகினியின் அழகைக் கண்டு மயங்குகிறார்கள். தங்கள் பெண்கள் பிட்சாடநாதர் மற்றும் மோகினியின் அழகினால்

கவர்ந்திழுக்கப்பட்டு மயக்கமடைந்திருப்பதைக் கண்டு, முனிவர்கள் மிகவும் கோபமடைந்து, மந்திர சடங்குகளைச் செய்வதன் மூலம் ஏராளமான 'சர்ப்பங்களை' அழைக்கிறார்கள். துறவி வடிவத்தில் இருக்கும் இறைவன் பாம்புகளைத் தூக்கி, அவற்றை தனது நீண்ட சிக்கலான சடாமுடி, கழுத்து மற்றும் இடுப்பில் ஆபரணங்களாக அணிந்துகொள்கிறார். இதைக்கண்டு மேலும் கோபமடைந்த முனிவர்கள், ஒரு உக்கிரமான புலியை அழைக்கிறார்கள், அதை இறைவன் தோலுரித்து அவரது இடுப்பைச் சுற்றி ஒரு சால்வையாக அணிந்து கொள்கிறார். வந்திருப்பது இறைவன் சிவபெருமான் என்பதை அறிந்திராத முனிவர்கள் அனைவரும் முற்றிலும் விரக்தியடைந்தனர். தங்களிடமிருந்த அனைத்து ஆன்மீக வலிமையையும் சேகரித்து, முழு ஆணவம் மற்றும் அறியாமையின் அடையாளமாக விளங்கும் ஒரு சக்திவாய்ந்த அரக்கன் முயலகனை அவர்கள் அழைக்கிறார்கள். இறைவன் சிவபெருமான் ஒரு மென்மையான புன்னகையை வெளிப்படுத்தி, அரக்கனின் முதுகில் காலடி எடுத்து வைத்து, அவனை அசையவிடாமல் செய்து, ஆனந்த தாண்டவத்தை (நித்திய பேரின்பத்தின் நடனம்) நிகழ்த்தி, அவரது உண்மையான வடிவத்தை வெளிப்படுத்துகிறார். இதனைக் கண்ணுற்ற முனிவர்கள் அனைவரும் இந்த இறைவன் தான் உண்மையானவர் என்றும், இவர் மந்திரம் மற்றும் சடங்குகளுக்கு அப்பாற்பட்டவர் என்றும் உணர்ந்து இறைவன் சிவபெருமானிடம் சரணடைகிறார்கள்.

இவர் தான் ஆதி யோகியா?

தென்னிந்தியாவில் இருந்து தொலைதூரத்தில் இந்தியாவின் வடக்கில் இயற்கை அரணாக அமைந்துள்ள இமயமலையின் கயிலை மலைத்தொடரில் உள்ள புகழ் பெற்ற பர்வதமாகிய திருக்கயிலாய மலையில் தனது துணைவி பார்வதி தேவியுடன் உறைவதாக அறியப்பட்ட, சனாதன தர்மிகளால் நம்பப்படும் பழம்பெருமை வாய்ந்த யோகி இவர் தானா?

இச்சம்பவத்தினால், சிதம்பரம் நடராசர் கோவில் உலகப் பிரசித்தி பெற்றது. இருப்பினும், சிதம்பரத்திற்கு தெற்கே சுமார் 20 கி.மீ. தொலைவில் உள்ள சீர்காழி என்ற சிறிய நகரத்தைப் பற்றி வெகுசிலரே கேள்விப்பட்டிருப்பார்கள்.

உண்மையில், இந்த நகரத்தின் அசல் பெயர் ஸ்ரீ காளி. தேவி காளி இங்கு சிவபெருமானை வழிபட்டார் என்பது ஐதீகம். இந்த சிறிய கிராமத்தில் அமைந்துள்ள மிகப் பிரம்மாண்டமான 'பிரம்மபுரீசுவரர்' கோவிலைப் பார்க்கும் ஒருவர் மெய்சிலிர்த்து

ஆனந்த பரவசமடைகிறார். உண்மையில், இந்த வளாகத்தில் மேலும் இரண்டு கோவில்கள் உள்ளன - 'தோணியப்பர்' மற்றும் 'சட்டைநாதர்' என்று அழைக்கப்படும் கோவில்கள் தான் அவை. தமிழ்நாட்டின் வடக்குப்பகுதியில் பல்லவ அரசர்களும் தெற்குப்பகுதியில் பாண்டிய மன்னர்களும் கோலோச்சிய காலம் அது. மகாபலிபுரத்தில் உள்ள புகழ்பெற்ற கடற்கரைக் கோவில்களைக் கட்டிய பல்லவ வம்சத்தைச் சேர்ந்த ஆளும் மன்னராகிய நரசிம்மவர்மனும் ஒரு சிவ பக்தராக இருந்தார்; ஆதலால் சிவபெருமானை வழிபடும் பிராமணர்களுக்கு மிகுந்த ஆதரவு அளித்து வந்தார். இருப்பினும், அவர் புத்த மதம் மற்றும் சமண மதத்திற்கு எதிரானவர் அல்ல. எப்படியோ, பிராமணர்கள் அவருடைய ஆதரவிற்கு ஏதோ ஒரு அச்சுறுத்தல் இருப்பதாக உணர்ந்தனர். ஏனெனில் அக்காலத்தில் சைவம் நலிவடைந்து புத்த மதம் மற்றும் சமண மதங்கள் தலைதூக்க ஆரம்பித்தன. புத்த மதம் மற்றும் சமண மதத்தினர் தங்கள் சமயத்தின் பெருமைகளை வற்புறுத்தி மக்கள் மத்தியில் பல பிரச்சாரங்களைச் செய்து வந்தனர். இதனால் வடக்கே காஞ்சியிலும் தெற்கே மதுரையிலும் பலர் புத்த மதம் மற்றும் சமண மதத்தைப் பின்பற்றத் தொடங்கினர். பல்லவ, பாண்டிய மன்னர்கள் சிவபெருமானை வணங்குபவர்களுக்கு ஆதரவு அளித்து வந்தாலும் அவர்கள் புத்த மதம் மற்றும் சமண மதத்தினரை எதிர்க்கவில்லை. இதனால் இம்மதங்களுக்கு சிறப்பும் வேகமாகப் பரவும் வாய்ப்பும் ஏற்பட்டது. அதேசமயம் சிவபெருமானை வணங்குபவர்களுக்கு பல மறைமுகமான இடையூறுகளும் ஏற்பட்டன. தங்கள் மனதிற்கு ஏற்றவாறு வழிபாடு செய்ய இயலாமல் அவர்கள் வருந்தினார்கள். இத்தகைய காலகட்டத்தில் தான் நம் திருஞானசம்பந்தர் பிறந்தார்.

சீர்காழி நகரத்தில் உள்ள பிரம்மபுரீசுவரர் கோவிலிலிருந்து ஒருவர் வெளியே வரும்போது, எதிரே உள்ள தெருவில் இடது மற்றும் வலதுபுறத்தில் டஜன் கணக்கான வீடுகள் வரிசையாக அமைந்துள்ளன. வலதுபுறத்தில் உள்ள முதல் வீட்டில் சிவபாத இருதயார் மற்றும் கற்பிற் சிறந்த அவரது மனைவி பகவதி என்ற பிராமண தம்பதியினர் வசித்து வந்தனர். அவர்கள் சிவபெருமானின் சிறந்த பக்தர்களாக இருந்தனர் மற்றும் சைவ சமயத்தால் நிறுவப்பட்டுள்ள மரபு மற்றும் கடுமையான விதிமுறைகளைத் தவறாமல் கடைபிடித்து சிறப்பாக இல்வாழ்க்கை நடத்தி வந்தனர். அவர்களது வீட்டிற்கு எதிரில் இருந்த வீட்டில் சிவனேசன் தனது மனைவி பார்வதியுடன் வசித்து வந்தார். அவர்களுக்கு ஒரு பெண் குழந்தை பிறந்து ஆசீர்வதிக்கப்பட்டனர். ஆனால் சிவபாத இருதயாருக்கு குழந்தைகள் எதுவும் இல்லை. சைவ சமயத்தை

ஆதரித்து அதை மீண்டும் தழைத்தோங்கச் செய்து, பக்தியுடன் புனிதமான வாழ்க்கையை வாழ மக்களுக்கு வழிகாட்டும் ஒரு தெய்விகக் குழந்தையைத் தங்களுக்கு பாக்கியம் செய்து ஆசீர்வதிக்குமாறு சிவபாத இருதயாரும் அவரது மனைவி பகவதி அம்மையாரும் சிதம்பரத்தின் இறைவன் சிவபெருமானிடம் தினமும் பிரார்த்தனை செய்து வந்தனர். சமண சமயத்தின் திகம்பர பிரிவினர் பிரசங்கித்ததைப் போல உயிரைத் தியாகம் செய்வதும், துறவிகளாகச் செல்வதும், எந்த ஆடையும் அணியாமல் நாட்டிற்குள் சுற்றித் திரிவதும் மற்ற சமூகத்தினரை பெரிதாக ஈர்க்கவில்லை. பலர் ஒரு சிலையை வணங்குவதை நம்பினர் மற்றும் இறைவன் சிவபெருமானை உறுதியாக நம்பினர். உண்மையான பக்தர்களுக்கு மனமிறங்கும் கருணை மிகுந்த, சீர்காழியில் தோணியப்பராக அருள்பாலித்துக்கொண்டிருக்கும் இறைவன் சிவபெருமான் சிவபாத இருதயார் மற்றும் அவரது மனைவி பகவதி அம்மையாரின் பிரார்த்தனைகளுக்குச் செவி சாய்த்து, அத்தம்பதியருக்கு ஒரு அழகான ஆண் குழந்தை பிறக்க அருள்புரிந்தார். அவர்களது பிரார்த்தனைகள் கேட்கப்பட்டன. இறைவன் சிவபெருமானின் அருளால் குழந்தை வரம் கிடைக்கப்பெற்ற பகவதி அம்மையார் ஒரு அழகான ஆண் குழந்தையை ஒரு நல்ல நாளில் பெற்றெடுத்தார். சிவபெருமானின் திருவருளால்தான் இந்தக் குழந்தை தங்களுக்கு பிறந்திருக்கிறது என்றும் இக்குழந்தையால் சைவ சமயம் மீண்டும் தழைத்தோங்கும் என்றும் எண்ணி அவர்கள் மிகவும் மகிழ்ந்தார்கள். ஞானசம்பந்தர் பிறந்த சமயத்தில் பல நல்ல சகுனங்கள் உண்டாயின. குழந்தைக்கு ஆளுடைய பிள்ளையார் என்று பெயரிட்டு அன்போடும் பண்போடும் வளர்த்து வந்தனர். தங்கள் வீடு முழுவதும் அழகான தோரணங்களால் அலங்காரம் செய்தார்கள். பலவிதமான தான தர்மங்களை செய்தார்கள். இச்செய்தியை அறிந்த அக்கம் பக்கத்திலிருந்த ஒவ்வொருவர் வீட்டிலும் இன்பம் பொங்கியது. ஆளுடைய பிள்ளையாரின் வாழ்க்கையில் ஒரு நாள் நடந்த அற்புத சம்பவம் தான் சைவ சமயத்தின் மறுபிறப்பிற்கு வழிவகுத்தது என்று ஒருவர் கூறலாம். குழந்தையான ஆளுடைய பிள்ளையார் நன்றாக வளர்ந்து வீதியிலே விளையாடும் பருவம் எய்தினார். ஒரு நாள் சிவபாத இருதயார் வழக்கம்போலத் திருத்தோணியப்பர் கோவில் வளாகத்தில் இருக்கும் பிரம்மதீர்த்தம் எனும் குளத்தில் நீராடப் புறப்பட்டார். குழந்தையான ஆளுடைய பிள்ளையார் தானும் உடன் வருவதாக அழுது அடம் பிடித்தார். இதனால் குழந்தையையும் சிவபாத இருதயார் தன்னுடன் அழைத்துச் சென்றார்.

இந்த குறிப்பிட்ட நாளில் சிவபாத இருதயார் தன் மகனைத் தோளில் சுமந்துகொண்டு கோவிலிலிருந்து வெளியே ஓடுவதை சிவநேசன் கண்டார். சிவபாத இருதயாரின் கண்களில் கண்ணீர் ஆறுபோல் வழிந்து கொண்டிருந்தது. தனது வீட்டை விட்டு வெளியே ஓடி வந்த சிவநேசன், குழந்தைக்கு உடம்பு சரியில்லையா, நோய்வாய்ப்பட்டிருக்கிறதா, ஏன் சிவபாத இருதயார் அழுகிறார் என்று கேட்டார். சிவபாத இருதயார் சொன்னது அவரை மிகுந்த ஆச்சரியத்தில் ஆழ்த்தியது.

'இல்லை, என் அன்பான நண்பரே, இது ஆனந்தக் கண்ணீர், என் மகன் நோய்வாய்ப்படவில்லை, அவனுக்கு உடம்பு நன்றாகத்தான் இருக்கிறது. நான் கோவில் குளத்தில் குளித்துக் கொண்டிருந்தபோது என்ன நடந்தது என்பதை நீங்கள் நம்ப வேண்டும்.'

'ஏன்?

என்ன நடந்தது?

உங்கள் மகன் தொட்டியில் விழுந்துவிட்டானா?

அவனை நீங்கள் காப்பாற்றினீர்களா?'

'இல்லை, நிச்சயமாக அப்படி ஒன்றும் இல்லை. நான் இதை எப்படி விளக்குவேன்? அங்கு எங்கள் இருவரையும் தவிர வேறு யாரும் இல்லை. நான் குளித்து முடித்ததும் படிகளில் ஏறியபோது என் மகனின் உதடுகளில் கொஞ்சம் பால் வடிவதைக் கண்டேன். எனக்கு மிகவும் கோபமாக இருந்தது, அவன் யாரோ ஒரு அடையாளம் தெரியாத நபர் கொடுத்த பாலை குடித்திருக்கிறான் என்று நினைத்துக் கோபமடைந்த நான், யார் கொடுத்த எச்சிற்பாலை உண்டாய்? என்று கூறி அவனைத் திட்டினேன்'.

'உங்கள் மகன் பசியாக இருந்திருக்க வேண்டும்; பசியோடு இருக்கும் சிறுவனுக்கு யாராவது பால் கொடுத்தால் எந்தத் தவறும் இல்லை. அறியா வயசு சிறு குழந்தை; நீங்கள் அவனைத் திட்டியிருக்கக் கூடாது'.

'சிவநேசன், உங்களுக்குப் புரியவில்லை; நான் சொல்வதை கவனமாகக் கேளுங்கள். பால் கொடுத்தது யார் என்று நான் அவனிடம் கேட்டபோது, அவன் தனது விரலை வானத்தை நோக்கி சுட்டிக்காட்டினான். நான் மேலே பார்த்தபோது அங்கு யாரும் இல்லை. என் மகன் சிரித்துக்கொண்டே, காதணிகள் அணிந்திருக்கும் அந்த நபர் தனது மனைவியுடன் கீழே இறங்கி

வந்ததாகவும், அவருடைய மனைவி அவனுக்கு உணவளித்ததாகவும் கூறினான்.'

'என்ன, இதை நான் நம்ப வேண்டும் என்று நீங்கள் விரும்புகிறீர்களா?'

'நானும் முதலில் நம்பவில்லை. ஆனால் இதை நான் நம்ப வேண்டும் என்று என் மகன் வற்புறுத்தினான், மேலும் இறைவன் சிவபெருமான் மீது புதிதாக ஒரு கீர்த்தனை பாட ஆரம்பித்துவிட்டான்.'

'என்ன, உங்கள் மகன் ஆளுடைய பிள்ளையாருக்கு மூன்று வயதுதான் ஆகிறது. அவனால் இந்த இளம் வயதில் ஏற்கனவே பாட முடியுமா?'

'ஆமாம் உண்மைதான். நான் அவனை மீண்டும் ஒரு முறை அந்தக் கீர்த்தனையைப் பாடும்படி கேட்கிறேன். என் அன்பான தெய்விகக் குழந்தையே, நீ அப்போது பாடிய அந்தப் பாடல் வரிகளை மீண்டும் ஒரு முறை தயவுசெய்து என் நண்பருக்காகப் பாடுவாயா?'

குழந்தை ஆளுடைய பிள்ளையார் சிரித்து விட்டு *'தோடுடைய செவியன்.....'* என்று பாடினான்.

முழுப் பாடலும் இப்படிச் செல்கிறது.

'தோடுடைய செவியன்விடை
யேறியோர் தூவெண்மதிசூடிக்
காடுடையசுட லைப்பொடிபூசிஎன்
உள்ளங்கவர் கள்வன்
ஏடுடையமல ரான்முனைநாட்பணிந்
தேத்தஅருள் செய்த
பீடுடையபிர மாபுரம்மேவிய
பெம்மானிவ னன்றே.'

'அங்கே, அலங்கரிக்கப்பட்ட காதணிகளை அணிந்து, புனிதக் காளையின் (விடை) மீது ஏறி வலம் வருபவர், வெள்ளை நிற பிறை நிலவைத் தம் தலையில் ஆபரணமாகச் சூடியவர், தம் உடல் முழுவதும் வெண்மை நிற திருநீறு (வெண்மையான புனித சாம்பல்) பூசியவர், பிரம்மா முன்பு ஒருமுறை பிரார்த்தனை செய்தபோது பிரம்மாவை ஆசீர்வதித்தவர், அவர் வேறு யாருமல்ல

பிரம்மபுரத்தின் பெருமானே (இறைவன் சிவபெருமான்) தான் அவர்; பாலை எனக்கு வழங்கியவர்.

சிவநேசன் தன் மனைவியை உடனடியாக அழைத்தார், மேலும் அருகில் உள்ள வீடுகளில் இருந்த அனைவரையும் அழைத்து, 'தயவுசெய்து நீங்கள் அனைவரும் இங்கே ஓடி வாருங்கள்; இதோ அறிவுடைய ஒரு தெய்விகக் குழந்தை (ஞானம் பெற்ற குழந்தை), அவன் இறைவன் சிவபெருமானால் ஆசீர்வதிக்கப்பட்ட ஞானசம்பந்தன், அவன் நமக்குக் காவலனாக இருப்பான் என்று நான் உறுதியாக நம்புகிறேன், இனி எந்த பயமும் இல்லாமல் நாம் இங்கே வாழ முடியும். பௌத்தர்களோ, சமணர்களோ இனி நம்மைத் தொந்தரவு செய்யமாட்டார்கள்' என்று மிகுந்த ஆனந்தத்துடன் கூறினார். அவர் அப்போது எல்லை இல்லாத அளவிற்கு மகிழ்ச்சியுடன் இருந்தார்.

சிவபாத இருதையார் மற்றும் அவரது மனைவி பகவதி அம்மையார் இறைவன் சிவபெருமானின் திருவருளை எண்ணி பெரும் வியப்பெய்தினர். இதற்குள் அங்கே நடந்த இந்த அற்புத செயல் பற்றிய செய்தி காட்டுத்தீ போல வெகுதூரம் பரவியது. அக்கம் பக்கத்து ஊர்களில் இருந்த மக்கள் அனைவரும் தோணியப்பர் கோவில் வாசலில் பெரும் திரளாகக் கூடினர். அங்கே கூடியிருந்த சிவனடியார்கள் சீர்காழி மாநகரத்து மக்கள் செய்த பல புண்ணிய செயல்களின் பயனாகவே ஞானசம்பந்தர் இங்கே அவதாரம் செய்திருக்கிறார் என்று கூறி ஆரவாரம் செய்தனர். இவரது பிறப்பால் அந்தணர் குலம் பெரும் மதிப்பு பெற்றது என்றும், இறைவன் திருவருளால் அமுதப்பாலை உண்ட ஞானக்குழந்தை என்றும் சிலர் பாராட்டினர். இறைவன் சிவபெருமானால் ஆசீர்வதிக்கப்பட்ட குழந்தை விரைவில் எம்பெருமான் சிவபெருமான் மீது பாடல்களைப் பாடத் தொடங்கியது. புத்த மதம் மற்றும் சமண மதம் மெதுவாகப் பரவியபோதிலும், தனது மகன் பல அற்புதங்களைச் செய்வான் என்றும் சைவ மதம் இனி ஒருபோதும் அழியாது என்றும் சிவபாத இருதயார் மற்றும் அவரது மனைவி மிகுந்த மகிழ்ச்சியுடனும் முழுமையாகவும் நம்பினர். ஆனால், மதுரையில் விரைவில் நடக்கவிருக்கும் சம்பவங்களைப் பற்றி அவர்கள் ஒருபோதும் கற்பனை செய்திருக்க மாட்டார்கள்.

குழந்தையாக இருந்த ஞானசம்பந்தர் தாம் வளரும் பருவத்தில், இளம் ஞானசம்பந்தர் அதிகமான பாடல்களைப் பாடி பலரின் கவனத்தை ஈர்த்தார், மேலும் எல்லோராலும் விரும்பப்பட்டார். அவர் மேலும் பல பாடல்களைப் பாட வேண்டும்

என்று பலர் வேண்டுகோள் விடுத்தனர். நூறு வருடங்களுக்கு ஒருமுறை தான் இப்படியொரு குழந்தை பிறக்கும் என்று சிலர் கூறினர். இறைவன் சிவபெருமான் ஒரு யோகி மற்றும் சித்தர் என்று நம்பிய மற்றவர்கள், கைலாச மலையிலிருந்து உமாதேவியுடன் அவரே எளிதாக நேரில் வந்து இந்தக் குழந்தைக்கு அமுதப்பாலூட்டி ஆசிர்வதித்து ஞானத்தை (அறிவை) வழங்கியிருக்கலாம் என்றும் நம்பினார்கள். இவ்வாறு பல கோவில்களுக்குச் சென்று இறைவன் மீது பாடல்களைப் பாடத் தொடங்கிய ஞானசம்பந்தர் ஒருமுறை சீர்காழிக்கு அருகில் உள்ள 'திருக்கோலக்கா' என்ற ஊரில் இருக்கும் சப்தபுரீசுவரர் கோவிலில் தம் சின்னஞ்சிறு கைகளைத் தட்டி *தாளம்* போட்டுக்கொண்டே ***"மடையில் வாளைப் பாய"*** என்ற ஒரு பாடலை பாடிக்கொண்டிருந்தார். கைகளைத் தட்டி தாளம் போட்டதால் அவரது பிஞ்சுக் கரங்கள் சிவந்து போயின. தனது சின்னஞ்சிறு கைகள் சிவந்து போனதை கூட அறியாமல் மெய் மறந்து பாடலை பாடிக்கொண்டிருந்த குழந்தையை நினைத்த சிவபெருமான் மிகுந்த மகிழ்ச்சி அடைந்தார். மேலும் குழந்தைக்கு கை வலிக்குமே என்று எண்ணிய அவர் உடனடியாக ஒரு அற்புதத்தை நிகழ்த்த முடிவு செய்தார். இதனால் திடீரென எங்கிருந்தோ *பஞ்சாட்சரம்* எழுதப்பட்ட இரண்டு தங்க கைத்தாளங்கள் ஞானசம்பந்தரின் கைகளில் தோன்றின. தங்க தாளங்களைப் பெற்ற ஞானசம்பந்தர் இப்போது தமது பாடல்களுக்கு ஏற்றவாறு நல்ல இனிமையான தாளத்தை வைத்திருக்க அவற்றை ஒலிக்க முடியும். சுற்றியிருந்த அனைவரும் ஆச்சரியம் அடைந்தனர். அக்குழந்தையைத் தெய்விகக் குழந்தை என்று அழைக்கத் தொடங்கினர். அதன்பிறகு குழந்தை திருஞானசம்பந்தர் என்று அழைக்கப்பட்டது. அவரைப் பார்க்கவும், அவரது பாடல்களைக் கேட்கவும் நாளுக்கு நாள் மக்கள் திரண்டு வந்தனர், கூட்டம் அலைமோதியது. இறைவன் சிவபெருமான் வழங்கிய பொற்றாளங்களுக்கு நல்ல இனிமையான ஓசையை உமாதேவி வழங்கினார். ஆதலால் திருக்கோலக்கா கோவில் 'திருத்தாளமுடையார் கோவில்' என்று அழைக்கப்படுகிறது. மேலும் இங்குள்ள இறைவன் 'சப்தபுரீசுவரர்' மற்றும் அம்பிகை 'ஓசை கொடுத்த நாயகி' என்றும் அழைக்கப்படுகின்றனர். இளம் ஞானசம்பந்தர் அருகிலுள்ள பல்வேறு கோவில்களால் ஈர்க்கப்பட்டார். அருகிலுள்ள ஊர்களிலிருந்த பல அந்தணர்களும், சிவனடியார்களும் திருஞானசம்பந்தர் தங்களது ஊர்களில் இருக்கும் சிவன் கோவில்களுக்கு வந்து பாடல்களைப் பாட வேண்டும் என்று விண்ணப்பம் செய்தனர். திருஞானசம்பந்தர் குழந்தையாதலால்

அவரால் வெகுதொலைவு நடந்து செல்ல இயலவில்லை. எனவே அவரது தந்தை ஞானசம்பந்தரைத் தம் தோள்களில் சுமந்து செல்வது வழக்கம், தாம் ஒரு தெய்விகக் குழந்தையைச் சுமந்து வருகிறோம் என்றும் இறைவனால் ஆசிர்வதிக்கப்பட்டதாகவும் அவர் உணர்ந்தார். இவ்வாறு தம் தந்தையாரின் தோள்களில் அமர்ந்தவாறு பல திருத்தலங்களுக்கு சென்று பாடல்கள் பாடிய திருஞானசம்பந்தர் தனது தாய் பகவதி அம்மையார் பிறந்த ஊராகிய 'திருநனிப்பள்ளி' என்ற ஊருக்குச் சென்று அங்குள்ள இறைவனை வணங்கி ***"காரைகள் கூகைமுல்லை"*** என்ற பாடலை பாடினார். பின்னர் பல ஊர்களுக்குச் சென்று அங்குள்ள சிவாலயங்களை தரிசித்து பாடல்களைப் பாடி மீண்டும் சீர்காழி வந்தடைந்தார்.

காரைகள் கூகைமுல்லை களவாகை யீகை
  படர்தொடரி கள்ளி கவினிச்
சூரைகள் பம்மிவிம்மு சுடுகாட மர்ந்த
  சிவன்மேய சோலை நகர்தான்
தேரைக ளாரைசாய மிதிகொள்ள வாளை
  குதிகொள்ள வள்ளை துவள
நாரைக ளாரல்வாரி வயன்மேதி வைகும்
  நனிபள்ளி போலும் நமர்காள்.

காரை வகைச் சார்ந்த முட்செடிகள், கூகை என்று அழைக்கப்படும் முட்செடிகள், முல்லை, களவாகை, இண்டைச்செடி, இண்டையைப் பற்றி படரும் முட்செடி, கள்ளிச்செடி, அழகினைத் தரும் சூரை செடிகள், முதலிய முட்செடிகள் அடர்ந்து படர்ந்தும் முற்றியும் வளர்ந்து காணப்படும் சுடுகாட்டில் உறையும் சிவபெருமான் உறையும் இடம் சோலைகள் சூழ்ந்த நனிபள்ளி ஆகும். நீர்நிலைகளில் காணப்படும் ஆரைச் செடிகளை, தேரைப் பூச்சிகள் மிதித்து தள்ள ஆங்கே காணப்படும் வாளை மீன்கள் துள்ளுகின்றன. அதனால் அருகில் உள்ள சேற்றில் படர்ந்த வள்ளைக் கொடிகள் துவண்டு ஒதுங்க, அதனடியில் இருந்த ஆரல் மீன்கள் வெளிப்பட அவற்றை நாரைகள் கொத்தித் தின்னுமாறு அமைந்துள்ள வயல்களில் எருமை மாடுகள் மகிழ்ந்து படிகின்றன. அத்தகைய தலமே நனிபள்ளி என்பதை தொண்டர்கள் நீங்கள் உணர்வீர்களாக.

திருஞானசம்பந்தருக்கு தில்லை சிதம்பரத்தில் கோவில் கொண்டிருக்கும் நடராசப் பெருமானை தரிசிக்க வேண்டுமென்ற ஆவல் தோன்றியது. இதனால் அவர் தம் தந்தையாரோடு

தில்லையை நோக்கிப் புறப்பட்டார். அவர்கள் தில்லை சிதம்பரத்திற்குச் சென்று நடனமாடும் இறைவன் சிவபெருமானின் தரிசனத்தைப் பெற்றதில் அவர் மிகுந்த மகிழ்ச்சியடைந்தார். அப்போது திருஞானசம்பந்தர் அருமையான இசையோடு ***'கற்றாங் கெரியோம்பிக் கலியை வாராமே'*** என்ற பாடலை பாடினார்.

கற்றாங் கெரியோம்பிக் கலியை வாராமே
செற்றார் வாழ்தில்லைச் சிற்றம் பலமேய
முற்றா வெண்திங்கள் முதல்வன் பாதமே
பற்றா நின்றாரைப் பற்றா பாவமே.

வேத நூல்களைக் கற்று அவற்றின்கண் ஓதிய நெறியிலே நின்று, வேள்விகளைச் செய்து, இவ்வுலகில் வறுமையை வாராமல் ஒழிக்கும் அந்தணர்கள் வாழும் தில்லையிலுள்ள சிற்றம்பலத்தில் எழுந்தருளியவனும் இளமையான வெள்ளிய பிறை மதியைச் சூடியவனும் ஆகிய முதல்வனது திருவடிகளைப் பற்றுக்கோடாகக் கொண்டு வாழ்பவர்களைப் பாவம் பற்றா.

'சேக்கிழார், இது ஒரு மிகுந்த அவமானம். "நான் ஒருபோதும் இந்தக் கோவிலுக்குச் சென்றதில்லை, இந்தத் தெய்விகக் குழந்தை பிறந்த வீட்டை நாம் உடனடியாகக் கண்டுபிடிப்போம். நாம் அதை சுத்தமாக வைத்திருக்க வேண்டும் மற்றும் அது சேதமடைந்திருந்தால் மீண்டும் புதுப்பித்துக் கட்ட வேண்டும்.'

'நிச்சயமாக, நாம் இந்த வேலையை மிகுந்த மகிழ்ச்சியுடன் செய்வோம், என் அன்பான அரசரே, உங்களுடன் இணைந்து இந்தப் பணிகளைச் செய்வதில் நான் மிகவும் மகிழ்ச்சியடைவேன். முன்பு ஒருமுறை நான் அங்குச் சென்று இருந்தேன்; வீடு சேதமடைந்துள்ளது, சில சுவர்களை மீண்டும் கட்ட வேண்டும். நீங்கள் மிகவும் அன்பானவர்.'

விரைவில், திருஞானசம்பந்தர் தனியாகப் பயணம் செய்ய முடிவு செய்தார். அவரைத் திருநெல்வாயில், திருஅரத்துறை மற்றும் பல சிவன் கோவில்களுக்குப் பல்லக்கில் ஏற்றிச் செல்வதில் அவரது சீடர்கள் மகிழ்ச்சியடைந்தனர். ஒவ்வொரு கோவிலிலும் சிவபெருமானைப் புகழ்ந்து பாடல்களை அவர் பாடினார். ஆயிரத்திற்கும் மேற்பட்ட பாடல்களை அவர் பாடியுள்ளார், ஆனால் அவை அனைத்தும் ஓலைச்சுவடிகளில் எழுதப்படவில்லை. இந்தத் தெய்விகக் குழந்தையைப் பார்த்து மக்கள் மகிழ்ச்சியடைந்தனர், ஏனெனில் அவர் புத்த மதம் மற்றும்

சமண மதத்தைப் பின்பற்றுவதிலிருந்து மக்களைத் திருத்திச் சைவ சமயத்தைப் பின்பற்றும்படி ஊக்கப்படுத்துவார் என்று அவர்கள் நம்பினர். திருஞானசம்பந்தர் வழங்கிய அறிவுரைகள் பின்பற்றுவதற்கு மிகவும் எளிமையாக இருந்தன. சமணர்கள் போதித்தபடி தம் உற்றார் உறவினர்களைத் தவிர்த்து வீட்டை விட்டு வெளியேறி, தம் தலையை மொட்டை அடித்துக்கொண்டு ஒரு துறவியைப் போல வாழ வேண்டிய அவசியமில்லை. திருஞானசம்பந்தர் வழங்கிய அறிவுரைகளின்படி சிவபெருமானைப் புகழ்ந்து பாடல்களைப் பாடி, கோவிலில் தினமும் அவரை வழிபாடு செய்தாலே போதுமானது. திருஞானசம்பந்தர் பாடிய பாடல்களைக் கேட்க அருகிலுள்ள கிராமங்களைச் சேர்ந்த மக்கள் அடிக்கடி வருவார்கள். அவ்வாறு வரும்போது, தங்கள் கிராமத்தில் சமணர்கள் வேதங்களுக்கு எதிராகவும், சிவபெருமானுக்கு எதிராகவும் பிரசங்கம் செய்யத் தொடங்கியுள்ளனர் என்று அவர்கள் திருஞானசம்பந்தரிடம் கூறுவார்கள். மற்றவர்கள் அவரிடம், வெகுதொலைவில் மேற்கில், கப்பலில் வந்துள்ள சில அந்நியர்கள் ஒரு புதிய வழிபாட்டு முறையைக் கொண்டு வந்திருக்கிறார்கள் என்று கூறுவார்கள். சுமார் 700 ஆண்டுகளுக்கு முன்பு தங்கள் தேசத்தில் பல அற்புதங்களைச் செய்த இயேசுவைப் பற்றி அவர்கள் பேசுகிறார்கள், மேலும் இயேசு இயற்கையான மரணத்தின்மூலம் இறக்கவில்லை, அவர் சிலுவையில் அறையப்பட்டார் என்று கூறுகிறார்கள். தாம் கடவுளின் மகன் என்று கூறிக்கொண்ட இந்த நபருக்கு பல சீடர்கள் இருந்தனர். இயேசுவின் இந்தச் சீடர்களும் அவர்களைப் பின்பற்றுபவர்களும் தங்கள் கிராமத்தை விட்டு வெளியேறி இங்கு வந்திருக்கிறார்கள். அவர்கள், உள்ளூரில் வசிக்கும் நம் மக்களிடம் இயேசுவைப் பற்றியும் அவர் நிகழ்த்திய அற்புத செயல்கள் பற்றிய செய்திகளையும் பரப்பி மதமாற்றம் செய்வதற்காக தொலைதூரப் பயணம் செய்து இங்கு வந்துள்ளார்கள். இருப்பினும், தனது நாட்டில் பிறந்த வேதங்களுக்கு எதிரான சமண மதம் பரவுவதைத் தடுப்பதே தனது தலையாய கடமை என்று திருஞானசம்பந்தர் அவர்களிடம் கூறினார். அந்த வெளிநாட்டவர்கள் உள்ளூர் மக்களை தங்கள் மதத்திற்கு மாற்றுவதற்கான முயற்சிகளில் ஒருபோதும் வெற்றி பெற மாட்டார்கள் என்று அவர் உறுதியாக நம்பினார். பின்னர் யூதர்கள் (Jews) என்று அழைக்கப்படும் வேறு சிலரும் புகலிடம் கோரி மேற்கு கடற்கரையில் குடியேறினர். இருப்பினும், மற்றவர்களைத் தம் மதத்திற்கு மாற்றுவதில் யூதர்களுக்கு நம்பிக்கை இல்லாததால் உள்ளூர் மக்கள் மதம் மாற வேண்டிய கட்டாயம் ஏற்படவில்லை. மேற்குக் கடற்கரையிலிருந்து வந்த

இந்த செய்திகளைப் பற்றி திருஞானசம்பந்தர் சிறிதளவும் கவலைப்படவில்லை. சிவபெருமானின் மீது பாடல்களைப் பாடுவதில் மிகுந்த ஈடுபாடு கொண்டிருந்த அவர், இறைவன் சிவபெருமானின் மீது உண்மையான பக்தியால் ஒருவர் மோட்சத்தை அடைய முடியும் என்றும், துறவு வாழ்க்கை வாழ வேண்டிய அவசியமில்லை என்றும் மக்களுக்கு எடுத்துரைக்க முயன்றார்.

சிறுவனாகிய தங்கள் மகன் வரும்காலத்தில் மற்றொரு புகழ்பெற்ற துறவியைச் சந்திப்பான் என்றும், மதுரை ராணி மங்கையர்க்கரசியால் மதுரைக்கு அழைக்கப்படுவான் என்றும், வரவிருக்கும் ஆயிரக்கணக்கான ஆண்டுகளுக்கு மக்கள் நினைவில் நீங்காது நிலைத்து நிற்கும் ஒரு வரலாற்றை உருவாக்குவான் என்றும் அவனுடைய பெற்றோர் ஒருபோதும் கற்பனை செய்ததில்லை. அல்லது *'தேவாரம்'* என்று அழைக்கப்படும் பாடல்களின் தொகுப்பு தமிழ்நாட்டில் இருக்கும் பல கோவில்களில் இனி வரும் பல ஆயிரக்கணக்கான ஆண்டுகளாக பாடப்படும் என்றும் சில கோவில்களின் சுவர்களில் எழுதப்படும் என்றும் அவர்கள் கற்பனை செய்ததில்லை.

தன்னை விட மிகவும் மூத்தவரான மற்றொரு துறவியை திருஞானசம்பந்தர் சந்தித்தபோது என்ன நடந்தது?

மேலும் அவர் ஏன் தெற்கே உள்ள நகரமான மதுரைக்குச் சென்றார்?

அவரை மதுரைக்கு அழைத்தது யார், ஏன்?

வயது முதிர்ந்த நிலையிலும் இளமைப் பருவத்திலிருந்த திருஞானசம்பந்தருடன் இணைந்த அந்த மற்றொரு துறவி யார்?

அந்த வயது முதிர்ந்த மற்றொரு துறவியின் பெயர் திருநாவுக்கரசர்.

'சேக்கிழார், இயற்கையாகவே, நான் அந்த நாட்களில் வாழ்ந்திருந்தால், இந்தத் தெய்விகக் குழந்தையைப் பின்பற்றவும் நான் விரும்பியிருப்பேன்.'

'நானும் கூட, இந்தத் தெய்விகக் குழந்தையைப் பின்பற்ற விரும்பியிருப்பேன் என் அன்பான மன்னரே! சரி இந்தத் தெய்விகக் குழந்தையைப் பின்பற்ற விரும்பிய முதியவரான திருநாவுக்கரசரைப் பற்றி இப்போது நான் உங்களுக்குச் சொல்கிறேன்.'

அத்தியாயம் 7

சமண சமயத்தை நிராகரித்த திருநாவுக்கரசர்

புகழனார் மற்றும் மாதினியார் ஆகியோர் வெள்ளாளர் இனத்தைச் சேர்ந்தவர்கள் மற்றும் சிவபாத இருதயாரின் தொழிலில் இருந்து மிகவும் வேறுபட்ட தொழிலான விவசாயத்தில் ஈடுபட்டிருந்தனர். அவர்கள் திருவாமூர் என்ற சிறிய கிராமத்தில் வசித்து வந்தனர். இந்த கிராமம் சிதம்பரத்திற்கு மிக அருகாமையில் இருக்கும் சோழநாட்டின் திருமுனைப்பாடி பகுதியிலிருந்த கடலூர் மாவட்டத்தில் உள்ளது. அவர்களுக்கு இறைவனின் ஆசீர்வாதத்தால் திலகவதியார் என்ற பெண் குழந்தையும், மருள்நீக்கியார் என்ற மகனும் என இரண்டு குழந்தைகள் பிறந்தனர். இரண்டு குழந்தைகளும் சிறுவயதிலேயே மிகவும் புத்திசாலிகளாக இருந்தனர். மற்றும் சிவபெருமானின் தலைசிறந்த பக்தர்களாக வளர்க்கப்பட்டனர். திலகவதியார் தமது திருமண வயதை அடைந்ததும் அவரது பெற்றோர்கள் அவருக்குத் திருமணம் செய்து வைக்க முடிவு செய்தனர். திருமுனைப்பாடி அரசரிடம் தளபதியாக வேலை செய்து வந்த சிறந்த சிவ பக்தரான கலிப்பகையாருக்கு திலகவதியாரைத் திருமணம் செய்து கொடுக்கத் தகுந்த ஏற்பாடுகளைச் செய்தனர். இந்த நேரத்தில் வடநாட்டிலிருந்து படை எடுத்து வந்த பகை அரசன் மீது போர் தொடுத்து செல்லுமாறு கலிப்பகையாருக்கு திருமுனைப்பாடி அரசர் ஆணை பிறப்பித்தார். தனது அரசரின் ஆணையை ஏற்று கலிப்பகையார் வடநாட்டு பகை அரசனுடன் நீண்ட நாட்கள் போர் புரிந்து வந்தார். இந்நிலையில் திலகவதியாரின் தந்தையார் புகழனார் ஒரு கொடிய நோயினால் தாக்கப்பட்டு இறந்து விட்டார். தமது கணவர் இறந்துவிட்ட காரணத்தால் மாதினியாரும் உயிர் துறந்தார். சிறு வயதிலேயே தங்களது பெற்றோர்களை இழந்துவிட்ட திலகவதியாரும், மருள்நீக்கியாரும் மற்றும் அவர்கள் உறவினர்கள் அனைவரும் பெருந்துயரத்தில் ஆழ்ந்திருந்தனர்.

இச்சமயத்தில் மற்றொரு சோகம் அவர்கள் குடும்பத்தைத் தாக்கியது. திலகவதியாரை திருமணம் செய்யவிருந்த நபரான போருக்குச் சென்றிருந்த கலிப்பகையார் போரில் வீர மரணம் அடைந்தார் என்ற செய்தி தான் அது. அந்தச் செய்தியைக் கேட்ட திலகவதியார் அளவற்ற மன வருத்தம் அடைந்தார். மேலும் என் பெற்றோர் அவருக்கு என்னைத் திருமணம் செய்து கொடுக்கச் சம்மதித்திருந்தனர், ஆகவே நான் அவருக்கே உரிமை உடையவள், நானும் அவருடன் உயிர் துறப்பேன் என்று கூறினார். இதனைக் கேட்ட மருள்நீக்கியார் என்னைத் தனியே தவிக்க விட்டுவிட்டு சென்றால் உங்களுக்கு முன்பே நான் இறப்பேன் என்றார். ஆதலால் திலகவதியார் தனது சகோதரன் மருள்நீக்கியாரைக் கவனித்துக்கொள்வதற்காக திருமணம் செய்து கொள்ள வேண்டாம் என்று முடிவு செய்தார். சிறு வயதிலேயே தனது சகோதரன் மருள்நீக்கியாரை கவனித்துக்கொள்ளும் பொறுப்புடன் தனியாக விடப்பட்ட அவர் பொன் நகைகள் மற்றும் அணிகலன்கள் அணிவதைத் தவிர்த்துத் தனது வாழ்நாள் முழுவதையும் சிவபெருமானின் பக்தராக ஒரு கோவிலில் பணியாற்ற முடிவு செய்தார். பெற்றோர்கள் இல்லாத நிலையில் திலகவதியாரும், மருள்நீக்கியாரும் திடீரென்று மிகவும் ஏழ்மையில் வாடினர்.

பல நூல்களையும், கலைகளையும் கற்று கல்வி, அறிவு மற்றும் ஞானத்தில் சிறந்து விளங்கிய மருள்நீக்கியார் இவ்வுலக வாழ்க்கை நிலையில்லாதது என்று தனது சிறு வயதிலேயே உணர்ந்தார். ஆதலால் உலக வாழ்க்கையைத் துறக்க முடிவு செய்து, ஒரு நகரத்திலிருந்து மற்றொரு நகரம் என்று ஊர் ஊராக பயணம் செய்த அவர் தன்னைத் தானே ஒரு துறவியாக நியமித்துக் கொண்டார். இறுதியில் அவர் பாடலிபுத்திரத்தை அடைந்து சமண சமயத்துறவிகளுடன் நட்பு கொண்டார். அக்காலத்தில் சமணர்கள் தங்களுடைய சமயக் கொள்கைகளைப் பரப்புவதில் மிகவும் தீவிரமாக ஈடுபட்டிருந்தனர். மக்கள் சிவபெருமான், பார்வதி போன்ற கடவுளின் சிலைகளை வழிபடுவதை விரும்பாத உள்ளூர் அரசர் துறவற வாழ்க்கை மற்றும் பிற உயிர்களைக் கொல்லாமை போன்ற சமண சமயக் கொள்கைகளால் பெரிதும் ஈர்க்கப்பட்டு சமண மதத்தின் பெரும் ஆதரவாளராக இருந்தார். நிலையில்லாத இவ்வுலக வாழ்க்கையிலிருந்து விடுதலை அளிப்பது சமண மதம் மட்டுமே என்று கூறி வந்த சமணர்களின் கருத்துக்களால் பெரிதும் ஈர்க்கப்பட்டு மருள்நீக்கியாரும் இந்த மதத்தைப் பின்பற்ற விரும்பினார். அவர் சமண மதத்தில் தனக்கு பெரும் ஆறுதல் கிடைப்பதாக உணர்ந்தார். தனது தமக்கையார் திலகவதியார்

எவ்வளவோ அறிவுரை கூறியும் கேளாமல், சமண நூல்களை நன்கு கற்றுத் தேர்ந்த அவர் தனது பெயரை 'தர்மசேனர்' என்று மாற்றிக்கொண்டார், மேலும் சமணர்களுக்குத் தலைவரானார்.

இந்த செய்தி எப்படியோ திலகவதியாரை எட்டியது, அவர் தனது சகோதரன் சிவபெருமானை வணங்குவதிலிருந்து விலகிச் செல்வதைக் கண்டு வருத்தம் அடைந்தார். இக்காலகட்டத்தில் திலகவதியார் திருவாமூரிலிருந்து பண்ருட்டி அருகில் உள்ள திருவதிகை என்ற ஊரில் அமைந்திருக்கும் சிவாலயத்தில் சிவபெருமானுக்கு சேவை செய்வதில் ஈடுபட்டு வந்தார். சிவபெருமானுக்கு சேவை செய்யத் தனது சகோதரன் தன்னிடம் திரும்பி வர வேண்டும் என்று அவர் இரவும் பகலும் பிரார்த்தனை செய்தார். அவருடைய பிரார்த்தனை இறைவன் சிவபெருமானால் கேட்கப்பட்டதாகத் தெரிகிறது. தர்மசேனருக்கு கடுமையான சூலை நோய் (வயிற்று வலி) ஏற்பட்டது. விவரிக்க முடியாத அளவுக்கு வயிற்றில் தாங்க முடியாத வலியை அவர் அனுபவித்தார். அவரைச் சுற்றி இருந்த சமணர்கள் அவருக்காக பிரார்த்தனை செய்தனர், சில பாடல்களை உச்சரித்து, மயில் பீலி கொண்டு அவரது வயிற்றை தடவினர். மேலும், அவருக்கு புனித நீரை வழங்குவதன் மூலம் அவரது நோயைக் குணப்படுத்த முயன்றனர். மருள்நீக்கியாரும் சமண சமயத்தில் தாம் கற்றுக் கொண்ட மந்திர தந்திரங்களைச் சொல்லியும் செய்தும் பார்த்தார். ஆனால் எதுவும் அவருக்கு உதவவில்லை. சமணர்கள் எவ்வளவோ முயன்றும் அந்தநோயை அவர்களால் தீர்க்க முடியவில்லை. மிகவும் கடுமையான வயிற்று வலி தர்மசேனரை வாட்டி வதக்கியது. இந்த செய்தி தனது சகோதரனும் தன்னுடன் சேர்ந்து சிவபெருமானை தொடர்ந்து வழிபட வேண்டும் என்று விரும்பிய அவரது சகோதரி திலகவதியாரை எட்டியது. இப்படியே சென்றால் தனது உயிருக்கு ஆபத்து நேரிடும் என்ற நிலைக்கு ஆளானார் தர்மசேனர். அப்போது அவருக்குத் தனது சகோதரியான திலகவதியாரின் நினைவு வந்தது. தனது சகோதரியால் மட்டுமே இந்த நோயைத் தீர்க்க இயலும் என்று எண்ணிய அவர் இரவோடு இரவாக ஒருவருக்கும் தெரியாமல் திருவதிகை சென்று திலகவதியாரின் காலில் விழுந்து வணங்கினார். பின்னர் இந்தக் கொடிய வயிற்று வலி தீரப்பெற்று இறைவன் திருவடியை அடையும் உபாயம் சொல்லுமாறு கேட்டார். தமது சகோதரன் மீண்டும் சைவ நெறிக்குத் திரும்பி வர வேண்டும் என்று பிரார்த்தனை செய்து வந்தவராதலால், திலகவதியார் தனது சகோதரனுக்கு ஆறுதல் கூறினார். எந்த ஒரு குறிக்கோளும் இல்லாத சமண சமயத்தில் சேர்ந்ததின் விளைவுதான் இது, இனி கவலை கொள்ள வேண்டாம், நம்

இறைவன் சிவபெருமானை பணிந்து அவருக்குப் பணிவிடைகள் செய்வாயாக என்று ஆலோசனை கூறினார். மேலும் அவரை சைவ மதத்திற்கு மாற்றி, திரு ஐந்தெழுத்து மந்திரத்தை ஓதி அவரது நலனுக்காக கடுமையாக பிரார்த்தனை செய்தபின்னர் அவருக்கு புனித திருநீற்றை வழங்கினார். பின்பு திலகவதியார் சிதம்பரத்திற்கு அருகாமையில் இருக்கும் திருவதிகை வீரட்டானேசுவரர் கோவிலுக்கு மருள்நீக்கியாரை அழைத்துச் சென்றார்.

மருள்நீக்கியார் தனது சகோதரியின் ஆலோசனைப்படி உடல் முழுவதும் திருநீற்றை பூசிக்கொண்டு இறைவன் வீரட்டானேசுவரர் சந்நிதி முன் சென்று வீழ்ந்து வணங்கினார். சில நிமிடங்களில், அவர் சிவபெருமானின் தெய்விக அதிர்வுகளை உணர்ந்து சிவபெருமானைப் புகழ்ந்து பாட விருப்பங்கொண்டு "***கூற்றாயினவாறு விலக்ககிலீர்***" என்ற பாடலை பாடத் தொடங்கினார். இந்த பாடலை பாடியவுடன் இறைவன் சிவபெருமானின் தெய்விக இருப்பை அவர் உணர்ந்தார். இதோ பாருங்கள், அவர் சூலை நோயிலிருந்து முற்றிலுமாகக் குணமடைந்தார். இனிமேல் அவர் 'திருநாவுக்கரசர்' என்று அழைக்கப்படுவார் என்று ஒரு குரல் அறிவிப்பதை அவர் கேட்டார்.

கூற்றாயின வாறு விலக்ககிலீர்
கொடுமைபல செய்தன நான்அறியேன்
ஏற்றாய்அடிக் கேஇர வும்பகலும்
பிரியாது வணங்குவன் எப்பொழுதும்
தோற்றாதென் வயிற்றின் அகம்படியே
குடரோடு துடக்கி முடக்கியிட
ஆற்றேன்அடி யேன்அதி கைக்கெடில
வீரட்டா னத்துறை அம்மானே.

கெடில ஆற்றின் வடகரையில் விளங்கும் திருவதிகை என்னும் வீரட்டானத் திருப்பதியில் உகந்தெழுந்து அருளியிருக்கும் தலைவனே! யான் இப்பிறப்பில் என் அறிவு அறியப் பல கொடுஞ் செயல்களைச் செய்தேனாக எனக்குத் தோன்றவில்லை. அவ்வாறாகச் சூலைநோய், யாருக்கும் நோய்முதல் புலப்படாத வகையில் என் வயிற்றினுள் குடலோடு ஏனைய உள் உறுப்புக்களைக் கட்டிச் செயற்படாமல் மடக்குதலால் அடியேன் அவ்வலியைப் பொறுக்க இயலாதேனாக உள்ளேன். கூற்றுவனைப் போல அந்நோய் அடியேனைத் துன்புறுத்தும் செயலை நீக்கும் ஆற்றலுடையீர். அந்நோயை விலக்கினால் எப்பொழுதும் காளை

மீது ஊரும் உம் அடிக்கண் நீங்காமல் மனத்தால் துணிவும் தலையால் தணிவும் மொழியால் பணிவும் தோன்ற வணங்குவேன்.

இறைவன் சிவபெருமானின் திருவருளால் தனது சூலை நோய் நீங்கப் பெற்ற தர்மசேனர், திருநாவுக்கரசர் என்ற பெயரைப் பெற்று சைவ சமயத்திற்குத் திரும்பியதால், கோபமுற்ற சமண சமயத்துறவிகள், நடந்த உண்மையை அரசர் அறிந்தால் அவரும் சைவ சமயத்திற்கு மாறிவிடுவார், ஆதலால் நமது சமண சமயத்திற்கு பெரும் தீங்கு விளையும், சமண சமயத்தின் வளர்ச்சி கெடும் என்று வருந்தினர். அவர்கள் அனைவரும் ஒன்று கூடி திருநாவுக்கரசருக்கு எதிராக ஒரு சூழ்ச்சி செய்தனர். அவர்கள் மன்னரிடம் சென்று திருநாவுக்கரசர் மேல் பொய்யான குற்றம் சாட்டினர். தர்மசேனர் தனது சகோதரியுடன் சேர்ந்து சைவ சமயத்தைப் பின்பற்ற வேண்டும் என்பதற்காகத் தனக்கு தீராத வயிற்று வலி வந்ததாகப் பொய் சொல்லி, நம்மால் அவரது நோயைத் தீர்க்க முடியாதது போல் நாம் அனைவரும் நம்பும்படி செய்தார். சைவ சமயத்தில் சேர்ந்தவுடன் வயிற்று வலி தீர்ந்துவிட்டதாகக் கூறி, நமது சமண சமயத்திற்கு இழிவு ஏற்படுத்தினார், நமது சமண சமய கோட்பாடுகளுக்கு எதிராகச் செயல்பட்டார் என்று கூறினர். சமணத்துறவிகளின் தீவிர ஆதரவாளராக இருந்த பல்லவ மன்னர் மகேந்திரவர்மன் இதைக் கேட்டு மிகவும் கோபமடைந்தார், மேலும் திருநாவுக்கரசரை தண்டிக்க விரும்பினார். அவரை உடனடியாக அழைத்து வருமாறு தனது மந்திரிக்கு உத்தரவிட்டார். மேலும் பொய்யாகத் தமக்கு வயிற்று வலி வந்ததாகக் கூறி நமது சமயத்தை அழிக்க முற்பட்ட தர்மசேனருக்கு என்ன தண்டனை வழங்கலாம் என்று சமண சமயத்துறவிகளிடம் ஆலோசனை கேட்டார். அவர்கள் சிறிதளவும் இரக்கமின்றி தர்மசேனருக்கு மரணதண்டனை வழங்கும்படி பரிந்துரைத்தனர். மந்திரி தமது படைகளுடன் திருவதிகை சென்று திருநாவுக்கரசரை அழைத்து வந்து அரசர் முன் நிறுத்தினார். திருநாவுக்கரசர் சிவபெருமானை மனதில் நினைத்து வணங்கி ***“நாமார்க்குங் குடியல்லோம்”*** என்று தொடங்கும் பாடலை பாடினார். அரசர் திருநாவுக்கரசரை நேரடியாக விசாரிக்காமல் சமண சமயத்துறவிகளின் தவறான அறிவுறுத்துதலின்படி அவரைக் கொல்லும்படி ஆணையிட்டதால், அவர் ஒரு நிலவறை உலைக்குள் (சுண்ணாம்பு உலை) தள்ளப்பட்டார். திருநாவுக்கரசர் சிறிதளவும் அச்சம் கொள்ளவில்லை. சிவபெருமானை மனதில் நினைத்து ***“மாசில் வீணையும் மாலை மதியமும்”*** என்று தொடங்கும் பாடலை பாடியவாறு கொதிக்கும் சுண்ணாம்பு

உலைக்குள் சென்றார். ஏழு நாட்கள் கழித்து திருநாவுக்கரசர் இறந்திருப்பார் என்று நினைத்து வீரர்கள் சுண்ணாம்பு உலையைத் திறந்தனர். அவர்களுக்கு மாபெரும் ஆச்சரியம் காத்திருந்தது. திருநாவுக்கரசருக்கு எதுவும் ஆகவில்லை, சிவபெருமானின் கருணையால் அவர் சுண்ணாம்பு உலைக்குள் மிகவும் ஆனந்தமாக அமர்த்திருந்தார். பின்னர் வீரர்கள் திருநாவுக்கரசருக்கு உண்ணும் உணவில் பாசானத்தைக் கலந்து கொடுத்தனர். சிவபெருமானின் திருவருளால் அவருக்குக் கொடுக்கப்பட்ட பாசானம் ஒரு அமிர்தமாக மாறியது. இதனைக் கண்டு அஞ்சிய சமண சமயத்துறவிகள் தமது பயத்தினை வெளிக்காட்டாமல், தர்மசேனர் தாம் சமண சமயத்தில் கற்றுக்கொண்ட மந்திர தந்திரங்களைப் பயன்படுத்தி உயிர் பிழைத்தார் என்று கூறினர். இதைக் கேட்டு மேலும் சினம் கொண்ட பல்லவ மன்னர் அரச யானையைப் பயன்படுத்தி திருநாவுக்கரசரைக் கொல்லும்படி உத்தரவிட்டார். வீரர்கள் கொலை செய்வதற்காகப் பழக்கி வைத்திருந்த யானையைத் திருநாவுக்கரசர் மீது ஏவினர். பெருங்கோபத்துடன் வந்த யானையைப் பார்த்துச் சிறிதும் அஞ்சாமல் திருநாவுக்கரசர் சிவபெருமானை மனதில் நினைத்து வணங்கி ***"சுண்ணவெண் சந்தணச் சாந்தும்"*** என்று தொடங்கும் பாடலை பாடினார். கொல்ல வந்த யானை திருநாவுக்கரசரை வணங்கி விட்டுத் திரும்பிச் சென்றது. ஆதலால் திருநாவுக்கரசர் மீண்டும் பாதுகாப்பாக இருந்தார். தமது முயற்சிகள் அனைத்திலும் தோல்வியுற்ற மன்னர் இறுதியாக, அவரை ஒரு பெறிய பாறையில் கயிறு கொண்டு கட்டி கடலில் வீச முடிவு செய்தார். அவ்வாறே வீரர்கள் திருநாவுக்கரசரை ஒரு பாறையோடு சேர்த்து கட்டி படகில் ஏற்றிக் கொண்டு நடுக்கடலை நோக்கிச் சென்றனர். அப்போது திருநாவுக்கரசர் இறைவன் சிவபெருமானை மனதில் நினைத்து ***"சொற்றுணை வேதியன்"*** என்று தொடங்கும் பாடலை பாடினார். வீரர்கள் பாறையுடன் சேர்த்து கட்டப்பட்டிருந்த திருநாவுக்கரசரை நடுக்கடலில் தூக்கி வீசினர். என்ன ஒரு ஆச்சரியம், அந்த பாறை திருநாவுக்கரசருடன் கடலில் ஒரு படகைப் போல மிதந்து அவரை திருப்பாதிரிப்புலியூர் என்ற ஊரின் கரைக்கு அழைத்துச் சென்றது. அவர்மீது கட்டப்பட்டிருந்த கயிறும் அவிழ்ந்து விழுந்தது. திருப்பாதிரிப்புலியூரில் அமைந்திருக்கும் சிவபெருமானின் திருக்கோவிலுக்குச் சென்ற திருநாவுக்கரசர் ***"ஈன்றாளுமாய் எனக்கு எந்தையுமாய்"*** எனத் தொடங்கும் புகழ்பெற்ற பாடலை பாடினார். இந்த சம்பவங்கள் மன்னரை குழப்பத்தில் ஆழ்த்தின, இறுதியாக தன் தவறை உணர்ந்த பல்லவ அரசர் மகேந்திரவர்மன் திருநாவுக்கரசரின் காலில் விழுந்தார். திருநாவுக்கரசர் அரசரைத்

தழுவிக் கொண்டார். இதனால் பல்லவ அரசர் மகேந்திரவர்மன் சமணர்களை முற்றிலுமாக புறக்கணிக்கும் அளவிற்குச் சென்று திருவதிகையில் ஒரு அழகான சிவன் கோயிலைக் கட்டினார்.

'ஆனால் சேக்கிழார், இந்த சமணர்கள் இப்போது எங்கிருந்தாலும் நான் அவர்களை அழிக்க வேண்டும் என்று நீங்கள் விரும்புகிறீர்களா? சிதம்பரத்தில் இருக்கும் நமது பெரிய கோவில் ஒன்றே போதும், நான் அதில் மிகவும் திருப்தி அடைகிறேன், புதிதாக எதையும் கட்ட நான் விரும்பவில்லை.'

'என் அன்பான அரசரே, ஓ, இல்லவே இல்லை! நீங்கள் சமணத்துறவிகளுக்குத் தீங்கு செய்ய வேண்டும் என நான் விரும்பவில்லை. நான் கேள்விப்பட்டதை மட்டுமே தொடர்புபடுத்தி தங்களிடம் விவரித்துக் கொண்டிருந்தேன்.' 'பின்னர் திருநாவுக்கரசர் நமது பெருமைமிக்க நகரமான தில்லைச் சிதம்பரத்திற்கு யாத்திரை மேற்கொண்டார், அவர் இந்த தெய்விகக் குழந்தை திருஞானசம்பந்தரைச் சிதம்பரத்தில் சந்தித்தார், பல ஆண்டுகளாக அவரை விட்டு விலகவில்லை. பின்னர் அவர்கள் இருவரும் மதுரையை அடைந்தனர், அங்கு பல எதிர்பாராத விசயங்கள் நடக்கவிருந்தன.

அத்தியாயம் 8

ராணி, அதிசயம் மற்றும் விவாதம்

அவர் மதுரையின் ஆட்சியாளராக இருந்த பாண்டிய வம்சத்தைச் சேர்ந்த மன்னர். அவர் தனது முன்னோர்கள் மீது மிகுந்த மதிப்பும் மரியாதையும் கொண்டிருந்தார். மேலும் அவர்களின் உயர்ந்த செயல்கள் அனைத்தையும் பற்றி மிகவும் பெருமைப்பட்டார். அவரது முதுகில் கூன் இருந்ததால் மக்கள் அவரை கூன் பாண்டியன் என்று அழைத்தனர். அவரது இயற்பெயர் அரிகேசரி மாறவர்மன். அரிமர்த்தன பாண்டியன் வம்சத்தில் வந்த கூன் பாண்டியன் மன்னர் மதுரையை மிகச் சிறப்பாக ஆட்சி செய்து வந்தார். அவரது சிறப்பான ஆட்சியைக் கண்டு மற்ற சேர சோழ அரசர்கள் அவருடன் நட்புபாராட்டி சமாதானமாக இருந்தனர். சோழ மன்னர் தனது புதல்வி மங்கையர்க்கரசியை அவருக்குத் திருமணம் செய்து வைத்தார். ஏராளமான சீர்வரிசைகளுடன் அனைத்து சாத்திரங்களையும் நன்கு கற்றுணர்ந்து அறிஞராகவும் சிவபெருமானின் மீது மிகுந்த பக்தி கொண்டவராகவும் திகழ்ந்த குலச்சிறை என்கின்ற அமைச்சரையும் கூடவே சோழ மன்னர் அனுப்பி வைத்தார். குறிப்பாக அன்றைய தினம் கூன் பாண்டியன் மன்னர் மிகவும் மகிழ்ச்சியான மனநிலையில் இருந்தார். அவர் தனது ராணி மங்கையர்க்கரசியின் அறைக்குள் ஒரு பெரிய கொத்து புத்தம்புதிய வாழைப்பழங்களுடன் நுழைந்தார். ராணி மங்கையர்க்கரசி தினந்தோறும் தவறாமல் சிவபெருமானுக்கு செய்து வரும் தனது காலைப் பிரார்த்தனையை அப்போதுதான் முடித்திருந்தார். ஆம், ராணி மங்கையர்க்கரசி சிவபெருமானின் தீவிர ஆதரவாளராக இருந்தார், ஆனால் மன்னர் அரிகேசரி மாறவர்மனுக்கு சிவபெருமானின் மீது நம்பிக்கையோ, பக்தியோ இல்லை. இருப்பினும் ராணி மங்கையர்க்கரசியின் விருப்பத்தை கூன் பாண்டியன் மன்னர் பொறுத்துக் கொண்டார். அமைச்சர்களில் ஒருவரான குலச்சிறை நாயனாரும் சைவ சமய சிந்தனை கொண்டவராகவும், தனக்கு முழு ஆதரவளிப்பவராகவும் இருந்ததில் ராணி மங்கையர்க்கரசி மிகவும் மகிழ்ச்சி அடைந்தார். தனது பயணத்தின் போது நெற்றியில் வெள்ளை சாம்பல் (வெண்ணிற திருநீறு அல்லது விபூதி) அணிந்து கொண்டிருக்கும் எந்தவொரு துறவியையும் ராணி மங்கையர்க்கரசி காணும்

போதெல்லாம், அவர் உடனடியாகத் தனது பயணத்தைச் சற்று நிறுத்தி விட்டு, அவர்களுக்குரிய மரியாதையை செலுத்துவார், மேலும் சில பழங்களை அவர்களுக்கு வழங்குமாறு தனது பணியாளர்களிடம் கூறுவார். மன்னர் கூன் பாண்டியன் இதைப் பற்றி நன்கு அறிந்திருந்தார், ஆனால் அவளுடைய இவ்வித நடத்தையை ஒருபோதும் எதிர்க்கவில்லை. அவர் சமண மதத்தை பின்பற்றுபவர், சமண மதத்தின் தீவிர ஆதரவாளராக இருந்தார். மதுரையிலிருந்து வெகுதொலைவில் உள்ள இமயமலை மலைத்தொடரில் உள்ள ஒரு புகழ் பெற்ற பர்வதமாகிய கைலாச மலையில் வசிப்பவராக அறியப்பட்ட சிவபெருமானை ஒருவர் எப்படி நம்ப முடியும் என்பதை கூன் பாண்டியன் மன்னரால் ஏற்றுக்கொள்ள முடியவில்லை.

அவர் அடிக்கடி இவ்வாறு சொல்வார், 'யாராவது சிவபெருமானைப் பார்த்திருக்கிறார்களா? மறுபுறம், மக்கள் வர்த்தமான மகாவீரர் ஜெயின்-ஐப் பார்த்திருக்கிறார்கள், மேலும் மிக சிறப்பாக ஆட்சி செய்து நமது நாட்டில் மௌரிய சாம்ராச்சியத்தை நிறுவிய பேரரசரான சந்திரகுப்த மௌரியர் சமண மதத்தைப் பின்பற்றுபவராக இருந்தார் என்பதையும், தனது கடைசிக் காலத்தில் சிம்மாசனத்தை கூடத் துறந்துவிட்டு, துறவு வாழ்க்கை வாழ்ந்து உயிர் துறந்தார் என்பதையும் நான் அறிவேன். ஒரு நாள், ஒருவேளை, நானும் அவரைப் போலவே செய்வேன். வரும் காலத்தில் சமண சமயக் கோட்பாடுகளை முற்றிலுமாகப் பின்பற்றி துறவு வாழ்க்கை வாழ ஆசைப்படுகிறேன். சமண சமயத் தீர்த்தங்கரர்கள் வேதங்களையும் உபநிடதங்களையும் நம்பவில்லை. எனவே சமண மதத்தைப் பின்பற்றும் நான் ஏன் சைவ சமயத்தையும் சிவபெருமானையும் நம்ப வேண்டும்? மகாவீரரின் கொள்கைகளைப் பின்பற்றுபவர்கள் மற்றும் மிகச் சிறந்த சிந்தனையாளர்கள் பலர் நமது நாட்டின் வடக்குப் பகுதியில் நிம்மதியாக வாழ்ந்து வந்தனர். ஆனால் அவர்கள் எதிர்பாராத விதமாக புத்தரைப் பின்பற்றுபவர்களாலும் சிவபெருமானைப் பின்பற்றுபவர்களாலும் வடக்கிலிருந்து விரட்டியடிக்கப்பட்டனர். மற்றொரு காரணம், நிச்சயமாக வடக்கே சில பகுதிகளில் பஞ்சமும் ஏற்பட்டது. ஆதலால் சமண சமயத் துறவிகள் பயந்துகொண்டு தெற்கு திசை நோக்கிப் பயணிக்கத் தொடங்கினர். எங்கள் முன்னோர்கள் தெற்கு நோக்கி வந்த சமண சமயத் துறவிகள்மீது மிகவும் கருணை காட்டினார்கள். மேலும் அருகாமையில் உள்ள குகைகளில் அவர்கள் தங்குமிடங்களை அமைப்பதற்கு அனுமதித்தனர். நானும் எனது முன்னோர்களைப் பின்பற்ற விரும்புகிறேன். மௌரியப் பேரரசின் மூன்றாவது

பேரரசராகிய அசோகர் புத்த மதக்கொள்கைகளால் பெரிதும் கவரப்பட்டார். மேலும் புத்த மதத்தின் வளர்ச்சிக்கு பெருமளவில் தனது வாழ்க்கையில் பங்காற்றினார். கலிங்க நாட்டின் மீது படை எடுத்து அதனை நிர்மூலமாக்கிய அவர், கொடிய போர்க்களக்காட்சியைக் கண்டு மனம் மாறினார். அந்த போரில் சுமார் 100,000க்கும் மேற்பட்ட வீரர்கள் போர்க்களத்தில் கொல்லப்பட்டனர். மற்றும் சுமார் 150,000க்கும் அதிகமான வீரர்கள் சிறைபிடிக்கப்பட்டு நாடு கடத்தப்பட்டனர். பெருமளவில் உயிர்கள் போனதை கண்ட பேரரசர் அசோகரின் மனதை அது பெரிதும் பாதித்தது. அதிலிருந்து இனி ஒருபோதும் போர் புரிய மாட்டேன் என்று அவர் சபதம் எடுத்தார். போரின் கொடிய விளைவைக் கண்டு கலங்கிய அவர் முற்றிலும் மனம் மாறினார். அகிம்சை வழியை பின்பற்ற துவங்கிய அவர் புத்த மதத்தால் தான் பெரிதும் ஈர்க்கப்பட்டார். இதனால் அவர் தாமே தனிப்பட்ட முறையில் பொறுப்பேற்றுக் கொண்டு அவரது எல்லையற்ற சக்தியால் புத்தரின் செய்திகளை உலகின் பிற பகுதிகளுக்கு பரவ வழிவகை செய்தார், புத்த சமயத்தைப் பரப்புவதற்காக பல்வேறு தேசங்களுக்குத் தூதுக்குழுக்களை அனுப்பினார். மிகவும் எளிமையாக வாழ்ந்தார், மேலும் சமாதானம் தழைக்கப் பாடுபட்டார். தொடர்ந்து புத்த துறவிகள் தியானம் செய்ய பல மண்டபங்களை அவர் கட்டினார்.'

கூன் பாண்டியன் மன்னர் தனது முன்னோர்களைப் பற்றி மிகவும் பெருமைப்பட்டார். அவரது முன்னோர்களில் சிலர் நன்கு அறியப்பட்ட போர்வீரர்கள் மற்றும் பாண்டிய வம்சத்தின் சக்தி அபரிமிதமான வளர்ச்சி பெற்று மாபெரும் பாண்டிய சாம்ராச்சியமாக உருவாவதற்கு பெரிதும் பங்களித்தனர். அவர்களுள் மாறன் வழுதி, கடாலன் வழுதி மற்றும் கடுங்கோன் போன்றவர்கள் குறிப்பிடத்தக்கவர்கள். நீண்ட நெடுங்காலத்திற்கு முன்பே, அவர்கள் கிரேக்கத்தில் குறிப்பிடத்தக்க தத்துவஞானியாகவும் ஆசிரியராகவும் இருந்த ரோமானிய பேரரசர் ஜூலியனிடம் ஒரு தூதரைக் கூட அனுப்பியுள்ளனர். அப்போதிருந்து அவர்கள் தென்னிந்தியாவின் பெரும்பாலான பகுதிகளில் ஆதிக்கம் செலுத்தி வந்தனர். அவர்கள் தமிழ் இலக்கியம், இயல், இசை, நடனம் மற்றும் பொதுவாக கலை ஆகியவற்றில் சிறந்த புரவலர்களாக இருந்தனர். மேலும், பாண்டிய மன்னர்களின் ஆட்சிக் காலத்தில் ஒரே மூச்சில் 40 அடி (12 மீட்டர்) முதல் 125 அடி (40 மீட்டர்) ஆழம் வரை கடலுக்குள் மூழ்கிக் கடல் படுக்கைகளில் காணப்படும் சிப்பிகளைச் சேகரிக்கும் முத்துக் குளித்தலில் (Pearl hunting) ஈடுபட்ட நிபுணர்கள் (Expert Pearl Divers)

பலர் இருந்தனர். இவ்வாறு சேகரிக்கப்படும் இயற்கை முத்துக்கள் விலை மதிப்பு மிக்க ஒன்பது இரத்தினங்களுள் ஒன்றாக மதிக்கப்பட்டன. இந்த முத்துக்கள் உலகின் பிற பகுதிகளில் இருந்த மக்களால் அதிகமாக வாங்கப்பட்டன. 'கீழை முத்து' எனப் பெயர் பெற்ற இப்பகுதியில் கிடைத்த முத்துக்கள் ரோம் நகரிலிருந்தும் கூட மற்றவர்களால் மிகவும் விரும்பப்பட்டன. கிரேக்க எழுத்தாளரான *மெகசுதெனசு* இந்த முத்துக் குளிக்கும் வல்லுநர்களின் திறமையைக் கண்டு பெரிதும் ஆச்சரியப்பட்டார்.

'என் அன்பான ராணி, இன்று நீங்கள் மிகவும் அழகாக இருக்கிறீர்கள். நமது முத்துக்குளிக்கும் நிபுணர்களால் கொண்டு வரப்பட்ட, தேர்ந்தெடுக்கப்பட்ட முத்துக்களால் ஆன மாலையை நீங்கள் அணிந்திருப்பதை நான் கவனிக்கிறேன். இப்போது நான் உங்களுக்காக என்ன கொண்டு வந்துள்ளேன் என்று பாருங்கள். நம் அமைச்சர்களுள் ஒருவரின் மகன் இவற்றை உங்களுக்காக விசேசமாக தொலைதூர மலைகளிலிருந்து கொண்டு வந்துள்ளார். இங்கே மதுரையில் வெயில் அதிகமாக இருக்கும்போது நாம் அங்கு சென்று பத்து நாட்கள் தங்குவோம். அங்கு நாம் தங்குவதற்காக ஒரு சிறிய மாளிகையைக் கட்டித் தருமாறு நான் ஏற்கனவே நமது அமைச்சரிடம் கேட்டுள்ளேன். அவர் இந்த மாளிகையைக் கட்டும் பணியை அதற்குள் தொடங்கிவிட்டார் என்பதை அறிவேன். நம்மிடம் நமது குதிரைகள் நான்கு இருக்கும் என்றாலும், அவைகளால் அந்த மலைத்தொடர்களில் ஏறுவது கடினமாக இருக்கும் என்பதால், நாம் அங்கு செல்வதற்கு இரண்டு அல்லது மூன்று நாட்கள் ஆகலாம். அங்கே ஒரு அழகான ஏரி இருப்பதாகவும், அதில் நாம் படகு சவாரி செய்து மகிழலாம் என்றும் எனக்குத் தெரிவித்தார்கள்.'

ராணி தனது சிந்தனையில் ஆழ்ந்திருந்தார். சமண மதத்தை பின்பற்றி வரும் தனது கணவரை எப்படியாவது மீண்டும் சனாதன தர்மத்திற்கு திரும்பி வரச் செய்ய வேண்டும் என்று தினந்தோறும் சிவபெருமானிடம் பிரார்த்தனை செய்து வந்த அவர், தெய்விகக் குழந்தையான திருஞானசம்பந்தரை நம் அரண்மனைக்கு வருமாறு அழைக்கப் போகிறேன் என்று தனது கணவரிடம் எப்படி அறிவிப்பது என்று கவலைப்பட்டார். அவர்களின் பல்வேறு விவாதங்களின்போது, சீனாவிலிருந்து வாரணாசி வரை வந்து பின்னர் தெற்கே காஞ்சி வரை வந்த சீனப் பார்வையாளர் ஒருபோதும் சனாதன தர்மத்தால் ஈர்க்கப்படவில்லை என்பதை ராணி தனது நினைவில் வைத்துக்கொள்ளுமாறு மன்னர் வலியுறுத்தினார்.

ராணியின் மனநிலையை ஓரளவுக்கு புரிந்துகொண்ட அவர், விவாதத்தை மேலும் இவ்வாறு தொடர்ந்தார். 'அப்படியானால், சொல்லுங்கள் என் அன்பான ராணி, நான் ஏன் சனாதன தர்மத்தில் ஆர்வமாக இருக்க வேண்டும்? கைபர் கணவாய் வழியாக இந்தியாவிற்குள் வந்த அந்தச் சீனப்பயணியின் பெயர் *'யுவான்சுவாங்'* என்று எனக்குத் தெரிவிக்கப்பட்டது. மகாவீரர் போதித்த மிகவும் எளிமையான வாழ்க்கை முறையைக் கூட அவரால் சரியாகப் புரிந்து கொள்ள முடியவில்லை. ஒவ்வொரு ஆணும் பெண்ணும் நிர்வாணமாக நடப்பார்கள் என்ற எண்ணத்தில் அவர் இருந்தார். அவரது எண்ணம் மிகவும் தவறானது.'

அதற்கு ராணி பதிலளித்தார், 'என் அன்பிற்குரிய அரசரே, சீனர்கள் ஏன் சனாதன தர்மத்தில் ஆர்வம் காட்டவில்லை என்பதை என்னால் எளிதாக விளக்க முடியும். இது இப்படித்தான் இருக்கிறது, ஒரு மனிதன் தனக்கு ஆர்வமுள்ளவற்றால் மட்டுமே ஈர்க்கப்படுகிறான். சீனாவைச் சேர்ந்த அந்த மனிதர் *பட்டுப் பாதை* வழியாக பயணம் செய்த மற்ற பயணிகளிடமிருந்து புத்தரைப் பற்றி மட்டுமே கேள்விப்பட்டார். மேலும் அவரது உறவினர்கள், பெரும்பாலும் கன்பூசிய மதம் சார்ந்தவர்களாகவே இருந்தாலும், அவர் மட்டும் புத்த மதத்தைப்பற்றி அறிந்து கொள்ளும் ஆர்வத்துடன் இருந்தார் என்று தெரிகிறது. அவர் தனது முன்னோடிகளின் கதைகளைச் சரிபார்ப்பதற்காகவே இந்தியாவிற்கு வந்திருந்தார். அவர் அதற்கான ஆதாரங்களை மட்டுமே தேடிக்கொண்டிருந்தார். அதுவே அவரது ஒரே குறிக்கோளாகவும் ஆர்வமாகவும் இருந்தது. மகாவீரர் மற்றும் புத்தர் இருவரும் நமது மண்ணின் மகத்தான மைந்தர்கள் (மகான்கள்) என்பதை நான் ஒப்புக்கொள்கிறேன். அவர்கள் சனாதன தர்மத்தின் பல கொள்கைகளால் வழிநடத்தப்பட்டனர். அவர்கள் ஒருபோதும் சிவபெருமானை நம்பவில்லை. ஆனால் நீங்களும் நானும் மற்றும் மதுரையின் மக்கள் அனைவரும் இங்கு நிகழ்ந்த சிவபெருமானின் மாபெரும் அற்புதங்களைப் பற்றி நன்கு அறிவோம். அந்தச் சீனப் பார்வையாளர் இந்த அற்புதங்களைப் பற்றிக் கேள்விப்பட்டிருக்க மாட்டார், எனவே அவர் இதைப் பற்றிய எந்த ஒரு விசாரணையும் செய்யவில்லை. நமது பாட்டி நமக்கு அற்புதங்களைப் பற்றிய பல கதைகளை கூறியதை நாம் அனைவரும் நிச்சயமாக நினைவில் வைத்திருக்கிறோம். நாங்கள் படுக்கைக்குச் செல்வதற்கு முன்பு கிட்டத்தட்ட ஒவ்வொரு நாள் இரவும் என் பாட்டி ஏதாவது ஒரு கதையைப் பற்றி எங்களுக்கு விவரிப்பார்.'

'என்ன அற்புதங்களைப் பற்றிப் பேசுகிறீர்கள்?'

'ஓ, அற்புதங்களைப் பற்றிய எத்தனையோ கதைகள் இருக்கின்றன. ஆனால் நீங்கள் கேட்க விரும்புகிறீர்களா?'

'உதாரணத்திற்கு ஒன்றை நான் சொல்ல முடியும். கவனமாகக் கேளுங்கள். எனக்கு மிகவும் பிடித்த ஒன்று காரைக்கால் அம்மையாரைப் பற்றியது.'

'தற்போது காரைக்கால் என்று வழங்கப்படுகிற மாநகரில் காரைக்கால் அம்மையார் ஒரு வணிகர் சமூகத்தில் தனதத்தன் மற்றும் தர்மவதி என்கிற தம்பதியருக்கு மகளாகப் பிறந்தார். அவரது இயற்பெயர் புனிதவதியார். தனது குழந்தை பருவத்திலிருந்தே, அவர் சிவபெருமான் மீது மிகுந்த பக்தி மற்றும் சிவ வழிபாட்டில் ஈடுபாடு கொண்டவராக இருந்தார். தனதத்தன் தம் ஒரே மகளான புனிதவதியாரை நாகப்பட்டினத்தைச் சேர்ந்த பணக்கார வணிகரான பரமதத்தன் என்பவருக்குத் திருமணம் செய்து வைத்தார். புனிதவதியார் சிவ வழிபாடு, சிவனடியார்கள் எவரேனும் தங்கள் இல்லத்திற்கு வருகை தந்தால் அவர்களுக்கு உணவளிப்பது போன்ற புனித செயல்களில் ஈடுபட்டு அற நெறி வழுவாது வாழ்ந்து வந்தார். இந்நிலையில் ஒரு நாள் பரமதத்தன் தனது கடையிலிருந்தபோது அவரைக் காண வந்த வியாபாரிகளுள் ஒரு வியாபாரி இரண்டு மாம்பழங்களைக் கொண்டுவந்து அவரிடம் கொடுத்தார். பரமதத்தன் தனக்கு பரிசிலாகக் கிடைத்த அந்த இரண்டு மாம்பழங்களையும் தனது வீட்டிற்கு அனுப்பினார். இரண்டு மாம்பழங்களையும் வாங்கிக்கொண்ட புனிதவதியார், தனது கணவருக்கு உணவு நேரத்தில் பரிமாற வேண்டும் என்ற எண்ணம் கொண்டு அவற்றைப் பாதுகாப்பாக வைத்திருந்தார். இதற்கிடையில், அவரது வீட்டிற்கு முன் வயதான துறவி ஒருவர் தோன்றினார். அந்த துறவி பசி மற்றும் முற்றிலும் சோர்வாக இருந்தார். புனிதவதியார் அவரை வணங்கி அவருக்கு உணவளிக்க விரும்பினார். விருந்தினரான வயதான துறவி மிகவும் பசியுடன் இருந்ததாலும் மதிய உணவு தயாராக இல்லாததாலும், தனது கணவர் அனுப்பிவைத்த மாம்பழங்களைத் தவிர அவருக்குக் கொடுக்க புனிதவதியாரிடம் வேறு உணவு எதுவும் இல்லை, எனவே தன்னிடம் இருந்த மாம்பழங்களில் ஒன்றைக் உணவாகக் கொடுக்க முடிவு செய்தார். விருந்தினர் மிகவும் மகிழ்ச்சி அடைந்தார், புனிதவதியாருக்கு நன்றி கூறி அவரை ஆசீர்வதித்தார். பல வகைப் பதார்த்தங்களுடன், விருந்தினருக்கு கொடுத்தது போக மீதமிருந்த ஒரு மாம்பழத்துடன் மதியம் வீட்டிற்கு வந்த பரமதத்தனுக்குப் புனிதவதியார் உணவு பரிமாறினார்.

மாம்பழத்தின் சுவை நன்றாக இருக்கவே அவருக்கு அது மிகவும் பிடித்திருந்தது, எனவே மற்றொரு கனியையும் தனக்கு வைக்கும்படி கேட்டார். மற்ற மாம்பழத்தை ஏற்கனவே சிவனடியாரிடம் கொடுத்துவிட்டதால் புனிதவதியார் மிகுந்த வருத்தமடைந்தார். செய்வதறியாது திகைத்துச் சமையலறைக்குள் சென்ற அவர் சிவபெருமானிடம் உதவி கோரினார். அவர் தனது பிரார்த்தனையை முடித்ததும், மர்மமான முறையில் ஒரு மாம்பழம் அவர் உள்ளங்கையில் விழுந்தது. மகிழ்ச்சி அடைந்த அவர் அதை தன் கணவரிடம் கொடுத்தார். அதைச் சுவைத்து பார்த்த பரமதத்தன், அவர் முதலில் சாப்பிட்ட மாங்கனியைவிட இது அதிக சுவையுடன் அசாதாரணமான இனிப்பாக இருக்கவே சந்தேகமடைந்தார். இது அவர் அனுப்பிய மாம்பழம் அல்ல என்று அவர் உறுதியாக நம்பியதால், அது எங்கிருந்து கிடைத்தது என்று சொல்லுமாறு புனிதவதியாரிடம் கேட்டார். புனிதவதியார் தனது கணவரிடம் முழு உண்மையையும் விரிவாகக் கூறி, இறைவன் சிவபெருமானின் திருவருளால் கிடைக்கப்பெற்ற மாம்பழம் தான் இது என்று சொன்னார்.

இருப்பினும், புனிதவதியார் கூறிய வார்த்தைகளில் நம்பிக்கையற்ற பரமதத்தன் இதை நம்பவில்லை. சிவபெருமான் மாம்பழம் வழங்கியது உண்மையானால், மீண்டும் ஒரு மாம்பழத்தை தனது கண்முன்னே வரவழைக்கும்படி சவால் விடுத்தார். புனிதவதியார் சிவபெருமானை வணங்க, அவருடைய உள்ளங்கையில் மீண்டும் ஒரு மாம்பழம் தோன்றியது. அவர் அதை தனது கணவரிடம் கொடுத்தார். ஆனால் உடனே அது அவரது கையில் இருந்து மறைந்துவிட்டது. அவர் திகைத்துப் போனார். பரமதத்தன் தனது மனைவியின் மகத்துவத்தை நன்றாகப் புரிந்து கொண்டார். அவரைத் ஒரு தெய்விகப் பெண் என்று கருதினார். புனிதவதியாருடன் அவருடைய கணவனாக தொடர்ந்து வாழ்வது ஒரு மிகப்பெரிய பாவம் என்று அவர் உணர்ந்தார். வாணிபத்திற்காக வெளிநாட்டிற்குச் செல்கிறேன் என்ற ஒரு சாக்குப் போக்கை கூறி, கப்பலில் சரக்குகளை ஏற்றிக் கொண்டு பயணம் செய்தார். திரும்பி வரும்போது அவர் பாண்டிய இராச்சியத்தில் ஒரு பெரிய நகரத்தில் தன்னை நிலைநிறுத்திக் கொண்டார். அங்குத் தாம் சந்தித்த ஒரு வணிகப் பெண்ணை திருமணம் செய்து கொண்டு மகிழ்ச்சியாக வாழ்ந்தார். சிலகாலம் கழித்து அவளுக்கு ஒரு பெண்குழந்தை பிறந்தது. பரமதத்தன் அந்தக் குழந்தைக்கு தனது முதல் மனைவியின் நினைவாகப் புனிதவதி என்று பெயரிட்டார். இதற்கிடையில், புனிதவதியாரின் உறவினர்கள் அவரது கணவர் எங்கிருக்கிறார் என்பதை அறிந்தனர்.

எனவே அவர்கள் புனிதவதியாரை ஒரு பல்லக்கில் அவரது கணவரிடம் அழைத்துச் சென்றனர். புனிதவதியார் தன்னைப் பார்க்க வருகிறார் என்று பரமதத்தன் கேள்விப்பட்டபோது, அவர் தனது இரண்டாவது மனைவி மற்றும் குழந்தையுடன் முன்னே சென்று புனிதவதியாரின் காலில் விழுந்தார். சுற்றியிருந்த மக்கள் விளக்கம் கேட்டபோது, அவர் அவளைத் தனது மனைவியாக அல்ல, ஒரு தெய்வமாகக் கருதினார் என்றும் அதனால் தான் காலில் விழுந்தேன், நீங்களும் இவரை வணங்குங்கள் என்றும் கூறினார். புனிதவதியார் தனது கணவரது மனநிலையைப் புரிந்துகொண்டு, "அப்படியானால், இறைவா, தற்போதைய எனது உடல் வசீகரத்திலிருந்து என்னை விலக்கி, எனக்கு ஒரு அசுர வடிவம் தருவாயாக" என்று இறைவன் சிவபெருமானிடம் பிரார்த்தனை செய்தார். அவருடைய பிரார்த்தனை உடனடியாக வழங்கப்பட்டது, மேலும் அவருடைய அழகான உடல் ஒரு எலும்புக்கூடாக (சிவபூதகண வடிவம்) மாற்றப்பட்டது. இதனைக் கண்ணுற்ற பலர் அவரை வணங்கினர், சிலர் அச்சம் கொண்டு ஓடி மறைந்தனர். அசுர உருவம் கொண்ட புனிதவதியார் ***'அற்புத திருவந்தாதி'*** எனும் பாடல்களைப் பாடினார்.

இதற்கு பின்னர் அவர் இறைவன் சிவபெருமானைக் காண கைலாச மலைக்கு யாத்திரை மேற்கொண்டார். கைலாச மலை இறைவன் சிவபெருமான் உறையும் புனிதமான இடம் என்பதால், அங்குத் தரையில் கால் ஊன்ற விருப்பமின்றி, தனது தலையால் நடந்து சென்றார். அசுர உருவம் கொண்ட ஒருவர் தம் தலையால் நடந்து வருவதைக் கண்ணுற்று வியந்த பார்வதி தேவி இவர் யார் என்று சிவபெருமானிடம் கேட்க ***"நம்மைப் பேணும் அம்மை காண்"*** என்று கூறிய சிவபெருமான் புனிதவதியாரை நோக்கி ***"அம்மையே வருக"*** என்றழைத்து ***"தங்களுக்கு வேண்டும் வரம் கேளுங்கள்"*** என்றார். மிகுந்த மகிழ்ச்சியுற்ற புனிதவதியார் இறைவனின் திருவடிகளில் வீழ்ந்து வணங்கினார். பின்னர் ***"பிறவாமை வேண்டும், மீண்டும் பிறப்புண்டேல் இறைவா உனையென்றும் மறவாமை வேண்டும், இன்னும் வேண்டும் நான் மகிழ்ந்து பாடி, அறவா நீ ஆடும்போது உன் அடியின் கீழ் இருக்க"*** என்றார். அவ்வாறே அருளிய இறைவன் சிவபெருமான் தனது திருவடியின் கீழ் அவர் என்றும் இருக்கும்படி அருளினார். இதுமுதல் அவர் காரைக்கால் அம்மையார் என்று அழைக்கப்பெற்றார். இறைவன் சிவபெருமான் காரைக்கால் அம்மையாருக்கு அருள் செய்து அவரது கைகளில் மாம்பழம் அற்புதமாகத் தோன்றியதின் காரணமாக இவை அனைத்தும் நிகழ்ந்தன.'

மன்னர் சிரித்தார், 'சரி, எனக்கும் ஒரு மாம்பழம் கிடைக்குமா? இது மார்கழி மாதம் (டிசம்பர்). நீங்கள் இப்போது எனக்காக ஒரு மாம்பழத்தைப் பெற முடிந்தால், அதுவே உண்மையான அதிசயமாக இருக்கும்!'

இந்தக் கசப்பான கருத்தைக் கேட்டு ராணி வருத்தமடைந்து, 'நான் ஒன்றும் அவ்வளவு ஆசீர்வதிக்கப்படவில்லை' என்று பதிலளித்தார்.'

'அது பரவாயில்லை; இப்போது, இந்த வாழைப்பழங்களை சுவைத்துப் பாருங்கள். நாம் இவற்றை மலை வாழைப்பழங்கள் என்று அழைக்கிறோம். மிகவும் சுவையாக இருக்கிறது. நாம் மலையின் மீது ஏறிச் செல்லும்போது, நீங்கள் இந்த வாழைப்பழங்களையும் மற்றும் பலாப்பழங்களையும் ஏராளமாகப் பார்க்க முடியும் என்று என்னிடம் கூறப்பட்டது. அவை தேன் போன்ற சுவை கொண்டவை என்று நம் மந்திரி தெரிவித்தார். உங்களுக்கு இந்தத் தொலைதூர மலைத்தொடர்களுக்குச் செல்ல ஆர்வம் இல்லையா? நீங்கள் என்னிடமிருந்து ஏதோ சில உண்மைகளை மறைக்கிறீர்கள் என்று தெரிகிறது. அது என்ன? நீங்கள் மேலும் சில அற்புதங்களை பற்றி விவரிக்க விரும்புவதற்கு முன், நான் உங்களுக்கு மிகவும் சுவாரசியமான ஒரு தகவலைச் சொல்கிறேன். காலையில் நமது கலாச்சார அமைச்சர் குணசீலனுடன் பேசிக்கொண்டிருந்தேன். அமைச்சராகவும் இருந்த அவரது முன்னோர்களில் ஒருவர் (அவரது கொள்ளு தாத்தா - தாத்தாவின் தாத்தா) பனை ஓலைச்சுவடிகளில் பல கதைகளைக் கவனமாகப் பதிவு செய்துள்ளதாகத் தெரிகிறது. குணசீலன் சமீபத்தில்தான் அவற்றை கண்டுபிடித்தார் என்று தெரிகிறது. அவர் மிகவும் உற்சாகமாக இருக்கிறார்; மேலும் என்னிடம் ஒரு சுவாரசியமான கதையைச் சொன்னார்; இல்லை, இது ஒரு உண்மையான சம்பவம். நம்புவது சிறிது சிரமமாக இருக்கிறது. இது நம் வம்சத்தின் முந்தைய மன்னர்களில் (மூதாதையர்) ஒருவரைப் பற்றியது; நான் அந்த வம்சத்தைச் சேர்ந்தவன் என்பதில் உண்மையிலேயே பெருமைப்படுகிறேன்'.

'என் ஆண்டவரே, உங்களிடமிருந்து இந்தத் தகவலைக் கேட்ட நான் உங்களைவிட மிகவும் அதிக மகிழ்ச்சியடைகிறேன்.'

'இது சுமார் 500 அல்லது 600 ஆண்டுகளுக்கு முன்பு நடந்தது என்று குணசீலன் கூறுகிறார். இந்த அரசருக்கு முன்பே புத்தர் பிறந்தார் என்று நான் நினைக்கிறேன். எப்படியிருந்தாலும், அவர் பிறந்த சரியான தேதியைப் பற்றி நாம் கவலைப்பட வேண்டாம். அது முக்கியமில்லை; ஆனால் இந்தப் மாபெரும்

அரசரைப் பற்றிக் கேளுங்கள். அவர் தனது ஆடையை மாற்றிக்கொண்டு, மாற்று வேடம் பூண்டு, திருடர்களைப் பிடிப்பதற்காக இரவு நேரங்களில் நகரத்தைச் சுற்றி வருவது வழக்கம்.'

'மிகவும் மோசமானது, என் ஆண்டவரே. மக்கள் மிகவும் ஏழைகளாக இருந்தார்களா என்ன? அல்லது வேறு ஏதேனும் காரணம் இருக்கிறதா? ஏன் அங்கு திருடர்கள் இருந்தார்கள்? சிலருக்கு சாப்பிட போதுமான பொருட்கள் இல்லையா?'

'இல்லை என் அன்பே, எப்போதும் திருடர்கள் சுற்றிக்கொண்டுதான் இருந்திருக்கிறார்கள்.'

என் ஆண்டவரே, குறுக்கிடுவதற்கு மன்னிக்கவும், நீண்ட நெடுங்காலத்திற்கு முன்பு ராமர் ஆட்சி செய்தபோது திருடர்கள் ஒருவர் கூட இல்லை என்று என் பாட்டி என்னிடம் கூறியுள்ளார். பல ஆண்டுகளுக்குப் பிறகு, இல்லை பல ஆயிரக்கணக்கான ஆண்டுகளுக்குப் பிறகு மக்களின் நடத்தை மாறிவிட்டது, மக்கள் மற்றவர்களின் சொத்துக்களை திருடத் தொடங்கிவிட்டனர் என்று தெரிகிறது.'

'நீங்கள் அடிக்கடி ராமரைப் பற்றி பேசுகிறீர்களே? அவருடைய இராச்சியம் எங்கே இருக்கிறது? நாம் சென்று பார்க்கலாமா? அது வெகுதொலைவில் இருக்கிறது என்று எனக்குத் தெரியும், ஆனால் அங்கு எப்படி செல்வது? அவரைப் பற்றிய வரலாற்றை எப்படி நம்புவது?'

'என் அன்பிற்குரிய அரசரே, மீண்டும் குறுக்கிடுவதற்கு மன்னிக்கவும். நீங்கள் ராமரைப் பற்றி என்னிடம் கேட்டதால், இதை நான் தங்களிடம் சொல்லியே ஆக வேண்டும். நமது சங்கத் தமிழ் இலக்கியங்களில் மிக முக்கியமான எட்டுத்தொகை நூல்களில் ஒன்றான புறநானூற்றுக் கவிதைகள் அடங்கிய சில பனை ஓலைச்சுவடிகள் தற்செயலாக எனக்குக் கிடைத்தன. அவற்றில் பெரும்பாலானவை இப்போது நாம் வசிக்கும் இதே நகரத்தில் எழுதப்பட்டவை, அவை நம் முன்னோர்களால் பெரிதும் ஆதரிக்கப்பட்டவை என்று நான் நினைக்கிறேன். ஊன்பொதி பசுங்குடையார் என்கின்ற புலவர் எழுதிய ஒரு கவிதையில், சோழ மன்னன் இளஞ்சேட்சென்னி, தன் அன்பான மனைவிக்கு முன் விலைமதிப்பற்ற இரத்தினங்களை ஊன்பொதி பசுங்குடையாருக்கு வாரி வழங்கியதைப் பற்றி படித்ததாக எனக்கு நினைவிருக்கிறது.

என் அன்பிற்குரிய அரசரே கவனமாகக் கேளுங்கள், வடக்கிலிருந்து படையெடுத்து வந்த பேரரசரான சந்திரகுப்த

மௌரியரின் மகன் பிம்பிசாரனை எதிர்த்து, அந்தப் பெரிய படையெடுப்பை புகழ்பெற்ற சோழ மன்னர் கரிகாலனின் தந்தையான இளஞ்சேட்சென்னி முறியடித்தார். இச்செய்தி மற்றும் மன்னர் இளஞ்சேட்சென்னி கேட்டார்க்கு இல்லை என்னாது வாரி வழங்கும் வள்ளல்களுள் ஒருவர் என்பதையும் புலவர் ஊன்பொதி பசுங்குடையார் அறிந்தார். எனவே, அரசரின் வெற்றியைப் புகழ்ந்து ஒரு பாடல் பாடி பரிசில் பல பெறவேண்டும் என்கின்ற ஆவலில் தன் சுற்றத்தினருடன் அரண்மனை வாயிலை அடைந்தார். ஊன்பொதி பசுங்குடையார் அரண்மனை வாயிலில் நின்றுகொண்டு மன்னரின் வெற்றியைப் புகழ்ந்து ஒரு பாடல் பாடியிருக்கிறார். அவருடன் சேர்ந்து அவரது குடும்பத்தினர் பலரும் பாடியிருக்கிறார்கள்.

அவர் பாடிய பாடல் வரிகள்...

'கடுந்தெறல் இராமன் உடன் புணர் சீதையை
வலித்த கை அரக்கன் வெளவிய ஞான்றை
நிலஞ்சேர் மதர் அணி கண்ட குரங்கின்
செம்முகப் பெருங்கிளை இழை பொலிந்து ஆங்கு'

(புறநானூறு 378)

இந்தப் பாடலைக் கேட்டு புலவர்தம் புலமையை அறிந்து பெரிதும் மனம் மகிழ்ந்த மன்னர் இளஞ்சேட்சென்னி, அளவுக்கு அதிகமாக பெருஞ் செல்வத்தையும் விலை உயர்ந்த பலவகையான ஆபரணங்களையும் தன் அன்பான மனைவிக்கு முன் புலவருக்குப் பரிசாக வழங்கினார். இந்தப் புலவரிடத்தில் மிக உயர்ந்த குணங்களெல்லாம் குடி புகுந்திருந்தன; ஆனால் இவரும் இவரது உறவினர்களும் மிகுந்த வறுமையுற்றிருந்தனர் என்று தெரிகிறது. எக்காலத்திலும் தம் உறவினர்களுடனேயே இருக்கும் ஊன்பொதி பசுங்குடையார் பரிசிலாகக் கிடைத்த பொருட்களைத் தனக்கென்று வைத்துக் கொள்ளாமல், தனது உற்றார் உறவினர்களுக்கும் பகிர்ந்து கொடுத்து அவர்கள் மகிழ்வதைக் கண்டு தாமும் மனம் மகிழ்வார் என்று தெரிகிறது. அவர்கள் தாங்கமுடியாத அளவுக்கு ஏராளமான ஆபரணங்களை வழங்கினார் மன்னர் இளஞ்சேட்சென்னி. அவர்கள் அந்த அணிகலன்களை இதற்குமுன் ஒருபோதும் பார்த்ததில்லை என்று தெரிகிறது, அதனால் எந்த ஆபரணத்தை எங்கே எப்படி அணிந்துகொள்வது என்று கூடத் தெரியாத அவர்கள் கண்டபடி அள்ளிப்போட்டுக் கொண்டார்களாம். விரலில் அணிய வேண்டிய நகைகளைக் காதுகளில்

தொங்கவிட்டுக் கொண்டார்களாம். காதில் அணிய வேண்டிய நகைகளை விரல்களில் செருகிக்கொண்டார்களாம். இடுப்பில் அணியவேண்டிய ஆபரணங்களைக் கழுத்திலும், கழுத்தில் அணியவேண்டிய ஆபரணங்களை இடுப்பிலும் அணிந்துகொண்டார்களாம். இதைப் பார்த்தவுடன், மன்னர் இளஞ்சேட்சென்னியின் அன்பான மனைவி,

'என்னால் அதை சகிக்கவே முடியவில்லை... அது எப்படி இருந்தது என்றால், எதையும் எளிதில் அழிக்கும் உக்கிரமான சக்தியைக் கொண்ட ராமருடன் காட்டுக்கு வந்திருந்த சீதையை வலிமை மிக்க அரக்கனான இராவணன் கடத்திச் சென்றான்; அப்போது, அவள் ராமருக்கு வழி தெரிய வேண்டும் என்பதற்காகத் தான் அணிந்திருந்த அணிகலன்களைக் கழற்றி வழிநெடுக ஒவ்வொன்றாக ஆங்காங்கே நிலத்தில் எறிந்துவிட்டுச் சென்றதை, அங்கிருந்த மரக்கிளைகளில் அமர்ந்து கொண்டு பார்த்த குரங்குகளின் ஒரு பெரிய கூட்டம், அவற்றின் சிவப்பு வாய் திறந்த நிலையில், அந்த அழகான அணிகலன்கள் அனைத்தையும் எடுத்து எதனை எங்கு எப்படி அணிவது என்று தெரியாமல் மாற்றி மாற்றி தாறுமாறாக அணிந்துகொண்டதைப் போல் இருந்தது' என்று கூறி இருக்கிறார்.

இப்போது நான் உங்களிடம் கேட்கிறேன், இந்தப் புலவர் ஊன்பொதி பசுங்குடையார் ஏன் ராமர் மற்றும் சீதையைப் பற்றி எழுத வேண்டும். அது நிச்சயமாக அவருடைய கற்பனை அல்ல.'

'சரி, நான் இதை ஏற்றுக்கொள்வது சாத்தியம். நான் முன்பு கூற ஆரம்பித்த நம் வம்சத்தின் முந்தைய மன்னர் ஒருவரைப் பற்றிய எனது கதையைத் தொடர்கிறேன். கவனமாக கேளுங்கள் என் அன்பிற்குரிய ராணியே.'

'அந்த மன்னர் மிகுந்த அறிவு மிக்கவர், நாட்டு மக்களிடத்தில் அன்பும் மற்றும் நற்பண்பும் கொண்டவர், நீதி தவறாத அரசர். பொய், களவு, கொலை முதலியவற்றுக்குச் சிறிதும் இடமளிக்காதவர். நாட்டு குடிமக்களின் நன்மையைப் பெரிதும் விரும்புபவர். அவர்களுடைய எண்ணங்களைத் தெரிந்துகொண்டு அவர்களுக்கு நன்மை செய்வதில் மிக்க ஆர்வமுடையவர். அதன் பொருட்டு இரவு நேரங்களில் மாறுவேடம் பூண்டு நகர்ச் சோதனைக்குச் சென்றுவரும் வழக்கத்தையும் கொண்டிருந்தார். ஒரு நாள் நள்ளிரவில், மன்னர் தனது இரவு நேர நகர்வலத்தின்போது மிகவும் சிறிய தெரு ஒன்றின் வழியாக சென்று கொண்டிருந்தார். அந்த தெருவில் இருந்த வீடுகள் அனைத்தும் நன்கு மூடப்பட்டு இருந்தன. ஆளரவமோ,

பேச்சொலியோ எதுவுமே சிறிதும் இல்லாமல் தெருவே மிகவும் அமைதியாகக் காணப்பட்டது. அந்த தெருவில் இருந்த ஒரு வீட்டின் முன் சென்று கொண்டிருந்தபோது, ஒரு தம்பதியினருக்கு இடையேயான உரையாடலை அவர் தற்செயலாகக் கேட்க நேர்ந்து இருக்கிறது. கீரந்தை என்ற வேதியன் தன் மனைவியுடன் பேசிக் கொண்டிருந்தான். தான் அருகிலுள்ள கிராமத்திற்குச் சென்று ஒரு சில பொருட்களை வாங்கி வருவதற்காகச் செல்வதாகவும், திரும்பி வருவதற்கு ஒரு வாரக் காலம் ஆகும் என்றும், இந்தச் சமயத்தில் யாரேனும் வந்து வீட்டுக் கதவைத் தட்டினால் திறக்கக்கூடாது என்றும் அவன் தனது மனைவியிடம் சொல்லிக்கொண்டிருந்தான். நான் வாங்க வேண்டிய பொருட்கள் அனைத்தையும் ஒரு வாரத்திற்குள் வாங்கிவிட்டு சூரியன் மறைவதற்கு முன்பாகத் திரும்பி வருவேன் என்று கூறி இருக்கிறான். அதற்கு அவனது மனைவி, 'கவலைப்படாதீர்கள், நமது மன்னர், இரவில் நகரத்தைக் கண்காணித்து வருவதாகத் தெரிகிறது' என்று கூறினாள். இதைக் கேட்டு மன்னர் மிகவும் மகிழ்ச்சியடைந்தார். தனது நாட்டு மக்கள் தன்னிடம் வைத்துள்ள பற்றுதலையும் நம்பிக்கையையும் நினைத்து வியந்தார். பின்னர் மெதுவாக அந்த இடத்தை விட்டு வெளியேறி அரண்மனைக்குச் சென்று நன்கு தூங்கிவிட்டார். இரண்டு நாட்களுக்குப் பிறகு இந்த நிகழ்ச்சி அவரது நினைவுக்கு வந்தது, எனவே, அந்தப் பெண்மணி பாதுகாப்பாக இருக்கிறாரா என்று அவர் கவலைப்பட்டார்; அந்த நாள் இரவில் தனது வழக்கமான மாறுவேடம் தரித்துக் கொண்டு நகரத்தைக் கண்காணிப்பதற்காக அவர் சென்றார், அவர் அந்த வீட்டை நெருங்கியபோது, அந்த வீட்டிற்குள் சிலர் பேசிக்கொண்டிருப்பது போல் சில குரல்களைக் கேட்டு ஆச்சரியப்பட்டார். அது நள்ளிரவுநேரம். எனவே மிகவும் ஆச்சரியப்பட்ட மன்னருக்குச் சந்தேகம் வந்து கதவைத் தட்டினார். ஆனால், உள்ளே இருந்த மனிதர் "கதவைத் திறக்க வேண்டாம்" என்று வேகமாக அந்தப் பெண்மணியிடம் கூறியது கேட்டது, மேலும் அந்த ஆண், "யாரோ ஒருவர் நான் வெளியே சென்றுவிட்டதாக நினைத்து உள்ளே நுழைய முயற்சிக்கிறார்" என்று கூறினான்.' இதைக் கேட்ட அரசர் நெஞ்சம் துணுக்குற்றார்; சிறிது திகைப்படைந்த அவர் தன் தவறை உணர்ந்து, ஒரு நிமிடம் யோசித்தார். பின்னர் தெளிவு பெற்று அந்தத் தெருவில் இருந்த அனைத்து வீடுகளின் கதவுகளையும் தட்டிவிட்டு விரைவாக தன் அரண்மனைக்குத் திரும்பி இருக்கிறார்.'

'அவர் ஏன் உடனடியாக அரண்மனைக்குத் திரும்பி வர வேண்டும், எனக்கு புரியவில்லை', ராணி மீண்டும் குறுக்கிட்டார்.

'எனக்குத் தெரியவில்லை. ஒருவேளை, அவர் அங்கேயே நின்று கொண்டிருந்தால், மன்னருக்கு தனது மனைவியுடன் சட்டவிரோத உறவு இருப்பதாக அவளது கணவன் சந்தேகிக்கலாம், அது மன்னருக்கும் அந்த ஏழைப் பெண்ணுக்கும் தீங்கு விளைவிக்கும் என்று மன்னர் நினைத்திருக்கலாம்.' 'சரி, தொடருகிறேன். இதற்குப் பின் என்ன நடந்தது என்று கூறுகிறேன், தொடர்ந்து கேளுங்கள் எனதருமை மகாராணியே!'

'மன்னர் அனைத்து வீடுகளின் கதவுகளையும் தட்டிவிட்டுச் சென்றதால், அவ்வீட்டு மக்கள் அனைவரும் கதவைத் திறந்து கொண்டு வெளியே வந்தனர்; "தங்கள் வீட்டுக்கதவைத் தட்டியவர் யார்?" என ஒருவருக்கொருவர் கேட்டுக் கொண்டனர். ஒருவராலும் இன்னார் எனக் கண்டு பிடிக்க முடியவில்லை. கள்வனாகத்தான் இருக்க வேண்டும் என்று கருதினர். "நம் பாண்டிய அரசர் ஆட்சியிலும் களவு நிகழ்கிறதா?" என நினைத்து வருத்தப்பட்டனர். மறுநாள் பொழுது புலர்ந்தது. அவர்கள் அனைவரும் அரசரைக் காண அரண்மனைக்குச் சென்றனர். காலை நேரத்திலேயே அரசவையில் ஏராளமான மக்கள் திரண்டிருந்தனர். தான் இதுவரை காணாத அளவுக்குப் பலர் அரண்மனைக்குப் பார்வையாளர்களாக வந்திருப்பதைக் கண்டு மன்னர் ஆச்சரியப்பட்டார். அரசரைப் பார்த்தவுடன் அவர்கள் அனைவரும் கூச்சலிட்டனர், "ஐயோ, எங்கள் அன்பிற்குரிய அரசரே, கேளுங்கள், நேற்று இரவு, ஒரு திருடன் எங்கள் வீட்டுக் கதவைத் தட்டிவிட்டு வேகமாக ஓடிவிட்டான். அந்தக் குற்றவாளியை நாம் கண்டுபிடித்து தண்டிக்க வேண்டும்" என முறையிட்டனர். அரசவையில் அமைச்சர், படைத்தலைவர் மற்றும் புலவர்கள் அனைவரும் அமர்ந்திருந்தனர். அரசர், 'அந்தத் திருடன் உங்கள் வீட்டிலிருந்து எதையாவது திருடிச் சென்றுவிட்டானா?' என்று கேட்டார். அனைவரும் 'இல்லை, வீட்டுக் கதவுகளைத் மட்டும் தட்டிவிட்டு விரைந்து ஓடிப் போய்விட்டான்' என்று ஒருசேர பதிலளித்தனர். 'அப்படியானால், நான் என்ன செய்ய வேண்டும்?' என்று கேட்டார் அரசர். 'இனிமேல் இப்படி செய்யாதபடி அவன் கையை வெட்ட வேண்டும்.' என்று மக்கள் பதிலளித்தனர்.

'ஓ, அது கொடூரமானது, அரசர் எதையும் திருடவில்லை.'

'அப்படித்தான் நீங்களும் நினைப்பீர்கள். ஆனால் நம் முன்னோர்கள் சிறந்த குணாதிசயமுள்ள சிறந்த மன்னர்களாக இருந்தனர். அந்த அரசர் அமைச்சரிடம் ஒரு வாள் கொண்டு வரச்சொல்லி தனது வலக் கையைத் தானே வெட்டிக் கொண்டார்! குருதி பெருகி வழிந்தது!

'அடக் கடவுளே, இது தேவையற்ற செயல். நீதியும் அல்ல. அரசர் என்ன நடந்தது என்று மக்களுக்கு விளக்கமாக கூறியிருக்கலாம்.'

என் அன்பிற்குரிய ராணியே, நீங்கள் என்ன வேண்டுமானாலும் சொல்லலாம். ஆனால், அங்கு அப்போது என்ன நடந்தது என்று தெரிந்தால் நீங்கள் மிகவும் ஆச்சரியப்படுவீர்கள்.'

'தங்கள் அரசர் தம் கையை தங்கள் கண்முன்னே வெட்டிக்கொண்டதை சற்றும் எதிர்பார்க்காத மக்கள் மற்றும் அரசவையில் கூடியிருந்த அனைவரும் பெரும் வியப்பில் ஆழ்ந்தனர். பயந்தனர்; நடுங்கினர். "எங்கள் அன்பிற்குரிய அரசே! தாங்கள் தங்கள் கையை வெட்டிக் கொள்ளக் காரணம் என்ன?" என்று கேட்டனர். நடந்தவற்றை மக்களுக்கு விளக்கமாக சொன்ன அரசர், தானே கதவைத் தட்டியதாகக் கூறினார். நீதி தவறாத தங்கள் அரசரின் இந்த செயல் அறிந்து வியந்த மக்கள்; "இவரல்லவோ நீதி நெறி தவறாத நேர்மை மிக்க அரசர்!" என்று கூறி மகிழ்ந்தனர். அவர்கள் மிகுந்த மன உளைச்சலுக்கும் ஆளானார்கள். இதனால் அனைத்து ஆண்களும் பெண்களும் தங்களிடம் இருந்த தங்க நகைகளை நன்கொடையாக வழங்கினர், இவ்வாறு கிடைக்கப்பெற்ற தங்க நகைகளைக் கொண்டு கைவினைஞர் ஒருவர் ஒரு தங்கக் கையை வடிவமைத்தார். இந்தத் தங்கக் கை எப்படியோ அரசரின் உடலில் வெட்டப்பட்ட கையோடு இணைக்கப்பட்டது. நீதி தவறாது நாட்டை ஆட்சி செய்த நம் முன்னோர்களில் முதன்மையானவராகக் கருதப்படும் இந்த அரசர் அன்றிலிருந்து **பொற்கைப் பாண்டிய மன்னன்** - பொன் கரம் கொண்ட பாண்டிய மன்னன் என்று அழைக்கப்பட்டார்.

'மேலும், பழமொழி நானூறு, சிலப்பதிகாரம் மற்றும் குணநாற்பது என்னும் நூல்களில் இடம்பெற்றுள்ள பாடல்வரிகளின் மூலம் நாம் பொற்கைப் பாண்டிய மன்னரின் வரலாற்றை அறிந்து கொள்ளலாம்.'

பழமொழி நானூறு எனும் நூலில் உள்ள பாடல்.

'எனக்குத் தகவன்றால்' என்பதே நோக்கித்
தனக்குக் கரியாவான் தானாய், தவற்றை
நினைத்துத்தன் கைகுறைத்தான் தென்னவனும் காணார்
எனச்செய்யார் மாணா வினை.'

சிலப்பதிகாரத்தில் வரும் பாடல்.

உதவா வாழ்க்கைக் கீரந்தை மனைவி,
புதவக் கதவம் புடைத்தனன் ஒருநாள்
"அரைச வேலி அல்லது யாவதும்
புரை தீர் வேலி இல்" என மொழிந்து,
மன்றத்து இருத்திச் சென்றீர்: அவ்வழி
இன்று அவ்வேலி காவாதோ?, என,
செவிச் சூட்டு ஆணியின், புகை அழல் பொத்தி,
நெஞ்சம் சுடுதலின், அஞ்சி, நடுக்குற்று,
வச்சிரத் தடக் கை அமரர் கோமான்
உச்சிப் பொன் முடி ஒளி வளை உடைத்த கை
குறைத்த செங்கோல், குறையாக் கொற்றத்து,

(இறைக் குடிப் பிறந்தோர்க்கு இழுக்கம் இன்மை - சிலப்பதிகாரம்)

குணநாற்பது என்னும் நூலில் உள்ள பாடல்

'நாடுவளங் கொண்டு புகழ்நடுதல் வேண்டித்தன்
ஆடுமழைத் தடக்கை அறுத்துமுறை செய்த
பொற்கை நறுந்தார்ப் புனைதேர் பாண்டியன்
கொற்கைஅம் பெருந்துறை குனிதிரை தொகுத்த
விளங்குமுத்து உறைக்கும் வெண்பல்
பன்மாண் சாயல் பரதவர் மகட்கே'

'இப்போது சொல்லுங்கள், எனதருமை மகாராணியே, இந்த மாபெரும் பாண்டிய இராச்சியத்தில் ராணியாக இருப்பதில் நீங்கள் பெருமைப்படவில்லையா?'

'சேக்கிழார், இந்த அரசரைப் பற்றி நான் கேள்விப்பட்டதே இல்லை. நாம் எப்போதும் சோழ மன்னர்கள் தான் மிகவும் உயர்ந்தவர்கள் என்று நினைக்கிறோம், அது உண்மையல்ல என்று இப்போது எனக்கு நன்றாகப் புரிகிறது; பாண்டிய மன்னர்களையும் நாம் போற்ற வேண்டும்.'

'நீங்கள் உண்மையிலேயே மிகவும் நியாயமானவர், என் அன்பான அரசரே.'

'நிச்சயமாக, உங்களை திருமணம் செய்துகொண்டு, 'நமது பாண்டிய மன்னர்களின் வாழ்க்கை மற்றும் அவர்களின் மகத்தான

செயல்களைப் பற்றி அறிந்துகொள்வதில் நான் மிகவும் பெருமைப்படுகிறேன், நற்பேறும் அடைகிறேன்' என் அன்பிற்குரிய கணவரே. 'நமது தாய்மொழிக்கு நமது முந்தைய மன்னர்கள் ஆற்றிய மகத்தான பங்களிப்புகளைப் பற்றி நான் படித்துக் கொண்டிருக்கிறேன் என்று ஏற்கனவே உங்களிடம் சொல்லியிருக்கிறேன் அல்லவா. சங்க காலத்தில் பல இலக்கியப் படைப்புகள் மாறன் வழுதி, பூதப்பாண்டியன், மதிவாணன் போன்ற மன்னர்களால் பெரிதும் ஆதரிக்கப்பட்டன மேலும் மதுரையில் தமிழ்ச் சங்கத்தினை நிறுவி நம் தமிழ் மொழியின் வளர்ச்சிக்குப் பெரிதும் உதவினார்கள் என்பது உங்களுக்குத் தெரியுமா? முத்தமிழிலும் கல்வி, கேள்விகளிலும் வல்லுனர்களாகத் திகழ்ந்த இவர்கள் பல புலவர்களைப் பெருமளவில் ஆதரித்தும் சிறந்த தமிழ் நூல்கள் பலவற்றை இயற்றவைத்தும் தாங்களே சில நூல்களை இயற்றியும் இருக்கிறார்கள். இன்று நாம் பெரிதும் போற்றும் இந்தச் சங்க இலக்கியப் படைப்புகளில் ஒன்றாகத் திகழும் நாரிணை, அகநானூறு, பரிபாடல் போன்றவை ராமரைப் பற்றியும், மகாபாரதப் போரைப் பற்றியும் குறிப்பிடுகின்றன என்று நான் நினைக்கிறேன், எனக்குத் தெரியவில்லை. இந்த மன்னர்களும் கவிஞர்களும் பகவான் ஸ்ரீ கிருஷ்ணர் மற்றும் துவாரகையில் அவர் கட்டிய பெரிய அரண்மனையைப் பற்றியும் நன்கு அறிந்திருந்தனர் என்பது சுவாரசியமானது. பகவத்கீதையின்மூலம் விளக்கப்பட்ட மாபெரும் தத்துவத்தைப் பற்றி குறிப்பிடவில்லை. இது நம் தமிழ் மொழியில் இல்லை, ஆனால் ஒரு நாள் இந்த அற்புதமான படைப்பான பகவத்கீதையின் தத்துவத்தை எனக்கு விளக்கக்கூடிய ஒருவரை சந்திக்க விரும்புகிறேன்.'

மன்னர் தனது சிரிப்பைக் கட்டுப்படுத்த முயன்றார், "என் அன்பான அரசி, அந்த நாட்களில் ஸ்ரீ கிருஷ்ணர் ஒரு அரண்மனையை கட்டினார் என்று நீங்கள் நம்புகிறீர்களா? அது எங்கே இருக்கிறது? மக்கள் பார்த்திருக்கிறார்களா? ஏதாவது ஆதாரம் இருக்கிறதா? புத்தர் வாழ்ந்தார் என்பதற்கும், மகாவீரர் ஜெயின் பற்றியும் நம்மிடம் ஏராளமான சான்றுகள் இருக்கின்றன.'

'நான் உங்களுடன் உடன்படுகிறேன்; அந்தத் துவாரகை நகரம் கடலுக்கு அருகில் இருந்ததால், அது தண்ணீரில் அடித்துச் செல்லப்பட்டு கடலுக்கு அடியில் காணாமல் போயிருக்கலாம். இதுவரை யாரும் பார்க்கவில்லை என்றாலும் முற்காலத்தில் குமரி கண்டம் என்று ஒரு கண்டமும் இருந்தது, ஆனால் அது கடலில்

மூழ்கி காணாமல் போய்விட்டது என்று நாம் எப்போதும் கூறுகிறோம்.'

'ஒருவேளை இருக்கலாம்; ஆனால் உங்களுக்கு நன்றாகத் தெரியும், மாபெரும் பேரரசர் அசோகர் புத்தரால் ஈர்க்கப்பட்டார், ஸ்ரீ கிருஷ்ணரால் அல்ல. அவர் புத்தரால் ஈர்க்கப்பட்டதால் தான் தாம் செய்யவிருந்த அனைத்து போர்களையும் நிறுத்தி அமைதியை நிலைநாட்டினார். இல்லையெனில், அவர் நம்மையும் வென்றிருப்பார்' என்று மன்னர் கூறினார்.

'என் அன்பான மன்னரே, நானும் பல ஆண்டுகளாக இதைப் பற்றி யோசித்துக்கொண்டிருந்தேன்; பேரரசர் அசோகர் புத்தரைப் பின்பற்றியிருக்கக் கூடாது என்று நான் நினைக்கிறேன்.'

'என்ன சொல்கிறீர்கள்? நீங்கள் உங்கள் உணர்வுகளை இழந்து விடவில்லை என்று நான் நினைக்கிறேன்.'

'தயவுசெய்து என்மீது கோபம் கொள்ளாதீர்கள், என் அன்பிற்குரிய கணவரே. பேரரசர் அசோகர் நம் நாட்டையும் போரில் வென்றிருக்க வேண்டும் என்று நான் சொல்லவில்லை. மறுபுறம், அவர் ஸ்ரீ கிருஷ்ணரின் போதனைகளைப் பின்பற்றியிருக்க முடியும், மேலும் சேரர்கள், சோழர்கள், பாண்டியர்கள் மற்றும் சாளுக்கியர்களுக்கு சுதந்திரம் அளித்து அனைவரையும் ஒன்றிணைப்பது அவரது தலையாய கடமை (கர்மா) என்று முடிவு செய்திருக்க வேண்டும்.'

'ஏன்? இதனால் என்ன பலன் கிடைத்திருக்கும்? நாம் நம் தாய்மொழி முழுவதையும் இழந்திருப்போம். நமது கலாச்சாரத்தை இழந்திருப்போம்.'

'இல்லை, என் அன்பிற்குரிய கணவரே, அசோகர் நம் அனைவரையும் ஒன்றிணைத்து ஒரு பெரிய நாட்டின் குடிமக்களாக அங்கீகரித்து, நமது நாட்டின் எல்லைகளை நாமே பாதுகாத்துக்கொள்ளவும், ஒருவருக்கொருவர் நட்புறவுடன் அமைதியாக வாழவும் நம்மை ஊக்குவித்திருக்க வேண்டும். சிறிது கற்பனை செய்து பாருங்கள், அசோகர் இப்படி நம் அனைவரையும் ஒன்றிணைத்து இருந்தால் நாம் சேரர்களுடனோ அல்லது சோழர்களுடனோ போரிடுவதைத் தவிர்த்திருப்போம். பல உயிர்களைக் காப்பாற்றி இருப்போம். இது மட்டுமா, பாண்டியர்களாகிய நாம் மிகவும் வலிமையானவர்கள் மற்றும் அந்நியர்களின் படையெடுப்பிலிருந்து நமது பிரதேசத்தை காப்பாற்றும் திறமை மிக்கவர்களாகவும் இருந்தாலும், வரும் காலத்தில் இன்னும் பல போர்கள் நிச்சயம் நடக்கும் என்று நான்

நினைக்கிறேன். தற்செயலாக, சேர சோழ பாண்டியர்களாகிய நாம் அனைவரும் ஒரே கலாச்சாரத்தைப் பின்பற்றுகிறோம். மற்றும் மிகவும் சிறந்த மொழியாகிய தமிழ் மொழி நம் தாய்மொழியாக உள்ளது. இருப்பினும் நாம் ஏன் அவ்வப்போது போர் தொடுக்கிறோம்? அசோகரின் ஆட்சியின் கீழ் நாம் அனைவரும் ஒரே தேசத்தைச் சேர்ந்தவர்கள் என்று உணர்ந்திருப்போம், எனவே தேவை ஏற்பட்டால் எந்த ஒரு உதவிக்கும் அவரை நாடியிருப்போம். ஒரு வேளை பருவகால மழை பொய்த்து, நமது நெல் வயல்கள் வறண்டு, நெற்பயிர்கள் எல்லாம் காய்ந்து, நமது விவசாயிகளால் அரிசி உற்பத்தி செய்ய முடியாத நிலை ஏற்பட்டால், நாம் அசோகரிடம் உதவி கேட்டிருப்போம். மிகவும் முக்கியமானதாக, எதிர்காலத்தில், கடல் வழியாக அந்நியர்கள் யாராவது நம்மைத் தாக்க வந்தால், அசோகர் தனது ஆட்களையும், குதிரைகளையும், யானைகளையும் அனுப்பி அவர்களை விரட்டியடிக்க நமக்கு உதவ முடியும்.'

'ஆ, ஆகா, என்ன ஒரு அருமையான கனவு? மிகச் சிறந்த கற்பனை. சில விசித்திரமான மனிதர்கள் நம்மைத் தாக்க அதுவும் கடல் வழியாக வரப்போகிறார்களா? அவர்கள் இப்போது எங்கே இருக்கிறார்கள்? அவர்கள் ஏன் தற்சமயம் நம்மைத் தாக்கவில்லை?'

'எனதருமை மகாராணியே, உங்களுக்கு நிறைய கெட்ட கனவுகள் வருகிறது என்று நினைக்கிறேன். இந்த வாழைப்பழங்களுடன் நான் உள்ளே நுழைந்தபோது நீங்கள் என்னிடமிருந்து எதையோ மறைத்துக்கொண்டிருந்ததை நான் கவனித்தேன்; இப்போது நான் புரிந்துகொள்கிறேன். அந்நியர்கள் நம் நாட்டின் மீது படையெடுத்து வரப்போகிறார்கள், சில விசித்திரமான மனிதர்கள் நம்மைத் தாக்கச் கடல் வழியாக வரப்போகிறார்கள் என்பன போன்ற இந்த அசாத்தியமான நிகழ்வுகளைப் பற்றிக் கவலைப்படுவதை முதலில் நிறுத்துங்கள். இந்த வாழைப்பழங்களை சுவைத்துப் பாருங்கள். கோடை காலம் நெருங்குவதற்கு முன்பு அந்த மலைத்தொடர்களில் ஒரு சிறிய அரண்மனையை எவ்வாறு கட்டுவது என்பது பற்றிய உங்கள் யோசனைகளை எனக்குத் தெரியப்படுத்துங்கள்.'

'என்னை மன்னித்து விடுங்கள் என் ஆண்டவரே, சில நேரங்களில் எனக்கு இது போன்ற சில விசித்திரமான கனவுகள் வருகின்றன. இருந்தாலும் அது என்னை பாதிக்கவில்லை.'

'பிறகு நீங்கள் எதைப் பற்றி நினைக்கிறீர்கள்?'

'சீர்காழிக்கு அருகே மிகவும் சுவாரசியமான மற்றும் ஆச்சரியமான சில சம்பவங்கள் நடப்பதை பற்றி நான் கேள்விப்பட்டு வருகிறேன். அவை இறைவன் சிவபெருமானால் ஆசிர்வதிக்கப்பட்டு, அருமையான கவிதைகளைப் பாடி, பல அற்புதங்களை நிகழ்த்திக் கொண்டிருக்கும் 10 வயதுக்குட்பட்ட ஒரு சிறுவனைப் பற்றிய செய்திகள்.'

'என்ன? மீண்டும் அதிசயங்கள் நிகழ்கின்றனவா?' அதுவும் இறந்த உடல்களை எரிக்கும் இடங்களில் நடனமாடும் உங்கள் கடவுளான சிவபெருமானின் ஆசீர்வாதங்களால்? 10 வயதுக்குட்பட்ட ஒரு சிறுவன் அற்புதங்களை நிகழ்த்துகிறானா? அவன் பெயர் என்ன? மேலும் அந்த சிறுவனிடமிருந்து உங்களுக்கு என்ன வேண்டும்? உங்களுக்குத் தேவையானவை அனைத்தும் ஏராளமாக இங்கே இருக்கின்றன. நீங்கள் மாபெரும் பாண்டிய இராச்சியத்தின் மகாராணி. நீங்கள் அறிமுகமில்லாத ஒரு சிறுவனால் ஈர்க்கப்படக்கூடாது. மிகவும் புத்திசாலிகள், மிகச் சிறந்த ஞானிகள் மற்றும் மிகவும் கற்றறிந்தவர்களுமாகிய நமது மாபெரும் சமண குருமார்களின் கருத்துக்களைக் கேளுங்கள்.'

'அவரது பெயர் ஞானசம்பந்தர்.'

'இந்தப் பெயரை நான் இதற்கு முன் கேள்விப்பட்டதே இல்லை. அவரைப் பற்றி உங்களுக்கு எப்படித் தெரியும்?'

'உங்களுக்கு நினைவிருக்கிறதா, நாம் சமீபத்தில் சிவஞானம் என்ற பெயரில் ஒரு புதிய சமையல்காரரை நியமித்தோம். அவர் சிதம்பரத்தை சேர்ந்தவர். அவர் நமது வளமிக்க பாண்டிய நாட்டைப் பற்றிக் கேள்விப்பட்டு, ஒரு வேலைக்காக இங்கு வந்திருந்தார். நீங்கள் அவர்மேல் இரக்கம் கொண்டு அவரை நம் சமையல்காரராக நியமிக்கச் சம்மதித்தீர்கள்'

'ஓ, ஆமாம், எனக்கு நன்றாக நினைவிருக்கிறது. அவர் ஒரு அற்புதமான சமையல்காரர். வெவ்வேறு காய்கறிகளைப் பயன்படுத்தி அவர் செய்யும் சமையல் எனக்கு மிகவும் பிடித்திருக்கிறது.'

'அவர் சிதம்பரத்தில் ஞானசம்பந்தரை சந்தித்து இருக்கிறார். ஞானசம்பந்தர் ஒரு பெரிய மகான் என்று அவர் என்னிடம் கூறினார்.'

'ஞானசம்பந்தர் மிகவும் வயதானவராக இருக்க வேண்டும். சனாதன தர்மத்தைப் பின்பற்றும் அனைத்து பழைய துறவிகளும்

மகாவீர் ஜெயின் மீது மரியாதை செலுத்தாவிட்டாலும், நான் அவர்கள் அனைவரையும் மதிக்கிறேன்.'

'இல்லை, என் அன்பிற்குரிய அரசரே, ஞானசம்பந்தர் ஒரு குழந்தை என்பதுதான் உண்மையான அதிசயம். அவருக்கு இன்னும் பத்து வயது கூட ஆகவில்லை. இதற்குள் அவர் '*தேவாரம்*' என்கின்ற கவிதையை எழுதியதாகக் கூறப்படுகிறது. இது ஒரு அற்புதம்.'

'நீங்களும் உங்கள் அற்புதங்களும். இதில் என்ன பெரிய விசயம் இருக்கிறது?'

'ஆனால் அவர் தமது 3 அல்லது அதற்கும் குறைவான வயதிலேயே பாடத் தொடங்கினார் என்பது தான் மாபெரும் அற்புதம். ஒரு நாள் இந்தச் சிறுவன் தனது தந்தையுடன் சீர்காழியில் உள்ள திருத்தோணியப்பர் கோவில் வளாகத்தில் இருக்கும் பிரம்மதீர்த்தம் எனும் குளத்தில் நீராடுவதற்க்காகச் சென்றிருக்கிறான். தனது தந்தை குளித்துக்கொண்டிருக்கும்போது அவர் அந்தக் குளத்தின் படிக்கட்டுகளில் காத்திருந்தார். அப்போது ஒரு அற்புதம் நடந்திருக்கிறது. சிறுவனுக்குத் திடீரெனப் பசி எடுத்ததால் அழ ஆரம்பித்திருக்கிறான். தனது மகனின் அழுகை குரலைக் கேட்டு விரைவாக குளித்து முடித்துவிட்டு படிகளில் ஏறி வந்த அவனுடைய தந்தை, தனது மகனின் உதடுகளில் கொஞ்சம் பால் வடிந்துகொண்டிருப்பதைப் பார்த்திருக்கிறார். அவர் மிகவும் கோபமடைந்தார். யாரோ தெரியாத வழிப்போக்கர் ஒருவர் தனது மகனுக்கு பால் கொடுத்ததாக நினைத்து அவர் தனது மகனை திட்டி இருக்கிறார். பால் கொடுத்தது யார் என்று கேட்டபோது, சிரித்துக்கொண்டே, **"தோடுடைய செவியன்"** ("அலங்கரிக்கப்பட்ட காதுகளை உடையவன்") என்று தொடங்கும் ஒரு பாடலை பாடி மேலே உள்ள வானத்தை சுட்டிக்காட்டி இருக்கிறான் அந்த சிறுவன். மேலும் அவர் தான் நம் இறைவன் சிவபெருமான், நான் பசியால் அழுதபோது எனக்குப் பால் கொடுத்தவர் என்று கூறியிருக்கிறான். அவனது தந்தை வானத்தை நிமிர்ந்து பார்த்தபோது, சிவபெருமான் மற்றும் பார்வதி தேவி புன்னகையுடன் அவர்களை ஆசிர்வதித்துக் கொண்டிருந்ததை பார்த்தார். அவரால் தனது கண்களை நம்ப முடியவில்லை. அந்தச் சிறுவன் தொடர்ந்து மேலும் சில பாடல்களைப் பாடினான், விரைவில் அந்த நகரத்தில் பிரபலமடைந்து விட்டான்.'

'என்ன, இதை நான் நம்ப வேண்டும் என்று நீங்கள் விரும்புகிறீர்களா, 3 வயது சிறுவன் தூய்மையான தமிழில் பாடல்களைப் பாடுகிறானா?'

'ஆனால் என் ஆண்டவரே, நமது சமையல்காரர் சிவஞானத்தின் மாமா இந்தத் திருஞானசம்பந்தரின் குடும்பத்தை நன்கு அறிந்தவர், மேலும் அனைவரையும் திணறடிக்கும் படியான பல சம்பவங்கள் நிகழ்ந்து உள்ளன.'

'எதைப் போல? அற்புதங்களைப் பற்றி யாராவது பேசினால், நீங்கள் எப்போதும் கவர்ந்திழுக்கப்படுகிறீர்களே, அதைப் போலவா!'

'நான் உங்களுடன் உடன்படுகிறேன் என் ஆண்டவரே, இந்த விவரங்கள் அனைத்தையும் கூறி உங்களுக்குக் குழப்பத்தை உருவாக்க நான் விரும்பவில்லை. இருப்பினும், நான் ஒரு கோரிக்கையை வைக்க விரும்புகிறேன், அதை நீங்கள் எனக்குக் கட்டாயமாக வழங்குவீர்கள் என்று உறுதியாக நம்புகிறேன்.'

'தயவுசெய்து கேளுங்கள், என்ன கோரிக்கை அது? இன்னொரு முத்து பதக்க மாலையை வாங்க வேண்டும் என்று ஆசைப்படுகிறீர்களா?'

ராணி புன்னகைத்தாள், 'இல்லை, என் ஆண்டவரே, நீங்கள் ஏற்கனவே எனக்கு ஒரு முத்து மாலையை கொடுத்துள்ளீர்கள், எனக்கு ஒரே ஒரு கழுத்து மட்டுமே இருக்கிறது. அதிசயிக்கத் தக்க, அசாதாரண புத்தி நுட்பமுள்ள குழந்தையாகிய திருஞானசம்பந்தர், நமது நகரத்திற்கு வரவிருக்கிறார் என்று தெரிகிறது. அவரை நமது அரண்மனைக்கு வரவேற்று அவரது கவிதைகளை நாம் கேட்கலாமா?' இதுவே எனது கோரிக்கை.

'நிச்சயமாக, ஆனால் அவர் இங்கு நம் அரண்மனையில் தங்க வேண்டாம். வைகை ஆற்றங்கரையோரம் பல வசதியான தங்கும் விடுதிகளை நாம் கட்டியுள்ளோம். அவர் தனது சீடர்கள் மற்றும் ஆதரவாளர்களுடன் எந்தப் பிரச்சனையும் இல்லாமல் வசதியாக அங்குள்ள மடங்களில் தங்கலாம். அவர் ஒரு இரவு ஓய்வெடுத்த பிறகு மறுநாள் காலையில் அவரை நமது அரண்மனைக்கு அழைக்கலாம்.'

'ஓ, மிக்க நன்றி, என் ஆண்டவரே; நீங்கள் கண்டிப்பாகச் சம்மதிப்பீர்கள் என்று நான் உறுதியாக நம்பினேன். உங்களுக்கு என் உளமார்ந்த நன்றி!. இப்போது அந்த வாழைப்பழங்களை சாப்பிட்டுவிட்டு, நீங்கள் பேசிக்கொண்டிருந்த அந்த மலைத்தொடர்களில் நீங்கள் கட்ட விரும்பும் நமது கோடைகால அரண்மனையைப் பற்றித் திட்டமிடுவோம்.'

ஆனால், அந்த இரவுப் பொழுதில், ஞானசம்பந்தரும் அவருடைய சீடர்களும் இரவில் தங்குவதற்காக ஏற்பாடு செய்யப்பட்டிருந்த மடங்களுக்குத் தீ வைப்பதற்காக மன்னர் தனது ஆட்களில் ஒருவரை இரகசியமாக அனுப்புவார் என்று ராணி மங்கையர்க்கரசியால் ஒருபோதும் கற்பனை செய்து பார்க்க முடியவில்லை.

'அட, சேக்கிழார், அது கொடூரமானது, ஆனால் அதற்கான ஆதாரம் ஏதேனும் உங்களிடம் இருக்கிறதா?'

'இல்லை அரசே, ஆனால் ஞானசம்பந்தர் அடுத்து செய்த ஒரு செயலின் மூலம், அவரது தங்குமிடத்திற்குத் தீ வைப்பதற்காக இரகசியமாக ஆள் அனுப்பியது கூன் பாண்டியன் மன்னரின் செயல் தான் என்பது தெளிவாகியது.'

'ஓ, அப்படியா? அடுத்து என்ன நடந்தது, திருஞானசம்பந்தர் செய்த செயல் என்ன என்பதைத் தெரிந்து கொள்ள ஆவலாக இருக்கிறேன், மேலே கூறுங்கள்.'

ஞானசம்பந்தரும் அவரது ஆதரவாளர்களும் வைகை நதியின் கரையில் சிவபெருமானின் மகிமையைப் போற்றி பாடல்களைப் பாடி இரவைக் கழிக்கப்போவதாக எண்ணி மிகவும் மகிழ்ச்சியடைந்தனர். தன்னை விட வயதில் மிகவும் மூத்தவர் என்பதால் அப்பர் என்று அன்புடன் அழைத்த திருநாவுக்கரசரும் தன்னுடன் வந்திருந்ததால் ஞானசம்பந்தர் மிகவும் மகிழ்ச்சியாக இருந்தார். அப்பர் எங்கு சென்றாலும் தெய்விகக் குழந்தை என்று அனைவராலும் அன்போடு அழைக்கப்பட்ட ஞானசம்பந்தர் நிகழ்த்திய அதிசயங்களைப் பற்றியே எப்போதும் பேசிக்கொண்டிருந்தார். ஞானசம்பந்தர் பாடிய ஒரு பாடல் திருமறைக்காட்டில் உள்ள ஒரு கோவிலின் கதவுகளை எவ்வாறு திறந்தது என்பதை அவரைச் சுற்றியிருந்த அனைவருக்கும் அவர் கூறுவார். உண்மையில், சில சாபங்கள் காரணமாக, பக்தர்களால் பிரதான கதவு வழியாக கோவிலுக்குள் செல்ல முடியவில்லை. ஆனால், அவர்களின் வேண்டுகோளுக்கிணங்க, ஞானசம்பந்தரும், அப்பரும் இறைவன் சிவபெருமானைப் போற்றி பாடல் பாடியபோது, கதவுகள் திறந்தன. பக்தர்கள் அனைவரும் மகிழ்ச்சியுடன் கோவிலின் உள்ளே சென்றனர். மீண்டும், முன்பு போலவே கதவுகள் மூடப்பட்டு மீண்டும் திறக்கும் வகையில் ஞானசம்பந்தர் பாடல் பாடினார். இந்தச் செய்தி பாண்டிய நாடு முழுவதும் வேகமாக பரவியது மற்றும் ராணி மங்கையர்க்கரசியின் செவிகளையும் எட்டியது. அப்போதிருந்து, அவர் இந்த குழந்தையின் ஆசீர்வாதங்களைப் பெற விரும்பினார்.

மேலும் ஞானசம்பந்தர் மற்றும் அப்பர் தங்கள் அரண்மனைக்கு வர வேண்டும், அப்படி அவர்கள் வரும்போது அவர்களை சந்தித்து சமண சமயத்தைத் தீவிரமாகப் பின்பற்றி வரும் தன் கணவர் மனதை மாற்றிக் கொண்டு சிவபெருமானின் உண்மையான பக்தனாக மாற வேண்டும் என்று தீவிரமாக பிரார்த்தனை செய்து கொண்டிருந்தார்; ஞானசம்பந்தர் மற்றும் அப்பர் ஆகியோரின் இருப்பு சிவபெருமானின் உண்மையான பக்தராக மாறும்படி தனது கணவரின் மனதை கண்டிப்பாக மாற்றும் என்று அவர் உறுதியாக நம்பினார்; ஆனால் இது நடைமுறையில் சாத்தியமாகுமா? இதை எப்படி அடைவது? சமணர்களின் தீவிர ஆதரவாளராக இருந்த அவரது கணவரின் மனதை மாற்ற வேண்டுமானால் ஒரு மாபெரும் அதிசயம் நிகழ வேண்டும். அப்பரும் ஞானசம்பந்தரும் தங்கள் அரண்மனைக்கு வந்தார்களேயானால் ஏதேனும் அதிசயம் நிகழுமா? அப்படி தம் கணவரிடம் ஏதேனும் மாற்றம் ஏற்பட்டால் அது நிச்சயமாக ஒரு அதிசயமாகதான் இருக்க வேண்டும் என்று அவர் யோசித்துக்கொண்டிருந்தார். சமண சமயத்தைத் தீவிரமாகப் பின்பற்றி வரும் தன் கணவர் சிவபக்தர்களை தீவிரமாக எதிர்த்தார், எனவே, தனது அழைப்பை ஞானசம்பந்தர் ஏற்க மாட்டார், தனது கணவரை சந்திக்க ஞானசம்பந்தர் விரும்பமாட்டார் என்றெல்லாம் நினைத்து அவர் பயந்தார். அவரது எண்ணத்திற்கு நேர் மாறாக ஞானசம்பந்தரை சந்திக்க அவரது கணவர் ஒப்புக் கொண்டபோது அவர் மிகவும் மகிழ்ச்சியடைந்தார், ஞானசம்பந்தரும் அவரது அழைப்பை ஏற்றுக்கொண்டார்.

பாண்டியநாட்டு அரசி மங்கையர்க்கரசியின் அழைப்பை ஞானசம்பந்தர் ஏற்றுக்கொண்டார், இருப்பினும், அப்பர் சிறிது பயந்து, சமணர்களின் தீவிர ஆதரவாளரான கூன் பாண்டியன் மன்னரால் தங்களுக்கு ஏதேனும் தீய விளைவுகள் ஏற்படலாம் என்று எச்சரித்தார். சமணர்கள் தனக்கு செய்த தீங்கினை எடுத்துரைத்த அவர், மேலும் நவகோள்கள் தற்சமயம் நல்ல நிலையில் இல்லை, இந்த நாள் நல்ல நாள் இல்லை, எனவே நாம் மதுரைக்கு செல்ல வேண்டாம் என்று கூறினார். ஆனால் ஞானசம்பந்தர் புன்னகைத்து ஒரு கவிதையின் மூலம் பதிலளித்தார்.

இறைவன் சிவபெருமானிடம் மிகுந்த பக்தியுள்ள, சிவபெருமானை உள்ளம் முழுவதும் நிறைத்து வைத்திருக்கும் தங்களைப் போன்ற ஏழை சிவனடியார்களுக்கு நவகோள்களால் ஒரு போதும் தீங்கு வராது என்று பொருள்படும்படியான ***"வேயுறு தோளி பங்கன்"*** என்ற கோளறு பதிகத்தினைப் பாடினார்.

வேயுறு தோளி பங்கன் விடமுண்ட கண்டன்
மிக நல்ல வீணை தடவி
மாசறு திங்கள் கங்கை முடிமே லணிந்தே
னுளமே புகுந்தவதனால்
ஞாயிறு திங்கள் செவ்வாய் புதன் வியாழன்
வெள்ளி சனி பாம்பிரண்டு முடனே
ஆசறு (ம்) நல்ல நல்ல அவை நல்ல நல்ல
அடியாரவர்க்கு மிகவே!

இதன் அர்த்தம்,

'மூங்கில் போன்ற தோளினை உடைய உமையவளுக்கு தன் உடம்பினில் தனக்கு சமமான பாதிப்பாகம் கொடுத்தவன். தேவர்களும் அசுரர்களும் அமுதம் வேண்டி திருப்பாற்கடலைக் கடைந்த போது தோன்றிய ஆலகால விடத்தை உயிர்களைக் காக்கும் பொருட்டு அருந்தியவன். மிக இனிமையான இசையை எழுப்பும் பழமையான வடிவம் கொண்ட வீணையை தன் திருக்கரங்களால் வாசித்துக்கொண்டிருப்பவன். களங்கமற்ற தூய்மையான பிறை நிலவையும் கங்கையையும் தன் தலைமுடி மேல் அணிந்து கொண்டிருப்பவன். அவனாகவே அவன் அருளை முன்னிட்டு என் உள்ளத்தில் புகுந்து, என் உள்ளம் முழுவதும் நிறைந்து காணப்படுவதால் இந்தப் பக்தியுள்ள என்னைப் போன்ற ஏழை சிவனடியார்களுக்குச் சூரியன், சந்திரன், செவ்வாய், புதன், வியாழன், சுக்கிரன், சனி, மற்றும் பாம்புகளாகிய ராகு மற்றும் கேது என்னும் ஒன்பது கோள்களின் சக்திகள் தீமை செய்யாது, மாறாக ஒரு குற்றமும் இல்லாத அவை மிக மிக நல்லதையே செய்யும், உண்மையில் நல்லது மட்டுமே செய்யும் (எனக்கு).'

இருப்பினும், அப்பருக்கு திருப்தி ஏற்படவில்லை. அவர்கள் இந்த நகரத்திற்கு வந்திருக்கக் கூடாது என்று அவர் நினைத்தார். அன்று இரவு அவரால் நிம்மதியாகத் தூங்க முடியவில்லை. நள்ளிரவில் அவர் சில சத்தங்களைக் கேட்டார், ஆனால் எழுந்திருக்க பயந்தார். ஞானசம்பந்தர் தூங்கிக் கொண்டிருப்பதைக் கண்ட அவர், அவரைத் தொந்தரவு செய்ய விரும்பவில்லை. அப்போது அவர்களை நோக்கி சிலர் வேகமாக நடந்து வரும் காலடிச் சத்தங்களை அவர் கேட்டார்; அங்கே தென்பட்ட ஒருவன் வேகமாக எரியும் மரக்கட்டையை அவர்கள் தங்கி இருந்த மடத்தை நோக்கி எறிந்துவிட்டு சிறிது எண்ணெய்யையும் ஊற்றிவிட்டு விரைவாக ஓடிவிட்டான். மெதுவாகத் தீ மளமளவென எங்கும் பரவத் தொடங்கியது. அப்பர்

ஞானசம்பந்தரை உடனடியாக எழுப்ப முற்பட்டார். இதற்கிடையில் மற்ற சீடர்களும் எழுந்துகொண்டு 'தீ, தீ' என்று கூச்சலிடத் தொடங்கினர். ஞானசம்பந்தரும் எழுந்து, சைவ சமயத்தை முற்றிலுமாக வெறுத்த பாண்டிய மன்னரின் வேலையாகத் தான் இது இருக்க வேண்டும் என்று யூகித்தார். ஞானசம்பந்தர் சிறிதளவும் கலங்காமல் அமைதியாக இருப்பதைக் கண்டு அப்பரும் மற்றவர்களும் ஆச்சரியப்பட்டனர். ஞானசம்பந்தர் புன்னகைத்து, அனைவரையும் அமைதிப்படுத்தி, ***'பையவே சென்று பாண்டியர்க்கு ஆகவே'*** - நெருப்பு பாண்டிய மன்னனைப் பிடிக்கட்டும் என்று பாடினார்.

செய்யனே திரு ஆலவாய் மேவிய
ஐயனே அஞ்சல் என்று அருள் செய்யெனைப்
பொய்யராம் அமணர் கொளுவும் சுடர்
பையவே சென்று பாண்டியர்க்கு ஆகவே!

நடுநிலைமை உடையவரே! திருஆலவாயில் வீற்றிருந்து அருளும் தலைவரே! என்னை அஞ்சேல் என்று அருள் செய்வீராக. பொய்யராகிய சமணர்கள் இந்த மடத்திற்கு வைத்த இந்நெருப்பு மெல்லச் சென்று பாண்டிய மன்னனைப் பற்றுவதாக.

அனைவரும் ஆச்சரியப்படும்படியாகத் தீ உடனடியாக அணைந்தது. ஞானசம்பந்தர் தமது சீடர்கள் மற்றும் அப்பரை அவர்கள் தங்கள் தூக்கத்தைத் தொடருமாறு கேட்டுக்கொண்டார். அப்பர் திகைத்துப் போனார். 'முன்பு, கோயிலின் கதவு திறந்தது. இப்போது தீ அணைந்து போய்விட்டது. அடுத்த நாள் பாண்டிய அரசர் வாள் ஏந்திய போர்வீரர்களை அனுப்ப மாட்டார் என்று நம்புகிறேன் என்றார்.'

ஆனால் அவர்கள் முற்றிலும் ஆச்சரியப்படும் விதமாக, அவர்கள் நினைத்ததற்கு மாறாக, மன்னரால் அரண்மனைக்கு வரவழைக்கப்பட்டனர். படுக்கையில் படுத்து வேதனையுடன் அழுதுகொண்டிருந்த பாண்டிய மன்னரை பல சமணத்துறவிகள் சூழ்ந்திருப்பதைக் கண்டனர். ஞானசம்பந்தர் பாடிய பாடலினால் அவர் வாக்கு உடனே பலித்தது. அந்தத் தீ பாண்டிய மன்னரின் உடலில் வெப்பு நோயாக மாறி இருந்தது. அவர் தாங்கொணாத் துயரத்தில் ஆழ்ந்திருந்தார். 'தயவுசெய்து என்னைக் காப்பாற்றுங்கள், என் உடல் முழுவதும் எரிகிறது, எனக்கு உடல் முழுவதும் எல்லா இடங்களிலும் கொப்புளங்கள் உள்ளன' என்று

கூறி வேதனையில் அழுது கொண்டிருந்தார் பாண்டிய அரசர் கூன் பாண்டியன்.

ராணி மங்கையர்க்கரசி அரசரின் படுக்கைக்கு அருகில் கண்ணீரோடு அமர்ந்து இருந்தார். சம்பந்தர் மற்றும் அப்பரை கண்டதும் அவர்களை வரவேற்க அவர் முன்னோக்கி ஓடினார்.

'நீங்கள் இங்கு வரும் வழிகளில் சில சிரமங்களைச் சந்தித்தீர்கள் என அறிகிறேன். உங்களை இங்கு அழைத்து வருவதற்கு ஒரு வண்டியை அனுப்ப முடியாமல் போனதற்கு நான் மிகவும் வருந்துகிறேன். ஓ, ஸ்ரீ ஞானசம்பந்தர் சுவாமி, உங்களது வருகையால் நான் மிகவும் ஆசீர்வதிக்கப்பட்டேன்; என் கணவர் உங்களுக்கு தீங்கு செய்யமாட்டார் என்று நம்புகிறேன்.'

திருஞானசம்பந்தர் தனக்குத்தானே மனதிற்குள் நினைத்துக்கொண்டார், 'என் அன்பான ராணியே, உங்கள் கணவர் ஏற்கனவே எங்களுக்கு தீங்கு விளைவிக்க முயற்சி செய்தார், ஆனால் அவரது முயற்சி பலனளிக்கவில்லை.' அப்பர் சிறிது புன்னகை செய்துவிட்டு அமைதியாக இருந்தார்.

மேலும் ராணியை சமாதானப்படுத்த வேண்டும் என்று நினைத்த ஞானசம்பந்தர் ***"மானினேர்விழி"*** என்று தொடங்கும் ஒரு சிறிய பாடலை பாடினார்.

மானினேர்விழி மாதராய்வழு
திக்குமாபெருந் தேவிகேள்
பானல்வாயொரு பாலனீங்கிவ
னென்றுநீபரி வெய்திடேல்
ஆனைமாமலை யாதியாய
இடங்களிற்பல அல்லல்சேர்
ஈனர்கட்கெளி யேனலேன்திரு
வாலவாயர னிற்கவே!

'ஓ, மானின் விழிகளைப் போன்ற அழகான பார்வையுடைய அரசியே! மிகவும் சாந்தகுணமுடைய பாண்டிய மன்னனின் மனைவியான பெருந்தேவியே! என்னைப் பற்றிக் கவலைப்பட வேண்டாம். நான் ஒரு சிறு குழந்தை, பலவீனமாக இருக்கும் பால்வடியும் முகம் கொண்ட பாலகன் என்று நினைத்து என்மீது இரக்கமடைய வேண்டாம். திருஆலவாயரன் (சிவபெருமான்) எனக்குத் துணை நிற்பதால் ஆனைமலை முதலான இடங்களிலிருந்து வந்துள்ளவர்களும், பல

துன்பங்களைப் பிறர்க்கு விளைவிக்கின்றவர்களுமாகிய இந்தச் சமணர்களைவிட நான் வலிமையானவன்.'

படுத்த படுக்கையில் இருந்த அரசர் தன்னைத் தாக்கிய வெப்பு நோயின் உக்கிரம் தாங்க முடியாமல் மிகுந்த வலியால் அவதிப்பட்டார்; அரச வைத்தியர்கள் அனைத்து வகையான மருந்துகளையும் பயன்படுத்தி தங்களால் இயன்றவரை முயற்சி செய்தும் பயனில்லை. அருகில் இருந்த சமண மடத்திலிருந்து அனைத்து சமணத்துறவிகளையும் மன்னர் வரவழைத்திருந்தார். அவர்கள் அனைவரும் அரசரை எப்படிக் காப்பாற்றுவது என்று யோசித்துக் கொண்டிருந்தார்கள். ராணி கண்ணீர் விட்டு அழுது கொண்டே இருந்தார். திருஞானசம்பந்தரை அவருக்கு அருகில் செல்ல அவரது கணவர் அனுமதிப்பாரா என்பது அவளுக்கு உறுதியாகத் தெரியவில்லை. இதற்கிடையில், சமண சமயத்துறவிகள் தங்கள் தவவலிமையை காட்டி, பல்வேறு மந்திரங்களை உச்சரித்து, சில பிரார்த்தனைகளைச் செய்து பிரம்போடு கூடிய மயில் இறகுகளால் மன்னரின் உடலில் இடப் பக்கத்தைத் தடவினர். மேலும் தங்கள் கையில் நீரை எடுத்துக்கொண்டு சில சமண சமய மந்திரங்களை ஓதி பிரார்த்தனை செய்த பின்னர் மன்னரின் மீது தெளித்தனர். இந்த செயல்களால் மன்னரின் வெப்பு நோய் குறைவதற்கு மாறாகப் பன்மடங்கு அதிகமாகியது; சமண சமயத்துறவிகள் சுமார் அரை மணிநேரம் வரை பிரார்த்தனை செய்த பிறகு, மன்னரைக் குணப்படுத்த முடியவில்லை என்று பணிவுடன் கூறினர்.

தன் மனைவி ஞானசம்பந்தரிடம் மும்முரமாகப் பேசிக் கொண்டிருப்பதைக் கவனித்த மன்னர் மிகுந்த கோபமடைந்தார். அவர் 'ஐயோ, என் ராணி, நான் இங்கே துன்பப்பட்டுக் கொண்டிருப்பதை நீங்கள் பார்க்கவில்லையா; தயவுசெய்து ஏதாவது செய்யுங்கள்' என்று சத்தமாகக் கத்தினார். மேலும் அங்கு நின்று கொண்டிருந்த அப்பரைச் சுட்டிக்காட்டி அந்த வயதான துறவி எனக்கு உதவக்கூடும் என்று கூறினார்.

அப்பர் பணிவுடன் தலையைத் தாழ்த்தி, 'என் மரியாதைக்குரிய அரசரே, இந்தத் தெய்விகக் குழந்தைக்கு முன்னால் நான் ஒன்றுமில்லை. அவர் உங்களை குணப்படுத்தக்கூடியவராக இருக்கலாம் என்று கூறினார்.

தனது தாங்க முடியாத வலியையும் பொருட்படுத்தாமல் சிரித்த மன்னர்,

'யார் அந்தத் தெய்விகக் குழந்தை?

அங்கே நிற்கும் இந்தச் சிறுவனா?

அவனால் நடக்கவும் பேசவும் முடியாது, அவனுக்கு 10 வயது கூட இருக்காது, அவனால் என்ன செய்ய முடியும்?

நீங்கள் என் வலியை கேலி செய்கிறீர்களா?

இந்த வலி மிகவும் தீவிரமானது. 'நான் இன்னும் ஒரு மணி நேரத்திற்குள் இறந்துவிடலாம். நான் இறக்க வேண்டும் என நமது சமணத்துறவிகள் முடிவு செய்துள்ளனர் என்று தெரிகிறது. ஒரு வேளை நான் இப்போது இறந்து மீண்டும் பிறக்கலாம். ஆனால் வருங்காலத்தில் என்றாவது ஒரு நாள் நான் இந்த அரசர் பதவியைத் துறந்துவிட்டு ஒரு காட்டிற்குச் சென்று இந்த துறவிகளைப் போலக் குகைகளில் வாழ்ந்து முக்தியைப் பெற விரும்பினேன், மறுபிறவி எடுக்க துளியளவும் எனக்கு விருப்பம் இல்லை. இப்போது இங்கு நடப்பதைப் பார்த்தால் நானும் மற்ற சாதாரண மனிதர்களைப் போலவே இறக்கப் போகிறேன் என நினைக்கிறேன்' என்று கூறினார்.

ஞானசம்பந்தர் அமைதியாக இருந்தார்.

தெய்விகக் குழந்தையிடம் ராணி கெஞ்சினாள், 'சுவாமி, தயவுசெய்து ஏதாவது செய்யுங்கள்; நீங்கள் அங்கே நின்று புன்னகை செய்து கொண்டிருக்கிறீர்கள். என் கணவர் உங்களுக்கு எந்த மரியாதையும் தரவில்லை என்பது உண்மைதான், நீங்கள் மூன்று வயதிலிருந்தே கவிதைகள் எழுதுகிறீர்கள், கவிதைகள் பாடுகிறீர்கள் என்பதை அவரால் நம்ப முடியவில்லை. என் பொருட்டு, தயவுசெய்து அவரை மன்னித்து, அவர்மேல் கருணை காட்டி, அவரது வாழ்க்கைக்காக தயவுசெய்து பிரார்த்தனை செய்யுங்கள்.'

ஞானசம்பந்தரைப் பார்த்துப் புன்னகைத்த மன்னர் அவரை தன் பக்கம் அணுகிச் செல்லுமாறு கேட்டுக் கொண்டார். இதனால் ஞானசம்பந்தர் மகிழ்ச்சியடைந்தார்.

தெய்விகக் குழந்தையாகிய ஞானசம்பந்தர் தனது துணிப் பையைத் திறந்து புனித திருநீற்றை (வெள்ளை நிற புனித சாம்பல்) எடுத்தார். இந்த திருநீறு தனக்கு பிடிக்கவில்லை என்பது போல் மன்னர் தனது கண்களை மூடிக்கொண்டார். ஆனால் ஞானசம்பந்தர் மன்னரின் செயலைப் புறக்கணித்துவிட்டு, ***'மந்திர மாவது நீறு'*** என்று பாடத் தொடங்கினார்.

மந்திர மாவது நீறு வானவர் மேலது நீறு
சுந்தர மாவது நீறு துதிக்கப் படுவது நீறு
தந்திர மாவது நீறு சமயத்தி லுள்ளது நீறு
செந்துவர் வாயுமை பங்கன் திருவால வாயான் திருநீறே.

'மந்திரமே திருநீறு; சொர்க்கத்தில் இருக்கும் மக்கள் தம் மேனிமேல் பூசிக்கொள்ளப்படுவது; சொர்க்கலோக மக்களைவிட உயர்ந்தது திருநீறு; அழகு என்பது திருநீறு; ஆகமங்களில் புகழ்ந்து சொல்லப்படுவது திருநீறு; சிவமயத்தில் நிலைத்துள்ளது திருநீறு; சிவந்த பவளம் போன்ற வாயினை உடைய உமாதேவியுடன் உடலைப் பகிர்ந்து கொள்ளும் திருஆலவாயில் எழுந்தருளியிருக்கும் இறைவன் சிவபிரானது திருநீறு. - இந்தப் புனிதமான திருநீறு.'

அவர் இந்தப் பாடலை பலமுறை பாடினார், மன்னரின் வெப்பு நோய் உடனடியாகத் தீர வேண்டும் என்று சிவபெருமானிடம் மனதாரப் பிரார்த்தனை செய்தார். எல்லோரும் கண்களைத் திறந்து பார்த்தனர், அடுத்து என்ன நடக்கப்போகிறது என்று ஆவலோடு காத்துக்கொண்டிருந்தனர். ஆனால் சமண சமயத்துறவிகள் மட்டும் தங்களுக்குள்ளேயே சிரித்துக் கொண்டிருந்தனர்.

திருஞானசம்பந்தர் தனது திருநீற்று பாடலை தொடர்ந்து பாடிக்கொண்டே மன்னரின் உடலில் வலப்பாகத்தில் புனிதமான திருநீற்றை மெதுவாக தடவினார். திருநீற்றைத் தடவிய உடனேயே அனைவரும் ஆச்சரியப்படும் விதமாக மன்னரின் உடலில் வலப்பாகத்தில் இருந்த வெப்பு நோய் உடனடியாக நீங்கி அவர் உடல் குளிர்ந்தது.

முதலில், சமண சமயத்துறவிகள் இதைக் கண்டு அஞ்சினர்.

திருஞானசம்பந்தரது பெருமையை லேசாக உணர்ந்த அரசர் அவரை வணங்கித் தன்னுடைய இடப்பாகத்து நோயையும் தீர்க்குமாறு வேண்டிக்கொண்டார். திருஞானசம்பந்தரும் மன்னரின் உடலில் இடப்பக்கத்தில் திருநீற்றைத் தடவ, அந்நோய் இருந்த இடம் தெரியாமல் உடனடியாக மறைந்தது.

மிகவும் மகிழ்ச்சி அடைந்த அரசர், அனைவரும் ஆச்சரியப்படும் விதமாக படுக்கையிலிருந்து எழுந்து உட்கார்ந்து அழத் தொடங்கினார், "ஓ, என் இறைவன் சிவபெருமானே, எனக்கு ஒரு பாடம் கற்பிக்க இந்தத் தெய்விகக் குழந்தையை நீங்கள்

என்னிடம் அனுப்பியுள்ளீர்கள். எனக்கு இப்போது வலி இல்லை, வெப்பு நோய் நீங்கிவிட்டது; நான் முற்றிலுமாகக் குணமடைந்துவிட்டேன். இது ஒரு அதிசயம். நான் ஒரு பெரிய முட்டாள். இந்தத் தெய்விகக் குழந்தையை ஒரு மோசடிக்காரன் என்று நான் சந்தேகித்தேன். பாருங்கள் என் அன்பான ராணி, எனக்கு கொப்புளங்கள் இல்லை. நல்ல முத்து மாலைகள் சிலவற்றை எடுத்து இந்தத் தெய்விகக் குழந்தைக்கும் அவருடைய சீடர்களுக்கும் வழங்குங்கள்.'

ஞானசம்பந்தர் மிகுந்த கருணையுடன் பதிலளித்தார், 'என் அன்பான மன்னரே, எங்களுக்கு இந்த முத்து மாலைகள் தேவையில்லை. அவைகளால் எங்களுக்கு எந்தப் பயனும் இல்லை. உங்கள் நாட்டிற்குள் பல்வேறு பகுதிகளுக்கு பயணம் செய்து இறைவன் சிவபெருமானின் கருணையையும் பெருமைகளையும் புகழ்ந்து பாடுவதற்கான சுதந்திரம் எங்களுக்குத் தேவை. உங்கள் கொப்புளங்களை அகற்ற சிவபெருமானிடம் நான் செய்த பிரார்த்தனைக்குப் பதில் கிடைத்ததில் மகிழ்ச்சி அடைகிறேன். உங்களால் விரைவில் நேராக தலைநிமிர்ந்து நடக்க முடியும், இனிமேல் யாரும் உங்களை கூன் பாண்டியன் என்று அழைக்கமாட்டார்கள். நீங்கள் "சுந்தர பாண்டியன்" என்று அழைக்கப்படுவீர்கள்.'

'சேக்கிழார், அது என்னவோ. என்ன ஒரு அதிசயம்? பாண்டிய மன்னரைக் குணப்படுத்தும் ஒரு சிறு குழந்தை! இது நீங்கள் விரைவில் எழுதவிருக்கும் உங்கள் கவிதைகளில் கண்டிப்பாக இடம்பெற வேண்டும்.'

'நிச்சயமாக, என் அன்பான அரசரே. ஒரு உண்மையான சம்பவத்தை எனது எழுத்துக்களில் சேர்த்துக்கொள்வது எனக்கு மிகவும் மகிழ்ச்சியளிக்கிறது'

பாண்டிய மன்னரும் மங்கையர்க்கரசி ராணியும் மிகவும் மகிழ்ச்சியடைந்தனர்.

இந்தவேளையில் சமண சமயத்துறவிகள் கூட்டமாகச் சம்பந்தரைச் சூழ்ந்துகொண்டனர். தங்கள் சமய நூல்களில் கூறப்பட்டிருக்கும் பல்வேறு விசயங்களையும் சமண சமய கோட்பாடுகளையும் பலரும் பலவாறு உரக்கக் கூறினர்.

சமணர்களின் மருந்தாலும் மந்திரத்தாலும் அரசரின் வெப்பு நோய் மேலும் வளர்ந்ததேயொழியச் சிறிதும் குறைந்தபாடில்லை. ஆனால் திருஞானசம்பந்தர் புனிதமான திருநீற்றை அரசரின் உடலில் தடவியதும் வெப்பு நோய் உடனடியாக நீங்கி அவர்

முற்றிலுமாகக் குணமாகிவிட்டார். எனவே மறுநாள் சமண சமயத்துறவிகளுக்கும் திருஞானசம்பந்தருக்கும் இடையே ஒரு விவாதத்தை நடத்த மன்னர் முன்மொழிந்தார். இந்த செய்தி நகரத்தில் உள்ள தூதர்மூலம் அனைவருக்கும் அறிவிக்கப்பட்டது. அன்று மாலை, சிலர் மகிழ்ச்சியாகவும், சிலர் சோகமாகவும் இருந்தனர். சிறுவன் திருஞானசம்பந்தர் பெரிய சமணத்துறவிகளுக்கு இணையானவர் அல்ல என்று சிலர் உறுதியாக நம்பினர். எனவே அவர்கள் மகிழ்ச்சியடைந்தனர். திருஞானசம்பந்தரும் அவரைப் பின்பற்றுபவர்களும் தோற்கடிக்கப்படுவார்கள் மற்றும் மன்னரால் மிகவும் கொடூரமான முறையில் தண்டிக்கப்படுவார்கள். அவர்கள் அனைவரும் நன்கு எண்ணெய் தடவப்பட்ட கூர்மையான மரக்கம்பத்தின் மேல் அமரச்செய்து கொடூரமாக கொலை செய்யப்படுவார்கள். குறிப்பாக ராணி மிகவும் மோசமான செயல் ஒன்று நடக்கும் என்று எதிர்பார்த்தார், இந்தத் தெய்விகக் குழந்தை விவாதத்தில் வெற்றி பெறவில்லை என்றால், மன்னர் அவருக்கு என்ன வகையான தண்டனையை வழங்குவார்? அவரை மரண தண்டனைக்கு உட்படுத்துவாரா? என்று யோசித்து அவர் மிகவும் வருத்தமாக இருந்தார். ஆச்சரியம் என்னவென்றால், சமண சமயத்துறவிகளில் குறைந்தபட்சம் ஒருவர், முக்தானந்தா என்ற சமணத்துறவி, சிறுவன் ஞானசம்பந்தர் தன்னிடம் வைத்திருக்கும் புனித சாம்பலை (திருநீற்றை) தனது மந்திர தந்திரமாகப் பயன்படுத்தக்கூடும் என்றும், மன்னரின் மனதை எளிதில் மாற்றக்கூடும் என்றும் உறுதியாக நம்பினார், அப்படியானால் அனைத்து சமணத்துறவிகளும் அழிந்துவிடுவார்கள். ராணி மற்றும் முக்தானந்தா இருவரும் தீவிரமாக சிந்திக்கத் தொடங்கினர்.

அன்று இரவு மதுரையில் திருவிழாக்கள் எதுவும் நடைபெறவில்லை. சிறுவனுக்கும் சமணத்துறவிகளுக்கும் இடையே விவாதம் நடக்கப்போகிறது என்ற செய்தி காட்டுத்தீ போல் மிகவும் வேகமாக பரவியது. யார் தோற்றாலும் மரணத்தை எதிர்கொள்வார்கள். கூர்மையான உயரமான மரக்கம்பங்கள் அவர்களில் ஒருவரைக் கொன்றுவிடும்; இந்த மரக்கம்பங்கள் மிகவும் சிறப்பாகப் பாதுகாக்கப்பட்டு வந்தன. ஒரே ஒரு நுழைவாயில் மட்டுமே இருந்தது. நகரத்திலிருந்து வெகுதொலைவில் அமைந்துள்ள இந்த மரக்கம்பங்கள் அமைக்கப்பட்டிருந்த மைதானத்திற்குள் யாரும் நுழைவது சாத்தியமில்லை. இதன் விளைவை நினைத்துப் பார்க்கவே மதுரை மக்கள் நடுங்கினர். இதுபோன்ற தண்டனையை நிறுத்துமாறு மன்னரிடம் கேட்க யாருக்கும் தைரியம் இல்லை. விவாதத்தை

நிறுத்துமாறு அவர்கள் அரசரிடம் சொல்லவும் முடியாது. அவர்களால் செய்ய முடிந்ததெல்லாம் சீக்கிரம் தூங்கச் சென்று, நல்லதே நடக்கும் என்ற நம்பிக்கையுடன் சிறந்ததை மட்டுமே எதிர்பார்ப்பது மட்டும்தான்.

அன்றைய தினம் இரவு, இரண்டு பேர் தூங்காமல் தீவிரமாக யோசித்துக் கொண்டிருந்தனர். ராணியும் முக்தானந்தாவும் உடனடியாக செயலில் இறங்க முடிவு செய்தனர்.

இரவு உணவுக்குப் பிறகு, ராணி, அடுத்த நாள் உணவு திட்டங்களைப் பற்றி விவாதிக்க சமையல்காரர் சிவஞானத்தைப் பார்க்கச் சென்றார். பாத்திரங்களை கழுவிக்கொண்டிருந்த மற்ற அனைத்து வேலைக்காரர்களும் தங்கள் வேலைகளை முடித்துவிட்டு சமையல் அறையை விட்டு வெளியேறும் வரை அவர் காத்திருந்தார்.

சமையல் அறையில் சிவஞானத்தைத் தவிர வேறு யாரும் இல்லாதபடி பார்த்துக் கொண்டு, 'உங்களுக்குத் தெரிந்த மற்றும் நீங்கள் வழிபடும் தெய்விகக் குழந்தையாகிய ஞானசம்பந்தரால் நமது மன்னர் எவ்வாறு குணமடைந்தார் என்பதை நீங்கள் கேள்விப்பட்டீர்கள் என நினைக்கிறேன்' என்று மென்மையான குரலில் அவரிடம் பேசத் தொடங்கினார்.

'ஆம், நிச்சயமாக, என் மரியாதைக்குரிய ராணி; இந்த அற்புதத்தை நிகழ்த்த திருஞானசம்பந்தரை இம்மண்ணுலகிற்கு அனுப்பிய சிவபெருமானின் அருளால் உங்கள் அன்பான கணவரும், நமது பெருமதிப்பிற்குரிய மன்னரும் காப்பாற்றப்பட்டதில் நான் மிகவும் மகிழ்ச்சியடைகிறேன். சமணத்துறவிகள் அவர்களது நிலைமையை உணர்ந்திருப்பார்கள், நமது இராச்சியத்தில் இனி ஆதிக்கம் செலுத்த மாட்டார்கள் என்றும், எங்களைப் போன்ற சனாதன தர்மத்தைப் பின்பற்றுபவர்களை மதிக்கத் தொடங்குவார்கள் என்றும் நம்புகிறேன். நானும் எனது நண்பர்களும் மிகுந்த நிம்மதி அடைந்துள்ளோம்.'

'ஆம், நானும் மிகுந்த நிம்மதி அடைகிறேன். ஆனால் ஞானசம்பந்தரின் மகத்துவத்தைப் பற்றி என் கணவர் முழுமையாக நம்பவில்லை என்றும் அவர் நம்மை சைவ சமயத்தைப் பின்பற்ற அனுமதிக்க மாட்டார் என்றும் நான் பயப்படுகிறேன். ஒரு வேளை, நாளை மன்னர் சமணத்துறவிகளுக்கும் நமது தெய்விகக் குழந்தை ஞானசம்பந்தருக்கும் இடையே வாக்குவாதத்தை நடத்த முடிவு செய்திருக்கிறார் என்பதை நீங்கள் அறிந்திருக்க மாட்டீர்கள்.

விவாதத்தின் தன்மை எதுவாக இருந்தாலும் விவாதத்தை வெல்வதில் நமது தெய்விகக் குழந்தைக்கு எந்த சிரமமும் இருக்காது என்பதில் எனக்கு எந்த சந்தேகமும் இல்லை. இருப்பினும், சில அறியப்படாத காரணங்கள் மற்றும் நியாயமற்ற தீர்ப்பின் காரணமாக, சமணர்கள் வெற்றியாளர்களாக அறிவிக்கப்பட்டால், எனது கணவரும் அவரது அமைச்சர்களும் அந்த தெய்விகக் குழந்தை ஞானசம்பந்தருக்கு மிக மோசமான தண்டனையை வழங்க உத்தரவிடுவார்கள்; எந்த இரக்கமும் இல்லாமல் கூரிய மரக்கம்பத்தில் அமரச்செய்து கொடூரமான முறையில் கொலைசெய்யப்பட வேண்டும் என்று என் கணவர் உத்தரவிடலாம் என்று நான் பயப்படுகிறேன்.

'ஓ, என் அன்பான ராணி, தயவுசெய்து அத்தகைய ஒரு பயங்கரத்தை கற்பனை செய்ய வேண்டாம். அது ஒருபோதும் நடக்காது. கவிதையாக இருந்தாலும் சரி, தத்துவமாக இருந்தாலும் சரி, எந்தவொரு விவாதத்திலும் நமது அன்பான ஞானசம்பந்தரை யாராலும் தோற்கடிக்க முடியாது.'

'நானும் உங்களைப் போலவே நம் அன்பான ஞானசம்பந்தரை யாராலும் தோற்கடிக்க முடியாது என்று நினைத்து நம்பிக்கையுடன் இருக்கிறேன். ஆனால் நீங்களும் நானும் மிகவும் விரும்பும் சைவ சமயத்தை அழிக்க என்ன வேண்டுமானாலும் நடக்கலாம். நல்லவேளையாக நமது அமைச்சர் குலச்சிறை நாயனார் எனது பக்கம் முழுமையாக இருக்கிறார். நான் இங்கு வருவதற்கு முன்பு அவருடன் விவாதித்துக் கொண்டிருந்தேன். இந்த இக்கட்டான சூழ்நிலையிலிருந்து மீள்வதற்கு ஒரு வழிமுறையை அவர் பரிந்துரைத்தார். எதுவும் நடக்கலாம் என்று அவரும் நினைக்கிறார், மேலும் ஒரு புத்திசாலித்தனமான திட்டத்தை முன்மொழிந்தார். உண்மையில், நான் உங்களுடன் பேச வேண்டும் என்றும் இந்த திட்டத்தை செயல்படுத்த வேண்டும் என்றும் பரிந்துரைத்தவர் அவர்தான். எங்களுடன் ஒத்துழைக்க நீங்கள் தயாரா? நான் உங்களை நம்பலாமா?'

'உங்களுக்கு ஒத்துழைப்பது எனது கடமை என்று நினைக்கிறேன் என் அன்பான ராணி. அதில் நான் மிகவும் மகிழ்ச்சி அடைவேன். சிவபெருமானுக்கு நன்றி சொல்ல இது எனக்கு ஒரு சிறந்த வாய்ப்பாக அமையும். தயவுசெய்து என்மீது முழு நம்பிக்கை வையுங்கள். நமது சந்திப்பு மற்றும் நீங்கள் செயல்படுத்த விரும்பும் திட்டம் பற்றி யாருக்கும் தெரியாமல்

பார்த்துக் கொள்கிறேன். உங்களிடமிருந்து மேலும் அறிவுறுத்தல்களைப் பெற நான் மிகவும் ஆர்வமாக இருக்கிறேன்.'

'ஓ, இதைக் கேட்டு நான் மிகவும் மகிழ்ச்சி அடைகிறேன்; சரியான நபரைக் கண்டுபிடித்ததில் நான் மகிழ்ச்சி அடைகிறேன். ஆனால் கவனமாகக் கேளுங்கள். இது மிகவும் கடினமான வேலை. நீங்களும் என்னைப் போலவே சிவபெருமானின் சிறந்த பக்தர் என்பதை நான் அறிவேன். எனவே நான் முன்மொழிவதைக் கண்டு அதிர்ச்சி அடையாதீர்கள்; நீங்கள் வெற்றி பெற்றால், உங்கள் செயல் நமது இராச்சிய மக்களால் மட்டுமல்ல, சோழ மற்றும் சேர இராச்சியங்களில் வாழும் மக்களாலும் என்றென்றும் நினைவுகூரப்படும்.'

'தயவுசெய்து மேலே சொல்லுங்கள். இந்த சமண சமயத்துறவிகள் எங்களைக் கேலி செய்வதை நிறுத்தும் திட்டத்தை உங்களிடமிருந்து கேட்க நான் இதற்குமேலும் காத்திருக்க முடியாது. நான் யாரிடமாவது பிடிபட்டு, கொல்லப்பட்டாலும் எனக்கு கவலை இல்லை. உங்கள் திட்டத்தை செயல்படுத்துவது எனக்கு ஒரு மிகப் பெரிய கௌரவமாக இருக்கும்.'

'இல்லை, நீங்கள் கொல்லப்பட வேண்டும் என்று நான் நினைக்கவில்லை, அது எனது விருப்பமும் அல்ல. இருப்பினும், உங்களைப் பாதுகாத்துக் கொள்ள குறைந்தபட்சம் ஒரு நல்ல கத்தியை நீங்கள் எடுத்துச் செல்லுங்கள். இப்போது, நமது அன்பார்ந்த அமைச்சர் குலச்சிறை நாயனார் முன்மொழிந்த எனது திட்டம் இதோ. நள்ளிரவு கடந்ததும் ஒரு மணி நேரத்தில், நீங்கள் ஒரு கத்தி, ஒரு எண்ணெய் விளக்கு மற்றும் எண்ணெய் அடங்கிய ஒரு பெரிய பாத்திரத்தை - உங்கள் தலையில் உங்களால் எடுத்துச் செல்ல முடிந்தவரை எடுத்துச் செல்ல வேண்டும். அதிர்ஷ்டவசமாக இன்று அமாவாசை என்பதால் நீங்கள் சிறிது கவனமுடன் செயல்பட்டால், நீங்கள் கவனிக்கப்படாமல் போய்விடுவீர்கள். அந்த பெரிய கூர்மையான கழுவேற்றக் கம்பங்கள் வைக்கப்பட்டுள்ள இடத்தை நீங்கள் நெருங்கும்போது, மெதுவாக நடந்து செல்லுங்கள்; அங்கு ஒரு காவலாளி இருப்பார். அவர் சீக்கிரமாக தூங்கிவிடுவார் என்று தெரிகிறது மற்றும் ஆழ்ந்த உறக்கத்தில் இருப்பதற்கான வாய்ப்பு அதிகமாக இருக்கிறது. ஒருவேளை அவர் எழுந்து உங்களைத் தாக்க முயற்சித்தால், தைரியத்தை வரவழைத்துக்கொண்டு, நீங்கள் எடுத்துச் செல்லும் கத்தியைக் கொண்டு உங்களைத் தற்காத்துக் கொள்ளுங்கள். மைதானத்திற்குள் நுழைந்து அங்குள்ள அனைத்து மரக்கம்பங்களிலும் எண்ணெய் ஊற்றித் தீ வையுங்கள். அந்த

மரக்கம்பங்கள் ஏற்கனவே நன்கு எண்ணெய் தடவி விடப்பட்டிருக்கும். அதனால், அவை எளிதில் தீப்பிடிக்கும், தீ எளிதில் பரவும், தோராயமாக இரண்டு மணி நேரத்திற்குள், எரிந்து கருகிய மரக்கம்பங்களால் தரை நிரம்பிவிடும். கத்தியையும் உங்கள் எண்ணெய் விளக்கையும் அங்கேயே விட்டுவிட்டு திரும்பிச் செல்லுங்கள். உங்கள் அறைக்கு அமைதியாக சென்று ஓய்வெடுங்கள். மற்றவர்களின் சந்தேகத்தைத் தவிர்ப்பதற்காக காலையில் வந்து என்னை சந்திக்க வேண்டாம். இறைவன் சிவபெருமான் உங்களுடன் உங்களுக்குத் துணையாக இருக்கட்டும்.'

'என் மரியாதைக்குரிய ராணி! நமது அமைச்சர் மிகவும் புத்திசாலி. உங்கள் திட்டத்தை நான் முழுமையாகப் புரிந்து கொண்டேன். இந்தத் திட்டம் கண்டிப்பாக நிறைவேற்றப்படும் என்பதில் உறுதியாக இருங்கள், இதைப் பற்றி யாருக்கும் தெரிவிக்கமாட்டேன் என்று நான் உங்களுக்கு உறுதியளிக்கிறேன்.'

'ஆகா, எனக்கும் நம் அனைவருக்கும் என்ன ஒரு நிம்மதி. காலையில் சூரியன் உதயமானதும், உங்கள் மருமகளின் திருமண விழாவில் கலந்துகொள்ள நான் உங்களுக்கு அனுமதி அளித்துள்ளேன் என்று உங்கள் உதவியாளரிடம் கூறிவிட்டு நீங்கள் உங்கள் கிராமத்திற்குச் செல்லுங்கள்.'

'நீங்கள் விரும்பியபடியே நான் செய்வேன் என் மரியாதைக்குரிய ராணி. உங்கள்மூலம் சிவபெருமானுக்கு ஒரு மாபெரும் சேவையை வழங்கும் பாக்கியம் எனக்குக் கிடைத்திருக்கிறது. தயவு செய்து நிம்மதியாக இருங்கள், நன்றாகத் தூங்குங்கள்.'

சமணத்துறவிகளில், மறுநாள் நடைபெறவிருந்த விவாதத்தின் முடிவைப் பற்றிப் பெரிதும் கவலைப்படுவதற்கு ஒரே ஒரு நபர் மட்டுமே இருந்தார். அவர் தான் முக்தானந்தா. பல ஆண்டுகளுக்குப் பிறகு சமணர்கள் மாபெரும் எதிர்ப்பை எதிர்கொள்வார்கள் என்று அவரது குரு மகாவீரரால் அறிவுறுத்தப்பட்ட தர்மபாதாவே தவிர முந்தைய பிறவியில் தான் வேறு யாருமல்ல என்று அவர் உறுதியாக நம்பினார். அவர் துறவியாக மாறியபோது அவரது குருவால் இது அவருக்கு தெரிவிக்கப்பட்டது; அப்போது அவரது குரு மகாவீரர் தனது மரண படுக்கையில் இருந்தார். இப்போது தனது குரு உயிருடன் இருக்க வேண்டும் மற்றும் தனது குருவின் வழிகாட்டுதலால் தான் பயனடைய வேண்டும் என்று முக்தானந்தா விரும்பினார். ஆனால், 'உங்கள் உயிரைப் பணயம் வைத்து நீங்கள் ஒரு துணிச்சலான

முடிவை எடுக்க வேண்டிய ஒரு நாள் வரும்' என்று அவரது குரு ஏற்கனவே அவரிடம் சொல்லியிருந்தார். முக்தானந்தா யாரிடமும் இது நாள் வரையில் இந்த விசயத்தைப் பற்றி விவாதிக்கவில்லை. அவர் அதை தனக்குள் ஒரு பெரிய இரகசியமாக வைத்திருந்தார். இன்றிரவு, அந்த கடினமான முடிவை எடுக்க வேண்டிய நேரம் வந்துவிட்டது என்று அவர் உணர்ந்தார். இருப்பினும், அவர் தனது நெருங்கிய நண்பரான ஹரிபத்ராவிடம் பேச வேண்டும் என்று முடிவு செய்தார்.

'என் அன்பான நண்பரே, இவ்வளவு அற்புதங்களையும் செய்யக்கூடிய திறமை படைத்த அந்த இளம் குழந்தை நாளை நடைபெறவிருக்கும் விவாதத்தில் நம்மைத் தோற்கடிப்பது மட்டுமல்லாமல், நாம் அனைவரும் தண்டிக்கப்பட வேண்டும் என்று அரசரை நம்பச் செய்துவிடுவானோ என்று நான் பயப்படுகிறேன். அந்த தண்டனை என்னவென்று உங்களுக்குத் தெரியும், விவாதத்தில் தோற்பவர்கள் உட்கார வேண்டிய கூர்மையான கழுவேற்ற மரக்கம்பங்கள் நன்றாக எண்ணெய் தடவப்பட்டு தயாராவதாக நான் கேள்விப்பட்டேன். விவாதத்தில் தோற்றுவிட்டால் நாம் அனைவரும் அழிந்து போவோம், நம்முடன் இந்தப் பகுதியில் உள்ள நமது மதமும் அழிந்துவிடும். எப்படியாவது அந்த மரக்கம்பங்கள் அழிக்கப்பட வேண்டும் என்று நான் நினைக்கிறேன். நம்மில் யாராவது ஒருவர் அங்கு சென்று அந்த மரக்கம்பங்களை அழித்துவிட வேண்டும், அரசர் நம்மிடம் கேள்வி கேட்டால் நமக்கு ஒன்றும் தெரியாதது போல் முழு அறியாமையுடன் செயல்பட வேண்டும். இந்த விவாதத்தில் நாம் வெற்றி பெற்றால், சைவர்கள் தண்டிக்கப்படக்கூடாது, ஆனால் இந்த நகரத்தை விட்டு உடனடியாக வெளியேற வேண்டும் என்று நாம் மன்னருக்குப் பெருந்தன்மையுடன் அறிவுறுத்துவோம்.'

ஹரிபத்ரா கவனமாகக் கேட்டுவிட்டு பதிலளித்தார், 'என் அன்பான முக்தானந்தா, உங்கள் உணர்வுகளை நான் முழுமையாகப் புரிந்துகொள்கிறேன், நமது மதத்தின் மீதான உங்கள் அன்பைப் பாராட்டுகிறேன். இருப்பினும், அந்த மரக்கம்பங்களை அழித்தது ஒரு சமணத்துறவியே என்பதை மன்னர் எப்போதாவது கண்டறிந்தால், அவர் ஒரு சக்திவாய்ந்த மன்னராக இருப்பதால் தென்னிந்தியா முழுவதும் நமது மதத்தின் ஒரு தடயமும் இருக்காது. மேலும், நாம் இருவரும் நமது குருக்களிடமிருந்து அற்புதமான போதனைகளைப் பெற்றுள்ளோம், குறிப்பாக நீங்கள் ரிசபானந்தர், பார்சவநாதர் மற்றும் மகாவீரரின் போதனைகளை நன்கு அறிந்திருக்கிறீர்கள். உங்களிடம் இருக்கும்

அறிவாற்றலைக் கொண்டு, நாம் விவாதத்தில் எளிதாக வெற்றி பெறுவோம். அரசர் சில மந்திர தந்திரங்களைப் பொருட்படுத்த மாட்டார் என்றும் சரியான முடிவை எடுப்பார் என்றும் நான் உறுதியாக நம்புகிறேன். எனவே, தொடர்ந்து தியானம் செய்துவிட்டு ஓய்வெடுங்கள். வெற்றி நமக்கே உரியது.'

மேற்படி முக்தானந்தா எவ்வளவோ வாதிட்டார், இருப்பினும் மன்னர் எவ்வாறு சைவ மதத்தை ஏற்றுக்கொள்வார் என்று தனது வாதங்களால் ஹரிபத்ராவை அவரால் நம்ப வைக்க முடியவில்லை. எனவே ஹரிபத்ராவிடம் மேலும் கலந்து ஆலோசிக்க வேண்டும் என்ற தனது யோசனையை கைவிட்டார்; ஆனால் தனது திட்டத்தை வெளிப்படுத்தாமல் கவனமாக இருந்தார்; அவர் ஹரிபத்ராவிற்கு ஒரு அமைதியான இரவு வணக்கத்தைக் கூறி விட்டு அங்கிருந்து வெளியேறினார்.

ஆனால் முக்தானந்தவால் அன்று இரவு சரியாக தூங்க முடியவில்லை. அவர் தொடர்ந்து சிந்தித்தார். அனைத்து சமணத்துறவிகளும் மன்னரைத் துன்பத்திலிருந்து குணப்படுத்தத் தவறியதால், மன்னரின் உடலில் வெள்ளை நிற திருநீற்றை பூசி அவரைக் குணப்படுத்திய அந்த சிறுவனின் அற்புதமான செயலால் அவர்கள் வெட்கப்பட்டனர். மன்னரின் மனதை மாற்ற இந்த அற்புத செயல் ஒன்று மட்டுமே போதும் என்று அவர் நினைத்தார். நிச்சயமாக, சமணத்துறவிகளால் மன்னரைக் குணப்படுத்த முடியவில்லை என்றாலும் அவர்களுக்கு எதிராக மன்னர் எந்த வார்த்தையும் பேசவில்லை. ஒருவேளை அதனால்தான் அவர் சமணர்களுக்கும் தெய்விகக் குழந்தையாகிய ஞானசம்பந்தருக்கும் இடையே ஒரு விவாதத்தை நடத்த விரும்பினார். அந்த சிறுவன் சமணர்களைத் துரத்த வேண்டும் என்று மன்னரை நம்ப வைக்க நிச்சயமாக வேறு சில தந்திரங்களைச் செய்வான். ஏற்கனவே முக்தானந்தாவின் முன்னோர்கள் வடக்கிலிருந்து ஓடி வந்தனர், சிலர் மேற்கிலும் சிலர் தெற்கிலும் வாழ்வதில் மகிழ்ச்சியடைந்தனர். ஒருவேளை, மன்னர் அவர்களுக்கு எந்தத் தீங்கும் செய்யமாட்டார். ஆனால், விவாதத்தில் தோல்வியுற்றவர்கள் கூர்மையான மரக்கம்பங்களில் அமரச்செய்து கொடூரமாகக் கொலை செய்யப்படுவார்கள், அவர்கள் அனைவரும் வேதனையான மரணத்தை சந்திப்பார்கள் என்று நகரத்தில் ஒரு வலுவான வதந்தி பரவிக் கொண்டிருந்தது. அந்த மரக்கம்பங்களை ஏன் அழிக்கக் கூடாது? சிறுவன் விவாதத்தில் வெற்றி பெற்றால், அதிகபட்சமாக மன்னர் அனைத்து சமணத்துறவிகளையும் விரட்டியடிப்பார், மேலும் சமணத்துறவிகள் வேதனையான

மரணத்திலிருந்து தப்பிவிடுவார்கள். மறுபுறம், சமணத்துறவிகள் வெற்றி பெற்றால், மன்னர் சிறுவனையும் அவரது ஆதரவாளர்களையும் சிதம்பரத்திற்கு விரட்டியடிப்பார். நேர்மையாக, முக்தானந்தா சைவர்கள் அந்த மரக்கம்பங்களில் அமரச்செய்து கொடூரமாக இறக்க வேண்டும் என விரும்பவில்லை, ஆனால் மன்னரின் ஆதரவின் கீழ் அமைதியான வாழ்க்கையை வாழ விரும்பினார். எனவே, முடிவு எதுவாக இருந்தாலும், அவரால் இந்த மரக்கம்பங்களை அழிக்க முடிந்தால் அது அனைவருக்கும் நல்லது. அந்த மரக்கம்பங்கள் எங்கே இருக்கின்றன என்பதையும் அங்கே நுழைவாயிலில் ஒரு சிப்பாய் பாதுகாப்பிற்காக அமர்த்தப்பட்டுள்ளார் என்பதையும் முக்தானந்தா நன்கு அறிந்திருந்தார். ஆனால் அதை எப்படிச் செய்வது? அங்கு எப்படி செல்வது? அவர் தனது நண்பர்களிடம் எந்த உதவியும் கேட்க முடியாது, ஏனெனில் அவர்கள் அவரது கோழைத்தனத்தைப் பார்த்து சிரிப்பார்கள்.

எனவே மாபெரும் நிகழ்வு நடக்கவிருந்த அந்த இரவில் அரசர் மற்றும் ராணி இருவரும் நன்றாக தூங்கிக் கொண்டிருந்தனர், ஆனால் இரண்டு நபர்கள் மட்டும் தூங்காமல் ஒரு தீவிரமான முடிவை எடுத்தனர், ஒருவர் ராணியால் வழிநடத்தப்பட்டார், மற்றவர் அவரால் சுயமாக வழிநடத்தப்பட்டார்.

'என் அன்பான மன்னரே, அன்று இரவும் மறுநாளும் நடந்த சம்பவங்கள் உங்களை அதிர்ச்சியடையச் செய்யலாம். ஆனால் இந்த நிகழ்வுகள் தான் சைவ சமயத்தை நமது நாட்டில் வேரூன்ற செய்வதில் பெரும் பங்கு வகித்தன.'

'ஆகா, சேக்கிழார், நீங்கள் சொல்வது மிகவும் சுவாரசியமாக இருக்கிறது! உங்களிடமிருந்து மேலும் கேட்க நான் மிகவும் ஆர்வமாக இருக்கிறேன்; தயவுசெய்து தொடருங்கள்.'

அத்தியாயம் 9

மதுரையில் மூன்று கொலைகள்

அன்றைய தினம் இரவு ஒரு அமாவாசை. இரவில் நிலவு எங்கும் தென்படவில்லை. அந்த நாள் இரவு மிகவும் இருண்டதாகவும் அமைதியாகவும் இருந்தது. நம் விழிகளிலிருந்து நிலவு ஒளிந்து கொள்ளும் ஒரு நாள் தான் அமாவாசை. ஆதலால் அன்று எல்லா இடத்திலும் காரிருள் சூழ்ந்து கும்மிருட்டாக இருந்தது, குறிப்பாக அந்த ஆபத்தான மரக்கம்பங்கள் வைக்கப்பட்டிருந்த இடத்தை நோக்கி நகரத்திலிருந்து ஒருவர் நடந்து செல்லும்போது இருள் மற்றும் அமைதி மட்டுமே எங்கும் நீக்கமற நிறைந்திருந்தது. உண்மையில், யாரும் அந்த வழியில் செல்லத் துணியவில்லை. அது சுற்றி பார்க்கும் அளவிற்கு ஒரு சுவாரசியமான இடம் அல்ல. நுழைவாயிலைப் பாதுகாத்துக்கொண்டிருந்த சிப்பாய் நன்றாக தூங்கிக் கொண்டிருந்தார். மறுநாள் காலையில் அரசரிடமிருந்து ஒரு தூதர் வரக்கூடும், அன்றைய தினம் நடந்த விவாதத்தில் தோற்றவர்கள் குற்றவாளிகளாகக் கருதப்படுவார்கள், குற்றவாளிகளை அந்தக் கூர்மையான மரக்கம்பங்களில் அமர வைத்துத் தண்டனையை நிறைவேற்ற அவர் தயாராக இருக்க வேண்டும். அவரைப் பொறுத்தவரையில், அவர் இவை அனைத்திலிருந்தும் விடுபட்டு, வெறுமனே மன்னரின் உத்தரவுகளை நிறைவேற்றுவதாக தனக்குத்தானே கூறிக்கொண்டார். மன்னர் குற்றவாளிகளாக அறிவிக்கும் நபர்களை இந்த ஆபத்தான கம்பங்களில் வைத்துக் கொலை செய்வது மன்னர் அவருக்கு வழங்கியிருக்கும் ஒரு வேலையாக அவர் கருதினார். அன்று மாலை அனைத்து கம்பங்களிலும் கூடுதல் எண்ணெய்யை அவர் தடவி விட்டிருந்தார். இந்த மரக்கம்பங்கள் ஒரே மையப்புள்ளியைக் கொண்ட இரண்டு செறிவு வட்டங்களில் ஒவ்வொரு வட்டத்தின் சுற்றுப்பாதையிலும் ஆறு கம்பங்கள் என்ற விகிதத்தில் மொத்தம் 12 மரக்கம்பங்கள் அமைக்கப்பட்டிருந்தன. எனவே, ஒவ்வொரு மரக்கம்பத்திற்கும் இடையில் அதிக இடைவெளி இல்லை.

இந்த ஆயத்த வேலைகள் அனைத்தையும் விரைவாகச் செய்த பிறகு அந்த சிப்பாய் மிகவும் சோர்வாக இருந்தார். அவர்

அவசரமாக இரவு உணவை சாப்பிட்டு, நுழைவாயிலின் கதவைப் பூட்டிவிட்டு தூங்கினார். அன்றிரவு எங்கும் காரிருள் சூழ்ந்து ஒரே இருட்டாக இருந்ததால், படுக்கையை அடைந்தவுடன் உறக்கத்திற்குச் செல்வது அவருக்கு கடினமாக இருக்கவில்லை.

ராணி சமையலறையை விட்டு வெளியேறியபிறகு சிவஞானம் கூடுதல் முன்னெச்சரிக்கை நடவடிக்கைகளை எடுத்தார். அடுத்த நாள் மதிய உணவிற்கு சில காய்கறிகளை வெட்ட வேண்டும் என்று கூறி மற்ற வேலையாட்களை சீக்கிரமாகவேப் படுக்கைக்குச் செல்லுமாறு அவர் உத்தரவிட்டார், இது வழக்கமான மதிய உணவு நேரத்திற்கு சற்று முன்னதாகவே விவாதம் முடிவடையக்கூடும் என்பதால், மதிய உணவைத் தாமதப்படுத்தக் கூடாது என்று அவர் நினைத்தார். அவரது உத்தரவை ஏற்று மற்ற வேலையாட்கள் அனைவரும் படுக்கை அறைக்குச் சென்றபின் அவர் மட்டும் சமையலறையில் தனியாக இருந்தார். தாம் அடுத்து செய்ய வேண்டிய வேலைக்காகத் தாமதமாகிக்கொண்டிருக்கிறார் என்பதை அறிந்திருந்தாலும், சுமார் ஒரு மணி நேரம் அவர் பொறுமையின்றி காத்திருந்தார். பின்னர் முந்தைய நாள் இரவு சமையலறை அலமாரியில் மறைத்து வைத்திருந்த புனித திருநீற்றை கவனமாக எடுத்து, தனது நெற்றியில் பூசிக்கொண்டு, தனது பணியை நிறைவேற்ற உதவுமாறு சிவபெருமானிடம் பிரார்த்தனை செய்தார். அவர் கவனமாக இரண்டு பாத்திரங்கள் நிறைய எண்ணெய் மற்றும் ஒரு கூர்மையான கத்தியை எடுத்து ஒரு பையில் வைத்துக்கொண்டார். அவர் வெளியேற முடிவு செய்தபோது அரண்மனையிலோ அல்லது வெளியேயோ எந்த சத்தமும் இல்லை. நன்கு எண்ணெய் தடவப்பட்ட கூர்மையான நீண்ட மரக்கம்பங்கள் பாதுகாப்பாக வைக்கப்பட்டிருந்த அந்த இடத்தின் வாயிலை அடைவதற்கு முன்பு அவர் ஒரு மணி நேரம் எளிதாக நடந்து சென்றிருக்க வேண்டும். அவரை ஆச்சரியத்தில் ஆழ்த்தும் வகையில், கதவு திறக்கப்பட்டிருந்தது, விளக்குடன் ஒரு நபர் கம்பங்களை நெருங்குவதை அவர் கண்டார். மங்கலான வெளிச்சத்தில், மொட்டையடித்த தலையைக் கண்டுபிடித்த சிவஞானம், அந்த நபர் ஒரு சமணத்துறவியாக இருக்க வேண்டும் என்று முடிவு செய்தார்; அந்தத் துறவி ஏன் இங்கு வந்தார்? மன்னருக்கு அவர்களைப் பிடிக்கும். ஒருவேளை நான் இங்கு வருகிறேன் என்று அரசருக்குத் தெரியுமா, என்னைக் கொல்வதற்காக இந்தத் துறவியை முன்கூட்டியே இங்கு அனுப்பி இருக்கிறாரா?

ஆம், சிவஞானத்தின் யூகம் சரியாக இருந்தது. அவர் சமணத்துறவியான முக்தானந்தா ஆவார். அவர் என்ன செய்திருக்கிறார்? அவர் சிப்பாயைக் கத்தியால் குத்திவிட்டு, அந்த மைதானத்தின் மையப்பகுதியில் வைக்கப்பட்டிருந்த மரக்கம்பங்களுக்கு தீ வைப்பதற்காக அவற்றை நோக்கி விரைந்து சென்றுகொண்டிருந்தார். அந்த மரக்கம்பங்கள் தீப்பிடித்தவுடன், அந்த சிப்பாயை நெருப்பில் தள்ளிவிட வேண்டும் என்று முக்தானந்தா நினைத்தார். இதற்கிடையில் துறவியைப் பிடிக்க முயன்று கத்தியால் குத்தப்பட்டதால் பலத்த காயமடைந்திருந்த அந்த சிப்பாய் தனது காலை இழுத்துக் கொண்டு சென்றார். அவர் கிட்டத்தட்ட அந்தத் துறவியை நெருங்கி இருந்தார். ஆனால் கண்ணிமைக்கும் நேரத்திற்குள், துறவி முக்தானந்தா ஒரு தீப்பந்தம் கொண்டு இரண்டு அல்லது மூன்று கம்பங்களை பற்றவைத்தார், மேலும் அந்தக் கம்பங்கள் மற்றும் சிப்பாய் மீது சிறிது எண்ணெய்யை ஊற்றினார். சிறிதும் எதிர்பாராத வகையில் தன்னையறியாமலேயே நெருப்புக்குள் சிக்கிய அந்த சிப்பாய், ஓடிப்போய்த் தப்பித்து தன்னைக் காப்பாற்றிக் கொள்ள முயன்றார். ஆனால் அவரது கால் நெருப்பு பற்றியதால் எரிந்து கொண்டிருந்தது, அவரால் நடக்கக்கூட முடியவில்லை.

சிவஞானம் ஒரு கணம் யோசித்தார், 'நான் செய்யவிருந்த வேலையை என் இடத்திலிருந்து வேறு யாரோ ஒருவர் செய்கிறார், அவர் யாராக இருக்க முடியும்? ராணி மேலும் ஒரு நபரைத் தேர்ந்தெடுத்திருக்க வாய்ப்பில்லை. அவர்மீது ராணிக்கு முழு நம்பிக்கை இருந்தது. ஒருவேளை நான் என் யோசனையைக் கைவிட்டுவிட்டு அமைதியாகத் திரும்பிச் செல்ல வேண்டும்'

இப்போது, அந்தச் சிப்பாய் கம்பங்களில் பற்றி எரிந்து கொண்டிருக்கும் நெருப்பு மற்றும் அதனால் அங்கு சூழ்ந்திருந்த புகைக்கு இடையில், யாரோ ஒருவர் நெருங்குவதைக் கண்டார், மேலும் சிவஞானம் இரண்டு பாத்திரங்களுடன் நெருங்கி வந்துகொண்டிருப்பதை கவனித்தார். நெருப்பை அணைக்க யாரோ தண்ணீரைக் கொண்டு வருவதாக அவர் நினைத்தார். என்ன ஒரு கண்ணியமான மனிதர்! என்று சிப்பாய் தனது மனதிற்குள் நினைத்தார். இப்போது சில கம்பங்கள் தீப்பிழம்புகள் போல நன்றாகக் கொழுந்துவிட்டு எரிந்து கொண்டிருந்ததால், சிவஞானத்தின் நெற்றியில் வெள்ளை நிறத் திருநீறு பூசப்பட்டிருந்ததை சிப்பாய் கவனிக்க போதுமான அளவு வெளிச்சம் இருந்தது. அவர் 'ஓம் நமச்சிவாய, சீக்கிரம் வாருங்கள், எனக்கு உதவி செய்யுங்கள், யாரோ ஒருவர் என்னை கத்தியால்

குத்தியிருக்கிறார்கள், என்று பலமாகக் கத்தினார். முதலில் என்னைக் காப்பாற்றுங்கள், நீங்கள் பிறகு தீயை அணைக்கலாம்'.

சிவஞானம் அந்தச் சிப்பாயின் மீது இரக்கம் காட்டி, தனது மனதை மாற்றிக்கொண்டு சிப்பாயைக் காப்பாற்றுவதற்காக அவருக்கு அருகில் சென்றார். சிப்பாயை அணுகிய அதே வேளையில், சமணத்துறவி மீது எண்ணெய்யை ஊற்றி அவரை எரிக்க சிவஞானம் திட்டமிட்டார்.

இப்போது, இரண்டு பாத்திரங்களுடன் சைவ சமயத்தைச் சேர்ந்த ஒருவர் நெருங்குவதைக் கண்ட முக்தானந்தா, சிப்பாய் மற்றும் சைவ சமயத் துறவி ஆகிய இருவரும் சேர்ந்து தீயை அணைத்துவிட்டு, அவரைப் பிடித்து அரசரிடம் ஒப்படைத்துவிடுவார்கள், அதனால் அடுத்த நாள் அவர் இந்த கடுமையான கம்பத்தில் வைக்கப்பட்டு தாம் இறக்க நேரிடும் என்று நினைத்தார். இவ்வாறு ஒருவரைப் பற்றி மற்றவர் வெவ்வேறாகச் சிந்தித்த அந்த மூன்று நபர்களும் ஒருவரை ஒருவர் வேகமாக நெருங்கி வந்தனர். ஒரு நிமிடத்திற்குள், மூவரும் நன்றாக எரிந்துகொண்டிருக்கும் அந்த மரக்கம்பங்களுக்கு மத்தியில் இருந்தனர்.

அந்த சைவ சமயத்துறவி இரண்டு பாத்திரங்களில் எண்ணெய்யை எடுத்துக்கொண்டு வருவார் என்று முக்தானந்தா எதிர்பார்க்கவில்லை. எனவே சிவஞானம் அவரை ஒரு சிறிய தீப்பந்தத்தினால் தாக்கி, முக்தானந்தா மீது எண்ணெய்யை ஊற்றியபோது, இந்த செயலைச் சிறிதும் எதிர்பார்க்காத அவர் மிகவும் ஆச்சரியமடைந்தார். அந்த எண்ணெய் முக்தானந்தாவை முற்றிலுமாக நனைத்தது, அவர் அணிந்திருந்த பருத்தி ஆடைகள் எளிதில் தீப்பிடித்து அவரது உடலை எரிக்கத் தொடங்கின. இதற்கிடையில், எரிந்து கொண்டிருக்கும் கம்பங்களை அணைக்க தண்ணீரைக் கொண்டு வந்திருக்கிறார் என்று நினைத்த சைவ சமயத்தைச் சார்ந்தவரும் கம்பங்களை எரிக்க திட்டமிட்டு எண்ணெய்யைக் கொண்டு வந்திருப்பதைக் கண்டு சிப்பாயும் ஆச்சரியப்பட்டார். தன்னிடம் எஞ்சியிருந்த அனைத்து சக்தியையும் ஆற்றலையும் ஒன்று திரட்டி, அவர் தனது வாளை உருவி, சிவஞானத்தைத் தாக்க முயன்றார். சிவஞானம் தன்னை தற்காத்துக் கொள்வதற்காக அந்த சிப்பாயை வேகமாகப் பரவிக்கொண்டிருக்கும் நெருப்பின் மீது தள்ளினார். முக்தானந்தாவும் தன்னிடமிருந்த அனைத்து ஆற்றலையும் ஒன்றாக சேர்த்து சிவஞானத்தை தன் பக்கம் இழுத்தார். இதனால் அவர்கள் இருவரும் தரையில் விழுந்தனர். நன்றாக எண்ணெய்

தடவப்பட்டிருந்ததால் எளிதில் தீப்பற்றிக்கொண்டு எரிந்துகொண்டிருந்த சில கம்பங்கள் உடைந்து, வேதனையுடன் அழுதுகொண்டிருந்த முக்தானந்தா மற்றும் சிவஞானம் மீது விழுந்தன. சற்று தூரத்தில் படுத்திருந்த சிப்பாயால் எழுந்திருக்க முடியவில்லை, வேகமாகப் பரவிய நெருப்பு அவரையும் விழுங்கியது. சில நிமிடங்களுக்குப் பிறகு, பெரும்பாலான கம்பங்கள் கீழே விழுந்தன, அந்தக் காட்சி மூன்று உடல்களையும் எரிக்க யாரோ ஒரு சிதையை பற்றவைத்தது போல் தோன்றியது. சில மணி நேரங்களுக்குப் பிறகு, அடையாளம் காண முடியாத வகையில் எரிந்துபோன மூன்று உடல்களின் அங்கும் இங்கும் சிதறிக் கிடந்த எலும்புக்கூடுகளைத் தவிர வேறு எதுவும் அங்கு எஞ்சியிருக்கவில்லை. அதிகாலை நேரத்தில், எவரும் கவனிக்கும் முன், தீ முற்றிலுமாகத் தணிந்துவிட்டது, கழுவேற்றக் கம்பங்கள் அனைத்தும் முற்றிலுமாக அழிக்கப்பட்டிருந்தன. மேலும் அந்த மைதானத்திற்குள் நுழையும் எவரும் இந்தச் சம்பவத்திற்கு முன்னால் கடுமையான மிகவும் கூர்மையான கழுவேற்றக் கம்பங்கள் வைக்கப்பட்டிருந்த ஒரு மைதானமாக அது இருந்தது என்று ஒருபோதும் கற்பனை செய்திருக்க முடியாது.

'சேக்கிழார், என்ன ஒரு திகில் நிறைந்த சம்பவம், நேர்மையாக நான் இதை சிறிதும் எதிர்பார்க்கவில்லை. பாண்டிய மன்னர் முன்னதாகவே இந்தக் கம்பங்களை அழித்திருந்தால் மட்டுமே, இந்த மரணங்களைத் தவிர்த்திருக்க முடியும்.'

'ஆம், என் அன்பான அரசே, ஆனால் அதுதான் விதி என்று ஒருவர் கூறலாம்.'

அத்தியாயம் 10

விவாதம் மற்றும் மாற்றம்

அன்று காலை மன்னர் கூன் பாண்டியன் கண்விழித்தபோது, தன்னால் நேராக நிற்க முடியும் என்பதைக் கண்டு ஆச்சரியப்பட்டார். அவர் முதுகில் இருந்த கூன் காணாமல் போயிருந்தது. ஞானசம்பந்தர் நிகழ்த்திய அற்புதமே இதற்குக் காரணம் என்று அவர் உறுதியாக நம்பினார், பிற்காலத்தில் அவர் கூன் பாண்டியன் என்று அழைக்கப்படமாட்டார், ஆனால் நின்றசீர் நெடுமாறன் என்று அழைக்கப்படுவார்! அவர் உண்மையில் மிகவும் மகிழ்ச்சியாக இருந்தார். ராணி மங்கையர்க்கரசியும் மிகுந்த மகிழ்ச்சியடைந்தாள், ஆனால் சைவ சமயத்தின் மீது நம்பிக்கை கொள்ளத் தொடங்குவீர்களா என்று தன் கணவராகிய அரசர் கூன் பாண்டியனிடம் கேட்பதைத் தவிர்த்தாள். சிவஞானம் எல்லாக் கம்பங்களையும் எரித்துவிட்டுப் பத்திரமாகத் திரும்பி வந்திருப்பாரா என்று அவள் சிந்தித்துக் கொண்டிருந்தாள்; மேலும் கவலைப்பட்டாள். சமையலறைக்குச் சென்று அவர் வந்துவிட்டாரா என்று பார்க்க வேண்டும் என்று அரை மனதுடன் நினைத்துக்கொண்டிருந்தாள், ஆனால் அரசருக்கு சந்தேகம் வரக்கூடும் என்பதற்காக அந்த எண்ணத்தைத் தவிர்த்தாள்.

இருவரும் தங்கள் காலைக் கடமைகளை வேகமாக முடித்தார்கள். ராணி தனது பூஜை அறையில் வைத்திருக்கும் சிறிய நடராசர் (நடனமாடும் சிவபெருமான்) சிலைக்கு முன்னாள் 15 நிமிடங்களுக்கு மேல் செலவிடுவதை மன்னர் ஆட்சேபிக்கவில்லை.

அவர்கள் இருவரும் சபை மண்டபத்திற்கு வந்தபோது, அனைத்து அமைச்சர்களும் முன் கூட்டியே வந்திருந்தனர். ஞானசம்பந்தர், அப்பர் மற்றும் அவர்களது சீடர்கள் ஆறு பேர் மன்னரின் வலப்பக்கத்தில் அமர்ந்திருந்தனர். சமணத்துறவிகளில் ஆறு பேர் மன்னரின் இடப்புறம் அமர்ந்திருந்தனர்.

முக்தானந்தர் அங்கு இல்லாததைக் கவனிப்பதில் மன்னருக்கு எந்தச் சிரமமும் இருக்கவில்லை.

'நம் அருமை நண்பர் முக்தானந்தாவுக்கு என்ன ஆயிற்று? இன்று ஒரு முக்கியமான விவாதம் நடைபெறப் போகிறது என்று அவருக்கு நன்றாகத் தெரியும் என்று நம்புகிறேன், மேலும் முக்தானந்தரைப் போன்ற ஒரு கற்றறிந்த மனிதர் தான் இந்த விவாதத்தைச் சமணத்துறவிகளின் சார்பாக நடத்த வேண்டும் என்று நான் விரும்பினேன். எங்கே அவர்? அவருக்கு என்ன நடந்தது என்பதை யாராவது விளக்க முடியுமா?'

'என் மரியாதைக்குரிய அரசரே, நான் ஹரிபத்ரா, முக்தானந்தாவின் நெருங்கிய நண்பன். உண்மையில், நாங்கள் இருவரும் ஒரே விதமான பயிற்சியைத்தான் பெற்றிருக்கிறோம். நீங்கள் என்னை அனுமதித்தால், இங்கே அமர்ந்திருக்கும் எனது நண்பர்களின் உதவியுடன் என்னால் இந்த விவாதத்தை வழிநடத்த முடியும். நோய்வாய்ப்பட்டுத் தனிமையில் வாடிக்கொண்டிருக்கும் எங்கள் இளைய சீடர்களில் ஒருவரைக் கவனித்துக் கொள்வதற்காக அருகில் உள்ள கிராமமான கீழக்குடிக்கு அவசர அவசரமாக முக்தானந்தா புறப்பட வேண்டியிருந்தது. ஆதலால் விவாதத்தை வழிநடத்துமாறு அவர் என்னைக் கேட்டுக்கொண்டார்.'

ஹரிபத்ரா மிகவும் மோசமாக உணர்ந்தார், அவர் தனது வாழ்க்கையில் முதல் முறையாக ஒரு பொய் சொல்ல வேண்டியிருந்தது. சொல்லப்போனால், காலைத் தியானத்திற்காக சூரிய உதயத்திற்கு முன் எழுந்தபோது, அவர் முக்தானந்தரைத் தேடினார், அவருக்காக சிறிது நேரம் காத்திருந்தார். விவாதம் நடக்கவிருக்கும் மண்டபத்திற்கு முக்தானந்தர் பின்னர் வந்து சேருவார் என்று ஹரிபத்ரா நினைத்தார், ஆனால் முக்தானந்தரை எங்கும் காணவில்லை என்பதை அறிந்து ஹரிபத்ரா மிகவும் ஆச்சரியப்பட்டார். எனவே அவர் இப்படியொரு பொய்யான கற்பனை கதையை சொல்ல வேண்டியிருந்தது. சில நாட்களுக்குப் பிறகும், முக்தானந்தாவுக்கு என்ன நடந்தது என்பது ஹரிபத்ராவுக்கும் அவரது நண்பர்களுக்கும் தெரிய வாய்ப்பில்லை.

'சரி, முக்தானந்தா அந்த இளம் துறவிக்கு சேவை செய்வதற்கு சென்றிருக்கிறார் என்பதை நினைத்து நான் மிகவும் மகிழ்ச்சி அடைகிறேன்; நாம் விவாதத்தைத் தொடங்குவோம்,' என அறிவித்த அரசர், 'ஹரிபத்ரா நீங்கள் ஏன் விவாதத்தை முதலில் தொடங்க கூடாது?' என்று கேட்டார்.

'மிக்க நன்றி, என் மரியாதைக்குரிய அரசரே. நீண்ட காலத்திற்கு முன்பு வாழ்ந்த மகான் ஒருவர் எங்களுக்குத் தலைவராக இருக்கிறார் என்பது உங்களுக்கு நன்றாகவே தெரியும் என நினைக்கிறேன். இந்த மகான் கற்றுக்கொடுத்த

கொள்கைகளைப் பல்லாயிரக்கணக்கான ஆண்டுகளாகத் தவறாமல் பின்பற்றியும் மற்றவர்களுக்குத் தகுந்த முறையில் போதித்தும் வரும் பல குருக்களை நாங்கள் பெற்றிருக்கிறோம். நீங்கள் அனைவரும் மகாவீரரைப் பற்றிக் கேள்விப்பட்டிருப்பீர்கள், அவருடன் ஒப்பிடுகையில், ஞானசம்பந்தரே, நீங்கள் ஒரு குழந்தை. உங்கள் தலைவர் யார்? உங்களை வழிநடத்த எந்தத் தலைவரும் இல்லாமல் நீங்கள் அனைவரும் எந்த அடிப்படையும் இல்லாமல் பேசுகிறீர்கள்.'

அப்பர் புன்னகைத்தார், 'நானே மகாவீரரின் தீவிர சீடராகத்தான் இருந்தேன். உண்மையில், நான் என் பெயரைத் தர்மசேனர் என்று மாற்றிக் கொண்டு உலக வாழ்க்கையைத் துறக்க விரும்பினேன். அப்போது நான் நோய்வாய்ப்பட்டு மிகவும் துன்பப்பட்டுக் கொண்டிருந்தேன்.'

'எனவே, இந்தச் சிறுவன் உங்களைக் குணப்படுத்தி, சமண மதத்தை விட்டு வெளியேறும்படி கட்டாயப்படுத்தினான்' என்று சொல்கிறீர்கள்.

'இல்லை, என் அன்பு அரசே. எங்கள் அன்புக்குரிய இந்தத் தெய்விகக் குழந்தையைப் பற்றி நான் கேள்விப்பட்டதே இல்லை. என்னை ஒரு சிவன் கோவிலுக்கு அழைத்துச் சென்ற என் சகோதரிக்கு நன்றி, பல நாட்களாக சிவபெருமானிடம் நான் செய்த பிரார்த்தனைக்குப் பிறகு தான், என் நோய் முற்றிலுமாக குணமானது. இதனைத் தொடர்ந்து நான் பல்வேறு சிவன் கோவில்களுக்குப் பயணம் செய்யத் தொடங்கியபோது, எங்கள் தெய்விகக் குழந்தையை சந்திக்க நேர்ந்தது. அவர் உங்கள் சந்தேகங்கள் அனைத்தையும் தீர்த்து வைப்பார். நான் அவர் முன் வெறும் தூசிதான்.'

ஞானசம்பந்தர் இடைமறித்து, 'அப்பர் சுவாமிகளே, தயவுசெய்து அப்படிச் சொல்லாதீர்கள். நாம் அனைவரும் ஒன்றுதான், ஒரே மாதிரியாகத்தான் இருக்கிறோம், நமக்கு மேலே ஒருவர் இருக்கிறார், அவர்தான் நம்மை இப்படி பேசவும் செயல்படவும் வைக்கிறார். ஆமாம், ஹரிபத்ரா, உங்களை வழிநடத்த ஒரு தலைவர் உங்களிடம் இருப்பது போல் எங்களுக்கு தலைவர் எவரும் இல்லைதான், நான் அதை ஒப்புக்கொள்கிறேன். ஆனால் நாங்கள் ஒரு படைப்பாளியை நம்புகிறோம். மகா யோகியான சிவபெருமானை நான் நம்புகிறேன்; சனாதன தர்மத்தைப் பின்பற்றும் நாங்கள் அனைவரும் நம்புகிறோம்.'

விவாதம் நல்லபடியாக ஆரம்பமாகியதால் மன்னர் மகிழ்ச்சியடைந்தார். அதேவேளையில், சிவஞானம் எந்தப் பிரச்சினையும் இன்றித் தன் வேலையை முடித்துக் கொண்டு தனது கிராமத்திற்குச் சென்றிருப்பார் என்று ஆவலோடும் நம்பிக்கையோடும் பிரார்த்தனை செய்துகொண்டிருந்தார் மகாராணி மங்கையர்க்கரசி.

ஹரிபத்ரா மிகுந்த ஆச்சரியத்துடன் கேட்டார், 'அட, ஒரு படைப்பாளியா? அவர் எங்கே இருக்கிறார்? உங்களால் அவரை எனக்குக் காட்ட முடியுமா? நீங்கள் அவருடன் எப்படி தொடர்பு கொள்கிறீர்கள், அவர் தனது போதனைகளை ஏதேனும் பனை ஓலைச்சுவடிகளில் விட்டுச் சென்றிருக்கிறாரா? அல்லது அவருடைய போதனைகள் அடங்கிய ஓலைச்சுவடிகள் ஏதேனும் உங்களிடம் இருக்கிறதா? உங்களுக்குத் தெரியுமா, சமண சமயத்தின் அடிப்படைக் கோட்பாடுகள் அகிம்சை (வன்முறை இல்லாமை), அனேகாண்டவாதம் (முழுமையற்றது) மற்றும் அபரிகிரஹா (பற்றின்மை - எதிலும் பற்றில்லாத துறவற வாழ்க்கை வாழ்தல்) ஆகிய மூன்று பெரிய கொள்கைகளில் விளக்கப்பட்டுள்ளன. மகாவீரரின் கருத்துப்படி அகிம்சை என்பது ஒரு வகையான தெய்விகத்தன்மை. உலகில் உள்ள மற்ற உயிரினங்களை மனிதன் தன் சொந்த உயிரினங்களாகக் கருத வேண்டும். எனவே நாம் மற்ற உயிரினங்களிடம் மிகவும் நட்பாகவும் சகோதரத்துவமாகவும் நடந்து கொள்ள வேண்டும்.'

அதற்கு ஞானசம்பந்தர் இவ்வாறு பதிலளித்தார், 'அனைத்து உயிரினங்களின் சமநிலையை, உயிரினங்களின் சமத்துவத்தை நாங்கள் வலியுறுத்துகிறோம். எங்களது வேத மந்திரங்கள் இரண்டு கால்களுடைய மனிதர்களுக்காக மட்டுமல்லாமல், மற்ற உயிரினங்களான ஆடுகள், பசுக்கள் போன்ற நான்கு கால்களுடைய விலங்குகளுக்காகவும் பிரார்த்தனை செய்யுமாறு வலியுறுத்துகின்றது. மகாபாரதத்தில், விலங்குகளும் மனிதர்களும் இந்த நிலையற்ற வாழ்க்கையிலிருந்து விடுபடுவதற்கான வழியைச் சொல்லுமாறு தர்மர் பீஷ்மரிடம் கேட்கிறார். இதற்கு பீஷ்மர் விஷ்ணு சகஸ்ரநாமத்தை பதிலாகச் சொல்லுகிறார். படைப்பாளியை எங்கும் எப்பொழுதும் வியாபித்திருப்பதாக விவரிக்கும் புருஷ சூக்தத்தில், 'அதிலிருந்துதான் (படைப்பாளர்) உணவை உட்கொள்ளும் உயிர்களும், உணவை உட்கொள்ளாத அனைத்து உயிரற்றவைகளும் பிறந்தன' என்று நாம் வாசிக்கிறோம், அதாவது உங்களையும் என்னையும் போன்ற மனிதர்கள் மட்டுமல்லாமல், விலங்குகளும், பறவைகளும், செடி

கொடி மரங்கள் போன்ற தாவரங்களும் மற்றும் அனைத்து உயிரற்ற பொருட்களும் அவரால் உருவாக்கப்பட்டவை.

ஓம் தச்சம் யோராவ்ருணீமஹே காதும் யஜ்ஞாய காதும் யஜ்ஞபதயே தைவீ: ஸ்வஸ்திரஸ்து ந: ஸ்வஸ்திர்-
மாநுஷேப்ய:
ஊர்த்வம் ஜிகாது பேஷஜம் ஸந்நோ அஸ்து த்விபதே
ஸம்
சதுஷ்பதே

ஓம் ஜ்ரும்பகாய வித்மஹே பாஸஹஸ்தாய தீமஹி
தந்நோ வருண: ப்ரசோதயாத்

ஓம் சாந்தி: சாந்தி: சாந்தி:

\- **புருஷ சூக்தம்**

'சமண சமயம் செல்வம், வீடு, ஆடைகள், குடும்பம் மற்றும் ஒருவரின் சொந்த உடலை உடைமைகளாகக் கருதுகிறது. அதே நேரத்தில், அவற்றையும் மனிதனால் முற்றிலுமாக ஒதுக்கித் தள்ளிவிட முடியாது, ஆனால் அவன் அவற்றின் மீது எந்த விதமான பற்றுதலும் இல்லாமல் வாழ வேண்டும். அவன் அவற்றைத் தனது உடைமைகளாகக் கருதக் கூடாது, இருப்பினும் அவன் அவற்றைத் தற்போதைக்கு அனுபவிக்கிறான். உடைமைகள் மேல் எந்த விதமான பற்றுதலும் இல்லாமல் வாழ வேண்டியது ஒவ்வொரு மனிதனுக்கும் இருக்க வேண்டிய அடிப்படை நல்லொழுக்கமாகும்.'

அதற்கு சம்பந்தர், 'யாரும் எதையும் தனக்கு சொந்தமாக்கிக் கொள்ளக் கூடாது, அவர்கள் துறக்கக் கற்றுக்கொள்ள வேண்டும்' என்றார். மனித வாழ்க்கையில் நான்கு நிலைகள் உள்ளன. அவை பிரம்மச்சரிய நிலை அதாவது திருமணத்திற்கு முந்தைய நிலை, கிரஹஸ்த நிலை அதாவது திருமணத்திற்குப் பிந்தைய நிலை, வனப்பிரஸ்த நிலை அதாவது அனைத்து வகையான கடமைகளையும் நிறைவேற்றியபிறகு காட்டிற்குச் சென்று ஓய்வுபெறும் நிலை, சந்நியாச நிலை அதாவது உலக விவகாரங்களைத் துறக்கும் நிலை என்று அழைக்கப்படுகின்றன. மனிதன் தனது வாழ்க்கையில் இந்த எல்லா நிலைகளையும் அனுபவிக்க வேண்டும். எல்லோரும் உலக உடைமைகளைத் துறக்க வேண்டும், உலக வாழ்க்கையைத்

துறப்பார்கள் என்று எதிர்பார்க்க முடியாது. அப்போது உலகம் இயங்காது. நமது அரசர் மக்களுக்கு நிலம், உணவு மற்றும் பாதுகாப்பை வழங்க வேண்டும், அவர் வெறுமனே உலக வாழ்க்கையை துறக்க முடியாது.'

இப்போது, அரசர் நிமிர்ந்து உட்கார்ந்தார். இச்செயல் ஞானசம்பந்தரின் கருத்துக்களை அவர் அங்கீகரிப்பதாகத் தோன்றியது. ராணி மங்கையர்க்கரசி தனது உணர்ச்சிகளைக் கட்டுப்படுத்த முயன்றாள், தனது கணவரின் கண்களைச் சந்திப்பதைத் தவிர்த்தாள்.

ஹரிபத்ரா அமைதியாக இருந்தார்.

ஞானசம்பந்தர் இந்த வாய்ப்பை நன்றாகப் பயன்படுத்திக் கொண்டார். அவர் மேலும் தொடர்ந்து பேசினார். 'நீங்கள் மனிதர்களுக்குக் கடமைகளை வழங்குவதில்லை. நாங்கள் வழங்குகிறோம். அனைவரும் போராளிகளாக ஆகிவிட முடியாது அல்லது விவசாயிகளாக வேலை செய்ய முடியாது. எனவே, எங்கள் சமுதாயத்தில் நான்கு வகை மக்கள் உள்ளனர். ஆடம்பரம், பெருமை, இறைச்சி ஆகியவற்றைத் தவிர்த்துச் சிக்கனமான வாழ்க்கை நடத்தும் ஆன்மிக விசயங்களில் அக்கறை கொண்ட பிராமணர்கள், வியாபாரத்தைக் கவனித்து இராச்சியத்திற்கு செல்வத்தைக் கொண்டு வரும் வைசியர்கள், இராச்சியத்தைக் காக்கப் போர்ப் பயிற்சி பெற்ற சத்திரியர்கள், வயல்வெளிகளில் வேலை செய்து உணவு தானியங்களை உற்பத்தி செய்தும், பிற வேலைகளைச் செய்தும் மற்றும் நகரத்தைச் சுத்தமாக வைத்திருக்க உதவும் சூத்திரர்கள் என நான்கு வகை மக்கள் இருக்கிறார்கள்.'

அரசருடன் பேச அனுமதிக்கப்பட்ட ஒரு தூதுவரால் விவாதம் குறுக்கிட்டது. அவர் அரசரை அணுகி கிசுகிசுத்தார், ராணியைத் தவிர வேறு யாராலும் அதைக் கேட்க முடியவில்லை. ஆனால் மன்னரின் முகத்தில் ஏற்பட்ட ஒரு அதிருப்தியை அனைவராலும் கவனிக்க முடிந்தது. எலும்புகளுடன் அடையாளம் காண முடியாத மூன்று கருகிய உடல்கள் மைதானத்தில் காணப்பட்டதாகவும், கழுவேற்றும் அனைத்து தூண்களும் அழிக்கப்பட்டுவிட்டதாகவும் தூதுவன் அரசரிடம் கூறினான். இந்தச் செய்தியைக் கேட்ட ராணி மிகுந்த கவலையுடன் காணப்பட்டார்; அவளுடைய சமையல்காரர் யாரோ ஒருவரால் கொல்லப்பட்டுவிட்டார் என்பதை உணர்ந்தார். அதனால் அரசரிடம் பேசாமல் இருக்க விரும்பினார்.

அரசர், 'நான் முக்கியமான விசயம் ஒன்றை அறிவிக்க வேண்டும், ஆனால் ஹரிபத்ரா, நீங்கள் விரும்பினால் பேசலாம். எனது அறிவிப்பு சிறிது நேரம் காத்திருக்கலாம்' என்று கூறினார்.

ஹரிபத்ரா தொடர்ந்தார், 'மிகவும் மரியாதைக்குரிய என் அரசருக்கு நன்றி. சுரண்டல்கள் இல்லாத அதாவது ஒருவரின் வேலையிலிருந்து பயனடைவதற்காக அவரை அநியாயமாக நடத்துவது போன்ற செயல்கள் இல்லாத ஒரு முழுமை பெற்ற சமுதாயத்தை நிறுவ வேண்டும் என்று சமண மதம் வலியுறுத்துகிறது என்பதை உங்களுக்கு நினைவூட்ட விரும்புகிறேன். மக்களின் நலனுக்காக பற்றற்ற மனதுடன் வளங்களைப் பகிர்ந்துகொள்வதை இது ஊக்குவிக்கிறது. மேலும் ஆன்மிக பக்தியை நம்புகிறது. பிரபஞ்சம் மற்றும் அதன் அனைத்து பொருட்கள் அல்லது உறுப்புகள் நித்தியமானவை என்று சமண மதம் நம்புகிறது. காலத்தைப் பொறுத்தவரை அதற்குத் தொடக்கமும் முடிவும் இல்லை. பிரபஞ்சம் அதன் சொந்த பிரபஞ்ச விதிகளால் நிர்வகிக்கப்படுகிறது. பிரபஞ்சத்தின் அனைத்து பொருட்களும் அவற்றின் வடிவங்களை தொடர்ந்து மாற்றிக்கொண்டே இருக்கின்றன அல்லது மாற்றியமைக்கின்றன. இந்தப் பிரபஞ்சத்தில் இருக்கும் எதையும் அழிக்கவோ அல்லது உருவாக்கவோ முடியாது. பிரபஞ்சத்தின் விவகாரங்களை உருவாக்கவோ அல்லது நிர்வகிக்கவோ ஒருவர் தேவையில்லை. எனவே சமண மதம் கடவுளை ஒரு படைப்பாளியாகவும், பிரபஞ்சத்தைப் படைப்பவராகவும், காப்பவராகவும், பிரபஞ்சத்தை அழிப்பவராகவும் நம்புவதில்லை. இருப்பினும் சமண மதம் கடவுளை நம்புகிறது; ஒரு படைப்பாளியாக அல்ல, ஆனால் பரிபூரணமாக இருக்கும் ஒன்றாக நம்புகிறது. ஒரு மனிதன் தனது கர்மாக்கள் அனைத்தையும் நீக்கி அதிலிருந்து விடுபடும்போது, அவன் முக்தியடைந்த ஆத்மாவாகிறான். அப்படி முக்தியடைந்த ஒருவர் என்றென்றும் மோட்சத்தில் ஒரு பரிபூரண ஆனந்த நிலையில் வாழ்கிறார். முக்தியடைந்த அல்லது விடுதலை பெற்ற ஆன்மா எல்லையற்ற பேரின்பத்தைப் பெறுகிறது. ஒரு படைப்பாளியை நம்ப வேண்டிய அவசியமில்லை. நம்மை சுற்றி இருக்கும் இந்த உலகம் எப்போதும் நிரந்தரமாக இருந்துகொண்டிருக்கிறது, எப்போதும் நிரந்தரமாகவே இருக்கும்.'

சமணர்கள் கடைப்பிடித்தும் மற்றும் போதித்தும் வரும் கொள்கைகளை ஏன் தங்களால் ஏற்றுக்கொள்ள முடியாது என்பதை விளக்கும் திறமை ஞானசம்பந்தருக்கு இருக்கிறதா என்று மன்னர் கேட்டார்.

ஞானசம்பந்தர் புன்சிரிப்புடன் பதிலளித்தார், 'மேதகு அரசர் பெருமானே, நீங்கள் தயவுசெய்து என்னை அனுமதித்தால், என்னைவிட அதிகமாகக் கற்றறிந்த என் முன்னோர்கள் போதித்த சனாதன தர்மக் கொள்கைகளை மேற்கோள் காட்டுவதில் நான் மகிழ்ச்சியடைவேன். குறிப்பாக ஆதிசங்கரரை பற்றிச் சொல்ல விரும்புகிறேன். எடுத்துக்காட்டாக, சமணர்கள் ஸ்யாத் அஸ்தி மற்றும் ஸ்யாத் நாஸ்தியை நம்புகிறார்கள் - சில வழிகளில் அது இருக்கிறது, சில வழிகளில், அது இல்லை - அல்லது ஒருவேளை அது இருக்கிறது, ஒருவேளை அது இல்லை. அவற்றின் கருத்துக்கள் அனேகாந்தவாதா, ஸ்யாத்வாதா மற்றும் நயவாதா என்று அழைக்கப்படுகின்றன. அதாவது ஒப்பீட்டுப் பன்மைத்துவம் அல்லது பன்மடங்கு கோட்பாடு, கட்டுப்பாடான கணிப்புக் கோட்பாடு அல்லது நிபந்தனைகளுக்கு உட்பட்ட முன்கணிப்பு கோட்பாடு மற்றும் பகுதி நிலைப்பாடுகளின் கோட்பாடு. ஒவ்வொரு பொருளுக்கும் எல்லையற்ற குணங்கள் அல்லது குணாதியசங்கள் உள்ளன, வெவ்வேறு குணாதிசயங்கள் வெவ்வேறு கோணங்களில் பார்க்கப்படலாம் என்று மகாவீரர் கூறினார். இது அனைத்து கண்ணோட்டங்களும் உண்மையின் பகுதி வெளிப்பாடுகள் என்று வலியுறுத்துகிறது. எந்தவொரு கூற்றும் முற்றிலும் உண்மையாக இருக்க முடியாது, ஏனெனில் இது ஒரு கோணத்தில் அல்லது ஒரு குறிப்பிட்ட நிலைப்பாட்டிலிருந்து வந்த ஒரு பார்வை. உதாரணமாக, ஒரு நாணயத்திற்கு இரண்டு பக்கங்கள் இருப்பது போல அல்லது ஒளிக்கதிர்களைப் பலவண்ணங்களாகச் சிதறடிக்கும் முப்பட்டைக் கண்ணாடியைப் (பிரிசம்) போல, ஒவ்வொரு பொருளும் அல்லது சூழ்நிலையும் ஒன்றுக்கு மேற்பட்ட பக்கங்களிலிருந்து பார்க்கக்கூடிய பல அம்சங்களைக் கொண்டுள்ளது. குருடர்கள் மற்றும் யானையின் கதைமூலம் சமண சமயத்தின் அடிப்படையான அனேகாண்டவாத கொள்கைகளை நாம் நன்றாகப் புரிந்துகொள்ளலாம். யானையைப் பற்றி எதுவும் தெரியாத சில குருடர்கள் யானையை உணர்வதைப் போல, அதாவது காலைத் தொட்டவர் யானை தூண் போன்றது, காதுகளைத் தொட்டவர் யானை விசிறிப் போன்றது, வயிற்றைத் தொட்டவர் யானை பெரிய சிம்மாசனம் போன்றது, வாலை தொட்டவர் யானை கயிறு போன்றது, தும்பிக்கையைத் தொட்டவர் யானை பெரிய பாம்பு போன்றது என்று சொல்வார்கள். இவற்றில் எது சரி? இந்த குருடர்கள் யானையை தொட்டுப் பார்த்து, அவர்கள் உணர்ந்ததை வெவ்வேறு மாதிரி கூறியது ஒவ்வொன்றும் சரியானது தான், ஆனால் முழு உண்மையையும் பிரதிநிதித்துவப்படுத்தவில்லை. சமண மதம் ஒரு சிக்கலான

மற்றும் நுட்பமான உலகத்தை ஒப்புக்கொள்கிறது. மேதகு அரசர் பெருமான் என்னை அனுமதித்தால், நான் இன்னும் சில விசயங்களை விவரமாகச் சொல்ல விரும்புகிறேன்.'

'தயவுசெய்து மேலே சொல்லுங்கள், ஆனால் நீங்கள் என்ன சொல்கிறீர்கள் என்று எனக்கு முழுமையாகப் புரியவில்லை. ஒருவேளை மற்றவர்கள் பயனடையலாம் எனக் கருதுகிறேன்.'

மன்னரின் கருணை மற்றும் தெய்விகக் குழந்தையை மேலும் பேச அனுமதிக்கும் அவரது விருப்பத்தையும் நினைத்து மனமகிழ்ந்த ராணி மங்கையர்க்கரசி மன்னரைப் பார்த்து லேசாகப் புன்னகைத்தாள். அவரை மனதார பாராட்டினாள். மன்னர் மெல்ல மெல்ல சைவ சமயத்திற்கு மாறுவது போன்ற உணர்வு அவளுக்கு ஏற்பட்டது.

ஞானசம்பந்தர் அரசருக்கு மீண்டும் ஒருமுறை நன்றி கூறிவிட்டு மகிழ்ச்சியுடன் விவாதத்தைத் தொடர்ந்தார், "நீங்கள் பார்க்கிறீர்கள், சமண சமயக் கண்ணோட்டத்தின்படி அனைத்தும் உண்மையானவையாகவும், உண்மையற்றவையாகவும், உண்மையானவை, உண்மையற்றவையாகவும், உண்மையற்றவை, உண்மையானவையாகவும், எதார்த்தமானவையாகவும் மற்றும் உண்மையற்றவையாகவும், விவரிக்க முடியாதவையாகவும், இன்னபிறவாகவும் இருக்கலாம். உண்மையானவை மற்றும் உண்மையிலிருந்து வேறுபட்டவை இவ்வாறு கூறிக்கொண்டே போகலாம். இந்த உலகத்திலுள்ள பல்வேறு விசயங்களைப் பற்றிய இப்படிப்பட்ட ஒரு முரண்பாடான கண்ணோட்டத்தை இப்போது நாம் ஏற்றுக் கொள்ள முடியாது. ஏனெனில், ஒரு பொருள் எதார்த்தம் அல்லது உண்மை மற்றும் உண்மையற்ற தன்மை போன்ற இரண்டு முரண்பாடான பண்புகளை ஒரே நேரத்தில் கொண்டிருப்பதாகச் சிந்திப்பது அபத்தமானது. அதாவது இருப்பது மற்றும் இல்லாதது போன்ற எதிரெதிர் பண்புகள் ஒரே நேரத்தில் ஒரு பொருளுக்கு மட்டுமே சொந்தமானதாக இருக்க வேண்டும் என்பது நடைமுறையில் சாத்தியமற்றது. இது குளிர்ச்சி மற்றும் சூடு போன்ற எதிரெதிர் பண்புகள் ஒரே நேரத்தில் ஒன்று சேர்ந்து இருப்பதைப் போன்று முரண்பாடானது. சமணக் கோட்பாடுகளின்படி, நாம் எந்த ஒரு குறிப்பிட்ட அறிவையும் அடைய முடியாது. மேலும் இந்த உலகமும், சொர்க்கமும் மற்றும் சுதந்திரமும் கூட சந்தேகத்திற்கு உரியதாகிவிடும். இருப்பினும், வேதாந்தக் கண்ணோட்டத்தின்படி, இந்த உலகம் அனிர்வச்சனியம், விவரிக்க முடியாதது, மேலும் அனைத்து ஒப்பீட்டு நோக்கங்களுக்கும் பொருத்தமானது. இப்போது ஆன்மா என்ற

கருத்தைப் பற்றிப் பார்ப்போம். சமணர்களின் கூற்றுப்படி, ஆன்மா ஒரு பெரிய உடலுக்குள் நுழையும்போது, அதில் சில துகள்கள் ஏற்றுக்கொள்ளப்படுகின்றன, ஆன்மா ஒரு சிறிய உடலுக்குள் நுழையும்போது, சில துகள்கள் திரும்பப் பெறப்படுகின்றன. அத்தகைய நிலைப்பாட்டை ஏற்றுக்கொண்டால், ஆன்மாவில் இரண்டு வகையான குறைபாடுகள் திணிக்கப்பட வேண்டும் என்பது சங்கரரின் கருத்தாகும். இதன் பொருள், ஆன்மா மாற்றத்திற்கு உட்படுத்தப்படுகிறது. எனவே நித்தியமற்றது. ஆன்மா நித்தியமற்றதாகவும், எப்போதும் மாறக்கூடியதாகவும் இருந்தால், பந்தத்தையும் விடுதலையும் அதிலிருந்து கணிக்க முடியாது. ஆன்மாவுக்கு ஆரம்பம், குழந்தைப் பருவம், இளமை, முதுமை ஆகியவற்றில் மாற்றங்கள் இல்லை. வேறு வார்த்தைகளில் கூறுவதானால், ஆத்மாவின் அளவு எப்போதும் ஒரே மாதிரியாக இருக்கும் என்று நாம் கூறலாம். என்னுடைய கடைசிக் கருத்து என்னவென்றால், இந்த உலகத்திலிருந்து விடுதலை பெற துறவு வாழ்க்கை நடத்த வேண்டிய அவசியமில்லை. நாங்கள் மூன்று முக்கிய கொள்கைகளால் வழிநடத்தப்படுகிறோம். அவை பிரபுசம்மிதம் - உங்கள் மேலதிகாரிகளால் உங்களுக்குக் கொடுக்கப்பட்ட கட்டளைகள் போன்றவையாகும் - இவை வேதங்களிலிருந்து வந்தவை, இரண்டாவது சுஹ்ருத் சம்மிதம் என்று அழைக்கப்படுகிறது - ஒரு நெருங்கிய நண்பர் உங்களை வழிநடத்துவதைப் போல - இது மகான்களின் போதனைகளுக்கு ஒத்திருக்கிறது, கடைசிக் கொள்கை கந்த சம்மிதம் என்று அழைக்கப்படுகிறது - உங்கள்மீது திணிக்கப்படாத கொள்கைகள், ஆனால் இதிகாசம் மற்றும் புராணங்கள் நமக்குக் கற்பித்த பாடங்கள், நல்ல விசயங்கள் மற்றும் ஆலோசனைகளுடன் ஒத்திருக்கின்றன. உதாரணமாக இராமாயணம் மற்றும் மகாபாரதத்திலிருந்து எடுக்கப்பெற்ற பாடங்கள். சனாதன தர்மத்தின் உன்னதமான உன்னத அம்சங்களைப் பற்றி விளக்கமாகக் கூறி உங்கள் அனைவரையும் நான் சமாதானப்படுத்திவிட்டேன் என்று நினைக்கிறேன்.'

அவையில் இருந்தவர்கள் அனைவரும் திருப்தியடைந்ததைப் போலத் தெரிந்தது. இருப்பினும், ஹரிபத்ரா மட்டும் மகிழ்ச்சியடையவில்லை. 'என் அன்பிற்குறிய அரசே, நான் ஒரு வேண்டுகோளை வைக்க விரும்புகிறேன்; நீங்கள் இதற்குக் கண்டிப்பாக சம்மதிப்பீர்கள் என்று நினைக்கிறேன்.'

'நான் போதுமான அளவு உங்கள் இருவரின் கருத்துக்களையும் கேட்டு விட்டேன். நான் இதுவரை கேட்டது

போதும் என்று நினைக்கிறேன். இருப்பினும் இப்போது உங்கள் விருப்பம் என்னவென்று சொல்லுங்கள்?'

'நெருப்பிலும் தண்ணீரிலும் ஒரு சோதனை நடத்த நாங்கள் விரும்புகிறோம்.'

'என்ன மாதிரியான சோதனை அது?'

'நாங்கள் ஒவ்வொருவரும், அதாவது நானும் ஞானசம்பந்தரும் ஓலைச்சுவடிகளில் கவிதைகளையோ அல்லது வார்த்தைகளையோ எழுதி நெருப்பில் வைப்போம். எங்கள் எழுத்துக்கள் எரிக்கப்படாது என்பதில் நாங்கள் உறுதியாக இருக்கிறோம். பின்னர் மீண்டும் பனை ஓலைகளில் கவிதைகளை எழுதி வைகை ஆற்றின் கரையில் விடுவோம். எங்கள் பனை ஓலைகள் ஆற்று நீரில் மூழ்காது. இந்த சோதனைக்கு ஞானசம்பந்தர் சம்மதிப்பாரா?'

சமணர்களைக் கண்டிப்பதற்காக ஞானசம்பந்தர் முன்வைத்த புத்திசாலித்தனமான எதிர் வாதங்களைக் கேட்டு மிகவும் மகிழ்ச்சியடைந்த வயதான அப்பர், இப்போது சிறிதளவு பயந்தார். பனை ஓலைகள் நெருப்பில் எரிந்து விடும் என்றும் ஆற்றில் கொண்டு செல்லப்பட்டு நீரில் மூழ்கிவிடும் என்றும் அவர் நம்பினார். ஆனால் அனைவரையும் வியப்பில் ஆழ்த்தும் வகையில் இந்த சோதனைக்கு ஞானசம்பந்தர் உடனடியாக ஒப்புக்கொண்டார்.

சமணத்துறவிகளுக்கு இது ஒரு கடைசி வாய்ப்பாக இருக்கலாம் என்று அரசர் நினைத்தார். ஏனெனில் அவர்கள் எப்பொழுதும் நெருப்பை வசீகரித்துக் கவர்ந்திழுக்கும் சக்தி தங்களுக்கு இருப்பதாக பாசாங்கு செய்தார்கள். ஹரிபத்ரா மற்றும் ஞானசம்பந்தர் ஆகியோருடன் சேர்ந்து இந்த இரண்டு சோதனைகளையும் நடத்திவிட்டு மீண்டும் அரண்மனைக்குத் திரும்பும்படி அரசர் தனது அமைச்சர்கள் இருவருக்குக் கட்டளையிட்டார்.

ராணி மங்கையர்க்கரசி பயத்தில் நடுங்கிக் கொண்டிருந்தார். அந்தச் சிறிய தெய்விகக் குழந்தையைக் காப்பாற்றும்படி சிவபெருமானிடம் இடைவிடாது வேண்டிக்கொண்டிருந்தார்.

சில மணி நேரங்களுக்குப் பிறகு, அமைச்சர்கள் அரண்மனைக்குத் திரும்பிச் சென்றனர்.

அவர்கள் இவ்வாறு அறிவித்தார்கள், 'எங்கள் அன்பான அரசரே, நாங்கள் உண்மையிலேயே ஒரு அதிசயத்தைக் கண்டோம். நமது சமணத்துறவிகளின் எழுத்துக்கள் அவர்களின் தீவிர பிரார்த்தனையையும் மீறி முற்றிலும் எரிக்கப்பட்டுவிட்டன. அதேசமயம் ஞானசம்பந்தரின் எழுத்துக்கள் எரியாமல் தீயிலிருந்து வெளியேறின. பின்னர் அவர்கள் கொடுத்த மற்ற பனை ஓலைச்சுவடிகளை வைகை ஆற்றில் போட்டபோது, நமது சமணத்துறவிகள் எழுதிய ஓலைச்சுவடிகள் ஆற்றின் பிரவாகத்தில் அடித்துச் செல்லப்பட்டுவிட்டதைக் கவனித்தோம், ஞானசம்பந்தர் எழுதிய ஓலைச்சுவடிகளும் ஆற்றில் அடித்துச் செல்லப்பட்டபோதிலும் அவை சிறிது தூரத்தில் வெளியே வந்துவிட்டன, அவை அனைத்தும் பாதுகாப்பாக இருந்தன. நாங்கள் அவற்றைச் சேகரித்து வைத்திருக்கிறோம்.'

கூன் பாண்டியன் மன்னர் ஒன்றும் சொல்ல முடியாமல் திகைத்துப் போனார். இருப்பினும் கணப்பொழுதில் அவர் சுதாரித்துக்கொண்டார், ஆனால் எந்த வார்த்தையும் பேசவில்லை. ஞானசம்பந்தரும், அப்பரும் அமைதியாக இருந்ததையும், அவர்கள் தங்கள் வெற்றிக்கு உரிமை கோராமல் இருப்பதையும் கண்டு அவர் மேலும் ஆச்சரியப்பட்டார்.

மன்னரின் தீர்ப்பைக் கேட்க அனைவரும் மிகுந்த ஆவலோடும் உற்சாகத்தோடும் காத்திருந்தனர்.

சமணத்துறவிகளை நேசித்ததாலும், அவர்களுக்குத் தீங்கு செய்ய விரும்பாததாலும் அரசர் குழம்பிப்போய் என்ன சொல்வதென்று தெரியாமல் இருந்தார். அரசவையிலிருந்து சிறிது ஓய்வு பெற்று தனியாகச் சிந்திக்க வேண்டும் என்று அவர் முடிவு செய்தார்.

ஆகவே அவர் எழுந்து நின்று, 'நீங்கள் அனைவரும் உங்கள் துறையில் வல்லுநர்களாக இருக்கிறீர்கள். நீங்கள் முன்வைத்த பல்வேறு வாதங்களைப் பற்றி நான் நன்றாகச் சிந்தித்துப் பிரதிபலிக்க விரும்புகிறேன். எனக்கு ஏதாவது சில விளக்கங்கள் தேவைப்பட்டால், மீண்டும் வந்து அதைக் கேட்கிறேன். இப்போது நான் எனது அறைக்குச் சென்று சிறிது ஓய்வு எடுத்துவிட்டு தனியாகச் சிந்திக்க விரும்புகிறேன். இதற்கிடையில், உங்கள் நம்பிக்கைகள் மற்றும் உங்கள் ரசனைக்கு மதிப்பளிக்கும் வகையில் உங்களுக்கு ஏற்ற மதிய உணவை உங்கள் ராணி ஏற்பாடு செய்துள்ளார். உண்மையில் சொல்லப்போனால், எங்கள் அற்புதமான சமையல்காரரை இங்கு வந்து, அவருடைய

பலவகைப்பட்ட சுவையான உணவு படைப்புகளைப் பற்றி உங்களுக்கு விளக்கிச் சொல்லும்படி நான் கேட்டுக்கொள்கிறேன்.'

'சமையல்காரர் என்ற வார்த்தையைக் கேட்டதும் தன் உணர்வுகளை மறைத்துக்கொண்ட ராணி, வேகமாக பதிலளித்தார், 'என் ஆண்டவரே, நமது சமையல்காரர், அவரது தாய் மிகவும் நோய்வாய்ப்பட்டு உடல்நிலை சரி இல்லாமல் இருப்பதாகச் செய்தி வந்ததால், அவசரமாக அவரது கிராமத்திற்குச் செல்ல வேண்டியிருந்தது என்று நான் கேள்விப்பட்டேன். ஆனால் அவர் ஏற்கனவே உணவுப்பட்டியலை விரிவாகத் திட்டமிட்டு தனது உதவியாளருக்கு அறிவுறுத்தியதாக உதவியாளர் என்னிடம் கூறினார். உணவின் தரம் மிக உயர்ந்ததாக இருக்கும் என்றும் நீங்கள் விரும்பியபடி ஒவ்வொருவரையும் திருப்திப்படுத்தும் என்றும் நான் எதிர்பார்க்கிறேன். நீங்கள் உங்கள் அறையில் ஓய்வெடுக்கும்போது, தனிப்பட்ட முறையில் மேற்பார்வையிட்டு, அவர்கள் அனைவருக்கும் சிறப்பான முறையில் உணவு பரிமாறப்படுவதைப் பார்த்துக்கொள்வதில் நான் மகிழ்ச்சியடைவேன்.'

அரசர் புன்னகைத்துவிட்டு வெளியேறிச் சென்றதும் ராணி பெருமூச்சு விட்டார்.

'சேக்கிழார், இந்தச் சம்பவங்களை இனிமையாக எடுத்துச் சொல்லும் உன்னதத் திறமை உங்களுக்கு இருக்கிறது என்பதை நான் ஒப்புக்கொள்ள வேண்டும். நீங்கள் கூறிய கருத்துக்களில் முழுமையாக ஆழ்ந்துவிட்ட நான், இந்த விவாதத்தின் முடிவை அறிந்து கொள்ள மிகவும் ஆர்வமாக இருக்கிறேன்.'

சைவர்கள் மற்றும் சமணத்துறவிகள் இருவரும் மிகவும் கவனத்துடன் தயாரிக்கப்பட்ட சுவையான எளிய உணவை ருசித்து உண்டு மகிழ்ந்தனர். ஆனால் குறைந்தபட்சம் இரண்டு பேருக்கு நல்ல பசி இல்லை. அவர்கள் ராணி மங்கையர்க்கரசி மற்றும் ஹரிபத்ரா ஆவர். அரசர் மேலும் விசாரணைகளை மேற்கொள்வதற்காகத் தனியாக இருக்க விரும்புவதைப் பற்றி ராணி உண்மையிலேயே மிகவும் கவலைப்பட்டார். சிவஞானம் கம்பங்களுக்குத் தீ வைக்க ராணியால் தான் அனுப்பப்பட்டார் என்று அரசர் கண்டுபிடித்தால் என்ன செய்வது? சிவஞானம் எண்ணெய்யை சுமந்து கொண்டு சமையல் அறையிலிருந்து பதுங்கி வெளியே வந்தபோது யாரும் அவரை கவனித்திருக்கக் கூடாது என்று ராணி பிரார்த்தித்துக் கொண்டிருந்தார். சிவஞானத்தின் கிராமத்திற்கு யாரையாவது அனுப்பி உண்மையிலேயே தனது கிராமத்திற்குத்தான் அவர்

சென்றிருக்கிறாரா, அவரது தாய் நோய்வாய்ப்பட்டிருக்கிறாரா என்று அரசர் சரிபார்ப்பாரா? துறவிகளின் வசிப்பிடமான அருகில் உள்ள குகைக்கு மன்னர் எளிதில் ஒருவரை அனுப்புவார் என்றும், அங்கு முக்தானந்தாவைக் காணவில்லை என்பதை அறிந்து, அவர்மீது சந்தேகம் கொண்டு இறுதியில் அவர்கள் அனைவரையும் தண்டிக்கத் தொடங்குவார் என்றும் பயந்ததால் ஹரிபத்ராவால் சுவையான உணவை உண்ண முடியவில்லை. இவர்கள் இருவரும் தங்கள் உணர்வுகளை வெளிக்காட்டிக் கொள்ளாமல் சிந்தனையில் மூழ்கியிருந்தபோது, ஒரு தூதுவர் வருவதைக் கண்டனர். அந்த தூதுவர் என்ன செய்தியை அறிவிப்பாரோ என்று அவர்கள் இருவரும் கவலையுடன் காத்திருந்தனர்.

'ஞானசம்பந்தர் தன் அறைக்கு வர வேண்டும் என்று அரசர் விரும்புகிறார்.' இவ்வாறு தூதுவர் அறிவித்தார்.

ஞானசம்பந்தர் புன்னகைத்து, ராணிக்கு வணக்கம் சொல்லிவிட்டு, அந்தத் தூதுவரைப் பின்தொடர்ந்தார்.

அரசர் தெய்விகக் குழந்தையை மிகவும் மரியாதையுடன் வரவேற்று ஒரு இருக்கையை வழங்கினார். ஞானசம்பந்தர் பதிலுக்கு புன்னகைத்து அரசரை ஆசீர்வதித்தார்.

அரசர் மெதுவாகப் பேசத் தொடங்கினார், 'முதலில், என்னைக் குணப்படுத்தியதற்கும், என் கூன் முதுகை அகற்றியதற்கும் நான் உங்களுக்கு நன்றி சொல்ல வேண்டும். எனக்கு இன்னும் அற்புதங்களில் நம்பிக்கை இல்லை, இது எப்படி நடந்தது என்று நான் ஆச்சரியப்படுகிறேன்.'

'என் அன்பான அரசரே, நீங்கள் இறைவன் சிவபெருமானின் ஆசி பெற்றுள்ளீர்கள். நான் ஒரு கருவி மட்டுமே.'

'விவாதத்தில் உங்கள் வாதங்கள் எனக்கு முழுமையாகப் புரியவில்லை. மகாவீரரின் போதனைகளுக்கு நான் அதிகம் பழகிவிட்டேன். இப்போது, உங்களுக்கு விருப்பம் இல்லாத ஒன்றை அறிவிக்க விரும்புகிறேன். நான் மகாவீரர் மீது மிகுந்த பக்தி கொண்டவன், ஆதலால் உங்களையும் உங்களுடன் வந்த மற்றவர்களையும் தண்டிக்கவும் கம்பத்தில் அமரும்படி கட்டாயப்படுத்தவும் நான் உத்தரவிடப் போகிறேன். உங்கள் பதில் என்ன?'

புன்னகையுடன் பதிலளித்த ஞானசம்பந்தர் எவ்வளவு அமைதியாக இருந்தார் என்பதைக் கண்டு மன்னர் ஆச்சரியப்பட்டார், 'அது தான் என் சிவபெருமானின் விருப்பம்

என்றால், நான் மகிழ்ச்சியுடன் ஏற்றுக் கொள்கிறேன். ஆனால் அந்த முதியவர் அப்பர் மற்றும் என்னுடன் வந்திருக்கும் மற்ற சிவனடியார்கள் அனைவரையும் மன்னிக்குமாறு கேட்டுக்கொள்கிறேன். என்னைக் குற்றம் சாட்ட வேண்டுமே தவிர, அவர்களைக் குறை சொல்லக் கூடாது.'

'சிறிது திடுக்கிட்ட மன்னர் உடனடியாக சுதாரித்துக்கொண்டு, ஞானசம்பந்தர் சிறிதும் எதிர்பார்க்காத ஒரு விசயத்தைச் சொன்னார். 'இல்லை, உண்மையில், நான் உங்களை மன்னிக்கப் போகிறேன். ஆனால் சமணத்துறவிகளைத் தண்டிக்க விரும்புகிறேன். நீங்கள் மகிழ்ச்சியாக உணர்கிறீர்களா?'

'இல்லை, என் அன்பான அரசரே. நிச்சயமாக இல்லை. நீங்கள் என் கருத்தைக் கேட்க விரும்பினால், அவர்களைத் தண்டிக்க வேண்டாம் என்று கேட்டுக்கொள்கிறேன். அவர்களை வாழ விடுங்கள், ஆனால் அவர்கள் எங்களைப் பற்றிக் கெட்ட விசயங்களைப் பிரசங்கிக்கத் தேவையில்லை.'

'ஆனால் அந்தப் பௌத்தர்களும் பைத்தியக்கார சமணர்களும் அவதூறு பேசுகிறார்கள், குறிப்பிட்ட நோக்கம் எதுவுமின்றி வழியில் அலைந்து திரிபவர்களுக்கு அத்தகைய பேச்சு பொருத்தமானது. ஆனால் பூமிக்கு வந்து தருமம் கேட்டவர். என் மனதைக் கொள்ளையடித்த திருடன் அவன். அவன்தான் என் இறைவன் சிவபெருமான்.' என்று நீங்களும் பாடியது எனக்கு நினைவிருக்கிறது. அது உண்மையல்லவா? அப்படியானால், நீங்கள் பௌத்தர்களையும் சமணர்களையும் வெறுக்கிறீர்களா? உண்மையைச் சொல்லுங்கள் ஞானசம்பந்தர்.'

'அப்படியல்ல, என் அருமை அரசே, சங்க இலக்கியங்களில் கூட சிவபெருமானைப் பற்றி குறிப்பிடப்பட்டிருப்பதை நீங்கள் அறிவீர்கள். நீங்கள் படித்திருப்பீர்கள் என்று நான் நம்புகிறேன். முதுகுடுமிப் பெருவழுதிப் பாண்டிய மன்னரைப் புகழ்ந்து புலவர் கெறிகிழார் பாடிய 6வது பாடல் *புறநானூற்றில்* உள்ளதாக ஞாபகம். அதே கவிஞர் சிவபெருமானைப் பற்றி, மூன்று கண்களை உடையவர் என்று பேசுகிறார். எனவே, பாண்டிய நாட்டில் புகழ்ந்து பாடப்பட்ட நம் இறைவன் சிவபெருமானைப் பற்றி யாராவது தவறாகப் பேசினால், இயல்பாகவே எனக்கு எரிச்சல் ஏற்படுகிறது.'

சங்க இலக்கியங்களிலிருந்து கவிதையை மேற்கோள் காட்டி அவரது உணர்வுகளைத் தொட்ட சிறுவனின் புத்திசாலித்தனத்தை அரசர் மெச்சினார். இந்த வாதத்தை அரசர்

ஏற்றுக் கொள்ள வேண்டும் என்று சிறுவன் ஞானசம்பந்தரால் யூகிக்க முடிந்தது.

அரசர் சிரித்துக் கொண்டே, 'நீங்கள் என் இதயத்தைக் கவர்ந்துவிட்டீர்கள். நீங்கள் இப்போது போகலாம். இனி ஹரிபத்ராவிடம் ஆலோசிப்பேன். அவரிடம் பேசியபிறகு எனது முடிவை அறிவிப்பேன். எனக்காகக் காத்திருங்கள்.'

ஞானசம்பந்தர் மகிழ்ச்சியடைந்தாலும் மன்னரின் முடிவு என்னவாக இருக்கும் என்று யோசித்துக்கொண்டிருந்தார். மன்னரைக் குணப்படுத்திய கவிதையை மீண்டும் ஒருமுறை பாடினார். ***'மந்திரமாவது நீறு'*** என்று பாடும்போது புனிதமான வெள்ளைச் சாம்பலை (திருநீறு) அரசருக்கு வழங்கினார்.

மந்திரமாவது நீறு வானவர் மேலது நீறு
சுந்தரமாவது நீறு துதிக்கப் படுவது நீறு
தந்திரமாவது நீறு சமயத்தி லுள்ளது நீறு
செந்துவர் வாயுமை பங்கன் திருஆல வாயான் திருநீறே!

புனித சாம்பல் என்பது ஒரு மந்திரம்,
புனித சாம்பல் என்பது தேவர்களால் பயன்படுத்தப்படும் ஒன்று,
புனித சாம்பல் என்பது அழகு,
புனித சாம்பல் என்பது பிரார்த்தனை செய்யப்படும் ஒன்று,
புனித சாம்பல் என்பது தந்திரம்,
புனித சாம்பல் என்பது சமயத்தில் உள்ளது,
சிவந்த உதடுகளை உடைய உமாவுடன் தனது உடலைப் பகிர்ந்து கொண்ட (உமையொரு பாகன் - அர்த்தநாரீஸ்வரர்) மதுரையின் இறைவன் சிவபெருமானின் புனிதச் சாம்பல் (திருநீறு) அது.

இப்போது மன்னரைச் சந்திக்கும் முறை ஹரிபத்ராவுக்கு வந்தது.

ஹரிபத்ரா மன்னரின் அறைக்குள் நுழைந்தபோது, மன்னர் தனது நெற்றியில் புனித சாம்பலை அணிந்திருப்பதைக் கண்டு அவர் அதிர்ச்சியடைந்தார், மேலும் அனைத்து சமணத்துறவிகளும் அந்தக் கூர்மையான மரக்கம்பங்களில் அமரும்படி கட்டாயப்படுத்தப்படுவார்கள் என்றும் வலிமிகுந்த மரணத்தை எதிர்கொள்வார்கள் என்றும் நம்பினார். தங்கள் மதத்தைக் காக்க அவரைத் தனியாக விட்டுச் சென்றதற்காக முக்தானந்தரை அவர் சபித்தார்.

ஹரிபத்ராவை புன்னகையுடன் வரவேற்ற மன்னர், 'சமணத்துறவிகள் அனைவருக்கும் எனது வணக்கம். நீங்கள் சொல்வதையும் ஞானசம்பந்தர் சொல்வதையும் கவனமாகக் கேட்டேன். என் சூடான வெப்பு நோய் கொப்புளங்களை ஞானசம்பந்தர் குணப்படுத்தியதாலும், என்னால் நேராக உட்கார முடிகிறது என்பதாலும் நான் அவருக்கு ஒரு உதவி செய்வேன் என்ற எண்ணத்தில் நீங்கள் இருக்க வேண்டாம். அவரது பக்தியும், அவர் படைப்பாளியாகக் கருதும் சிவபெருமான் மீதான அவரது உறுதியான நம்பிக்கையும் என்னைக் கவர்ந்தன. சொல்லப்போனால், எனக்கு முன் ஆட்சி செய்த பாண்டிய மன்னர்கள் சிவபெருமானைப் படைப்பாளியாக, இறைவனாக ஏற்றுக் கொண்டதை நமது சங்கப் பாடலான புறநானூற்றில் காணலாம். இருப்பினும், எனது நோக்கம் உங்களைக் காயப்படுத்துவது அல்ல, ஆனால் நீங்கள் படைப்பாளியை நம்பவில்லை என்றாலும் உங்களுக்குரிய மரியாதையை அளிக்க விரும்புகிறேன். இந்த வாதங்கள் அனைத்தும் எந்த ஒரு சாதாரண மனிதனுக்கும் புரியாதவை. ஒரு மனிதன் தன்னால் பார்க்க முடியாத ஒன்றை நம்புவதும், பக்தியுடனும் அர்ப்பணிப்புடனும் வாழ்க்கையை நடத்துவது எளிது. நான் உங்களிடம் கேட்க விரும்பும் ஒரே கேள்வி இதுதான்: நான் கண்ட அனைத்து அற்புதங்களையும் மீறி, விவாதத்தில் நீங்கள் வெற்றி பெற்றதாக நான் அறிவித்தால், அவர்களைத் தண்டித்து, அந்தக் கம்பங்களில் ஏறச் சொல்லச் சொல்வீர்களா?'

ஹரிபத்ரா, மன்னரின் கருத்துக்களைக் கேட்டு மகிழ்ச்சியடைந்தாலும், சிறிது குழப்பமடைந்தார். சமணத் துறவிகளுக்கு அரசர் தொடர்ந்து ஆதரவளிக்கும் வகையில், சைவ சமயத்தவர்கள் இந்த நகரத்தை விட்டு வெளியேற வேண்டும் என்று அவர் நேர்மையாக விரும்பினார். இருப்பினும், ஞானசம்பந்தர் மற்றும் அவரைப் பின்பற்றும் அவரது சீடர்களுக்கும் கொடூரமான தண்டனையை அளிக்க வேண்டும் என்று கேட்டால், சமணர்கள் தங்கள் அகிம்சைக் கொள்கைகளைப் பின்பற்றுவதில்லை, ஆனால் மற்ற மனிதர்கள் துன்பப்படுவதைக் கண்டு மகிழ்ச்சி அடைகிறார்கள் என்று அரசர் கூறலாம். முக்தானந்தர் இல்லாதது குறித்து அவர் மிகவும் வருந்தினார். அவருடன் இந்த விசயத்தைப் பற்றி விவாதித்திருக்கலாம். அவர் மகாவீரர் என்ற மாபெரும் தீர்த்தங்கரரை நினைத்துத் தியானிக்க முயன்றார், மேலும் அவரைத் தனக்கு வழிகாட்டும்படி கேட்டுக் கொண்டார்.

'ஹரிபத்ரா, ஏன் மௌனமாக இருக்கிறீர்கள்? எனக்குப் பதில் சொல்ல நீங்கள் குகைகளுக்குச் சென்று தியானம் செய்ய வேண்டுமா?'

பகற்கனவு காண்பது போல் மிகுந்த யோசனையில் ஆழ்ந்திருந்த ஹரிபத்ரா தனது யோசனையிலிருந்து விரைவாக வெளியே வந்து, 'இல்லை, என் மரியாதைக்குரிய அரசே, அவர்கள் இந்தத் தண்டனையை அனுபவிக்க வேண்டும் என்று நான் விரும்பவில்லை, ஆனால் உங்கள் தீர்ப்பு எதுவாக இருந்தாலும் அதை நாங்கள் மனதார ஏற்றுக்கொள்ளத் தயாராக இருக்கிறோம், நாங்கள் பயப்பட மாட்டோம்' என்று பதிலளித்தார்.

ஹரிபத்ராவின் இந்தப் பதிலைக் கேட்டு அரசர் மகிழ்ச்சியடைந்தாலும், புத்திசாலித்தனமாகத் தன் உணர்ச்சிகளை மறைத்துக்கொண்டார். 'நீங்கள் இப்போது போகலாம், இன்னும் சில நிமிடங்களில் அங்கு வந்து நானும் உங்களுடன் சேர்ந்து கொள்கிறேன்' என்று கூறினார்.

ஞானசம்பந்தரின் கருத்துக்களையும், ஹரிபத்ராவின் கருத்துக்களையும் தனித்தனியே கேட்டபிறகும் மன்னர் ஒரு குழப்பமான மனநிலையிலேயே இருந்தார். இந்தக் கொடூரமான கம்பத்தில் அடுத்தவர் தண்டிக்கப்படுவதை யாரும் விரும்பவில்லை என்பதைக் கேட்டு அவர் ஆச்சரியப்பட்டார். நீண்ட நேரம் யோசித்து ஒரு முடிவுக்கு வந்தார். மண்டபத்திற்குள் அவர் நுழைந்தபோது, ராணி உட்பட அனைவரும் அவரது முடிவுக்காக ஆவலுடன் காத்திருப்பதைக் கண்டார். சம்பந்தரை வெற்றியாளராக ஏற்றுக்கொண்டு ஹரிபத்ராவைத் தண்டிப்பாரா அல்லது பிடிவாதமாக இருந்து அந்த ஏழை சிறிய தெய்விகக் குழந்தையைத் தண்டிப்பாரா?

அரசரின் தீர்ப்பைக் கேட்க முழு அரங்கமும் பொறுமையாகக் காத்திருந்தது. ஞானசம்பந்தர் மற்றும் ஹரிபத்ராவுடன் தனித்தனியான பார்வையாளர்கள் இருக்க வேண்டும் என்று மன்னர் ஏன் விரும்புகிறாரென ராணிக்கு புரியவில்லை. ஞானசம்பந்தர் இல்லாத நிலையில் ஹரிபத்ரா மன்னரிடம் செல்வாக்கு செலுத்துவாரோ என்று அஞ்சினாள். அரசரின் இறுதித் தீர்ப்பு என்னவாக இருக்கும் என்று நினைத்து அவள் நடுங்கினாள். ஓ, அந்த ஏழைக் குழந்தை, கம்பம் இல்லாத நிலையில், வேறு ஏதேனும் கொடூரமான வழிகளில் கொல்லப்படும் அல்லது வெறுமனே உணவின்றி சிறையில் அடைக்கப்பட்டு பட்டினி கிடக்க அனுமதிக்கப்படும். தெய்விகக் குழந்தையைக் காப்பாற்றும்படி இறைவன் சிவபெருமானிடம்

தொடர்ந்து வேண்டிக்கொண்டிருந்தாள். மன்னர் தொடர்ந்து சமணத் துறவிகளைப் புகழ்ந்து, ஞானசம்பந்தர் கொடுத்த புனித சாம்பலையும் அவர் புரிந்த அற்புதங்களையும் கேலி செய்தால் கூட அவள் கவலைப்பட மாட்டாள். ஆனால் அந்தத் தெய்விகக் குழந்தையைக் காப்பாற்றி எந்தத் தொந்தரவும் இல்லாமல் சிதம்பரத்திற்குத் திரும்பிச் செல்ல அனுமதிக்க வேண்டும் என்று தீவிரமாகச் சிந்தித்துக் கொண்டிருந்தாள்.

மன்னர் ஒவ்வொருவரையும் பார்த்துவிட்டுப் பேசத் தொடங்கினார், 'முதலாவதாக, இந்த நீண்ட விவாதத்தில் பங்கேற்றவர்கள், பேச்சாளர்கள் மற்றும் இங்குக் கூடியிருக்கும் உங்கள் அனைவருக்கும் எனது மனமார்ந்த நன்றியைத் தெரிவித்துக் கொள்கிறேன். தத்துவம் மற்றும் சமயம் சார்ந்த விசயத்தில் நான் நிபுணன் அல்ல என்பது உங்கள் அனைவருக்கும் தெரியும். ஞானசம்பந்தர் மற்றும் ஹரிபத்ரா கூறிய பல்வேறு கருத்துக்களைக் கேட்டு இன்று நான் புரிந்துகொண்டவற்றைச் சுருக்கமாகச் சொல்ல முயற்சி செய்கிறேன். நமது முன்னோர்கள் சிவபெருமானைப் பின்பற்றியவர்கள் என்பதை நாம் நமது புறநானூற்று கவிதைகளின் மூலம் அறிந்து கொள்ளலாம். மேலும், நம் ஊரில் சிவபெருமான் நிகழ்த்திய பல்வேறு அற்புதங்கள் தொடர்பான பல கதைகள் உள்ளன. என் அன்பான ராணி மற்றும் நாட்டு மக்களே, நீங்கள் எனது தீர்ப்பை ஆவலுடன் எதிர்பார்த்துக் கொண்டிருப்பதை நான் அறிவேன். சில நாட்களுக்கு முன்பு, மக்கள் மத்தியில் இந்த வகையான தண்டனையை அவர்கள் விரும்புகிறார்களா அதாவது தவறு செய்பவர்களைக் கூர்மையான கம்பத்தில் கட்டாயப்படுத்தி அமரச்செய்யும் இந்தக் கடுமையான தண்டனையை மக்கள் விரும்புகிறார்களா என்பதைக் கண்டறிய நான் சில உளவாளிகளை அனுப்பினேன். என் முடிவை யாரும் ஏற்றுக்கொள்ள மாட்டார்கள் என்பதை நான் புரிந்து கொண்டேன்.'

இந்த வார்த்தைகளைச் சொல்ல மன்னர் அதிக நேரம் எடுத்துக்கொண்டார் - மேலும் அவர் சொன்னது பொய் என்பதால் அவருக்கு வியர்த்துக் கொட்டியது - அவர் மெதுவாக ராணியைப் பார்த்தார் - அவர் உண்மையைச் சொல்லவில்லை என்பதை அவள் யூகித்திருப்பாளோ? என்று யோசித்தார்.

அவர் தொடர்ந்து பேசினார், 'இப்போது ஞானசம்பந்தருடனும் ஹரிபத்ராவுடனும் கலந்தாலோசித்த பிறகு, அடுத்தவர் தண்டிக்கப்படுவதை அவர்கள் இருவருமே விரும்பவில்லை என்பதைக் கேட்டு நான் ஆச்சரியப்பட்டேன். உக்கிரமாகத் தோற்றமளிக்கும் அந்தக் கம்பங்களை என்ன

செய்வது என்று யோசித்துக் கொண்டிருந்தேன். நான் முடிவெடுப்பதற்கு முன்பே எல்லாம் வல்ல இறைவன் தீர்மானித்தது போல் தெரிகிறது. ஆம், இந்த ஊரைச் சேர்ந்த அடையாளம் தெரியாத இரண்டு நபர்கள் நேற்றிரவு மைதானத்திற்குச் சென்று காவலாளியைத் தாக்கி அங்கிருந்த கூர்மையான கம்பங்களை எரித்திருக்கலாம், அந்தச் செயல்பாட்டில் அவர்கள் மூவரும் எரித்துக் கொல்லப்பட்டனர்- இது என் ஊரான மதுரையில் நடந்த மூன்று கொலைகள். இன்று காலை அங்குச் சென்றிருந்த எனது படையினரால் சடலங்களை அடையாளம் காண முடியவில்லை. அவர்கள் மூவரும் தங்கள் உயிரைத் தியாகம் செய்ததற்காக நான் மிகவும் வருத்தப்படுகிறேன். எனவே, யாரையும் தண்டிக்க வேண்டிய அவசியம் இல்லை' என்றார்.

அவர் இப்போது மீண்டும் ஒருமுறை ராணியைப் பார்த்தார். அரசரின் தீர்ப்பைக் கேட்டு மனமகிழ்ந்த ராணி புன்னகைத்துக் கொண்டிருந்தாள்.

'வைகை ஆற்றில் வெள்ளம் பெருக்கெடுத்து ஓடுவதைத் தடுக்க மணல் அள்ள முடியாமல் தவித்த மூதாட்டிக்கு இளைஞர் ஒருவர் வந்து உதவி செய்ததை பற்றி நாம் அனைவரும் கேள்விப்பட்டிருக்கிறோம். உதவி செய்ய வந்த இளைஞர் அந்த மூதாட்டி கொடுத்த சுவையான உணவைச் சாப்பிட்டுவிட்டு அப்படியே ஆற்றங்கரையில் படுத்து உறங்கிவிட்டார். அப்போது அங்கு வந்த அரிமர்த்தன பாண்டிய மன்னர் உறங்கிக்கொண்டிருந்த இளைஞனின் முதுகில் சாட்டையால் அடித்துத் தண்டனை வழங்கினார். சாட்டையின் அடியை பாண்டிய மன்னர் உள்பட உலகிலிருந்த மனிதர்கள், விலங்குகள் என அனைவரும் உணர்ந்ததாகச் சொல்லப்படுகிறது; அப்போது சிவபெருமான் தான் வந்து அந்தப் பக்தியான மூதாட்டிக்கு உதவினார் என்பதை மன்னர் அரிமர்த்தன பாண்டியன் உணர்ந்தார். இது நீண்ட காலத்திற்கு முன்பே நடந்தது, ஆனால் சில பனை ஓலைச்சுவடி நூல்களில் பதிவு செய்யப்பட்டுள்ளது. இதோ நம் சிறுவன் ஞானசம்பந்தரும், அப்பரும் சில அற்புதங்களைக் கண்டதாகத் தெரிகிறது. உங்கள் ராணியும் தனது தாத்தா பாட்டிகளிடமிருந்து சிவபெருமானின் சில அற்புதங்களைப் பற்றிக் கேள்விப்பட்டிருக்கிறார். மறுபுறம், சமணர்கள் இத்தகைய அற்புதங்களையோ ஒரு படைப்பாளியின் இருப்பையோ நம்பவில்லை மற்றும் வேறு வாழ்க்கை முறையை முன்மொழிகிறார்கள். ஆனால், ஞானசம்பந்தர் போன்றவர்களுக்கு நிறுவப்பட்ட அடிப்படை நூல்களான வேதங்களில் சமண சமயக் கோட்பாடுகளில் பெரும்பாலானவை அடங்கியுள்ளன. எனவே,

சமணர்களும் கர்மாவை நம்புகிறார்கள், ஆனால் அவர்களைப் பொறுத்தவரை கர்மா படைப்பாளரிடமிருந்து சுதந்திரமாகச் செயல்படுகிறது. சனாதன தர்மம் அல்லது வேதங்களைப் பின்பற்றுபவர்களுக்கு, உலகம் நித்தியமானது மற்றும் சுழற்சியானது, ஆனால் சமணர்களுக்கு எந்த மாற்றமும் நிரந்தரமானது. எனவே, இரண்டு மத நம்பிக்கைகளுக்கும் இடையில் வேறுபாடுகள் இருப்பதை நீங்கள் காண்கிறீர்கள். சமணர்கள் துறவற வாழ்க்கை வாழ விரும்புகிறார்கள், ஆனால் அது அனைவருக்கும், குறிப்பாக என்னைப் போன்ற ஒரு மன்னருக்கு ஏற்றது அல்ல.'

அரசர் முழுவதுமாகக் களைத்துப் போனது போல் நீண்ட மூச்சை இழுத்துக் கொண்டார்.

அனைவரும் அமைதியாக இறுதி தீர்ப்புக்காகக் காத்திருந்தனர்.

அரசர் தொடர்ந்தார், 'உங்களுக்கு நன்றாகத் தெரியும், இந்தத் தெய்விகக் குழந்தையான ஞானசம்பந்தர் எனக்கு வெப்பு நோயால் ஏற்பட்ட சூடான புண்களைக் குணப்படுத்தினார், அவருக்கு நன்றி. அவரை இங்கு வரவழைத்த உங்கள் ராணிக்கும் நன்றி. இப்போது என்னால் நிமிர்ந்து உட்கார முடிகிறது. எனவே ஞானசம்பந்தருக்கு நன்றிக்கடன்பட்டுள்ளேன். ஆனால் இந்த அம்சத்தை அடிப்படையாகக் கொண்டு எனது முடிவை நான் எடுக்கப் போவதில்லை. எனக்கு மிக முக்கியமான விசயம் என்னவென்றால், ஞானசம்பந்தரும், ஹரிபத்ராவும் நான் கட்டளையிட்டால் அந்தக் கொடூரமான கம்பத்தில் அமர ஒப்புக்கொண்டனர், ஆனால் தோல்வி அடைந்தால் மற்றவர்கள் தண்டிக்கப்பட வேண்டும் என்று அவர்கள் இருவருமே விரும்பவில்லை. இது அவர்கள் இருவருமே ஒரு உன்னதமான இதயத்தைக் கொண்டவர்கள் என்பதை வெளிப்படுத்துகிறது. இருப்பினும், நான் விரும்பியிருந்தாலும் கூட அந்தக் கம்பத்தில் இருவருமே அமரமாட்டார்கள், ஏனென்றால் அந்தக் கம்பங்கள் இப்போது இல்லை; ஆமாம், நான் சொல்வது உண்மைதான். நான் உயிரோடு இருக்கும் வரை அந்தக் கம்பங்களுக்கு இனிமேல் தேவை இருக்காது என்று முடிவு செய்துவிட்டேன். இந்த முடிவை இன்று காலையில் உங்களிடம் அறிவிக்க நான் விரும்பவில்லை. இந்தக் கம்பங்களை அழிக்க வேண்டும் என்பது தான் எனது முடிவு. என் முடிவு நம் ராணிக்கு கூடத் தெரியாது. ஆனால் இனிமேல் என் இராச்சியத்தில் எவரும் இப்படிப்பட்ட தண்டனையை அனுபவிக்க மாட்டார்கள் என்பதில் நான் மகிழ்ச்சியடைகிறேன்.'

மண்டபத்திலிருந்த அனைவரும் மரியாதை நிமித்தமாக எழுந்து நின்று, 'எங்கள் அரசர் வாழ்க! எங்கள் அரசர் வாழ்க!' என்று ஒரே குரலில் முழக்கமிட்டு தங்கள் மகிழ்ச்சியை வெளிப்படுத்தினர். ராணி மிகுந்த புன்னகையுடன் காணப்பட்டார், சமையல்காரரை அரசர் விரைவில் மறந்துவிடுவார் என்று நினைத்து ராணி மகிழ்ச்சி அடைந்தார். இதனால் ஹரிபத்ராவும் நிம்மதி அடைந்தார். மன்னர் முக்தானந்தாவைப் பற்றி விசாரித்தால் வேறு ஏதாவது சாக்குப்போக்கு காரணத்தைக் கண்டுபிடித்துச் சொல்லிவிடலாம் என்று அவர் நினைத்தார்.

அரசர் தொடர்ந்தார், 'நீங்கள் அனைவரும் உங்கள் மகிழ்ச்சியை வெளிப்படுத்தியதில் நானும் மிகுந்த மகிழ்ச்சி அடைகிறேன். இந்த விவாதத்தில் யாரும் வெற்றி பெறவில்லை என்பதை தெரிவித்துக் கொள்கிறேன். எவ்வாறாயினும், நம் தெய்விகக் குழந்தைக்கு நன்றி தெரிவிக்கும் வகையில், நான் புனித சாம்பலை அணிய முடிவு செய்துள்ளேன், ஆனால் அதை எனது எந்தவொரு குடிமகன்மீதும் திணிக்கமாட்டேன். சமண சமயத்துறவிகள் தங்கள் குகைகளில் தொடர்ந்து வாழலாம், சுதந்திரமாக நடமாடலாம், ஆனால் சனாதன தர்மத்தின் கொள்கைகளை விமர்சிக்காமலும் தங்கள் கருத்துக்களை திணிக்காமலும் இருக்க வேண்டும். அதே போல, ஞானசம்பந்தரின் போதனைகளைப் பின்பற்ற விரும்பும் அனைவருக்கும் முழு சுதந்திரம் அளிக்கிறேன், விரும்புவோர் எவரும் அவரது போதனைகளைப் பின்பற்றலாம். ஞானசம்பந்தரும் அப்பரும் எனது இராச்சியத்தில் எங்கு வேண்டுமானாலும் பயணம் செய்யலாம், வேதங்களும் பிற போதனைகளும் பாதுகாக்கப்படும் மற்றும் அவற்றின் இருப்பை யாரும் மறுக்கமாட்டார்கள் என்று நான் உத்தரவாதம் அளிக்கிறேன். நேற்று அமாவாசை, இருட்டாக இருந்தது, விளக்குகள் இல்லை, திருவிழாக்கள் எதுவும் இல்லை, மதுரை மாநகரம் முழுவதும் தூங்கிக் கொண்டிருந்ததைக் கவனித்தேன். இந்த விவாதத்தின் முடிவு என்னவாக இருக்கும், எத்தனை பேர் மற்றும் யாரெல்லாம் பயங்கரமான தண்டனையை எதிர்கொள்ளப் போகிறார்கள் என்று எல்லோரும் யோசித்துக்கொண்டிருந்தார்கள் என்பது எனக்குத் தெரியும். இப்போது, உங்கள் அனைவருக்கும் முடிவு தெரிந்து விட்டது. இனிமேல் வருத்தப்பட வேண்டிய அவசியம் இல்லை. நீங்கள் அனைவரும் உங்கள் இல்லங்களுக்குச் சென்று இந்த மாலை நேரத்தை மகிழ்ச்சியாகக் கழிக்கவும். எனது மதுரை மாநகரம் அனைத்து விளக்குகளாலும் பிரகாசிக்கட்டும், இசையும் நடனமும்

இருக்கட்டும். இராச்சியம் இன்றிரவு அனைத்து மக்களுக்கும் உணவை விநியோகிக்கும்.'

அரசருக்கு வணக்கம் செலுத்திய ராணி, ஆனந்தக் கண்ணீரைக் கட்டுப்படுத்த சிரமப்பட்டார்.

'இப்போது எனக்குப் புரிகிறது, சேக்கிழார், அரசர் நின்றசீர் நெடுமாறன் ஏன் சமணர்களையோ, சைவ சமயத்தவர்களையோ இந்த உக்கிரமான கம்பங்களில் உட்காரச் சொல்லவில்லை என்று.' இந்த உண்மையை நீங்கள் பதிவு செய்வீர்கள் என்று நான் நம்புகிறேன்.'

'நிச்சயமாக, என் அன்பான அரசரே. தயவுசெய்து என்னைத் தொடர்ந்து பேச அனுமதியுங்கள், இதன் பிறகு ராணி தனது நேரத்தை எவ்வாறு செலவிட்டார் என்பதையும், நம் நாட்டில் இன்னும் இரண்டு முக்கியமான மகான்கள் எவ்வாறு இருந்தார்கள் என்பதையும் நான் விவரிக்க விரும்புகிறேன்.'

'என்ன இன்னும் இரண்டு மகான்களா? அவர்கள் யாராக இருந்தனர்?'

'அவர்கள் மாணிக்கவாசகரும் சுந்தரரும் ஆவார்கள். அவர்கள் இருவரும் சிவபெருமானால் சமமாக ஆசீர்வதிக்கப்பட்டவர்கள். பல அற்புதங்களை நிகழ்த்தும் வல்லமை படைத்தவர்களாக அவர்கள் இருந்தனர்.'

'நிச்சயமாக, நான் அவர்களைப் பற்றிக் கேட்க ஆவலாக இருக்கிறேன்.'

அத்தியாயம் 11

ராணியின் மகிழ்ச்சியான தருணங்கள்

ராணி மங்கையர்க்கரசி தனது வாழ்க்கையில் இதற்கு முன் ஒருபோதும் இவ்வளவு மகிழ்ச்சியாக இருந்ததில்லை. அவருடைய கணவர் நின்றசீர் நெடுமாறன் அரசர் தனது நெற்றியில் வெள்ளை நிற திருநீற்றை அணியத் தொடங்கினார், மேலும் அவருடன் கூடத் துணையாக மதுரை மீனாட்சி கோவிலுக்குச் சென்றார். திருஞானசம்பந்தர் மற்றும் அப்பர் ஆகியோரின் படைப்புகளை நாடு முழுவதும் மற்றும் பிற இடங்களுக்கும் பரப்புவதற்காக அவர் ஒரு மிகப் பெரிய திட்டத்தை வகுக்கத் தொடங்கினார். அவருடைய அமைச்சர் குலச்சிறை இந்தத் திட்டத்தில் அவருடன் சேர்வதில் மிகவும் மகிழ்ச்சியாக இருந்தார். திருஞானசம்பந்தரும் அப்பரும் குறைந்தபட்சம் ஒரு வாரமாவது அரண்மனையில் விருந்தினர்களாகத் தங்கியிருந்து தங்கள் கவிதைகளைப் பாட வேண்டும் என்று ராணி மங்கையர்க்கரசியும் அமைச்சர் குலச்சிறையும் அவர்களுக்கு வேண்டுகோள் விடுத்தனர்; திருஞானசம்பந்தரும் அப்பரும் மகிழ்ச்சியுடன் இந்த வாய்ப்பினை ஏற்றுக்கொண்டனர், ஆனால் வைகை ஆற்றின் அருகில் அமைக்கப்பட்டிருந்த மடத்தில் தங்க விரும்பியதால் அரண்மனையில் தங்க மறுத்துவிட்டனர்; இப்போது அவர்கள் பாதுகாப்பாக இருந்தார்கள், இனிமேல் யாரும் வந்து தாங்கள் தங்கியிருக்கும் இடத்தை எரிக்கமாட்டார்கள் என்று அவர்கள் உறுதியாக நம்பினர்.

திருஞானசம்பந்தர் 1000க்கும் மேற்பட்ட கவிதைகளை எழுதியிருப்பதைக் கண்டு ராணி மங்கையர்க்கரசி மிகவும் ஆச்சரியப்பட்டார். இந்தக் கவிதைகளில் சிலவற்றை அடிக்கடி கேட்க வேண்டும் என்று அவர் விரும்பினார். இந்த பாடல்கள் சைவ சமயத்தின் மீதான அவரது நம்பிக்கையை அதிகரித்தன. மேலும் சிவபெருமானின் மீது பக்தி கொள்வதால் தான் மறுபிறவியிலிருந்து விடுபடுவேன் என்று அவர் உறுதியாக நம்பினார்.

அன்புடன் அதை (சிவபெருமானின் திருநாமம்) திரும்பத் திரும்பக் கூறுபவர்கள் ஆனந்த கண்ணீர் வடிக்கிறார்கள்

அது அவர்களுக்கு உயிர் கொடுத்து வாழ்வளிக்கிறது, மேலும் அவர்களை வழி நடத்துகிறது

'நான்கு வேதங்களின் உண்மையான பொருள் இதுவே

இது இறைவனின் மகத்தான திருநாமம், ஆதலால் 'வாழ்க சிவபெருமான்' என்று கூறுங்கள்

ஆரூரில் உள்ள தந்தைக்கு, அன்போடு மலர்களை தூவும்

ஒவ்வொருவர் இதயத்திலும் உண்மையான ஒளி தோன்றும்

ஒவ்வொரு அடிமைத்தனமும் நீங்கும்

ஒவ்வொரு பிணைப்பும் நீங்கும்

ஆரூரில் உள்ள அவர் புனிதமானவர், அவரைத் துதிக்க மறவாதீர்கள்

பிறவி பந்தங்கள் துண்டிக்கப்படும்

அனைத்து உலகியல் வாழ்க்கை வழிகளையும் விட்டுச் செல்லுதல்

ஆரூரில், நம் அன்பிற்குரியவரின் இரத்தினங்கள்

சிவப்பு பொன் மலர்கள் தூவ

துக்கத்தை நீங்கள் துடைத்துவிடுவீர்கள்

ஒப்பீட்டிற்கு அப்பாற்பட்ட பேரின்பம் உங்களுடையதாக இருக்கும்!

சிவபெருமானின் மீது தூய்மையான தன்னலமற்ற பக்தியால், வேதனை மிகுந்த தவம் எதுவும் செய்யாமலேயே, தனது ஆன்மாவை மறுபிறவியிலிருந்து விடுவித்துக்கொள்ள முடியும் என்பதை ராணி உடனடியாக உணர்ந்தார்.

இந்தத் தெய்விகக் குழந்தையின் முன்னால் தான் ஒன்றுமேயில்லை என்று கூறி அப்பர் தனது கவிதைகள் எதையும் பாட மறுத்துவிட்டார். இருப்பினும், இவ்வளவு குறுகிய காலத்தில் 40,000க்கும் மேற்பட்ட கவிதைகளை அவரால் எவ்வாறு இயற்ற முடிந்தது என்று தான் ஆச்சரியப்படுவதாக ராணி கூறினார். அவர் பல்லவ மன்னர் மகேந்திரவர்மனை சைவ சமயத்திற்கு மாற்றியதாகவும் அவள் கேள்விப்பட்டாள். இயற்றுவதற்கு மிகவும் கடினமாக இருந்த திருத்தாண்டகம் பற்றி அனைவருக்கும்

தெரியும், அப்பர் பெருமான் திருத்தாண்டகம் இயற்றினார். இதை அனைவரும் அறிந்திருந்தனர். இது அவருக்கு 'தாண்டகச் சதுரர்' (திருத்தாண்டகத்தில் நிபுணர்) என்ற பெயரைப் பெற்றுத் தந்தது. அவரது கவிதைகளில் ஒன்றையாவது பாடும்படி ராணி அவரை கட்டாயப்படுத்தியபோது, அவர் இறுதியாக ஒப்புக்கொண்டு ***'மாசில் வீணையும்'*** என்று தொடங்கும் பாடலை பாடினார்.

மாசில் வீணையும் மாலை மதியமும்
வீசு தென்றலும் வீங்கிள வேனிலும்
மூசு வண்டறை பொய்கையும் போன்றதே
ஈச னெந்தை யிணையடி நீழலே

இறைவனாகிய என் பிரபு சிவபெருமானின் திருவடிகளில் சரணடைந்தால், அது மரங்களின் நிழல் தரும் குளுமை போன்று இருக்கும். அந்த நிழலானது குற்றமற்ற வீணையின் இசை போன்றது; இளம் மாலையிலே தோன்றிய பௌர்ணமி நிலவின் குளுமையான தண்மையைப் போலவும், வீசுகின்ற மென்மையான தென்றல் காற்றைப் போலவும், தெற்கிலிருந்து வீசுகின்ற செழிப்பான இளவேனில் காலத்தின் வசந்தத்தைப் போலவும், ரீங்காரமிடும் வண்டுகளும் தேனீக்களும் மொய்த்துக்கொண்டிருக்கும் தாமரை மலர்களைக் கொண்ட பொய்கையின் குளிர்ச்சியைப் போலவும் மனதுக்கு இன்பம் தருவதாகும். அனைத்து இனிமைகளையும் ஒரு சேர அளிப்பது இறைவன் சிவபெருமானின் பாத நிழலே.

அப்பர் பெருமான் இந்தப் பாடலை பாடத் தொடங்கியதும் ராணி தனது கண்களை மூடிக்கொண்டு பாடலை இரசிக்கத் தொடங்கினார். அந்தப் பாடலானது வீணை எனும் இசைக்கருவியில் இசைக்கப்படும் இசையை ஒத்திருப்பதாக அவர் உணர்ந்தார். இந்த ஒரு பாடலில் ராணி திருப்தி அடையவில்லை. திருஞானசம்பந்தரும், அப்பரும் தங்கள் வாழ்க்கையில் நடந்த மேலும் சில சம்பவங்களை தொடர்புபடுத்துமாறு ராணி அவர்களிடம் கேட்டுக்கொண்டார்.

அப்பர் நிகழ்த்திய மாபெரும் அற்புதம் என்று அழைக்கக்கூடிய ஒரு நிகழ்வை விவரிக்க ஞானசம்பந்தர் உடனடியாக ஒப்புக்கொண்டார். ஆனால் அப்பர், 'எல்லாம் அவருடைய (சிவபெருமான்) விருப்பம்' என்று கூறி இந்த அதிசயத்தை நிகழ்த்தியவர் அவரல்ல என்று வலியுறுத்தினார்.

'அது என்ன அற்புதம்? தயவுசெய்து என்னைக் கேட்க அனுமதியுங்கள்', என்று ராணி வேண்டுகோள் விடுத்தார்.

மகிழ்ச்சியுடன் இதற்குச் சம்மதம் தெரிவித்த ஞானசம்பந்தர், திருநாவுக்கரசரின் வாழ்வில் நிகழ்ந்த சில அற்புதங்களைப் பற்றிக் கூற ஆரம்பித்தார்.

'திங்களூர் என்ற கிராமத்தில் அப்பூதி அடிகள் என்ற அந்தணர் ஒருவர் வசித்து வந்தார். திருநாவுக்கரசராகிய நம் அப்பர் பெருமானின் மகிமையைக் கேள்விப்பட்டு, அவர்மீது மிகுந்த அன்பும் பக்தியும் கொண்டார். அப்பர் பெருமானை நேரில் சந்திக்காமலேயே மனதளவில் தனது மானசீக குருவாக ஏற்றுக்கொண்ட அவர், அப்பரின் பெயருக்கு அடிமையானார். இறைவன் சிவபெருமானின் திருவருளால் தாம் பெற்ற குழந்தைகள், செல்வங்கள், பசுக்கள், நெற்களஞ்சியம், சமையல் பாத்திரங்கள் என தனது வீட்டில் இருந்த அனைத்திற்கும் திருநாவுக்கரசர் என்று பெயர் சூட்டினார். தனது குழந்தைகளுக்கும் மூத்த திருநாவுக்கரசு, இளைய திருநாவுக்கரசு என்று பெயர் சூட்டி மகிழ்ந்தார். அவர் தனது சொந்த செலவில் ஏராளமான சத்திரங்களை நிறுவினார், குளங்களை வெட்டினார், பல கூடாரங்களை நிறுவி தண்ணீர்ப் பந்தல்களை அமைத்தார், அங்குக் கடுமையான வெயிலில் பயணிக்கும் வழிப்போக்கர்களுக்கு குளிர்ந்த நீர் மற்றும் பானங்கள் வழங்கப்பட்டன. இவை அனைத்தும் திருநாவுக்கரசரின் பெயரை மட்டுமே தாங்கியிருந்தன, அப்பூதி அடிகளாரின் சொந்தப் பெயர் எங்கும் காணப்படவில்லை. அப்பூதி அடிகளைப் போலவே அவருடைய மனைவி மற்றும் குழந்தைகளும் நம் அப்பர் பெருமானின் மேல் மிகுந்த அன்பும் மரியாதையும் கொண்டிருந்தனர். ஒரு நாள் நம் அப்பர் பெருமானுக்கு அப்பூதி அடிகளாரைச் சந்திக்கும் வாய்ப்பு கிடைத்தது. அப்பர் பெருமானைச் சந்தித்ததில் மிகவும் மகிழ்ச்சி அடைந்த அப்பூதி அடிகளார், அவர் தமது இல்லத்தில் அமுது அருந்த வர வேண்டும் என்று அழைத்தார். அப்பூதி அடிகளாரது அழைப்பை நம் அப்பர் பெருமான் ஏற்றுக்கொண்டார். அப்பூதி அடிகளாரது மனைவி மகிழ்ச்சியோடு ஏராளமான மனதைக் கவரும் சுவைமிகுந்த உணவு வகைகளையும் பதார்த்தங்களையும் தயாரித்தார். தம்பதியினர் தங்கள் மூத்த மகன் மூத்த திருநாவுக்கரசை அப்பர் பெருமானுக்கு விருந்து பரிமாறுவதற்குத் தகுந்த வாழை இலையினை அரிந்து வருமாறு கேட்டுக்கொண்டனர். பெற்றோரின் கட்டளையை ஏற்று மூத்த திருநாவுக்கரசு வீட்டின் பின்புறம் அமைந்திருந்த தோட்டத்திற்குச்

சென்றார். அவர் இளம் வாழை இலைகளை வெட்டியபோது அதிலிருந்த ஒரு பாம்பு அவர் கையில் தீண்டியது. அந்த இளம் மகத்தான பக்தர் பாம்பு விசத்தின் வேகம் தன்னைத் தாக்குவதற்கு முன் வாழை இலைகளைத் தனது பெற்றோரிடம் ஒப்படைக்க வேண்டும் என்று எண்ணி தான் அரிந்த வாழை இலைகளை எடுத்துக்கொண்டு விரைவாக வீட்டிற்கு ஓடினார். தன்னைப் பாம்பு கடித்ததை எவரிடமாவது கூறினால் அது அப்பர் பெருமானுக்கு விருந்து பரிமாறுவதைத் தாமதப்படுத்தும், எனவே அந்த உண்மையை வெளிப்படுத்தக்கூடாது என்ற மன உறுதியுடன் தனது கடமையைச் செய்ய விரும்பினார்; இலைகளை தனது பெற்றோரிடம் ஒப்படைக்க விரைந்தார். அதற்குள் அவரது உடம்பில் ஏறிய நஞ்சு சிறுகச் சிறுக தலைக்கேறியது. அவர் தனது அன்னையின் கைகளில் வாழை இலைகளை கொடுத்துவிட்டு கீழே சுருண்டு விழுந்து இறந்துவிட்டார்.

இதனைக் கண்ட அப்பூதி அடிகளாரும் அவரது துணைவியாரும் தங்கள் மகனுக்கு என்ன நேர்ந்தது என்று அறிய முடியாமல் திகைத்தனர். நீல நிறமாக மாறிவிட்ட அவர்களது மகனின் உடல் மற்றும் அவன் கையிலிருந்த சிறு காயத்தினைப் பார்த்துப் பாம்பு கடித்ததால்தான் தங்கள் மகன் இறந்துவிட்டான் என்பதை அவர்கள் புரிந்துகொண்டனர், ஆனால் இந்தச் செய்தியை அப்பர் பெருமானுக்கு அறிவிக்க அவர்கள் விரும்பவில்லை. அவரது விருந்துக்குத் தாமதமாகி வருவதால் அவர்கள் அப்பர் பெருமானிடம் விரைந்து சென்றனர். தங்கள் மகனின் மரணத்தைவிட வந்திருக்கும் சிவனடியாரை வழிபட்டு அவருக்கு விருந்து வழங்குவதே தங்களது முக்கியமான கடமை என்று கருதினர். உணவை உட்கொள்வதற்கு முன்பு, அப்பர் பெருமான் மூத்த மகனைப் பார்க்க விரும்பினார். கண் கலங்கிய தம்பதியினர் என்ன சொல்வது என்று தெரியாமல் தவித்தனர். ஏதோ ஒன்று தனது இதயத்தை நெருடியதாக உணர்ந்த நம் அப்பர் பெருமான் உங்கள் மூத்த மகன் எங்கே, அவனுக்கு என்ன நடந்தது என்று சொல்லுமாறு கேட்டார். தம்பதியினர் அழத் தொடங்கினர். ஏதோ விபரீதம் நடந்திருக்கிறது என்று உணர்ந்து கொண்ட அப்பர் பெருமான், நீங்கள் என்னிடம் ஏதோ ஒரு உண்மையை மறைக்க நினைக்கிறீர்கள், உங்கள் மூத்த மகன் எங்கே என்று தயவு செய்து கூறுங்கள் என்றார். உண்மையைக் கூறுங்கள் என்று அவர்களை அப்பர் பெருமான் வற்புறுத்தியதால் தனது கொள்கைகளுக்கு எதிராக அதை மறைக்க முடியாது என்றுணர்ந்த அப்பூதி அடிகள், என்ன நடந்தது என்று அவரிடம் விளக்கமாகக் கூறினார். அப்பூதி அடிகளாரின் இத்தகையச் செயலால் அதிர்ச்சியடைந்த அப்பர்

பெருமான், இறந்து போன சிறுவன் மூத்த திருநாவுக்கரசின் உடலைத் திங்களூர் பெருமான் கோவிலுக்கு எடுத்து வருமாறு கூறினார். குழந்தையை மீண்டும் உயிர்ப்பிக்கும்படி இறைவன் சிவபெருமானிடம் தனது காந்த வார்த்தைகளில் பிரார்த்தனை செய்தார். ***'ஒன்று கொலாம் அவர் சிந்தை உயர் வரை'*** என்ற பாடலைப் பாடி மனம் உருகி வேண்டினார். நேர்மையான சேவையில் ஈடுபட்டிருப்பவர்களுக்குச் சர்வவல்லமை படைத்த இறைவன் எதையும் செய்வார் அல்லவா. இறந்துபோன அந்த சிறுவன் மூத்த திருநாவுக்கரசு இறைவன் சிவபெருமானின் அருளால் மீண்டும் உயிர்பெற்றான். உறங்கி எழுவது போல் எழுந்து வணங்கிய அவனுக்குத் திருநீறு அளித்தார் நம் அப்பர் பெருமான். இந்த மாபெரும் அற்புதத்தைக் காண முழு நகரமும் அப்பூதி அடிகளாரின் வீட்டின் முன் கூடியது. அவர்கள் அப்பர் பெருமானின் மகிமையைக் கண்டு வியந்தனர். அவரது அன்பிற்கும், பக்திக்கும் தலை வணங்கினர். பின்னர் அவர்கள் அனைவரும் அப்பூதி அடிகளாரின் வீட்டில் விருந்து உண்டு மகிழ்ந்தனர். ஓ, என் அன்பான ராணி, பார்த்தீர்களா, நம் அப்பர் பெருமானின் பக்தி அளவிட முடியாதது.' அவரது பாடல்கள் அனைத்தும் தமிழ்ச் சுவையும் பக்திச் சுவையும் தோய்ந்தவை.

ஒன்று கொலாம் அவர் சிந்தை உயர் வரை
ஒன்று கொலாம் உயரும் மதி சூடுவர்
ஒன்று கொலாம் இடு வெண்தலை கையது
ஒன்று கொலாம் அவர் ஊர்வது தானே

சிவபிரானது உள்ளம் அவர் இருக்கும் ஒப்பற்ற கயிலை மலை போன்று மிகவும் உயர்வானது. சிவபிரானின் கருணையால் ஒப்பற்ற நிலைக்கு உயர்ந்த சந்திரனைத் தனது சென்னியில் சூடியவர் சிவபெருமான். தனது கையில் வெண் தலையை ஒப்பற்ற பலிப் பாத்திரமாக ஏந்தியுள்ளவர் சிவபிரான். அவரது வாகனமாகிய இடபமும் ஒப்பற்றது.

அப்பர் ஆனந்தக் கண்ணீருடன் மௌனமாக இருந்தார்.

ராணி திருநாவுக்கரசரின் பெருமைகளைப் பற்றியும் அவரது வாழ்வில் நிகழ்ந்த மற்றும் பல அதிசயங்களைப் பற்றியும் ஞானசம்பந்தரிடமிருந்து மேலும் அறிய விரும்பினார். 'பல்லவ மன்னர் அப்பருக்குத் தீங்கிழைக்க விரும்பியபோது, அவருக்கு என்ன ஆயிற்று என்பதை தயவுசெய்து சொல்லுங்கள்'.

ஞானசம்பந்தர் மகிழ்ச்சியுடன் தொடர்ந்தார், 'நம் அப்பர் பெருமான் எவ்வளவு பெரிய ஆத்மா என்பதைப் புரிந்துகொள்ள வேண்டுமானால் தயவுசெய்து இதைக் கேளுங்கள். சமண சமயத்தை பெரிதும் ஆதரித்து வந்த பல்லவ மன்னர் மகேந்திரவர்மன், இறைவன் சிவபெருமானை அப்பர் வழிபடுவதை விரும்பவில்லை. ஆதலால் சமணர்களின் தவறான தூண்டுதலினால் நம் அப்பர் பெருமானுக்கு கடுமையானத் தண்டனைகளை வழங்க விரும்பினார். அப்பர் சமண சமயத்தை ஒழித்துக் கட்ட முற்பட்டதாகச் சமண சமயத்துறவிகள் அவர்மீது ஒரு நாள் குற்றம் சாட்டினர், மேலும் அவரை இரக்கமின்றி கொலை செய்யும்படி வேண்டுகோள் விடுத்தனர். சமண சமயத்துறவிகளின் பொய்ப்பேச்சுக்குச் செவி சாய்த்த பல்லவ மன்னரும் அப்பர் பெருமானைக் கொலை செய்யத் திட்டமிட்டார். அவரைக் கொதிக்கும் சுண்ணாம்பு நீற்றும் அறையில் தள்ளி கொன்றுவிடும்படி தனது காவலர்களுக்குக் கட்டளையிட்டார். ஏழு நாட்களுக்குப் பிறகு அப்பர் இறந்திருப்பார் என்று நினைத்துச் சுண்ணாம்பு அறையின் கதவைத் திறந்தவர்களுக்கு மாபெரும் ஆச்சரியம் காத்திருந்தது. அப்பர் பெருமான் நல்ல ஆரோக்கியத்துடன் இருப்பதைக் கண்டு அனைவரும் ஆச்சரியப்பட்டனர். நம் இறைவன் சிவபெருமானின் கருணையால் அவர் சுண்ணாம்பு உலைக்குள் மிக ஆனந்தமாக அமர்ந்திருந்தார். அந்தச் சுண்ணாம்பு அறை நம் அப்பர் பெருமானுக்கு இனிமையாக, குளிர்ச்சியாக இருந்திருக்கிறது. மேலும் அவர் தாம் யாருக்கும் பயப்படவில்லை என்று கூறி ***'நாமார்க்குங் குடியல்லோம் நமனை யஞ்சோம்'*** என்ற பாடலைப் பாடினார்,

நாமார்க்குங் குடியல்லோம் நமனை யஞ்சோம்
நரகத்தி லிடர்ப்படோம் நடலை யில்லோம்
ஏமாப்போம் பிணியறியோம் பணிவோ மல்லோம்
இன்பமே எந்நாளுந் துன்ப மில்லை
தாமார்க்குங் குடியல்லாத் தன்மை யான
சங்கரனற் சங்கவெண் குழையோர் காதிற்
கோமாற்கே நாமென்றும் மீளா ஆளாய்க்
கொய்ம்மலர்ச்சே வடியிணையே குறுகி னோமே.

'ஒருவரும் நம்மை வழிப்படுத்துவதில்லை, மரணத்தையோ, நரகத்தையோ நாம் அஞ்சுவதில்லை

நடுக்கம் இல்லை, மனதின் துயரங்கள் இல்லை, வலிகள் இல்லை

பிணி என்பது இதுதான் என்று நாம் அறியோம்

சந்தோசமான நாள் மாறாமல் இருக்கும் நாள் நம்முடையது

நாம் என்றென்றும் பேரின்பத்தில் நமது சங்கரருக்கு மீளாத அடிமையாய் இருக்கிறோம்

இதோ அவரது காலடியில், நாம் அடைக்கலமாய் வந்திருக்கிறோம்.'

'அப்படியா? பின்னர் என்ன நடந்தது?' என்று ராணி ஆர்வத்துடன் கேட்டார்.

'இதை அறிந்து கோபமடைந்த அரசர் மகேந்திரவர்மன், அப்பருக்கு உண்ணும் உணவில் நஞ்சைக் கலந்து கொடுக்க உத்தரவிட்டார். சிவபெருமானின் திருவருளால் அப்பருக்குக் கொடுக்கப்பட்ட நஞ்சு அமிர்தமாக மாறியது. இதைத் தொடர்ந்து, மேலும் சினம் கொண்ட மன்னர் நம் அப்பர் பெருமானை தனது அரச யானையால் கொல்லுமாறு உத்தரவிட்டார். மதம் கொண்ட அந்த யானை வெறி கொண்டு ஓடி வந்தது. தன்னைச் சுற்றியிருந்த யாவற்றையும் கடுமையாகத் தாக்கியது. சுற்றிலும் இருந்த மாட மாளிகைகளையும் இடித்துத் தள்ளியது. அதன் கழுத்தில் கட்டப்பட்டிருந்த கயிறும் காலில் பிணைக்கப்பட்டிருந்த சங்கிலியும் அறுந்து விழுந்தன. மேலே வானில் பறவைகளும் திடுக்கிட்டுப் பறந்துகொண்டிருந்தன. தரையில் உலாவிக்கொண்டிருந்த மற்ற விலங்கினங்களும் அலறியடித்துக்கொண்டு அங்குமிங்கும் சிதறிக்கொண்டு ஓடின. ஊசலைப் போன்று தன் தும்பிக்கையைச் சுழற்றியபடி பாய்ந்து வந்தது அந்த யானை. அது நிலத்தில் ஓங்கி மிதித்த கால்களின் ஓசை இடியென முழங்கிற்று. நிலம் அதிர்ந்தது. தம்மைக் கொல்வதற்காக இப்படி கோபம் மிகுந்து எழுந்து வந்த அந்த யானையைப் பார்த்து சிறிதும் பயப்படாமல் அப்பர் பெருமான் ***'சுண்ணவெண் சந்தனச் சாந்து'*** என்ற பாடலைப் பாடினார். பெருங்கோபத்துடன் வந்த அந்தக் கொடிய யானை அப்பர் பெருமானுக்கு அடிபணிந்து, அனைவரும் ஆச்சரியப்படும் விதமாக அவரைச் சுற்றி வந்து வணங்கியது.

சுண்ணவெண் சந்தனச் சாந்துஞ்
சுடர்த்திங்கட் சூளா மணியும்
வண்ண உரிவை யுடையும்
வளரும் பவள நிறமும்
அண்ண லரண்முர ணேறும்

அகலம் வளாய அரவும்
திண்ணன் கெடிலப் புனலு
முடையா ரொருவர் தமர்நாம்
அஞ்சுவதி யாதொன்று மில்லை
அஞ்ச வருவது மில்லை.

பொடியாக அமைந்த திருநீறாகிய வெள்ளிய சந்தனச் சேறும் முடிமணியாகிய ஒளி வீசும் பிறையும், அழகிய புலித்தோல் ஆடையும், வளர்கின்ற பவளக்கொடி போன்ற நிறமும், தலைமை பொருந்திய பாதுகாவலாக அமைந்த, பகைவரோடு மாறுபடும் காளையும், மார்பில் பரவியிருக்கின்ற பாம்புகளும், திண்ணிய கரையைக் கொண்ட பெரிய நீர்ப்பரப்பானதாகிய கெடிலயாற்று அபிடேகத்திற்குரிய தீர்த்தமும் உடைய ஒப்பற்ற அதிகை வீரட்டருடைய அடியேம் யாம். ஆதலின் எங்களுக்கு அஞ்சுதற்குரிய பொருள் யாதும் இப்பொழுது இல்லை. இனித் தோன்றப்போவதும் இல்லை.

தமது முயற்சிகள் அனைத்திலும் தோல்வியுற்ற மன்னர் மகேந்திரவர்மன் இறுதியாக, அப்பர் பெருமானை ஒரு பெரிய பாறையுடன் சேர்த்து கட்டி நடுக்கடலில் வீச முடிவு செய்தார். ஆனால், இறைவன் சிவபெருமானின் திருவருளால் ஒரு அதிசயம் நிகழ்ந்தது. அந்தப் பெரிய பாறை கடலில் மிதக்கத் தொடங்கியது. அப்பர் இறைவன் சிவபெருமானின் மகிமையை எண்ணி ***'சொற்றுணை வேதியன்'*** என்ற பாடலைப் பாடி மகிழ்ந்தார்.

சொற்றுணை வேதியன் சோதி வானவன்
பொற்றுணைத் திருந்தடி பொருந்தக் கைதொழக்
கற்றுணைப் பூட்டியோர் கடலிற் பாய்ச்சினும்
நற்றுணை யாவது நமச்சி வாயவே.

வேதமான வாசகத்திற்கு நிகரான வாக்கிய பொருளாக உள்ளவனாய்ப் பரஞ்சோதியாகிய அழியாத வீட்டுலகினனாய் உள்ள எம்பெருமானுடைய, பொலிவுடைய, தமக்குத்தாமே இணையான சேவடிகளை உள்ளம் பொருந்தக் கைதொழுதலால் கல்லைத் துணையாகச் சேர்த்து அதனோடு இணைத்துக் கடலில் தள்ளிவிட்டாலும் எம்பெருமானுடைய திருவைந்தெழுத்தே நமக்குப் பெரிய துணையாகும்.

இறுதியாக, என்ன ஒரு ஆச்சரியம், திருநாவுக்கரசருடன் சேர்த்துக் கட்டப்பட்ட பாறை கடலில் ஒரு படகைப் போல மிதந்து

அவரைத் திருப்பாதிரிப்புலியூர் என்ற ஊரின் கரைக்கு அழைத்துச் சென்றது. அவர்மீது கட்டப்பட்டிருந்த கயிறும் அவிழ்ந்து விழுந்தது. திருப்பாதிரிப்புலியூரில் அமைந்திருக்கும் சிவபெருமானின் திருக்கோவிலுக்குச் சென்ற திருநாவுக்கரசர் ***'ஈன்றாளுமாய் எனக்கு எந்தையுமாய்'*** என்ற பாடலைப் பாடினார்.

ஈன்றாளு மாயெனக் கெந்தையு
மாயுடன் றோன்றினராய்
மூன்றா யுலகம் படைத்துகந்
தான்மனத் துள்ளிருக்க
ஏன்றா னிமையவர்க் கன்பன்
றிருப்பா திரிப்புலியூர்த்
தோன்றாத் துணையா யிருந்தனன்
றன்னடி யோங்களுக்கே.

திருப்பாதிரிப்புலியூரில் தன் அடியவர்களாகிய எங்களுக்கு ஊனக்கண்களுக்குத் தோன்றாத் துணைவனாய் இருந்த பெருமான், அடியேனுக்குத் தாயாய் தந்தையாய் உடன்பிறந்த, சகோதர சகோதரியாராய் அமைந்து, மூன்று உலகங்களையும் படைத்து மகிழ்ந்தவனாய், அடியேன் மனதுள் இருக்க இசைந்தவனாய்த் தேவர்களுக்கும் அன்பனாகிய சிவபெருமான் ஆவான்.

இறைவன் சிவபெருமான் இவ்வாறு அப்பரின் வாழ்வில் நான்கு முறை அதிசயங்களை நிகழ்த்தினார். கொதிக்கும் சுண்ணாம்பு அறை குளிர்ச்சியாக இருந்தது, உணவில் கலக்கப்பட்ட நஞ்சு அமிர்தமாக மாறியது, தலையை இடற வந்த யானை வலம் வந்து வணங்கிச் சென்றது, நடுக்கடலில் வீசப்பட்ட பெரிய பாறையோ படகுபோல் மிதந்தது. இந்த அதிசய சம்பவங்கள் அனைத்தும் மன்னர் மகேந்திரவர்மனைத் திகைக்க வைத்தன. ***"கற்றுணைப் பூட்டியோர் கடலினுள் பாய்ச்சினும் நற்றுணை ஆவது நமச்சிவாயவே"*** என்று அரசருக்கு விளங்க வைத்தார் நம் அப்பர் பெருமான். சைவ சமயத்தின் மீதான அவரது நம்பிக்கையை உறுதிப்படுத்தும் விதமாக நிகழ்ந்த இந்த அற்புத நிகழ்வுகளைக் காண நேர்ந்ததால், மன்னர் மகேந்திரவர்மன் சைவ சமயத்தின் மேன்மையைப் புரிந்து கொண்டு, அப்பர் பெருமானின் காலில் விழுந்து மன்னிப்பு கேட்டார். பெரும் மகிழ்ச்சியடைந்த அப்பர் பெருமான் அரசரை அன்போடு ஆரத்தழுவினார். இறுதியாக, சமணர்களின் பாடசாலைகளை அழித்தொழிக்க மன்னர் மகேந்திரவர்மன் உத்தரவிட்டார், மேலும் சைவ சமயத்தைத்

தழுவிய அவர் திருவதிகையில் உள்ள குணப்பிரவீச்சரத்தில் ஒரு அற்புதமான சிவன் கோவிலைக் கட்டினார்.'

அப்பரின் கண்களில் வழிந்தோடிய ஆனந்த கண்ணீரையும், அவரது உதடுகள் தொடர்ந்து '**நமச்சிவாய**' என்று உச்சரித்துக் கொண்டிருப்பதையும் ராணி கவனித்தார்.

பேரானந்தம் அடைந்த ராணி தனக்குக் கிடைத்த இந்த அற்புதமான வாய்ப்பை இழக்க விரும்பவில்லை. ஞானசம்பந்தரின் வாழ்வில் நிகழ்ந்த சில அற்புதங்களை விவரிக்குமாறு உடனடியாக அப்பரிடம் கேட்டுக்கொண்டார்.

என் அன்பார்ந்த வாசகர்களே, வாருங்கள் நாமும் ராணி மங்கையர்க்கரசியுடன் இணைந்து, திருஞானசம்பந்தரின் வாழ்வில் இறைவன் சிவபெருமான் நிகழ்த்திய பல அற்புத சம்பவங்களைப் பற்றி விரிவாகத் தெரிந்து கொள்வோம்.

ராணி மங்கையர்க்கரசியின் வேண்டுகோளை அப்பர் உடனடியாக ஏற்றுக்கொண்டார், தெய்விகக் குழந்தையான ஞானசம்பந்தரின் வாழ்வில் இதுவரை நிகழ்ந்த அற்புதங்களைப் பற்றி விவரிப்பதில் மிகவும் மகிழ்ச்சி அடைந்தார். 'ஓ, என் அன்பிற்குரிய ராணி, எண்ணிலடங்காத அற்புதங்கள் இருக்கின்றன. இந்த தெய்விகக் குழந்தை மிகவும் ஆசீர்வதிக்கப்பட்டவர். கவிதைகள் அவரது வாயிலிருந்து ஒரு நீரூற்றில் இருந்து வரும் தண்ணீரைப் போல பாய்கின்றன. நான் அவருடன் எங்குச் சென்றாலும் அவரது அற்புதங்களைக் காண்கிறேன். ஒருவேளை நாம் அனைவரும் இந்த கோவிலுக்குச் செல்ல வேண்டும், அப்போதுதான் அங்கு என்ன அற்புதம் நடந்தது என்பதை நீங்கள் நம்புவீர்கள்.'

அன்பார்ந்த வாசகர்களே, வாருங்கள் நாமும் அவர்களோடு சேர்ந்து அந்த கோவிலுக்குச் செல்வோம்.

'அந்த ஆலயம் எங்கே இருக்கிறது?

அங்கு என்ன அதிசயம் நடந்தது?

ராணிக்கு ஆர்வம் மேலும் அதிகரித்தது. "என்ன நடந்தது, தயவுசெய்து எனக்குச் சொல்லுங்கள்" என்று ராணி கேட்டார்.

அப்பர் தொடர்ந்தார், 'அந்தக் கோவில் திருப்பூவனத்தில் இருக்கிறது. இங்கிருந்து வெகுதொலைவில் இல்லை என்று

நினைக்கிறேன். பெரிய நந்தியும் சிவலிங்கமும் கொண்ட இந்த பிரம்மாண்டமான கோயில் வைகை ஆற்றங்கரையில் அமைந்துள்ளது. சூரியன் இங்குச் சோமாசுகந்தரை வழிபட்டுத் தனது சாபம் நீங்கப் பெற்றதாகவும் இலட்சுமி தேவி இங்குச் சிவபெருமானை வழிபட்டதாகவும் கூறப்படுகிறது. ஞானசம்பந்தர், இந்தக் கோவிலுக்குச் சென்றபோது வைகை ஆற்றின் கரையில் கிடந்த ஒவ்வொரு மணல் துகளும் சிவலிங்கமாகக் காட்சியளித்திருக்கின்றன. சிவலிங்கங்களாகத் தெரிந்த மணல் துகள்கள் தனது காலில் மிதிபட்டுவிடுமோ என்ற பயத்தில் கோவிலுக்குள் காலடி வைக்க மறுத்துவிட்டார் நம் தெய்விகக் குழந்தை ஞானசம்பந்தர். வைகையாற்றைக் கடந்து சென்றால்தான் இறைவனை வழிபட முடியும். இதனால் நமது தெய்விகக் குழந்தை இறைவன் சிவபெருமானைப் பார்க்க முடியவில்லையே என்று கவலையுற்று ஆற்றின் மறுகரையில் இருந்துகொண்டு ***'அறையார்புனலு மாமலரு மாடரவார்'*** என்ற பாடலை பாடினார்.

அறையார்புனலு மாமலரு
மாடரவார் சடைமேல்
குறையார்மதியுஞ் சூடிமாதோர்
கூறுடையா னிடமாம்
முறையார்முடிசேர் தென்னர்சேரர்
சோழர்கள்தாம் வணங்கும்
திறையாரொளிசேர் செம்மையோங்குந்
தென்றிருப் பூவணமே.

ஆத்தி மலர்களும், ஆடும் பாம்பும் பொருந்திய தன் நீண்ட சடை முடியின் மேல் பிறை மதியைச் சூடியவரும், கங்கையை அணிந்தவருமாகிய உமையொருபாகனாக விளங்கும் இறைவன் சிவபெருமான் எழுந்தருளியுள்ள இந்த இடம், அலைகள் வீசும் வைகை ஆற்றையும், நீதியோடு கூடி நாட்டை ஆளும் முடிசூடிய சேரர், சோழர், பாண்டியர் ஆகிய மூவேந்தர்கள் வணங்குவதும், பெரும் புகழோடு கூடியதும், வயல்வெளி வளங்கள் நிறைந்ததுமாகிய அழகிய திருப்பூவணமாகும்.

எல்லாம் வல்ல இறைவன் சிவபெருமான் ஞானசம்பந்தரின் துன்பத்தை உணர்ந்தார், சந்நிதியை மறைத்துக்கொண்டிருக்கும் நந்தியைச் சற்று ஓரமாக நகர்ந்து இருக்கும்படி கட்டளையிட்டார். அதன்படி நந்தி வலது புறமாகச் சற்று சாய்ந்துகொண்டார், இதனால் ஞானசம்பந்தர்

சிவபெருமானைப் பார்க்க முடிந்தது. நமது ஞானசம்பந்தரின் பக்தி எவ்வளவு சக்தி வாய்ந்தது என்பதை இது பிரதிபலிக்கவில்லையா?'

'இதில் எந்த சந்தேகமும் இல்லை, ஆனால் தயவுசெய்து இன்னும் சில அற்புதங்களைப் பற்றி எனக்குச் சொல்லுங்கள். இவை எனக்கு மகத்தான மன அமைதியைத் தருகின்றன.'

'ஞானசம்பந்தரைப் பற்றிய அற்புதங்களை விவரிப்பதில் எனக்கு மிகுந்த மகிழ்ச்சி, என் அன்பான ராணி. நீலகண்ட யாழ்ப்பாணரைப் பற்றி நீங்கள் கேள்விப்பட்டிருப்பீர்கள். அவர் அலைந்து திரியும் இசைக்கலைஞர்களின் தமிழ் பாணர் சமூகத்தைச் சேர்ந்தவர். அவர் இறைவன் சிவபெருமானின் தீவிர பக்தராக இருந்தார். யாழ் (வீணை போன்ற ஒரு வகை இசைக்கருவி) எனும் இசைக்கருவியை வாசிப்பதில் மேதையான அவர், பாரம்பரியமாகச் சிவபெருமானின் பெருமைகளைத் தனது யாழில் இனிமையான இசை அமைத்துப் பாடும் ஒரு பாடகராகப் பல்வேறு கோவில்களுக்குச் செல்வதை வழக்கமாகக் கொண்டிருந்தார். நம் தெய்விகக் குழந்தை பல்வேறு கோவில்களில் பாடும் போதெல்லாம், நீலகண்ட யாழ்ப்பாணரும் அவரோடு சென்று ஞானசம்பந்தரின் பாடலுக்கு ஏற்றவாறு தனது யாழில் இசை அமைத்து வந்தார். ஒருசமயம், அவர்கள் இருவரும் யாழ்ப்பாணரின் தாய் பிறந்த ஊரான தர்மபுரத்திற்கு சென்றனர். அந்த ஊரில் யாழ்ப்பாணரின் உறவினர்கள் அதிகம் வசித்து வந்தனர். நம் ஞானசம்பந்தரின் பாடல்களின்மேல் அளவில்லாத பக்திகொண்ட நீலகண்ட யாழ்ப்பாணர், அப்பாடல்களுக்கு மரியாதை செய்யும் விதமாகவே அவற்றைத் தனது யாழில் இசை அமைத்தார். இந்த உண்மையை அறியாத அந்த உறவினர்கள் யாழ்ப்பாணரின் இனிமையான இசையால் தான் ஞானசம்பந்தரின் பாடல்கள் பெருமை பெற்று உலகின் பிற பகுதிகளுக்குப் பரவுகிறது என்று கூறினர். இதனைக் கேட்டு மனவருத்தம் அடைந்த யாழ்ப்பாணர் நம் தெய்விகக் குழந்தையிடம் தன்னால் யாழில் இசை அமைக்க முடியாதபடி ஒரு பாடலை பாட வேண்டும் என்று கேட்டுக்கொண்டார். ஞானசம்பந்தரும் இதற்கு உடன்பட்டு விண்ணுலக தேவர்களும் போற்றும்படியான சிவபெருமானின் மகன் கணேசருக்கு அர்ப்பணிக்கப்பட்ட ***'மாதர் மடப்பிடி யும்மட வன்னமு மன்னதோர்'*** என்ற ஒரு பாடலை பாடினார்.

மாதர் மடப்பிடி யும்மட வன்னமு மன்னதோர்
நடை யுடைம் மலை மகள் துணையென மகிழ்வர்
பூதவி னப்படை நின்றிசை பாடவு மாடுவர்

அவர் படர் சடை நெடு முடியதொர் புனலர்
வேதமொ டேழிசை பாடுவ ராழ்கடல் வெண்டிரை
இரைந் நுரை கரை பொரு துவிம்மி நின்றயலே
தாதவிழ் புன்னை தயங்கு மலர்ச்சிறை வண்டறை
எழில் பொழில் குயில் பயில் தருமபு ரம்பதியே.

அனைவரும் விரும்பத்தக்க அழகான இளம் யானையையும், இளம் அன்னப்பறவையையும் போன்ற நடையினை உடையவளாகிய பார்வதி தேவியைத் தம் துணைவியாக கொண்டு மகிழ்பவரும், பூதப்படைகள் நின்று இசை பாட ஆடுபவரும், நீண்டு விரிந்த சடைமுடிகளையுடையவரும், அந்த நீண்ட முடிமீது பொங்கிவரும் கங்கையை அணிந்தவரும், வேதங்களையும் ஏழிசைகள் அடங்கிய இன்னிசையையும் பாடும்போது மகிழ்பவரும் ஆகிய இறைவன் தம் உறைவிடமாக விளங்குவது ஆழ்கடலின் கரைகளில் ஆரவாரித்துப் பொங்கும் நுரைகளோடு கரையை அடையும் வெண்மையான அலைகள், அதற்கு அருகில் உள்ள புன்னை மரங்களில் பூத்த மகரந்தம் பொருந்திய மலர்களில் வண்டுகள் செய்யும் ரீங்காரமும், அழகிய சோலைகளில் இனிமையாகக் கூவுகின்ற குயில்களும் என்று இயற்கை எழில் கொஞ்ச இருக்கும் ஊர் திருத்தருமபுரம் என்ற ஊராகும்.

இந்தப் பாடலுக்கு யாழ்ப்பாணரால் தனது திருப்திக்காக கூட யாழில் இசை வாசிக்க முடியவில்லை. அங்குக் கூடியிருந்த மக்கள் அனைவரும் வியப்பில் ஆழ்ந்தனர். இதனால் யாழ் வாசிப்பதை நிறுத்தி விட்டு உடலில் நடுக்கமும், உள்ளத்தில் வருத்தமும் கொண்டு விரக்தியடைந்த யாழ் இசைக் கலைஞர் தனது யாழினை உடைத்தெறிய முடிவு செய்தார். ஆனால் ஞானசம்பந்தர் அவரைத் தடுத்து நிறுத்தினார். யாழ்ப்பாணர் அமைத்த இசை போதுமானதாக இருப்பதாகவும், அவர் அதில் திருப்தியடைய வேண்டும் என்றும் கூறினார். மேலும் எல்லாம் வல்ல இறைவன் சிவபெருமானின் பெருமைகளை இந்தச் சிறிய யாழிசைக் கருவியில் எவ்வாறு அடக்க இயலும், இயன்றவரை இந்தக் கருவியின் அளவுக்குள் பொருந்தும்படி இசை அமைத்தால் அதுவே போதுமானது என்றும் கூறினார். ஞானசம்பந்தர் இயற்றி இருக்கும் பாடல்களின் மகத்தான சக்தி இதுதான். இன்னும் பல பாடல்கள் உள்ளன. இந்த பாடல்கள் அனைத்தையும் பனை ஓலைகளில் சேமித்து, அழிவிலிருந்து பாதுகாப்பாக வைத்திருக்குமாறு உங்களைக் கேட்டுக்கொள்கிறேன்.

'நிச்சயமாக,' என்று ராணி ஒப்புக்கொண்டார், மேலும் குறிப்பிடத்தக்க வகையில் ஆசீர்வதிக்கப்பட்ட இந்த இரண்டு மகான்களுடன் மகிழ்ச்சியான தருணங்களை கழித்ததில் அவர் மிகுந்த ஆனந்தம் அடைந்தார். 'ஞானசம்பந்தரது பாடல்கள் மட்டுமல்ல, நீங்கள் இயற்றிய பாடல்களும் பாதுகாப்பாக வைக்கப்படும். இதைப் பராமரிக்கும் ஒரு சிறப்பு அமைச்சரை நியமிக்க நமது அரசர் ஒப்புக்கொண்டிருக்கிறார் என்பதை உங்களுக்குச் சொல்வதில் நான் மிகுந்த மகிழ்ச்சி அடைகிறேன். கூடுதலாக, இந்தச் சிறப்பு அமைச்சர் என் ஆலோசனைகளைப் பின்பற்றி, பாண்டிய நாட்டின் பல்வேறு நகரங்களுக்கும், பிற இடங்களுக்கும் சென்று பழைய சிவன் கோயில்களைப் பராமரிக்கும் பணிகளை மேற்கொள்வார். மேலும் உங்களுக்கு விருப்பமான பல்வேறு கோயில்களுக்கு நீங்கள் செல்வதற்கு அவர் உதவுவார். தற்போது நமது கட்டுப்பாட்டில் உள்ள திருநெல்வேலியில் இருக்கும் நெல்லையப்பர் காந்திமதியம்மன் கோவிலை அழகுபடுத்துவதற்கு நமது அரசர் ஏற்கனவே சம்மதித்துள்ளார். அங்கு முன் மண்டபத்தில் அலங்கார சிற்ப வேலைப்பாடுகளுடன் கூடிய பிரத்தியேகமான கல் தூண்களைக் கொண்டு ஒரு மணிமண்டபத்தை அமைக்க அவர் திட்டமிட்டுள்ளார், அந்தத் தூண்களை நம் விரல்களால் தட்டும்போது *'ஏழிசை சுவரங்கள்'* இசைக்கும். ஒவ்வொரு தூணும் ஒவ்வொரு இசையை ஒலிக்கக் கூடியவையாக இருக்கும். திருப்புனவாயில், திருப்பட்டூர், திருச்சுழியல் போன்ற கிராமங்களில் அமைந்துள்ள பிற கோவில்களும் பராமரிக்கப்பட உள்ளன. நான் ஒவ்வொரு நாளும் சிவன் கோவில்கள் அமைந்திருக்கும் ஊர்களின் ஒரு பட்டியலை அரசருக்குக் கொடுக்கிறேன், வியக்கத்தக்க வகையில் அனைத்து பட்டியல்களையும் அவர் ஏற்றுக்கொண்டு, தேவையான பராமரிப்பு பணிகளைச் செய்து திருவிழாக்களை ஏற்பாடு செய்யுமாறு அமைச்சருக்கு உத்தரவிடுகிறார்.'

அப்பர் மற்றும் ஞானசம்பந்தரின் சகவாசத்தில் ராணி மங்கையர்க்கரசி மிகவும் மகிழ்ச்சியாகவும், அமைதியாகவும் இருந்தார். மேலும் அரசருக்குச் சிறப்பு கவிஞர்களாக மதுரையில் நிரந்தரமாகத் தங்கும்படி அவர்களை கேட்டுக்கொண்டார். இருப்பினும், அப்பர் மற்றும் ஞானசம்பந்தர் இருவரும் மதுரையில் தங்கள் பணி முடிந்துவிட்டதாகவும், சிதம்பரத்திலிருந்து திருநெல்வேலி வரை உள்ள சிவன் கோவில்களை உள்ளடக்கிய பிற இடங்களுக்குச் செல்ல விரும்புவதாகவும் கூறினர்.

ஞானசம்பந்தரும் அப்பரும் புறப்படுகிறார்கள் என்று அரசர் நின்றசீர் நெடுமாறன் (கூன் பாண்டியன்) கேள்விப்பட்டபோது, அவர் ஞானசம்பந்தரைக் காண வேண்டும் என்று அவருக்குச் செய்தி அனுப்பினார். அரசரை மீண்டும் சந்திக்கும் வாய்ப்பு கிடைத்ததை நினைத்து ஞானசம்பந்தர் மகிழ்ச்சி அடைந்தார். அவர் அரசரைச் சந்தித்து அவருக்கு இன்னும் சிறிதளவு புனிதத் திருநீறை மகிழ்ச்சியுடன் வழங்கினார். புனித திருநீற்றைப் பெற்றுக்கொண்ட அரசர் பதிலுக்கு நன்றாக முத்திரை வைக்கப்பட்ட இரண்டு பனை ஓலைச் சுவடிகளைக் கொடுத்து, அவற்றைச் சிதம்பரம் நடராசர் கோவிலில் ஒப்படைத்து பத்திரப்படுத்தி வைக்கமாறு கேட்டுக் கொண்டார். மேலும் அந்த ஓலைச்சுவடிகளில் எழுதப்பட்டிருக்கும் செய்திகளைத் திறந்து படிக்க வேண்டாம் என்று கேட்டுக் கொண்டார். அப்படி அந்த ஓலைச்சுவடிகளில் என்ன எழுதப்பட்டிருந்தது என்பதை அறிய ஒருவர் பல நூறு வருடங்கள் காத்திருக்க வேண்டியிருந்தது.

ஞானசம்பந்தரும் அப்பரும் மதுரையை விட்டுச் சென்றபோது ராணி மிகவும் வருத்தப்பட்டார். பனை ஓலைச்சுவடிகளில் தங்கள் கவிதைகளை எழுதிச் சிதம்பரம் போன்ற கோவிலில் பத்திரமாக வைத்துப் பாதுகாக்குமாறு அவர் கேட்டுக் கொண்டார், அதற்கு அவர்கள் ஒப்புக்கொண்டனர். ராணியும் நன்றாக மூடப்பட்டு முத்திரை வைக்கப்பட்ட இரண்டு பனை ஓலைச்சுவடிகளை ஞானசம்பந்தரிடம் வழங்கினார். அந்த ஓலைச்சுவடிகளில் எழுதப்பட்டிருக்கும் செய்திகளைத் திறந்து படிக்க வேண்டாம், ஆனால் அவற்றை அவரது கவிதைகளடங்கிய ஓலைச்சுவடிகளுடன் சிதம்பரத்தில் பத்திரமாக விட்டுச் செல்லுங்கள் என்று கேட்டுக் கொண்டதை பார்த்து சம்பந்தர் ஆச்சரியப்பட்டார். அரசர் நின்றசீர் நெடுமாறன் மற்றும் ராணி மங்கையர்க்கரசி ஆகிய இருவரும் உலகிற்கு ஒரு செய்தியைத் தெரிவிக்க விரும்பினர், ஆனால் இப்போது இல்லை. இனி வரும் காலத்தில் என்றாவது ஒரு நாள் அது மக்களுக்குத் தெரிய வரும். ஆனால் எப்போது?

ஞானசம்பந்தரும் அப்பரும் மதுரையை விட்டுச் சென்றபிறகு, ராணி அருகில் உள்ள கோயில்களுக்குச் செல்வதில் மிகவும் மும்முரமாக இருந்தார், மேலும் அவரது கணவர் ஒரு முறை தன்னுடன் கோவிலுக்கு வருவதற்கு ஒப்புக்கொண்டதில் அவர் பெரும் மகிழ்ச்சி அடைந்தார். அப்பரும் ஞானசம்பந்தரும் எந்த ஊர்களுக்கு சென்றார்கள் என்ன பாடல்கள் பாடினார்கள் என்ற செய்திகள் அவ்வப்போது அவருக்கு வந்துகொண்டே இருக்கும்.

மழையின்மையால் வறுமையினாலும் பஞ்சத்தினாலும் மக்கள் அவதிப்பட்டுக் கொண்டிருக்கும் திருவீழிமிழலை எனும் ஊரை அவர்கள் இருவரும் அடைந்ததை ஒரு நாள் ஒரு தூதுவரிடம் இருந்து ராணி அறிந்து கொண்டார். அவர்கள் இருவரும் அங்குள்ள வீழிநாதேசுவரர் சிவன் கோவிலுக்குச் சென்று பிரார்த்தனை செய்தபோது, எல்லாம் வல்ல இறைவன் சிவபெருமான் தினமும் ஒரு தங்க காசை அவர்களுக்கு வழங்கினார், அதன் மூலம் அவர்கள் உணவை வாங்கி மக்களுக்கு உணவளித்தனர். கிழக்கு பலிபீடத்திலிருந்த தங்கக்காசை ஞானசம்பந்தரும், மேற்கு பலிபீடத்திலிருந்த தங்கக்காசை அப்பரும் எடுத்து அடியார்களிடம் வழங்கினர், அதன்மூலம் மக்களுக்கு உணவளித்து அவர்களின் பசியைப் போக்கினர். வறுமை தீரும் வரையில் இவ்வாறு இறைவன் சிவபெருமானிடமிருந்து தினமும் படிக்காசு பெற்று தொண்டு செய்திருக்கின்றனர். படிக்காசு வழங்குவதில் அப்பருக்கு நல்ல காசும், சம்பந்தருக்கு மாற்றுக் குறைந்த காசும் இறைவன் கொடுத்திருக்கிறார். சம்பந்தர் அதைப் பார்த்து ***'வாசி தீரவே காசு நல்குவீர்'*** என்ற ஒரு பாடலை பாடியிருக்கிறார். அதன்பிறகு சம்பந்தருக்கும் நல்ல காசு கொடுத்து அருளியிருக்கிறார் இறைவன் சிவபெருமான். சில நாட்களுக்குப் பிறகு அவர்களின் தொடர்ச்சியான பிரார்த்தனை காரணமாக மழை பெய்யத் தொடங்கியது. விவசாயிகள் மகிழ்ச்சியடைந்து நெல் பயிரிட்டு நல்ல விளைச்சலைப் பெற்றனர். நாடு செழித்தது. பஞ்சம் நீங்கி மக்கள் இனிது வாழத் தொடங்கினர். இதைப் பார்த்த பிறகு, அப்பரும் சம்பந்தரும் தனித்தனியாகப் பிரிந்து சென்றனர்.

வாசி தீரவே, காசு நல்குவீர்
மாசின் மிழலையீர், ஏச லில்லையே.
இறைவ ராயினீர், மறைகொள் மிழலையீர்
கறைகொள் காசினை, முறைமை நல்குமே.
செய்ய மேனியீர், மெய்கொள் மிழலையீர்
பைகொள் அரவினீர், உய்ய நல்குமே.
நீறு பூசினீர், ஏற தேறினீர்
கூறு மிழலையீர், பேறும் அருளுமே.
காமன் வேவவோர், தூமக் கண்ணினீர்
நாமம் மிழலையீர், சேமம் நல்குமே.

குற்றமில்லாத மிழலையில் எழுந்தருளியிருக்கும் ஈசரே, நான் கூறுவது பழிப்போ, குற்றமோ, நிந்தனையோ அல்ல; ஆனால்

எனக்கு வழங்கும் காசில் உயர்வு, தாழ்வு நீங்குமாறு, குற்றமற்ற காசை கொடுப்பீராக!

நீரே இறைவராக இருக்கின்றீர், வேதநெறிகளோடு இருக்கும் மிழலையில் நீரே இறைவராக இருக்கிறீர். குற்றமுடன் அளிக்கப்படும் காசை, சரி செய்து முறைப்படுத்தி, தூய பொற்காசாக வழங்குவீர்!

படம் எடுத்திருக்கும் பாம்பை அணிகலனாகப் பூண்டு, சிவந்த மேனியைக் கொண்டு, உண்மை நிரம்பிய மக்கள் வாழும் மிழலையின் இறைவரே, நான் உய்யுமாறு குறைவற்ற காசை வழங்குவீர்!

திருநீறு அணிந்து எருதின் மேலேறித் திகழ்கின்ற, பெரும் புகழ் படைத்த, மிழலையின் இறைவரே, (குறைவற்ற காசை நல்குவதோடு) எனக்கு வீடுபேற்றையும் அருளிச் செய்வீர்!

மன்மதனை எரித்த, தீஞ்சுடரை உடைய நெற்றிக்கண்ணை உடைய, புகழ் பொருந்திய மிழலையின் இறைவரே, (குற்றமற்ற காசை வழங்குவதோடு) எமக்குப் பாதுகாவலும், அரணும் வழங்கி எம்மை பாதுகாத்தருள்க!

சில மாதங்கள் கழிந்தன. ராணிக்கு எந்தச் செய்தியும் கிடைக்கவில்லை. அப்பரின் உடல் நலத்தை பற்றி அவர் யோசித்துக் கொண்டிருந்தார். அப்பர் தனது முதுமையின் காரணமாக ஏதோ ஒரு கோவிலில் தங்கியிருக்க கூடும் என்று அவர் எண்ணினார். அவரைச் சென்று சந்திக்க வேண்டும் என்ற ஆவல் ராணிக்கு இருந்தது. ராணி விசாரித்துக் கொண்டிருந்தபோது, ஒரு தூதுவர் வந்து, திருப்பூந்துருத்தி மற்றும் திருப்பத்தூருக்குச் சென்ற பிறகு அப்பர் மிகவும் களைப்படைந்ததாக உணர்ந்ததாகவும், அதனால் திருப்புகலூரை அடைந்த பிறகு இந்த உலகத்தை விட்டுப் போக முடிவு செய்ததாகவும் அறிவித்தார். அப்பர் விரும்பியபடி, அவர் தமது 81ஆவது அகவையில் சிவபெருமானின் துதியைப் பாடிக்கொண்டிருக்கும்போது அவரது முடிவு அமைதியாக வந்தது. அப்பர் பெருமானின் கடைசி நாட்களில் அவருக்கு அருகில் இருக்க முடியவில்லையே என்று ராணி மிகவும் வருத்தப்பட்டார். ஞானசம்பந்தர் இப்போது எங்கே இருக்கிறார் என்று அவர் யோசித்து கொண்டிருந்தார். சில வாரங்களுக்குப் பிறகு, ஞானசம்பந்தர் திருமணம் செய்து கொள்ளப் போகிறார் என்ற செய்தியை அறிந்து ராணி பெரும் மகிழ்ச்சி அடைந்தார். 'ஓ, அவரது மணமகள் மிகவும் பாக்கியசாலியாக இருக்க வேண்டும்,

ஒவ்வொரு நாளும் தனது கணவரின் கவிதைகளைக் கேட்பது எவ்வளவு பாக்கியம்' என்று ராணி யோசித்துக்கொண்டிருந்தார்.

தூதுவர் கூறினார், 'என் மரியாதைக்குரிய ராணியே, ஞானசம்பந்தர், *கஞ்சனூர், அய்யாறு (திருவையாறு), மாந்துறை, திருமங்கலக்குடி, வயலூர், திருந்துதேவன்குடி, பழனம், பெரும்புலியூர், திருநெய்த்தானம், திருமாந்துறை* ஆகிய இடங்களில் உள்ள சிவன் கோவில்களுக்குச் சென்று சிவபெருமானைத் தரிசித்த பின்னர் தனது பெற்றோருக்குப் மரியாதை செலுத்துவதற்காக சீர்காழியை அடைந்தார். இதனால் அவரது பெற்றோர் மகிழ்ச்சியடைந்தனர், விரைவில் அவரது திருமணத்திற்கு ஏற்பாடு செய்தனர்.'

'ஓ, உண்மையாகவா, அது எப்போது, திருமண நாளன்று நம்மால் செல்ல முடியாவிட்டாலும், குறைந்தபட்சம் அந்தத் திருமண தம்பதியினரைப் பார்க்க நாம் செல்ல முடியுமா?'

'இல்லை, 'என் மரியாதைக்குரிய ராணி, ஒரு விசித்திரமான விசயம் நடந்திருக்கிறது. ஆச்சாள்புரம் (திருநல்லூர்ப்பெருமணம்) கோவிலில் திருமணம் நடைபெறுவதாக திட்டமிடப்பட்டது. ஞானசம்பந்தர் தனது கடைசிப் பாடலை இங்கே பாடினார். தனக்குத் திருமணம் செய்து வைக்க வேண்டும் என்ற தனது பெற்றோரின் விருப்பத்திற்கு இணங்கி, குறிப்பிட்ட நாளில் திருநல்லூர் நம்பியாண்டார் நம்பியின் திருமகளான மணமகள் பூர்ணாம்பிகையை திருமணம் செய்துகொள்வதற்காக தம் உறவினர்களுடன், மணமகள் பூர்ணாம்பிகை பிறந்த ஊரான ஆச்சாள்புரத்திற்கு ஞானசம்பந்தர் வந்து சேர்ந்திருக்கிறார். மேலும் அவர் 'என் இறைவன் சிவபெருமானே, என்னைத் தங்கள் திருவடியில் சேர்த்துக் கொள்ள வேண்டும் என்று மனதில் நினைத்து ***'கல்லூர் பெருமணம் வேண்டாக் கழுமலம்'*** எனத் தொடங்கும் பாடலை பாடியிருக்கிறார். அப்போது இறைவன் சிவபெருமான் திருமணத் தம்பதியினராகிய நீங்கள் இருவர் மற்றும் இத்திருமணத்திற்கு வந்திருக்கும் மற்ற எல்லோரும் இங்குத் தோன்றும் சோதியுள் உட்புகுவீர்களாக' என்று கூறியிருக்கிறார். அதுபோலவே அங்கு வாயிலுடன் கூடிய ஒரு பெருஞ்சோதி (நெருப்பு) தோன்றி இருக்கிறது. அதனைக் கண்ட ஞானசம்பந்தர் ***'காதலாகி கசிந்து கண்ணீர் மல்கி'*** எனத் தொடங்கும் ஒரு பாடலை பாடியிருக்கிறார். தம்பதியினர் அந்தப் புனித நெருப்பைச் சுற்றி நடந்தபோது, இறைவன் சிவபெருமானின் இருப்பிடத்தைப் பற்றிய தரிசனம் கிடைத்து, மேலும் இறைவன் சிவபெருமானுடன் இணைவதற்கான நேரம் வந்துவிட்டது

என்பதை அவர்கள் உணர்ந்ததாகத் தெரிகிறது. விருந்தினர்கள் பார்த்துக்கொண்டிருந்தபோது, திருமணத் தம்பதியினர் அந்த இடத்திலிருந்து காணாமல் போனார்கள், அவர்கள் அங்குத் தோன்றிய புனித சோதியுள் புகுந்துவிட்டனர், அதற்குப் பின் காணப்படவில்லை.'

கல்லூர்ப் பெருமணம் வேண்டாக் கழுமலம்
பல்லூர்ப் பெருமணம் பாட்டுமெய் யாய்த்தில
சொல்லூர்ப் பெருமணம் சூடல ரேதொண்டர்
நல்லூர்ப் பெருமண மேயநம் பானே.

அடியார்கள் சூழ, திருநல்லூர் என்னும் திருத்தலத்தில் பெருமணம் என்னும் கோயிலில் வீற்றிருந்தருளும் சிவபெருமானே! மிக்க மணமாகிய பொருள்கள் பொருந்திய பாடல்களாகிய மலர்களைச் சூடுதலை உடையீர். அம்மிக்கல் மிதித்துச் செய்யும் சடங்குகள் பலவுடையத் திருமணம் எனக்கு வேண்டா. கழுமலம் முதலாகிய பல திருத்தலங்களிலும் சென்று நான் பாடிய திருப்பதிகங்கள் வாயிலாக என்னுடைய விருப்பம் மெய்யாகத் தெரியவில்லையா?

காத லாகிக் கசிந்துகண் ணீர்மல்கி
ஓது வார்தமை நன்னெறிக் குய்ப்பது
வேதம் நான்கினும் மெய்ப்பொரு ளாவது
நாதன் நாமம் நமச்சி வாயவே.

உள்ளன்பு கொண்டு மனம் கசிந்து கண்ணீர் பெருகி தன்னை ஓதுபவர்களை முக்தி நெறியாகிய நன்னெறிக்குக் கூட்டுவிப்பதும், நான்கு வேதங்களின் உண்மைப் பொருளாக விளங்குபவனும், அனைவருக்கும் தலைவனான சிவபெருமானின் திருநாமம் 'நமச்சிவாய' என்ற திருவைந்தெழுத்தாகும்.

'ஆகா, எவ்வளவு கொடூரமானது, உண்மையில் மிகவும் வருத்தமாக இருக்கிறது. ஆனால் சிவபெருமானின் அற்புத செயல்களை யார் அறிவார்கள். ஞானசம்பந்தர்.பூர்ணாம்பிகையுடன் சேர்ந்து சிவபெருமானின் பாதங்களை அடைந்தார். என்ன ஒரு தெய்விகக் குழந்தை. நமது மதுரை நகரத்திற்கு அவர் வருகை தந்ததால் நாம் அனைவரும் மிகவும் பாக்கியசாலிகள். அவர் நமது அரசரின் நோயைக் குணப்படுத்தினார், அதே நேரத்தில் விவாதத்தில் வெற்றி பெற்ற பிறகு சமணத்துறவிகளை அரசர் தண்டிக்க வேண்டும் என்று விரும்பவில்லை. அப்பர் மற்றும்

ஞானசம்பந்தர் ஆகியோரை நம் நாட்டு மக்கள் ஒருபோதும் மறக்கமாட்டார்கள் என்று நான் உறுதியாக நம்புகிறேன். எதிர்காலத்தில் நம்மை வழிநடத்த இத்தகைய மகான்கள் தோன்றுவார்கள் என்று என்னால் கற்பனை செய்து பார்க்க முடியவில்லை."

அப்பர் மற்றும் ஞானசம்பந்தர் என்றும் இறவாப்புகழுடைய மகான்களாக இருப்பார்கள் என்று ராணி மங்கையர்க்கரசி கூறியது முற்றிலும் சரியே. இருப்பினும், அப்பர் மற்றும் சம்பந்தரின் சேகரிக்கப்பட்ட படைப்புகளை வெளிக்கொணர்வதில் முக்கியமாக யார் பொறுப்பு வகித்தனர்? எதிர்காலத்தில் மற்ற மகான்களின் தோற்றத்தைப் பற்றி ராணி மங்கையர்க்கரசி சொன்னது சரிதானா?

அத்தியாயம் 12

மாணிக்கவாசகரும் சுந்தரரும்

'என் அன்பான மன்னரே, மாணிக்கவாசகர் மற்றும் சுந்தரர் ஆகிய உயர்ந்த மகான்களின் வாழ்க்கையைப் பற்றி விவரிக்க நான் அனுமதிக்கப்படாவிட்டால் நான் எனது கடமையில் தோல்வியடைவேன்.'

'சேக்கிழார், தயவுசெய்து தொடருங்கள், நமது மேன்மையுடைய மகான்களின் வாழ்க்கையைப் பற்றித் தெரிந்துகொள்வதில் நான் மிகவும் பாக்கியசாலியாக உணர்கிறேன் மற்றும் பெருமைப்படுகிறேன்.'

ஞானசம்பந்தரும் அப்பரைப் போலவே இந்த உலகத்தை விட்டுப் பிரிந்து சென்றார். ஆனால் அவர்களின் செயல்கள் - அவர்கள் நிகழ்த்திய அற்புதங்கள், அவர்களின் அற்புதமான கவிதைகள் பாண்டிய இராச்சியத்தில் உள்ள மக்களின் மனதில் தொடர்ந்து பசுமையாக இருந்தன. சில ஆண்டுகள் கழிந்தன, ராணி மங்கையர்க்கரசியும் மன்னர் நின்றசீர் நெடுமாறனும் - ஞானசம்பந்தர் அவரைக் குணப்படுத்தியதிலிருந்து அவர் கூன் (கூன் முதுகினன்) பாண்டியன் என்று அழைக்கப்படவில்லை - மக்கள் அனைவரும் அவரை நின்றசீர் நெடுமாறன் அரசர் என்றே அழைத்தனர் - இந்த உலகத்தை விட்டு வெளியேறினர். மேலும் பல மன்னர்கள் தங்கள் சிறப்பான ஆட்சியை வெளிப்படுத்தி இராச்சியத்தை நிலைநிறுத்த முயற்சிப்பதை பாண்டிய இராச்சியம் கண்டது. பாண்டிய மன்னர்கள் மீது சமண சமயத்தின் செல்வாக்கைக் குறைப்பதற்கு சம்பந்தர் மற்றும் அப்பர் ஆகியோர் முக்கியக் காரணிகளாக இருந்தபோதிலும், அமைச்சர் குலச்சிறை நாயனார் உதவியுடன் ராணி மங்கையர்க்கரசி ஆற்றிய பங்கைப் புறக்கணிக்க முடியாது. ஆனால் திருஞானசம்பந்தர் மற்றும் அப்பர் ஆகிய அவர்கள் இரண்டு மகான்கள் மட்டுமே பிறந்தார்களா?

நல்வினைப்பேற்றின் காரணமாக, விரைவில், இறைவன் சிவபெருமானைப் புகழ்ந்து பாடும் தனிச்சிறப்புடைய பிற மகான்கள் பிறந்தனர். முதலாவதாக மதுரையிலிருந்து சிறிது தொலைவில் உள்ள வைகை ஆற்றின் கரையில் அமைந்துள்ள

திருவாதவூரில் சிவநெறி பிறழாமல் வாழ்ந்து வந்த அந்தணர் சம்புபாதாசிருதர் மற்றும் அவரது மனைவி சிவஞானவதி அம்மையாருக்கும் மகனாக மாணிக்கவாசகர் பிறந்தார். மனம் மகிழ்ந்த பெற்றோர்கள் தங்கள் மகனுக்கு 'திருவாதவூரர்' என்று பெயர் சூட்டினர். ராணி மங்கையர்க்கரசி அவரது கவிதைகளை ரசிப்பதற்காகவும் அவரைப் பாராட்டவும் அப்போது உயிரோடு இல்லை என்பது ஒரு பரிதாபம்.

அவருக்குப் பதினாறு வயதாக இருந்தபோது, மாணிக்கவாசகர் தத்துவங்களிலும் வேதங்களிலும் தேர்ச்சி பெற்ற ஒரு கற்றறிந்த மனிதராக இருந்தார். பதினாறு வயதிலேயே கல்வி கேள்விகளில் சிறந்து விளங்கிய அவரது புகழ் நாடெங்கும் பரவியது. திருஞானசம்பந்தருக்கு முற்றிலும் மாறாக மாணிக்கவாசகர் பாண்டிய மன்னர் அரிமர்த்தன பாண்டியனுக்குப் பிரதமரானார். இவரது கல்வித் திறத்தையும், நல்லொழுக்கத்தையும், அறிவின் திறனையும் கண்டு வியந்த மன்னர் அரிமர்த்தன பாண்டியன் அவருக்குத் 'தென்னவன் பிரம்மராயன்' என்னும் பட்டத்தைச் சூட்டி, தனது பிரதம மந்திரியாக அமர்த்திக் கொண்டார். நிலம், மக்கள் மற்றும் அவர்களின் மனதின் செழிப்புக்கான நேர்மையான பாதையில் அவர் ஆட்சியை வழிநடத்தினார். பிரதம மந்திரி என்ற மதிப்புமிக்க பதவியை விட்டு விலகி ஒரு துறவியாக அவர் மாறுவார் என்று யாராவது சந்தேகித்தார்களா? ஒருவேளை அது சிவபெருமானால் திட்டமிடப்பட்டிருக்கலாம். உயர்ந்த பதவி, செல்வம், செல்வாக்கு என்று அவர் வாழ்ந்த ஆடம்பரமான வாழ்க்கை ஒருபுறம் இருந்தபோதிலும், இவை வாழ்வின் இறுதி நோக்கமல்ல என்பதை உணர்ந்த, உண்மைக்கான பேரின்பப் பாதையைத் தெளிவான வெளிச்சத்தில் காண்பிக்கும் ஒரு அறிவார்ந்த வழிகாட்டியை மாணிக்கவாசகரின் மனம் தேடிக்கொண்டிருந்தது. பிறவிப் பெரும் பயனை அடைவதற்கான வழி என்ன என்று அவர் எப்பொழுதும் சிந்தித்துக் கொண்டிருந்தார். அந்த நேரத்தில்தான் சோழநாட்டில் கீழைக் கடற்கரையில், நல்ல குதிரைகள் வந்து இறங்கியிருக்கின்றன என்ற செய்தியைக் கேள்விப்பட்ட அரசர், அமைச்சர் மாணிக்கவாசகர் அங்கு சென்று தனது லாயங்களுக்கு உயர்தரமான குதிரைகளை வாங்கி வரவேண்டும் என்று விரும்பினார். மாணிக்கவாசகரும் அரசரின் கட்டளையை ஏற்றுப் பொன்னும் பொருளும் எடுத்துக்கொண்டு மதுரையை விட்டுப் புறப்பட்டார். பல மாதங்களாகப் பயணம் செய்த அவர் திருப்பெருந்துறையை அடைந்தபோது, யாரோ ஒருவர் சிவபெருமானின் பெயரை உச்சரித்துக் கொண்டிருப்பதை கேட்டார்.

மேலும் அவரிடமிருந்த ஏதோ ஒரு சுமை குறைந்து வருவது போல உணர்ந்தார். எனவே சிவபெருமானின் திருநாமத்தை உச்சரிப்பவரைக் காண விரைந்து சென்றார், உடனடியாக அவரால் ஈர்க்கப்பட்டார், பல நாட்களாகத் தேடிக்கொண்டிருந்த குருநாதர் இவரே என்றெண்ணி அவரைத் தனது குருவாக ஏற்றுக்கொள்ள முடிவு செய்தார். அவர் தனது குருவின் காலடியில் விழுந்து, உடனடியாக சிவபெருமானைப் புகழ்ந்து கவிதைகளைப் பாடத் தொடங்கினார். அந்தக் கவிதைகள் பிற்காலத்தில் திருவாசகம் என்று அழைக்கப்பட்டது. குருநாதர் மாணிக்கவாசகரை ஒரு கோவில் கட்டச் சொன்னார். அந்த வேண்டுகோளை உடனடியாக ஏற்றுக்கொண்ட மாணிக்கவாசகர் தனது கடமையை முற்றிலுமாக மறந்து, தன்னிடம் இருந்த அனைத்து பொன், பொருள், பணம் என முழுவதையும் கோவில் கட்டுவதற்காகப் பயன்படுத்திக் கொண்டார். ஒருபோதும் அரசரிடம் திரும்பிச் செல்லவில்லை. இருப்பினும், தாம் குதிரைகள் வாங்க வந்திருக்கிறோம் என்பதை முற்றிலும் மறந்து, சிவபெருமானை வழிபடுவதில் மும்முரமாக மாணிக்கவாசகர் ஈடுபட்டிருப்பதை அரசவைப் பணியாளர்கள்மூலம் அறிந்துகொண்ட பாண்டிய மன்னர், தனது வீரர்களில் சிலரை அனுப்பி அவரைப் பிடித்து வரும்படி கட்டளையிட்டார். அதன்படி வீரர்கள் மாணிக்கவாசகரைப் பிடித்து மதுரைக்கு அழைத்து வந்தனர். மாணிக்கவாசகர் தனக்கு உதவுமாறு சிவபெருமானிடம் கெஞ்சினார், பிரார்த்தனை செய்தார். ஆனால் எதுவும் நடக்கவில்லை.

மன்னர் அவரைச் சிறையில் அடைத்தார். ஆனால் குதிரைகள் விரைவில் வந்து சேரும் என்று துறவியாக மாறியிருந்த மாணிக்கவாசகர் உறுதியளித்தார். அவர் வாக்களித்தபடி நிச்சயமாகக் குதிரைகள் வந்து சேர்ந்தன. ஆனால் மறுநாள் இரவு அவை அனைத்தும் நரிகளாக மாறி அங்கும் இங்கும் ஓடத் தொடங்கின. இச்செய்தியைக் கேட்ட மன்னர் எல்லையே இல்லாத அளவிற்கு கோபம் கொண்டார். மாணிக்கவாசகரை தண்டிக்க விரும்பிய மன்னர் அரிமர்த்தன பாண்டியன் தண்ணீரிலிருந்து வெகுதொலைவில் இருந்த வைகை ஆற்றின் சூடான மணலில் நிற்கும்படி அவரிடம் கூறினார். அங்கு மீண்டும் ஒரு அதிசயம் நிகழ்ந்தது. மாணிக்கவாசகரின் துயரத்தைப் போக்க எண்ணிய சிவபெருமான், வைகையாற்றில் வெள்ளம் பெருகுமாறு செய்தார். இறைவனின் திருவருளால் வைகை நதி நிரம்பி வழியத் தொடங்கியது, முதலில் துறவியின் கால்களை நனைத்து குளிர்விக்கத் தொடங்கியது, பின்னர் மதுரை மாநகரத்தை வெள்ளத்தில் மூழ்கடித்தது; பெரு வெள்ளத்தைக்

கண்டு அஞ்சிய மக்கள், மன்னரிடம் சென்று முறையிட்டனர். பாண்டிய மன்னரும், ஆற்று வெள்ளத்தை தணிக்க எண்ணி, பொன், பட்டு முதலிய அணிகலன்களை ஆற்றுத் தண்ணீரில் விட்டுப் பிரார்த்தனை செய்தார். ஆனால் வெள்ளம் மேலும் பெருகியது. வெள்ளம் சிறிதும் குறையாதது கண்ட மன்னர் துறவியாகிய மாணிக்கவாசகரைத் துன்புறுத்தியதன் விளைவுதான் இது என்று தனது தவறை உணர்ந்து உடனடியாக துறவியை மன்னித்தார், தண்டனையிலிருந்து அவரை விடுவித்தார், மதுரை மாநகரை இவ்வெள்ள நீர் அழிக்காதவாறு தாங்கள் தான் காப்பாற்ற வேண்டும் என்று அவரிடம் வேண்டிக் கொண்டார். மாணிக்கவாசகரும் இறைவன் சிவபெருமானிடம் பிரார்த்தனை செய்தார். வெள்ளத்தின் வேகம் சிறிதளவு குறைந்தது. இருப்பினும், முற்றிலுமாகக் குறையவில்லை. அதனைக்கண்ட பாண்டிய அரசர், மக்கள் அனைவரும் ஒன்றுசேர்ந்து ஆற்றின் கரையை அடைக்க வேண்டும் என ஆணையிட்டார். அரசரின் ஆணையை அரசவைக் காவலர்கள் உடனடியாக ஊர் முழுவதும் முரசறைந்து அறிவித்தனர்.

மதுரை மாநகரில் வந்தி என்கின்ற மூதாட்டி ஒருவர் பிட்டு விற்று வாழ்க்கை நடத்தி வந்தார்; அவர் ஒரு மிகச் சிறந்த சிவ பக்தர். அவர் வயது முதிர்ந்த மூதாட்டி ஆதலால் அவர் பங்கிற்கு ஆற்றின் கரையை அடைக்க ஆள் கிடைக்காமல் வருந்தினார். இறைவன் சிவபெருமான் மீது அன்பு செலுத்தி நாள்தோறும் தவறாமல் பிரார்த்தனை செய்து வந்த அந்த மூதாட்டியின் துன்பத்தைத் தவிர்க்க நினைத்த இறைவன் சிவபெருமான் ஒரு கூலி ஆள்போல அவர் முன் தோன்றினார். `யாரேனும் கூலி கொடுத்தால், நான் வேலை செய்யத் தயாராக இருக்கிறேன் என்று கூறிக்கொண்டே அந்த மூதாட்டியின் அருகில் வந்த கூலிப்பணியாளனைக் கண்ட மூதாட்டி வந்தி மனமகிழ்ந்து, 'நீ எனக்குக் கூலியாளாக வரவேண்டும், அவ்வாறு வந்து எனக்குரிய ஆற்றின் கரையை அடைத்துத் தருவாயானால், நான் விற்கும் பிட்டைக் கூலியாகத் தருகிறேன்' என்று கூறினார். அதற்குச் சம்மதம் தெரிவித்த அந்தக் கூலியாள் வடிவில் வந்திருந்த சிவபெருமான் அவள் கொடுத்த பிட்டை வாங்கி உண்டு மகிழ்ந்தார். பின்னர் என் பசி சிறிது தீர்ந்தது, இனி ஆற்றின் கரையை அடைத்துவிட்டு வருகிறேன் என்று கிளம்பினார். வேலையைத் தொடங்கிய மூதாட்டியின் வேலையாள் சிறிதளவு மண்ணை வெட்டி எடுத்துச் சென்று ஆற்றின் கரையில் கொட்டிவிட்டுக் களைப்படைந்தவன் போல ஓய்வு எடுத்துக் கொள்வதும், மூதாட்டி அளித்த பிட்டை உண்பதும், ஆடுவதும் பாடுவதும் எனப்

பொழுதைப் போக்கிக்கொண்டிருந்தான். வேலை செய்து களைத்தவன் போல மண் அள்ளும் கூடையைத் தலையணையாக வைத்து உறங்கவும் செய்தான். ஆற்றின் கரை அடைபட்டதா என்பதைப் பார்வையிட வந்த மன்னரிடம் காவலர்கள், ஊரில் உள்ள அனைவரும் தத்தம் பங்கிற்கான கரையை அடைத்து முடித்துவிட்டனர், ஆனால் பிட்டு விற்கும் வந்தியென்னும் கிழவியின் பங்கு மட்டும் அடைபடாமல் கிடக்கிறது, அந்தக் கிழவிக்கு வேலை செய்வதற்காகக் கூலியாளாக வந்த ஒருவன் சரிவரத் தன் வேலையைச் செய்யாமல் பொழுதைக் கழித்துக்கொண்டிருக்கிறான், அதனால் அப்பகுதி மட்டும் சரியாக அடைபடாததால் அது மற்றவர் ஏற்கனவே அடைத்துவிட்ட ஆற்றின் கரையையும் சேர்த்து கரைக்கிறது என்று கூறினர். உடனே அப்பகுதிக்கு விரைந்து வந்த பாண்டிய மன்னர் அந்தக் கூலியாளை அழைத்து வரச்செய்து தன்னுடைய கைப்பிரம்பால் அவரது முதுகில் ஒரு அடி கொடுத்தார். அப்போது கூலியாளாக வந்திருந்த சிவபெருமான் ஒருகூடை மண்ணை ஆற்றின் கரையில் கொட்டிவிட்டு மறைந்தார். ஆற்றின் கரையும் உடனடியாக அடைபட்டுவிட்டது. பாண்டிய மன்னர் அந்தக் கூலியாள் முதுகில் அடித்த அப்பிரம்படி அவர் மற்றும் பாண்டிய நாட்டு அரசி, அமைச்சர்கள், காவலாளர்கள், மதுரை மாநகர மக்கள், விலங்குகள், பறவைகள், செடிகொடிகள் என்று இந்த உலகத்திலிருக்கும் அனைத்து உயிரினங்களின் மீதும் பட்டது. தான் அடித்த அடி தன் மீதும் பட்டதைக் கண்டு பாண்டிய மன்னர் திகைத்தார். அவர் செய்த குற்றத்தை உணர்த்தும்படி, 'பாண்டிய மன்னா! மாணிக்கவாசகரின் பெருமையை மற்றவர்களுக்கு அறிவிப்பதற்காக இந்த அதிசயத்தை நான் நிகழ்த்தினேன். இதனை அறியாது நீ கோபம் கொண்டாய்' என்று வானத்தில் ஒரு குரல் அசரீரியாகக் கேட்டது. இறைவன் சிவபெருமான் தனது பக்தருக்காக (வந்தி எனும் மூதாட்டி) கூலியாளாக வந்து அருள்புரிந்ததை எண்ணி மாணிக்கவாசகர் ஆச்சரியப்பட்டார். பாண்டிய மன்னர் தான் செய்த குற்றத்தை உணர்ந்து மாணிக்கவாசகரிடம் மன்னிப்புக் கேட்டார். மேலும் 'தாங்கள் எனக்கு அமைச்சராக இருந்ததால் தான் என்னால் இன்று இறைவன் சிவபெருமானின் பெருமையை நன்கறிந்துகொள்ள முடிந்தது. புனிதமான உங்களுக்குத் தண்டனை வழங்கித் தவறு செய்துவிட்டேன், நீங்கள் என்னை மன்னிக்க வேண்டும், மேலும் இந்த அரசர் பதவியை ஏற்றுக்கொள்ள வேண்டும்', என்று கேட்டுக்கொண்டார். மாணிக்கவாசகருக்கு அந்த ஆசை சிறிதும் இல்லாததால் மன்னரிடம் அன்பு செலுத்தி அவரைத் தம்

அரண்மனைக்குச் செல்லுமாறு கூறினார். இந்த சம்பவத்திற்குப் பிறகு மாணிக்கவாசகருக்கு மதுரையில் தங்கும் எண்ணம் சிறிதளவும் இல்லை. பாண்டிய மன்னரிடம் இருந்து விடைபெற்று, பல்வேறு சிவாலயங்களுக்குச் சென்று இறைவன் சிவபெருமானின் பெருமையைப் பாட வேண்டும் என்று அவர் விரும்பினார்.

சிவபெருமான் நிகழ்த்திய அதிசயங்களை நினைத்து மகிழ்ந்த மாணிக்கவாசகர் *திருப்பெருந்துறை, உத்திரக் கோசமங்கை, திருவாரூர், திருவிடைமருதூர், திருவண்ணாமலை, காஞ்சிபுரம், திருக்கழுக்குன்றம்* ஆகிய இடங்களில் உள்ள சிவன் கோயில்களுக்குச் சென்று தரிசிக்க முடிவு செய்தார், இறுதியாக பெரிய இடமான சிதம்பரத்தை அடைந்தார். அவர் தொடர்ந்து இறைவன் சிவபெருமானைப் புகழ்ந்து பாடினார். இந்த நாட்களில் '***நமச்சிவாய வாழ்க! நாதன் தாள் வாழ்க!***' என்று தொடங்கும் *சிவபுராணம், அற்புதப்பத்து, அதிசயப்பத்து, குழைத்தபத்து, சென்னிப்பத்து, ஆசைப்பத்து, வாழாப்பத்து, அடைக்கலப்பத்து, செத்திலாப்பத்து, புணர்ச்சிப்பத்து, அருட்பத்து, திருவார்த்தை, எண்ணப்பதிகம், திருவெண்பா, திருப்பள்ளியெழுச்சி, திருவேசறவு, ஆனந்தமாலை, உயிருண்ணிப்பத்து, பிரார்த்தனைப்பத்து, திருப்பாண்டிப் பதிகம், திருச்சதகம், நீத்தல் விண்ணப்பம், திருப்புலம்பல், பிடித்தபத்து, திருவெம்பாவை, திருவம்மானை, திருக்கழுக்குன்றப் பதிகம்* முதலிய பல்வேறு பாடல்களை அவர் பாடினார்.

சிதம்பரத்தில் இருக்கும் ஆனந்த நடராசப் பெருமானை உளம் நெகிழ்ந்து வணங்கிய அவர் பேரானந்தம் அடைந்து '***இந்திரிய வயமயங்கி இறப்பதற்கே காரணமாய்***' என்று தொடங்கும் '*கண்ட பத்து*' என்னும் பாடல்களை பாடினார். பின்னர் *குலாப்பத்து, கோயில் திருப்பதிகம், கோயில் மூத்த திருப்பதிகம், கீர்த்தித் திருவகவல், திருவண்டப்பகுதி, போற்றித் திருவகவல், திருப்பொற்சுண்ணம், திருத்தெள்ளேணம், திருவுந்தியார், திருத்தோள் நோக்கம், திருப்பூவல்லி, திருப்பொன்னூசல், அன்னைப்பத்து, திருக்கோத்தும்பி, குயில்பத்து, திருத்தசாங்கம், அச்சப்பத்து* என மேலும் பல பாடல்களை பாடினார்.

இந்திரிய வயமயங்கி இறப்பதற்கே காரணமாய்
அந்தரமே திரிந்துபோய் அருநரகில் வீழ்வேற்குச்
சிந்தைதனைத் தெளிவித்துச் சிவமாக்கி எனையாண்ட
அந்தமிலா ஆனந்தம் அணிகொள்தில்லை கண்டேனே!

பொறிகளின் வயப்பட்டு மயக்கமடைந்து அழிவதற்கே காரணமாகிப் பல புவனங்களிலும் அலைந்து சென்று, கடத்தற்கருமையான நரகத்தில் வீழ்வேனாகிய எனக்கு, மனத்தைத் தூய்மையாக்கிச் சிவத்தன்மையை வெளிப்படுத்தி என்னை ஆண்டருளிய, முடிவில்லாத ஆனந்த மூர்த்தியை அழகிய தில்லையம்பலத்தில் கண்டேன்.

அச்சமயம் அங்கு மீண்டும் ஒரு அதிசயம் நிகழ்ந்தது.

'சேக்கிழார், என்ன, மீண்டும் ஒரு அதிசயமா, அது என்ன? நான் அதைப் பற்றித் தெரிந்துகொள்ள மிகவும் ஆவலாக இருக்கிறேன்.'

'மாணிக்கவாசகர் சிதம்பரத்தில் நிரந்தரமாகத் தங்க முடிவு செய்தார். அதனால் கிழக்குத்திசையில் ஒரு குடிலை அமைத்து அங்கு அவர் தங்கியிருந்தார்.'

இந்த காலகட்டத்தில் இறைவன் சிவபெருமான் மீது மிகுந்த பக்தி கொண்டு *'செம்பொன்னம்பலம், திருவம்பலம், திருச்சிற்றம்பலம்'* என்று இடைவிடாது சொல்லிக் கொண்டிருக்கும் இயல்பு உடைய சிவனடியார் ஒருவர் சிதம்பரத்திலிருந்து ஈழ நாட்டிற்குச் சென்றிருக்கிறார். ஈழ நாட்டில் புத்த சமயம் மேலோங்கியிருந்ததால் இந்த அடியாரின் இயல்பைக் கண்ட சிலர் அவரது விசித்திரமான செயலைப் பற்றி ஈழத்தை ஆண்ட அரசரிடம் சென்று கூறினர். அச்சிவனடியாரை உடனடியாக அரண்மனைக்கு அழைத்து வருமாறு அரசர் கட்டளையிட்டார். அரசர் புத்த மதத்தை தழுவி இருந்தார். அரசரின் கட்டளையை ஏற்று அரண்மனைக்குச் சென்ற சிவனடியார் 'செம்பொன்னம்பலம், திருவம்பலம், திருச்சிற்றம்பலம்' என்று இடைவிடாது சொல்லிக்கொண்டிருப்பதை பார்த்து வியந்த அரசர், தாங்கள் இடைவிடாமல் சொல்லிக் கொண்டே இருக்கும் இந்த சொற்களுக்கு என்ன அர்த்தம் என வினவினார். அதற்கு அந்தச் சிவனடியார், *'இந்த சொற்கள் நம் இறைவன் சிவபெருமானின் பெயர்கள், உள்ளன்போடு இந்த சொற்களை ஒருமுறை சொன்னால் கூடப் போதும் மாபெரும் நன்மை உண்டாகும்'* என்று அந்தச் சொற்களின் சிறப்புகளையும், தில்லைச் சிதம்பரத்தில் அருள்பாலிக்கும் சிவபெருமானின் பெருமைகளையும் எடுத்துக் கூறினார். இதைக் கேட்ட அங்கிருந்த புத்தமத குரு கடுங்கோபம் கொண்டு, *'திரிபிடகம் அருளிய எங்கள் புத்தரைத் தவிர வேறு கடவுள் எவரும் இல்லை; இன்றே நான் சிதம்பரத்திற்குச் சென்று புத்தரே கடவுள் என்று நிரூபிக்கிறேன்'* என்று சூளுரைத்தார். ஈழ நாட்டு அரசரும் தன் ஊமைப் பெண்ணைத் தன்னுடன் அழைத்துக்

கொண்டு சிதம்பரத்திற்குப் புறப்பட்டார். சிதம்பரத்தை அடைந்த ஈழ நாட்டு அரசர், அவரது ஊமைப்பெண், புத்தமத குரு மற்றும் அவருடன் வந்திருந்த அனைவரும் கோவில் மண்டபம் ஒன்றில் அமர்ந்தனர். அவர்களைப் பற்றி விசாரித்த அங்கிருந்த கோவில் காப்பாளர், *'இது சைவ சமயத்தைச் சார்ந்த கோவில், இங்கு மற்ற சமயத்தைச் சேர்ந்தவர்கள் தங்குவதற்கு அனுமதி இல்லை'* என்று கூறினார். அதனைக் கேட்ட புத்த மதகுரு, *'நாங்கள் உங்கள் சைவ சமயத்தை வென்று, எங்கள் புத்த மதத்தை இங்கு நிலைநாட்ட வந்திருக்கிறோம், உங்கள் சமயத்தில் கற்றறிந்த அந்தணர் எவரேனும் இருந்தால் உடனடியாக அழைத்து வாருங்கள்'* என்று அவர் வாதத்திற்கு அழைத்தார். அச்செய்தியை அறிந்த தில்லையில் வாழ்ந்த அந்தணர்கள் சோழ மன்னருக்குத் தெரிவித்தனர். அன்றிரவு, சோழமன்னர் உட்பட தில்லைவாழ் அந்தணர்கள் அனைவரும், புத்த மதகுருவை எவ்வாறு வெல்வது என்ற கவலையுடன், இறைவன் சிவபெருமானை மனதில் எண்ணி வணங்கிவிட்டு தூங்கச் சென்றனர். அந்தணர்களின் கனவில் தோன்றிய தில்லை அம்பலவாணன் நடராசப் பெருமான், *'நம் அடியவனாகிய மாணிக்கவாசகரை அழைத்து இந்த புத்த மதகுருவோடு வாதிடச் செய்யுங்கள், அவர் வாதத்தில் வெற்றி பெறுவார், கவலை வேண்டாம்'* என்று தெரிவித்தார். மறுநாள் தாம் கண்ட கனவை ஒவ்வொருவரும் ஒருவருக்கொருவர் சொல்லிக் கொண்டு இறைவன் சிவபெருமானின் அற்புதத்தை எண்ணி வியந்தனர். பின்னர் மாணிக்கவாசகரிடம் சென்று *'அடிகளே! நம் சைவ சமயத்தை அழித்து, புத்த மதத்தை இங்கு நிலைநாட்டும் எண்ணத்துடன் ஈழநாட்டு மன்னரும், புத்த மதகுருவும் வந்துள்ளனர். தாங்கள் வந்து அவர்களை வாதில் வென்று நம் சைவ சமயத்தை நிலைநிறுத்த வேண்டும்'* என்று கூறினர். மேலும் அவர்கள் அனைவரும் கண்ட ஒரே மாதிரியான கனவைப் பற்றியும் தெரிவித்தனர். மாணிக்கவாசகர் அதற்கு உடன்பட்டு, அவர்களோடு சேர்ந்து ஆனந்தக் கூத்தனாகிய இறைவன் தில்லை நடராசப் பெருமானை வணங்கினார், பின்னர் அந்த புத்த மதகுரு இருந்த மண்டபத்திற்குச் சென்றார். சைவ சமயத்தை அழிக்கும் தவறான நோக்கத்துடன் வந்திருந்த அவர்களைத் தீயவர்கள் எனக் கருதிய மாணிக்கவாசகர் அவர்களுக்கெதிரே ஒரு திரையைப் போடச் செய்து தான் மறு பக்கத்தில் அமர்ந்தார். சோழ மன்னரும் மற்ற தில்லைவாழ் அந்தணர்களும் மற்றும் இந்தச் செய்தியைக் கேள்விப்பட்ட மக்கள் பலரும் அந்த மண்டபத்தில் கூடியிருந்தனர். சோழ மன்னர், மாணிக்கவாசகரிடம், *'புத்தர்களை வாதில் வென்று நம் சைவ சமயத்தை நிலைநாட்ட வேண்டியது உங்கள் கடமை,*

தோல்வியுறும் புத்தர்களைத் தண்டிப்பது என் கடமை' என்று கூறினார். வெற்றி நமதே என்று சோழ மன்னரிடம் உறுதி கூறிய மாணிக்கவாசகர் பின்னர் அந்த புத்த மதகுருவிடம் *'தாங்கள் இங்கு வந்த காரியம் என்ன?'* என்று வாதத்தைத் தொடங்கினார். வாதம் தொடர்ந்து நடைபெற்றது. மாணிக்கவாசகர் சைவ சமயத்தின் பெருமைகளையும் இறைவன் சிவபெருமானைப் பற்றிய பல உண்மைகளையும் எடுத்துக் கூறினாலும் அவை புத்த மதகுருவின் செவிகளில் ஏறவில்லை. பல்வேறு கேள்விகளை அவர் கேட்டுக்கொண்டே இருந்தார். மாணிக்கவாசகர் கூறிய கருத்துக்களுக்குப் பதில் வாதம் செய்ய முடியாமல் திணறிய அவர் வேறு வழியின்றி, சிவபெருமானைப் பற்றி அவதூறாகப் பேசத் தொடங்கினார். அதைக் கண்ட மாணிக்கவாசகர் கலைமகள் சரசுவதி தேவியை வணங்கி *'சிவபெருமானைப் பற்றி அவதூறாகப் பேசுபவர்களின் நாவில் நீ இருத்தல் தகுமோ? இவர்கள் நாவைவிட்டு அகல்வாயாக; இது நம் இறைவன் சிவபெருமானின் மீது ஆணை'* என்று கூறினார். உடனடியாகப் புத்த மதகுருவும், அவருடன் வந்திருந்த அனைவரும் ஊமைகளாயினர். இதையெல்லாம் பார்த்துக்கொண்டிருந்த ஈழ நாட்டு மன்னர் ஆச்சரியப்பட்டார், மாணிக்கவாசகரை வணங்கி *'அடிகளே என் மகள், பிறவி முதல் ஊமையாக இருக்கின்றாள். பேசக் கூடியவர்களாகிய புத்த குருமார்களை எல்லாம் பேசாமல் இருக்கச் செய்த நீங்கள், வாய் பேச முடியாமல் இருக்கும் எனது மகளைப் பேசும்படி செய்தால் நான் தங்களுக்கு அடிமையாவேன்'* என்று தெரிவித்தார். மாணிக்கவாசகர் அதற்குச் சம்மதம் தெரிவித்து அந்தப் பெண்ணை வரவழைத்து அனைவருக்கும் முன் அமரச் செய்தார். பின்னர் அந்தப் புத்த மதகுரு கேட்ட கேள்விகளுக்கெல்லாம் விடை அளிக்குமாறு அப்பெண்ணிடம் கூறினார். புத்த மதகுருவின் வினாக்களை மாணிக்கவாசகர் தாமே அப்பெண்ணிடம் கேட்க அந்தப் பெண்ணும் அனைத்து வினாக்களுக்கும் தக்க விடை அளித்தாள். பிறவி ஊமைப்பெண் பேசியதைக் கண்ணுற்ற அனைவரும் வியந்தனர். பெரும் மகிழ்ச்சி அடைந்த ஈழ நாட்டு அரசர் மாணிக்கவாசகரை வணங்கிச் சைவ சமயத்தில் சேர்ந்தார். அந்த வினா-விடைகள் *'திருச்சாழல்'* என்ற திருப்பதிகமாக அமைந்தது. அங்கிருந்த அனைவரும் மாணிக்கவாசகப் பெருமானைப் போற்றினார்கள். ஈழநாட்டு அரசர் புத்த மதகுருவையும், மற்றவர்களையும் மன்னித்து அவர்களுக்குப் பேசும் திறன் வர அருள் செய்ய வேண்டும் என்று மாணிக்கவாசகரிடம் வேண்டினார். அவ்வேண்டுகோளை ஏற்றுக்கொண்ட மாணிக்கவாசகர் அவர்களை மன்னித்து

அருளும்படி சிவபெருமானிடம் பிரார்த்தனை செய்தார். உடனடியாக அனைவரும் பேசும் திறம் பெற்று மாணிக்கவாசகரை வணங்கித் தாங்கள் செய்த குற்றத்திற்காக வருந்தி மன்னிப்பு கேட்டனர். புத்த மதகுருவும் அவருடன் வந்திருந்த அனைவரும் சைவ சமயத்திற்கு மாறினர். மாணிக்கவாசகர் திருக்கோவிலுக்குள் சென்று தில்லை நடராசப் பெருமானை வணங்கி விட்டுத் தம் குடிலுக்குச் சென்றார். இறைவன் சிவபெருமான் நிகழ்த்திய அற்புதத்தை எண்ணி மகிழ்ந்த அவர் *திருப்படையாட்சி, திருப்படையெழுச்சி, அச்சோப் பதிகம், யாத்திரைப்பத்து* என்ற பாடல்களை பாடினார்.

ஒரு நாள் அந்தணர் ஒருவர் மாணிக்கவாசகரிடம் வந்தார். அவரை வரவேற்று வணங்கிய மாணிக்கவாசகர் 'தாங்கள் யார்? எங்கிருந்து வருகிறீர்கள்?' என்று கேட்டார். அதற்கு அந்த அந்தணர் தான் பாண்டிய நாட்டைச் சேர்ந்தவரென்றும், சிவபெருமான் மாணிக்கவாசகருக்காக நிகழ்த்திய பல அற்புத செயல்கள் உலகமெங்கும் பரவியுள்ளது என்றும் வியந்து கூறி, மாணிக்கவாசகர் பல்வேறு சந்தர்ப்பங்களில், பல்வேறு சிவாலயங்களில் பாடிய பாடல்கள் அனைத்தையும் கேட்கத் தாம் ஆவலோடு வந்திருப்பதாக சொன்னார். மாணிக்கவாசகரும் அந்த அந்தணரைத் தம் அருகில் அமரச் செய்து 'நான் சொல்கிறேன், நீங்கள் அவற்றை எழுத வேண்டும்' என்று கேட்டுக் கொண்டார். அதற்கு ஒப்புக்கொண்ட அந்தணர், மாணிக்கவாசகர் பலநாட்களாகப் பாடிய பாடல்கள் அனைத்தையும் எழுதி முடித்து இறுதியில் திருச்சிற்றம்பல நடராச பெருமான் மீது ஒரு கோவைப் பிரபந்தம் பாட வேண்டும் என்று வேண்டினார். அவ்வேண்டுகோளை ஏற்றுக்கொண்ட மாணிக்கவாசகர் 'திருக்கோவையார்' என்ற பாடல்களைப் பாடினார். இந்தப் பாடல்களையும் எழுதி முடித்தவுடன் அந்த அந்தணர் மறைந்துவிட்டார். அதனைக் கண்ட மாணிக்கவாசகர் அந்தணர் வடிவில் வந்திருந்தது இறைவன் சிவபெருமானே என்று எண்ணி பேரானந்தம் அடைந்தார். மறுநாள் காலையில் இறைவனுக்குப் பூசை செய்ய வந்த அர்ச்சகர் கோவில் வாசற்படியில் நூல் ஒன்று இருப்பதைக்கண்டு வியந்தார். கடவுள் தனக்கு கொடுத்த பரிசு என்று நினைத்து அன்புணர்வோடு அந்த நூலை எடுத்துப் பிரித்துப் பார்த்துப் படித்த அவர் ஆச்சரியப்பட்டார். பல்வேறு கவிதைகளடங்கிய அந்த நூலின் முடிவில், இறுதிப்பக்கத்தில் ***'மாணிக்கவாசகர் சொற்படி திருச்சிற்றம்பலமுடையான் கையெழுத்து' (அதாவது, 'மாணிக்கவாசகர் கூறியது போல் கடவுளால் எழுதப்பட்டது')*** என்று எழுதி இருந்ததைப் பார்த்து உடல் சிலிர்த்தார். மற்ற

அந்தணர்களுக்கு இந்தச் செய்தியைத் தெரிவித்துவிட்டு உடனடியாக மாணிக்கவாசகர் தங்கியிருந்த குடிலுக்குச் சென்று அவரை வணங்கினார். கோவில் வாசற்படியில் இந்நூல் இறைவனால் வைக்கப்பட்டிருந்த நிகழ்ச்சியை அவரிடம் தெரிவித்தார். மாணிக்கவாசகர் தாம் பாடிய திருவாசகத்தையும் திருக்கோவையையும் அந்தணர் வடிவில் வந்து தம் கையால் எழுதிய இறைவன் சிவபெருமான் அந்த பாடல்களை உலகறியச் செய்ய வேண்டி நூலின் முடிவில், **'திருச்சிற்றம்பலமுடையான் கையெழுத்து'**, (அதாவது, 'கடவுளால் எழுதப்பட்டது') எனக் கையொப்பமிட்டு தில்லைச் சிதம்பர நடராசர் கோவில் வாசற்படியிலே வைத்திருக்கிறார் என்றெண்ணி மனம் மகிழ்ந்தார். அங்குக் கூடியிருந்த அந்தணர்கள் அனைவரும் இந்நூலின் பொருளை மாணிக்கவாசகரே விளக்க வேண்டும் என்று கேட்டுக் கொண்டனர். அதற்கு மாணிக்கவாசகர் இதன் பொருளைத் தில்லைச் சிதம்பரத்தில் வந்து தெரிவிக்கின்றேன் என்று சொல்லி அவர்களை அழைத்துக்கொண்டு நடராசப்பெருமான் கோவிலுக்குச் சென்றார். பின்னர், இறைவனை அணுகி *'இந்தக் கவிதைகளின் பொருள் இங்கு எழுந்தருளியுள்ள இந்த ஆனந்தக் கூத்தப்பெருமானே ஆவார்'* என்று அறிவித்து அங்கு வீற்றிருந்த நடனமாடும் கடவுளாகிய நடராசப்பெருமானை சுட்டிக்காட்டினார். அனைவரும் அவர் பாடுவதைக் கேட்டனர்.

'இறைவன் கருணை கொண்டு' தாமே இறங்கி வந்து எனது கவிதைகளைத் தனக்குச் சொந்தமாக்கிக் கொண்டார்.

எனவே இனிமேல் நான் எந்த மனிதனுக்கும் முன்பாகத் தலை வணங்கமாட்டேன், ஆனால் இறைவன் சிவபெருமானுக்கு மட்டுமே நான் பயப்படுகிறேன்,

இப்போது அவருடைய சேவகர்களுக்குச் சேவகனாக நான் அந்தப் புனிதமான கூட்டத்தில் சேர்ந்தேன்,

மேலும் மேலும் நடனம் மற்றும் பாடலுடன் பேரானந்தத்தில் குளிப்பேன்'

என்று மகிழ்ச்சியுடன் பாடிக்கொண்டே நடராசப்பெருமான் சந்நிதிக்குள் சென்று எல்லோரும் காண மறைந்து விட்டார்.

இந்த அற்புத நிகழ்ச்சியைக் கண்ட அனைவரும் வியந்தனர். தில்லை நடராசப்பெருமான் தம்மோடு இரண்டறக் கலக்கும் பேரின்பத்தை மாணிக்கவாசகருக்குக் கொடுத்தார் என்று கூறிய அவர்கள், மேலும் இறைவன் சிவபெருமானின் திருவருளைப் பெறுவதற்குரிய நூல்களில் இந்த **"திருவாசகமும்**

திருக்கோவையும்" முதன்மையானவை என்று புகழ்ந்து பேசினார்கள்.

மாபெரும் துறவி மாணிக்கவாசகர் காணாமல் போனதை அறிந்த பாண்டிய இராச்சியத்தில் உள்ள ஒவ்வொருவரும் கதறி அழுதனர். சிதம்பரத்தில் இருந்த அர்ச்சகர்கள் அப்பர் மற்றும் ஞானசம்பந்தரின் படைப்புகளுடன் சேர்த்து மாணிக்கவாசகரின் படைப்புகளையும் பாதுகாக்க முடிவு செய்தனர். ஆனால் விரைவில் மற்றொரு மகானின் புனிதக் கவிதைகளையும் சேகரிக்க வேண்டியிருக்கும் என்று அவர்கள் ஒருபோதும் எதிர்பார்க்கவில்லை. அவர் பெயர் சுந்தரர். அவரது வாழ்க்கை ஒரு விசித்திரமான கதை. அவர் ஒரு அரசரால் தத்தெடுக்கப்பட்ட இளைஞன். அவருக்கு ஒரு அழகான பெண்ணுடன் திருமணம் ஏற்பாடு செய்யப்பட்டிருந்த நிலையில் ஒரு விசித்திரமான சம்பவம் நிகழ்ந்தது. அதனால் அவர் தமது திருமணத்தைக் கைவிட வேண்டியிருந்தது. அப்பர் தனது சகோதரியின் மூலமும் மாணிக்கவாசகர் குதிரைகள் வாங்கச் சென்ற போதும் சைவ சமய மகான்களாக மாறினர் என்றால், சுந்தரரின் வாழ்க்கை அவரது திருமணத்திற்குச் சற்று முன்பு எதிர்பாராத ஒரு திருப்பத்தைச் சந்தித்தது.

சுந்தரர் திருமுனைப்பாடி நாட்டிலே, திருநாவலூரில் ஆதி சைவர் குலத்தைச் சேர்ந்த சடையார் மற்றும் இசைஞானியாருக்குப் பிறந்த ஒரு அழகான குழந்தை. அவரது இயற்பெயர் நம்பியாரூரன். ஒரு நாள் அவர் தனது வீட்டிற்கு வெளியே விளையாடிக் கொண்டிருந்தபோது, திருமுனைப்பாடி நாட்டுக்கு அரசராகிய நரசிங்கமுனையர் அழகான அந்தக் குழந்தையைக் கண்டார். அழகு மிகுந்த அந்தக் குழந்தையின் மேல் ஆசைகொண்ட அவர் சடையாரிடம் சென்று இந்தக் குழந்தையை நான் தத்தெடுத்துக்கொள்ள விரும்புகிறேன், அரண்மனைக்கு அழைத்துச்சென்று அனைத்துக் கலைகளையும், வேதங்களையும் கற்றுத் தந்து ஒரு சிறந்த இளைஞனாக இவனை வளர்ப்பேன் என்று கேட்டுக்கொண்டார். சடையார் மகிழ்ச்சியுடன் இதற்குச் சம்மதம் தெரிவித்தார். அரண்மனையில் இளவரசனைப் போல வாழத் தொடங்கிய நம்பியாரூரன் அனைத்து கலைகளிலும் தேர்ச்சி பெற்றார். இளம் வயதினராகவும், படித்தவராகவும் வளர்ந்து வந்த அவர் திருமணப் பருவம் அடைந்தபோது, குணநலன்கள் மிகுந்த சதங்கவி சிவாச்சாரியாரின் மகளை அவர் திருமணம் செய்து கொள்ள வேண்டும் என்று அவரது தந்தை சடையார் விரும்பினார். அதன்படி நிச்சயம் செய்து நல்ல நாள் பார்த்துத்

திருமணம் ஏற்பாடு செய்யப்பட்டது. உற்றார் உறவினர்கள் மற்றும் பெரியவர்கள் முன்னிலையில் மணமகனும் மணமகளும் மாலைகளைப் பரிமாறிக்கொள்ளத் தயாராக இருந்தபோது, ஒரு விசித்திரமான சம்பவம் நடந்தது. எங்கிருந்தோ ஒரு முதியவர் நெற்றியிலே திருநீற்றைப் பூசிக்கொண்டு கழுத்திலே உருத்திராசமாலை மற்றும் கையில் ஒரு தடியுடன் தோன்றினார், அவர் சுந்தரர் தனது அடிமை என்று கூறினார், அவர் சுந்தரருடைய பாட்டனார் எழுதிக் கொடுத்ததாகச் சொல்லப்பட்ட ஒரு ஓலையை எழுத்துப்பூர்வமான ஆதாரமாகக் காட்டினார். எனக்கும் அவருக்கும் ஒரு பெரும் வழக்கு இருக்கிறது, இந்த வழக்கு முடிந்தபிறகு தான் திருமணம் நடக்க வேண்டும் என்று கூறி திருமணத்தைத் தடுத்தார். இந்தக் குற்றச்சாட்டால் அதிர்ச்சியடைந்த சுந்தரருக்கு, இந்த முதியவரைப் பின்தொடர்ந்து திருவெண்ணெய்நல்லூர் என்ற மற்றொரு கிராமத்திற்குச் செல்வதைத் தவிர வேறு வழியில்லை. இந்த முதியவருடன் பேசும்போது, சுந்தரர் அவரைப் பித்தன் என்றும் பைத்தியம் என்றும் அழைத்தார். திருவெண்ணெய்நல்லூர் கோவிலை அடைந்த பிறகு, சுந்தரரிடம் சிவபெருமானைப் புகழ்ந்து பாடும்படி கேட்டுக் கொண்ட அந்த முதியவர், சிவலிங்கம் வைக்கப்பட்டிருந்த சந்நிதானத்திற்குள் சென்று மறைந்தார். அதற்கு பதிலளித்த சுந்தரர், *'எனக்கு எப்படி பாடுவது என்று தெரியவில்லை, எனக்குப் பாடத் தெரியாது, நான் எப்படித் தொடங்குவது?'* என்றார். அப்போது அவர் ஒரு குரலைக் கேட்டார், *'நீங்கள் என்னைப் பித்தா (பைத்தியம்) என்று அழைக்கவில்லையா? உங்கள் பாடலை பித்தா என்பதையே முதற்சொல்லாகக் கொண்டு தொடங்குங்கள்'*. என்ன ஒரு அற்புதம்! வயோதிகராக வந்தது இறைவன் சிவபெருமானே என்று உணர்ந்த சுந்தரர் உடனடியாக ***'பித்தா பிறை சூடி'***, *'சிவனின் சின்னமான அரை நிலவு பிறையால் அலங்கரிக்கப்பட்ட பைத்தியக்காரன்'* என்று தனது முதல் பாடலை பாடத் தொடங்கினார்.

தனது வாழ்க்கையின் திருப்புமுனையாக அமைந்த இந்த அற்புதமான சம்பவத்தைத் தொடர்ந்து, அவர் ஞானசம்பந்தரையும் அப்பரையும் விட சிறந்தவர் அல்ல என்று உணர்ந்தாலும், அவர் எந்நேரமும் சிவபெருமானின் பெருமைகளைப் போற்றிப் பல பாடல்களை பாடிக் கொண்டே இருந்தார். இறைவன் சிவபெருமானின் பெருமைகளைப் புகழ்ந்து பாடுவதே தமது தொண்டெனக் கருதி புனிதமான வாழ்க்கையைத் தொடர அவர் முடிவு செய்தார்.

பித்தாபிறை சூடிபெரு
மானே அருளாளா
எத்தான்மற வாதேநினைக்
கின்றேன்மனத் துன்னை
வைத்தாய்பெண்ணைத் தென்பால்
வெண்ணெய் நல்லூர் அருட்டுறையுள்
அத்தாஉனக் காளாயினி
அல்லேன்எனல் ஆமே.

பித்தனே, பிறையைக் கண்ணியாகச் சூடியவனே, பெருமை உடையவனே,

இனிமேல் எனக்குப் பிறப்பும் இல்லை, மரணமும் இல்லை

ஊர்ந்து செல்லும் வயதும் இல்லை, காளைமீது வருபவன், நீ முற்றிலும் என்னுடையவன்

பாவம் மற்றும் பொய் மூச்சு நிறைந்தவன் நான், ஆனால் நீயே என்னை அடையாளப்படுத்துகிறாய்

மூங்கில் காடுகள் நிறைந்த பெண்ணையாற்றின் தெற்கே உள்ள திருவெண்ணைநல்லூரில் உன் கருணை பிரகாசமாக இருக்கிறது

அங்கு நீயே என் குரு, நீயே என் இறைவன், நான் நீயாகவே ஆனேன்

உன்னை வணங்குவாரது துன்பங்களை நீக்குதல் உனது தொழில் என்பதனால், என்னை வலிந்து ஆட்கொள்ள வந்தாய்.

எனது நெஞ்சத்துள் உன்னை அகலாது வைத்தருளினாய்

இனிமேல், உன்னை என் மனத்தில் ஒருபோதும் மறவாமல் நினைப்பேன்.

இப்போது பெறுதற்கு அரிய உனது திருவருளை நான் பெற்றேன்

இப்பேற்றை எனக்கு அளிக்க வந்த உனக்கு, முன்பே நான் அடியவனாகி, இப்பொழுது, 'அடியவன் அல்லேன்' என எதிர்வழக்குப் பேசியது பொருந்துமோ!

நான் இப்போது எப்படி ஆணையிட்டுக் கொள்கை கைவிட முடியும்!

இறைவன் சிவபெருமான் தன்னை ஆசீர்வதித்திருப்பதை உணர்ந்த சுந்தரர், நாடு முழுவதும் பரவியுள்ள பல சிவாலயங்களுக்குச் செல்ல வேண்டும் என்று விரும்பினார். ஆனால் சிவபெருமான் அவருக்காக வேறுசில திட்டங்களை வைத்திருந்தார். திருநாவுக்கரசர், திருஞானசம்பந்தர் போன்று சுந்தரர் வாழ்க்கையிலும் பல அற்புதங்கள் நிகழ்ந்தன. இறைவன்

சிவபெருமான் மேல் மிகுந்த அன்பும் பக்தியும் கொண்டிருந்த சுந்தரர் சிவபெருமானைத் தன் நண்பரைப் போலக் கருதி உரிமையோடு தமக்குத் தேவையானவற்றை எல்லாம் கேட்டுப் பெற்றுக்கொண்டார். தனது ஒரு பயணத்தின்போது திருநாவலூர், திருக்கோலக்கா, திருப்புன்கூர், மாயூரம், அம்பர்மாகாளம், திருப்புகலூர் ஆகிய ஊர்களில் உள்ள சிவாலயங்களுக்குச் சென்று பாடல்களைப் பாடிய சுந்தரர் பின் திருவாரூர் வந்தடைந்தார். அங்கு சிவபெருமானின் பக்தரான பரவை நாச்சியார் என்ற அழகான பெண் ஒருவர் வாழ்ந்து வந்தார். சுந்தரர் அவளை திருவாரூர் கோவில் வாசலில் சந்தித்தபோது, அவள்மீது காதல் வயப்பட்டார். சிவபெருமானிடம் பிரார்த்தனைமூலம் தனது விருப்பத்தை வெளிப்படுத்தினார். சுந்தரரை எதிரில் கண்ட பரவையாரும் அவர்மேல் மிகுந்த காதல் வயப்பட்டு, சிவபெருமானிடம் தனக்கு சுந்தரருடன் திருமணம் நடக்க வேண்டும் என்று பிரார்த்தனை செய்தார். அவர்களது பிரார்த்தனை விரைவில் நிறைவேற்றப்பட்டது மற்றும் அவர்கள் இருவருக்கும் திருமணம் நடந்தது. இருப்பினும், சுந்தரர் பல்வேறு சிவாலயங்களுக்குச் செல்வதை ஒருபோதும் நிறுத்தவில்லை, அவர் இறைவன் சிவபெருமானின் பெருமைகளைப் போற்றி பாட விரும்பும் போதெல்லாம் முதல் வரியைத் தொடங்க அவருக்குச் சிவபெருமான் உதவி செய்வார். ஒருநாள் சுந்தரர் வழக்கம்போலத் திருவாரூர் கோவிலுக்குச் சென்றபோது அங்கிருந்த தேவாசிரியன் மண்டபத்தில் சிவனடியார்கள் பலர் கூடியிருந்ததைக் கண்டு, அவர்கள் மேலே பக்தி மிகுந்து, *'இவர்களுக்கு நான் அடியனாகும் நாள் எப்போது வருமோ'* என்று மனதிற்குள் நினைத்துக்கொண்டே கோவிலுக்குள் சென்றார். அப்போது அடியார்க்கும் அடியனாக வேண்டுமென்று அவர் விரும்பிய வரத்தைக் கொடுக்க எண்ணிய சிவபெருமான் ***'தில்லைவாழந்தணர்த மடியார்க்கு மடியேன்'*** (நான் தில்லையில் வாழும் சிவனடியார்களின் அடிமைகளின் அடிமை) என்ற வரியை எடுத்துக் கொடுத்துச் சிவனடியார்களின் பெருமைகளைப் பாட உதவி செய்தார். சிவனடியார்களின் பெருமைகளைப் பற்றிப் பாடிய அவரது பாடல்கள் அனைத்தும் ஒரு தொகுப்பாக அமைந்தன, இது அவரது தலைசிறந்த படைப்பான திருத்தொண்டத்தொகையாக மாறியது - அவர் எப்படி சிவனடியார்கள் அனைவருக்கும் அடிமையாக இருந்தார் என்பதை அழகான கவிதைகளில் வெளிப்படுத்துகிறார்.

தில்லைவாழ் அந்தணர்தம் அடியார்க்கும் அடியேன்
திருநீல கண்டத்துக் குயவனார்க் கடியேன்
இல்லையே என்னாத இயற்பகைக்கும் அடியேன்
இளையான்றன் குடிமாறன் அடியார்க்கும் அடியேன்
வெல்லுமா மிகவல்ல மெய்ப்பொருளுக் கடியேன்
விரிபொழில்சூழ் குன்றையார் விறன்மிண்டற் கடியேன்
அல்லிமென் முல்லையந்தார் அமர்நீதிக் கடியேன்
ஆரூரன் ஆரூரில் அம்மானுக் காளே.

திருஞானசம்பந்தரும் அவரது மனைவியும், அவர்களது திருமண நாளில் இறைவன் சிவபெருமானுடன் ஐக்கியமான நிலையில், சுந்தரர் தனது மனைவி பரவையாருடன் தொடர்ந்து மகிழ்ச்சியாக வாழ்ந்து வந்தார். ஆனால் விதி மூன்றாவது முறையாக அவருடன் விளையாட விரும்பியது - முதலில் அவரது திருமணம் ரத்து செய்யப்பட்டது, இரண்டாவது அவர் பரவையாரை காதலிக்கிறார், இப்போது மூன்றாவது சந்தர்ப்பத்தில் அவர் பரவையாரை விட்டு விலகி இருந்தபோது மற்றொரு பெண்ணைக் காதலிக்க ஆரம்பித்தார். கவனிக்க வேண்டிய தகவல் என்னவென்றால், அவர் மற்றொரு பெண்ணைத் தேடவில்லை. உண்மையில், அவர் பரவையாருடன் மகிழ்ச்சியான வாழ்க்கையை நடத்திக் கொண்டிருந்தார். மேலும் திருப்புகலூரில் உள்ள சிவன் கோவிலுக்கு நன்கொடையாக வழங்கப்பட்ட செங்கற்கள் அவர் அறியாமலேயே தங்கக்கட்டிகளாக மாறியது போன்ற சில அற்புதங்களைக் கண்டார். திருவாரூரில் பங்குனி உத்திர திருநாள் மிகச் சிறப்பாக நடைபெறும். அந்த வருடம் உத்திர திருநாள் நெருங்கிக்கொண்டிருந்தது. திருவிழா செலவிற்கு தங்கம் கொண்டுவரும்படி பரவையார் தம் கணவரிடம் கூறினார். அதனால் அருகிலிருந்த திருப்புகலூருக்கு சென்று சிவபெருமானை வணங்கிப் பிரார்த்தனை செய்துவிட்டு கோவில் வாசலில் இருந்த மடத்திற்குச் சென்று அங்கிருந்த சிவனடியார்களோடு பேசிக்கொண்டிருந்தார் சுந்தரர். அப்பொழுது அவருக்குத் தூக்கம் வந்தது. உடனே அங்கே ஒரு ஓரத்தில் கோவில் திருப்பணிக்காக வைக்கப்பட்டிருந்த செங்கற்களை எடுத்து ஒரு மேடைபோல அமைத்து அதன் மேலே ஒரு வெள்ளை துணியை விரித்துத் தூங்க ஆரம்பித்தார். அங்குச் சுற்றியிருந்த சிவனடியார்களும் தூங்கினர். சிறிது நேரம் நன்றாகத் தூங்கிவிட்டு பின் விழித்தெழுந்தபோது அவருக்கு ஆச்சரியம் காத்திருந்தது. சுந்தரர் படுத்திருந்த அந்தச் செங்கற்கள் அனைத்தும் தங்க கட்டிகளாக மாறியிருந்தன. இறைவன் சிவபெருமான் நிகழ்த்திய இந்த அற்புத செயலை

நினைத்து, அவர்மேல் பேரன்பு கொண்டு மீண்டும் கோவிலுக்குள் ஓடிப்போய்த் ***'தம்மையே புகழ்ந் திச்சை பேசினுஞ்'*** எனத் தொடங்கும் பாடலை பாடினார்.

தம்மை யேபுகழ்ந் திச்சை பேசினுஞ்
சார்கி னுந்தொண்டர் தருகிலாப்
பொய்ம்மை யாளரைப் பாடா தேயெந்தை
புகலூர் பாடுமின் புலவீர்காள்
இம்மை யேதருஞ் சோறுங் கூறையும்
ஏத்த லாம்இடர் கெடலுமாம்
அம்மை யேசிவ லோகம் ஆள்வதற்
கியாதும் ஐயுற வில்லையே.

புலவர்களே கேளுங்கள், எம் தந்தையாகிய சிவபெருமான், தன்னைப் பாடுபவர்களுக்கு இம்மை, இன்பம், நல்ல உணவு, ஆடை, இன்ன பிறவும் தந்து உதவி செய்வான்; மேலும் நம் புகழ் அதிகரிக்கும்; துன்பங்களும் கெடுதலும் உண்டாகாது; இவையின்றி இவ்வுடம்பு நீங்கிய நிலையில் சிவலோகத்தைச் சென்றடைவோம் என்பதில் சிறிதளவும் சந்தேகம் இல்லை; நாம் வேண்டுவதை நமக்குக் கொடுப்பதற்கு இறைவன் சிவபெருமானைத் தவிர இவ்வுலகில் வேறொருவரும் இல்லை; ஆதலால், திருநீற்றை பூசிய திருமேனியையுடைய எம் இறைவன் சிவபிரானது திருப்புகழைப் பாடுகிறேன்.

பின் சுந்தரர் அருகிலிருந்த திருப்பனையூருக்குச் சென்றார். அப்பொழுது சிவபெருமான் நடராசராக அவர் முன் தோன்றினார், சுந்தரர் அங்குத் தோன்றிய அந்த நடராசர் முன் வீழ்ந்து வணங்கினார். பின்னர் கோவிலுக்குள் சென்று ***'மாடமாளிகை'*** என்று தொடங்கும் பாடலை பாடினார்.

மாட மாளிகை கோபு ரத்தொடு
மண்ட பம்வள ரும்வ ளர்பொழில்
பாடல் வண்டறையும் பழ னத்திருப் பனையூர்த்
தோடு பெய்தொரு காதி னிற்குழை
தூங்கத் தொண்டர்கள் துள்ளிப் பாடநின்
றாடு மாறுவல்லா ரவ ரேய ழகியரே.

உயரமான மேல்மாடங்களும், சிறந்த மாளிகைகளும், அழகான கோபுரங்களும், மண்டபங்களும் நாளுக்கு நாள் பெருகிக்கொண்டே இருக்கின்ற, ஓங்கி உயரமாக வளர்ந்திருக்கும்

சோலைகளில் வண்டுகள் ஒலிக்கும் இசையும், நல்ல வயல்களையும், உடைய திருப்பனையூரில் எழுந்தருளியிருக்கின்ற, ஒரு காதில் குழையும், மற்றொரு காதினில் தோட்டினையும் அணிந்திருக்கும், அடியார்கள் ஆடிப்பாட நின்று ஆடுமாறு வல்லவராகிய அவரே, எல்லோரையும் விட மிகுந்த அழகுடையவர்.

இவ்வாறு சிவபெருமானின் பெருமைகளைப் போற்றிப் பல பாடல்கள் பாடிய பின்னர் சுந்தரர் தங்கக்கட்டிகளை எடுத்துக்கொண்டு அங்கிருந்து புறப்பட்டுத் திருவாரூர் வந்து சேர்ந்தார். நாடு முழுவதும் உள்ள திருவீழிமிழலை, திருநானிலம், திருவாஞ்சியம், திருவாவடுதுறை போன்ற கோயில்களுக்கு அவர் விரிவாக சுற்றுப்பயணம் மேற்கொண்டார்.

ஒரு காலத்தில் வைத்தீசுவரன்கோயில் அருகே உள்ள திருப்புன்கூர் என்ற இடத்தில் நீண்ட காலமாக மழையின்றி இருந்ததாக நம்பப்படுகிறது. ஆட்சி செய்த சோழ மன்னர் இந்தப் பிரச்னைக்கு தீர்வு காண சுந்தரரின் உதவியை நாடினார். மகான் சுந்தரரும் உதவி செய்ய ஒப்புக்கொண்டார், ஆனால் மழையைக் கொண்டுவர முடிந்தால் 12 ஏக்கர் நிலத்தை திருப்புன்கூர் கோவிலுக்கு நன்கொடையாகச் சோழ மன்னர் வழங்க வேண்டும் என்று சுந்தரர் ஒரு நிபந்தனையை முன்வைத்தார். மன்னர் இதற்கு ஒப்புக்கொண்டார், மேலும் சுந்தரர் திருப்புன்கூர் கோவிலில் இறைவன் சிவபெருமானின் பெருமைகளைப் புகழ்ந்து ‘***அந்த ணாளனுன் னடைக்கலம் புகுத*** என்ற தனது பாடலை பாடி முடித்தவுடன் அங்கு மழை பெய்யத் தொடங்கியது.

அந்த ணாளனுன் னடைக்கலம் புகுத
அவனைக் காப்பது காரண மாக
வந்த காலன்றன் ஆருயி ரதனை
வவ்வி னாய்க்குன்றன் வன்மைகண் டடியேன்
எந்தை நீயெனை நமன்தமர் நலியில்
இவன்மற் றென்னடி யானென விலக்கும்
சிந்தையால் வந்துன் திருவடி யடைந்தேன்
செழும்பொ ழில்திருப் புன்கூரு ளானே!

வளவிய சோலைகளையுடைய திருப்புன்கூரில் எழுந்தருளியிருப்பவனே, முனிவன் ஒருவன் உன்னை அடைக்கலமாக அடைய, அவனைக் காத்தல் நிமித்தமாக, அவன்மேல் வந்த கூற்றுவனது அரிய உயிரைக் கவர்ந்த உனக்கு

அடியேனாகிய யான், உனது அவ்வாற்றலையறிந்து, என்னையும் யமன் தூதர்கள் வந்து துன்புறுத்துவார்களாயின், என்தந்தையாகிய நீ, இவன் என் அடியான்; இவனைத் துன்புறுத்தாதீர் என்று சொல்லி விலக்குவாய் என்னும் எண்ணத்தினால் வந்து உன் திருவடியை அடைந்தேன்; என்னை ஏற்றுக்கொண்டு அருள் செய்வாயாக!

இடைவிடாமல் சில நாட்களுக்குத் தொடர்ந்து மழை பெய்தது. எங்கும் வெள்ளம் பெருக்கெடுத்து ஓடியது. பிறகு, பலத்த மழைப் பிரச்சினையைத் தீர்க்க மன்னரால் சுந்தரர் மீண்டும் வரவழைக்கப்பட்டார். தனது பாடலுக்குப் பிறகு மழை நின்றுவிட்டால் கோவிலுக்கு மேலும் 12 ஏக்கர் நிலம் வழங்கப்பட வேண்டும் என்று சுந்தரர் மீண்டும் வலியுறுத்தினார். இதற்கு அரசர் சம்மதித்ததால், சுந்தரர் மீண்டும் சிவபெருமானின் பெருமைகளைப் புகழ்ந்து ***'வையக முற்று மாமழை மறந்து*** என்ற பாடலை பாடினார். மழையும் நின்றது. திருப்புன்கூர் கோவிலுக்கு மேலும் 12 ஏக்கர் நிலம் கிடைத்தது.

வையக முற்று மாமழை மறந்து
வயலில் நீரிலை மாநிலந் தருகோம்
உய்யக் கொள்கமற் றெங்களை யென்ன
ஒளிகொள் வெண்முகி லாய்ப்பரந் தெங்கும்
பெய்யு மாமழைப் பெருவெள்ளந் தவிர்த்துப்
பெயர்த்தும் பன்னிரு வேலிகொண் டருளும்
செய்கை கண்டுநின் திருவடி யடைந்தேன்
செழும்பொ ழில்திருப் புன்கூரு ளானே

வளவிய சோலைகளையுடைய திருப்புன்கூரில் எழுந்தருளியிருப்பவனே, இவ்வூரிலுள்ளவர், உலகமுழுதும் நிரம்பிய மழையின்மையால் வயலில் நீர் இல்லையாயிற்று, மிக்க நிலங்களை உனக்குத் தருவோம்; எங்களை உய்யக்கொள்க என்று வேண்ட, ஒளியைக் கொண்ட வெண்முகிலாய்ப் பரந்திருந்தவை, அந்நிலை மாறி, எங்கும் பெய்த பெருமழையால் உண்டாகிய பெரு வெள்ளத்தை நீக்கி, அதன் பொருட்டு அவர்களிடம் மீண்டும் பன்னிரு வேலி நிலத்தைப் பெற்றருளிய செயலையறிந்து வந்து, அடியேன் உன் திருவடியை அடைந்தேன்; என்னை ஏற்றுக்கொண்டு அருள் செய்வாயாக!

ஒரு நாள் திருமுதுகுன்றத்தில் உள்ள கோவிலில் பிரார்த்தனை செய்து கொண்டிருந்தபோது ஒரு நம்பமுடியாத அதிசயத்தையும் சுந்தரர் கண்டார். திருவாரூரில் திருவிழாவைக்

கொண்டாட அவர் பணம் சேகரிக்க விரும்பினார். இறைவன் அவர் முன் தோன்றி சுமார் பன்னிரெண்டாயிரம் தங்க நாணயங்களை வழங்கினார். இவ்வளவு பெரிய தொகையைத் திருவாரூருக்கு எடுத்துச் செல்ல சுந்தரருக்கு பயமாக இருந்தது. அவர் அனைத்து தங்கக் காசுகளையும் மணிமுத்தாறு நதியில் போட்டுவிட்டு, அவற்றை திருவாரூர் கோவிலில் உள்ள குளத்தில் சேகரித்தார். பரவையாரை திருமணம் செய்து கொண்டு, இப்படிப்பட்ட மகிழ்ச்சியான வாழ்க்கையை நடத்தி வந்தபோதிலும், அவர் எப்படி இன்னொரு பெண்ணால் கவரப்பட்டார் என்று நாம் ஆச்சரியப்படலாம். இதுவும் அவரது முதல் திருமணத்தை ரத்து செய்த சிவபெருமானால் திட்டமிடப்பட்டதா?

திருவொற்றியூரில் உள்ள கோவிலில் சங்கிலியார் என்ற அழகிய பெண்மணி வாழ்ந்து வந்தார். அவர் தனது வாழ்நாள் முழுவதும் இறைவன் சிவபெருமானுக்குத் தொண்டு செய்ய விரும்பினார். மேலும் சிவபெருமானின் அருள்பெற்ற பெரும் சிவபக்தரான ஒருவரை மட்டுமே திருமணம் செய்து கொள்ள விரும்பினார். ஒரு நாள் சுந்தரர் அவளைப் பார்க்க நேர்ந்தது, பேரழகியாக இருந்த சங்கிலியாரைக் கண்டவுடன் உள்ளத்தில் காதல் வயப்பட்டு அவளைத் திருமணம் செய்து கொள்ள வேண்டும் என நினைத்தார். இரவில் சங்கிலியாரை நினைத்தபடியே இருந்த அவர் "தாம் கட்டிய பூமாலைகளைக் கொடுத்து சிவபெருமானுக்கு சேவை செய்கின்ற ஒரு பெண் என்னுடைய மனதைக் கவர்ந்து கொண்டாள், நான் அவளைத் திருமணம் செய்து கொள்ள விரும்புகிறேன்" என்று கூறி சிவபெருமானிடம் பிரார்த்தனை செய்தார். அதே இரவில் சங்கிலியாரும் சுந்தரரைப் பற்றிக் கனவு கண்டார். இறைவன் சிவபெருமான் அவள் கனவில் தோன்றி "தவத்தில் சிறந்த எனது சிவத்தொண்டராகிய சுந்தரர் உன்னைத் திருமணம் செய்துகொள்ள விரும்புகிறான்; நீ அவனைத் திருமணம் செய்து கொண்டு மகிழ்ச்சியுடன் வாழ்வாயாக" என்று கூறினார். அடுத்த நாள் அவர்கள் திருமணம் செய்து கொண்டனர், அதே நேரத்தில் சுந்தரர் அவளை ஒருபோதும் விட்டுப் பிரியமாட்டேன் என்று அவளுக்கு வாக்குறுதியளித்தார். மிகவும் விசித்திரமான நிகழ்ச்சிகள் விரைவில் நடந்தன. திருவாரூரில் நடைபெறும் வசந்த உற்சவ திருவிழாவில் கலந்து கொள்ள விரும்பியதால் திருவொற்றியூரை விட்டு வெளியேற சுந்தரர் விரும்பினார். அவர் தனது மனைவி சங்கிலியாரை விட்டுப் பிரிந்து சென்ற தருணத்தில், அவர் தனது வாக்குறுதியையும் மீறிக்கொண்டிருந்தார், எனவே இறைவன் சிவபெருமான் அவரது இரு கண்களையும் பறித்து அவரை குருடனாக்கித் தண்டித்தார்.

மிகவும் வருத்தமடைந்த சுந்தரர், தான் இறைவன் சாட்சியாக ஒருபோதும் பிரிய மாட்டேன் என்று சங்கிலியாருக்கு செய்து கொடுத்த வாக்குறுதியை மீறியதால் தான் தனது கண் பார்வை பறிபோனது என்றுணர்ந்தார். எம்பெருமான் சிவபெருமானை நினைத்துத் தான் இழந்த கண் பார்வையை மீண்டும் பெற வேண்டும் என்று எல்லா இடங்களிலும் உள்ள பல கோவில்களுக்குச் சென்று பிரார்த்தனை செய்யத் தொடங்கினார். இறைவன் சிவபெருமானை தன் தோழனாகக் கருதிய சுந்தரர், தாம் இந்தத் துயரத்திலிருந்து வெகுவிரைவில் விடுபடுவேன் என்று நினைத்தார். திருமுல்லைவாயில், திருவெண்பாக்கம் கோவில்களுக்குச் சென்ற அவர் ***'அழுக்கு மெய்கொடுன் றிருவடி அடைந்தேன்', 'சங்கிலிக்காக என் கண் கொண்ட பரமா'*** போன்ற பாடல்களைப் பாடினார்.

அழுக்கு மெய்கொடுன் றிருவடி அடைந்தேன்
அதுவும் நான்படப் பாலதொன் றானாற்
பிழுக்கை வாரியும் பால்கொள்வர் அடிகேள்
பிழைப்பன் ஆகிலுந் திருவடிப் பிழையேன்
வழுக்கி வீழினுந் திருப்பெய ரல்லால்
மற்று நான்அறி யேன்மறு மாற்றம்
ஒழுக்க என்கணுக் கொருமருந் துரையாய்
ஒற்றி யூரெனும் ஊருறை வானே

தலைவனே, ஒற்றியூர் என்று பெயர் சொல்லப்படுகின்ற ஊரின்கண் எழுந்தருளியிருப்பவனே, அடியேன், உன் திருவடியை இடையீடின்றி அடையமாட்டாது, மாசுடைய உடம்பு கொண்டே அடைவேனாயினேன்; அவ்விழி நிலைதானும் நான் அடையத்தக்கதொன்றாகியேவிடுமாயின், ஒளியிழந்த என் கண்ணுக்கு ஊற்றத்தக்கதொரு மருந்தையேனும், என் வேண்டுகோளுக்கு விடையாக நீ சொல்லியருள்; ஏனெனில் பசு முதலியவற்றினிடத்திற் பாலை விரும்புவோர், அவை இடுகின்ற சாணத்தை எடுத்து அந்தத் தொழிலைச் செய்தாயினும் அதனைக் கொள்வர்; அதுபோல நீ என் குற்றங்களை நோக்கி இகழாது உயிர்களிடத்து நீ விரும்புவதாகிய குணம் என்னிடத்து இருத்தலை நோக்கி என்னை ஏற்றருளுதல் வேண்டும். அக்குணமாவது; யான் எப்பிழைசெய்வேனாயினும், உன் திருவடிக்குப் பிழையைச் செய்யேன்; வழுக்கிவிழும் பொழுதும் உன் திருப்பெயரைச் சொல்லுதலன்றி வேறொன்றை அறியேன்.

விண் பணிந்து ஏத்தும் வேதியா மாதர்
வெருவிட வேழம் அன்று உரித்தாய்
செண்பக சோலை சூழ் திரு முல்லை
வாயிலாய் தேவர்-தம் அரசே
தண் பொழில் ஒற்றி மா நகர் உடையாய்
சங்கிலிக்கா என் கண் கொண்ட
பண்ப நின் அடியேன் படு துயர் களையாய்
பாசுபதா பரஞ்சுடரே

விண்ணுலகம் வணங்கித் துதிக்கின்ற அந்தணனே, மனையாள் கண்டு நடுக்கங் கொள்ளுமாறு அன்று யானையை உரித்து, அதன் தோலைப் போர்த்துக் கொண்டவனே, செண்பக மரங்களின் சோலை சூழ்ந்துள்ள திருமுல்லைவாயிலில் எழுந்தருளி இருப்பவனே, தேவர்களுக்குத் தலைவனே, தண்ணிய சோலைகளை உடைய திருவொற்றி மாநகரை உடையவனே, சங்கிலியின் பொருட்டு என் கண்ணைப் பறித்துக்கொண்ட செப்பமுடையவனே, உயிர்களைக் காப்பவனே, மேலான ஒளியாய் உள்ளவனே, உன் அடியேன் படுகின்ற துன்பத்தை நீக்கியருளாய்.

சுந்தரரின் வேண்டுகோளுக்குச் சிறிதளவே மனமிறங்கிய இறைவன் சிவபெருமான் அவருக்கு ஊன்றுகோல் ஒன்றை மட்டும் கொடுத்தருளினார்.

தனது கண்பார்வையைத் திரும்பப் பெற வேண்டும் என்று அழுது புலம்பியவண்ணம் பல கோயில்களுக்குச் செல்லத் தொடங்கிய சுந்தரர், தாம் சென்ற எல்லா இடங்களிலும் சிவபெருமானிடம் பிரார்த்தனை செய்தார். திருவெண்பாக்கத்திலிருந்து பழையனூர் என்ற ஊருக்குச் சென்ற அவர் அங்கிருந்தவாறே திருவாலங்காட்டில் அருள்பாலிக்கும் இறைவன் சிவபெருமானை நினைத்து ***'முத்தா முக்தி தரவல்ல'*** எனத் தொடங்கும் பாடலை பாடினார்.

முத்தா முத்தி தரவல்ல
முகிழ்மென் முலையாள் உமைபங்கா
சித்தா சித்தித் திறங்காட்டுஞ்
சிவனே தேவர் சிங்கமே
பத்தா பத்தர் பலர்போற்றும்
பரமா பழைய னூர்மேய
அத்தா ஆலங் காடாஉன்
னடியார்க் கடியேன் ஆவேனே.

இயல்பாகவே கட்டில்லாதவனே, கட்டுற்ற உயிர்கட்கெல்லாம் வீடளிக்கவல்ல, அரும்புகின்ற மெல்லிய தனங்களையுடையவளாகிய உமையவளது பாகத்தையுடையவனே, சித்திகளை எல்லாம் உடையவனே, அச்சித்திகளை அடையும் வழியைக் காட்டுகின்ற சிவபெருமானே, தேவர்களாகிய விலங்குகட்குச் சிங்கம்போல் இருப்பவனே, அடியார்களுக்குப் பற்றாய் உள்ளவனே, அன்புடையார் பலரும் போற்றும் கடவுளே, பழையனூரை விரும்புகின்ற தலைவனே, திருவாலங்காட்டில் எழுந்தருளியிருப்பவனே, அடியேன் என்றும் உன் அடியார்க்கு அடியேனாகியே வாழ்வேன்.

பின் காஞ்சிபுரம் சென்ற அவர், நான் செய்த பிழையைப் பொறுத்து என் கண் பார்வையை மீண்டும் தர வேண்டும் என மனமுருகி வேண்டினார். அவரது பிரார்த்தனையை கேட்ட சிவபெருமான் இடது கண் பார்வையைக் கொடுத்தார். சுந்தரர் தனது இடது கண்ணால் பார்க்க முடிந்ததைக் கண்டு மிகவும் ஆச்சரியப்பட்டார். சிவபெருமானுக்கு நன்றி கூறி ***'ஆலந் தான்உகந் தமுதுசெய் தானை'*** என்ற பாடலை பாடினார்.

ஆலந் தான்உகந் தமுதுசெய் தானை
ஆதி யைஅம ரர்தொழு தேத்தும்
சீலந் தான்பெரி தும்முடை யானைச்
சிந்திப் பாரவர் சிந்தையு ளானை
ஏல வார்குழ லாள்உமை நங்கை
என்றும் ஏத்தி வழிபடப் பெற்ற
கால காலனைக் கம்பனெம் மானைக்
காணக் கண்அடி யேன்பெற்ற வாறே

நஞ்சினை தான் விரும்பி உண்டு, அமுதத்தைத் தேவர்களுக்கு உரியதாக்கியவனும், யாவர்க்கும், முதல்வனும், தேவர்கள் வணங்கித் துதிக்கின்ற பெருமையை மிக உடையவனும், தன்னை நினைப்பவரது நினைவில் விளங்குபவனும், மயிர்ச்சாந்து அணிந்த நீண்ட கூந்தலையுடையவளாகிய, உமை என்னும் நங்கை, தான் எந்நாளும் துதித்து வழிபடுதலைப் பெற்றமைக்கு முதல்வனும், காலகாலனும் ஆகிய, திருவேகம்பத்தில் உள்ள எம்பெருமானைக் காணுதற்கு அடியேன், கண் பெற்றவாறு, வியப்பு!

ஆனால் அவர் தனது வலது கண் பார்வையை பெறுவாரா? உண்மையில், அவர் காஞ்சிபுரத்திலிருந்து திருஆமாத்தூர், திருநெல்வாயில், திருஅரத்துறை, திருவாவடுதுறை மற்றும்

திருத்துருத்தி ஆகிய ஊர்களில் உள்ள சிவாலயங்களில் பிரார்த்தனை செய்துவிட்டு திருவாரூரை அடைந்தபோது அதை திரும்பப் பெற்றார். திருவாரூரில் ***'மீளா அடிமை உமக்கே'*** எனத் தொடங்கும் பாடலைப் பாடி தனது வலது கண் பார்வையையும் தரும்படி இறைவனிடம் வேண்டினார். சுந்தரரின் பிரார்தனைக்குச் செவிசாய்த்த சிவபெருமான் அவருக்கு வலது கண் பார்வையையும் வழங்கினார். மேலும் சுந்தரர் சிவபெருமானால் ஆசீர்வதிக்கப்பட்டார்.

மீளா அடிமை உமக்கே ஆளாய்ப்
பிறரை வேண்டாதே
மூளாத் தீப்போல் உள்ளே கனன்று
முகத்தால் மிகவாடி
ஆளாய் இருக்கும் அடியார் தங்கள்
அல்லல் சொன்னக்கால்
வாளாங் கிருப்பீர் திருவா ரூரீர்
வாழ்ந்து போதீரே

திருவாரூரில் எழுந்தருளியிருக்கும் பெருமானிரே, உம்மையன்றிப் பிறரை விரும்பாமலே, உமக்கே என்றும் மீளாத அடிமை செய்கின்ற ஆட்களாகி, அந்நிலையிலே பிறழாதிருக்கும் அடியார்கள், தங்கள் துன்பத்தை வெளியிட விரும்பாது, மூண்டெரியாது கனன்று கொண்டிருக்கின்ற தீயைப் போல, மனத்தினுள் வெதும்பி, தங்கள் வாட்டத்தினை முகத்தாலே பிறர் அறியநின்று பின்னர் அத்துன்பம் ஒருகாலைக்கொருகால் மிகுதலால் தாங்கமாட்டாது, அதனை உம்பால் வந்து வாய்திறந்து சொல்வார்களாயின், நீர் அதனைக் கேட்டும் கேளாததுபோல வாளாவிருப்பீர்; இஃதே நும் இயல்பாயின், நீரே இனிது வாழ்ந்துபோமின்!

தனது இரண்டு கண்பார்வையையும் திரும்பப் பெற்ற சுந்தரர், இப்போது தனது மனைவி பரவையாரிடம் திரும்பிச் செல்ல விரும்பினார். ஆனால் அவள் அவரை வரவேற்க மறுத்துவிட்டாள். மீண்டும், ஒரு அதிசயம் நடக்க வேண்டியிருந்தது. உண்மையில், இறைவன் சிவபெருமானின் உறைவிடமாக அறியப்படும் திருக்கயிலாயத்தில் ஆலாலசுந்தரம் என்ற அன்பர் தினமும் இறைவனுக்கு மலர்களைக் கொண்டு வரும் திருப்பணி செய்து வந்தார். ஒருநாள் மலர்களைக் கொய்வதற்காக அவர் நந்தவனம் சென்றபோது அங்கு அனிந்திதை, கமலினி என்ற இரு அழகான பெண்கள் மலர்கள் பறித்துக்கொண்டிருந்தனர். அவர்களை

ஆலாலசுந்தரம் காதலித்தார். அன்னை பார்வதி தேவியின் இரண்டு சேவகர்களாக அறியப்படும் இந்த இரண்டு பெண்களும் பரவையார் மற்றும் சங்கிலியாராகப் பூமியில் அவதரித்தனர். ஆலாலசுந்தரமும் நம்பி ஆரூரன் என்ற பெயரில் சடையனார் மற்றும் இசைஞானி அம்மையாருக்கு மகனாக அவதரித்தார். இரண்டு இடங்களிலும், இந்த இரண்டு பெண்களுடன் சுந்தரருக்கு திருமணத்தை ஏற்பாடு செய்வதில் சிவபெருமான் முக்கிய பங்கு வகித்ததாக நம்பப்படுகிறது. பரவையார் சுந்தரரை ஏற்றுக் கொள்ளச் செய்யச் சிவபெருமான், கோவில் தலைமை அர்ச்சகர் வடிவில் அவள் வீட்டிற்கு தூதுவராகச் சென்று அவரைக் கேட்டுக்கொண்டார்; பரவையார் தனது வீட்டு வாசலில் தூதுவராக வந்திருப்பது இறைவன் சிவபெருமான் என்பதை உணர்ந்து, உடனடியாக தனது கணவர் சுந்தரரை வரவேற்க ஒப்புக்கொண்டார். சுந்தரரும், பரவையாரும் மகிழ்ச்சியான வாழ்க்கையை வாழ்ந்தனர். சுந்தரர் தனது வாழ்நாளில் 84 கோயில்களுக்குச் சென்று சுமார் 3800 பதிகங்களை (பாடல்கள்) இயற்றியதாக நம்பப்படுகிறது.

தனது ஒரு பயணத்தின்போது, திருவஞ்சிக்குளத்தை அடைந்து, முதன்முறையாக அரசர் சேரமான் பெருமானை சந்தித்து அவரோடு நட்பு கொண்டார். உண்மையில் சேரநாட்டை ஆண்ட அரசர் சேரமான் பெருமான் இறைவன் சிவபெருமானின் மேல் அதீத பக்தி கொண்டிருந்தார். ஒவ்வொரு நாளும் அவர் சிவபெருமானை வணங்கும்போது சிலம்பொலியைக் கேட்டார். அதனைக் கேட்ட பின்பே, உணவு உண்பதை வழக்கமாகக் கொண்டிருந்தார். ஒருநாள் அவர் சிவபெருமானை வழிபடும்போது சிலம்பொலி கேட்கவில்லை. இதனால் கவலையடைந்த அரசர் தனது வழிபாட்டில் ஏதோ குறை இருப்பதாக எண்ணி தனது உயிரை மாய்த்துக் கொள்ள நினைத்தார். அப்போது அங்கு சிலம்பொலி கேட்டது. அங்குத் தோன்றிய இறைவன் சிவபெருமான், தான் சோழ நாட்டில் உள்ள சுந்தரர் எனும் பக்தரின் இனிமையான பக்திப் பாடல்களை மெய்மறந்து கேட்டுக்கொண்டிருந்ததால் இவரைக் கவனிக்க முடியாமல் போய்விட்டதாகவும், அதனால் சிலம்பொலி கேட்க சிறிது காலதாமதமானதாகவும் கூறினார். பெருமகிழ்ச்சியும் ஆச்சரியமும் அடைந்த அரசர், உடனே சுந்தரரைப் பற்றி இறைவனிடம் கேட்டறிந்து, சுந்தரருக்குச் சேர நாட்டுக்கு வரும்படி அழைப்பு விடுத்தார். சேர மன்னரின் அழைப்பை ஏற்றச் சுந்தரர் திருவஞ்சிக்குளம் சென்று இறைவனை வழிபட்டுவிட்டு, மன்னரைத் தேடிக்கண்டுபிடித்து அவரோடு நட்பு கொண்டார். சில

காலம் கழித்து மீண்டும் சேரநாட்டிற்குச் சென்ற சுந்தரர் அங்குள்ள பல்வேறு சிவன் கோவில்களுக்குச் சென்று பிரார்த்தனை செய்துவிட்டு இறுதியாகத் திருவஞ்சிக்குளம் சென்றடைந்தார். இனி ஒருபோதும் பயணம் செய்யக் கூடாது என்று உணர்ந்தார், மேலும் அவர் இந்த உலகத்தை விட்டு நன்மைக்காக வெளியேற வேண்டும் என்று நினைத்தார். அவரைத் தனது வசிப்பிடத்திற்கு அழைத்துச் செல்லுமாறு சிவபெருமானிடம் அவர் மனப்பூர்வமாக பிரார்த்தனை செய்தார். ***'தலைக்குத் தலைமாலை அணிந்த தென்னே'*** எனத் தொடங்கும் பாடலை அவர் பாடினார்.

தலைக்குத் தலைமாலை அணிந்த தென்னே
சடைமேற் கங்கைவெள்ளம் தரித்த தென்னே
அலைக்கும் புலித்தோல் கொண்டசைத்த தென்னே
அதன்மேற் கதநாகக் கச்சார்த்த தென்னே
மலைக்குந் நிகரொப் பனவன் திரைகள்
வலித்தெற் றிமுழங் கிவலம் புரிகொண்
டலைக்குங் கடலங் கரைமேல் மகோதை
அணியார் பொழில்அஞ் சைக்களத் தப்பனே.

மலைக்கு நிகராகிய தன்மையால் தம்மில் ஒப்பனவாகிய வலிய அலைகள் வலம்புரிச் சங்குகளைப் பற்றி ஈர்த்து வந்து எறிந்து முழங்கி மோதுகின்ற கடலினது அழகிய கரையின் கண்ணதாகிய மகோதை என்னும் நகரத்தின்கண் உள்ள அழகு நிறைந்த சோலைகளையுடைய திருவஞ்சைக்களம் என்னும் திருக்கோயிலில் எழுந்தருளியிருக்கின்ற தந்தையே,

நீ தலைக்கு அணிகலமாக தலைமாலையை அணிந்தது ஏன்?

சடையின்மேல், கங்கை என்னும் ஆற்றைத் தாங்கியது ஏன்?

கொல்லும் தன்மையுடைய புலியினது தோலை உரித்தெடுத்து அரையில் உடுத்தியது ஏன்?

அவ்வுடையின்மேல் சினத்தையுடைய பாம்பைக் கச்சாகக் கட்டியது ஏன்?

சுந்தரரின் விருப்பத்தை அறிந்த இறைவன் சிவபெருமான் 'நீங்கள் போய் நம்முடைய தோழனாகிய சுந்தரரை வெள்ளை யானையின் மேல் ஏற்றிக்கொண்டு வாருங்கள்' என்று அவரை கைலாய மலைக்கு அழைத்து வருமாறு தேவர்கள், சிவ கணங்கள் முதலான தேவலோக தெய்வங்களுக்கு அறிவுறுத்தினார் என்று நம்பப்படுகிறது. அப்போது சுந்தரர், தனது உயிர் நண்பரான சேர

மன்னரை நினைத்தார். உடனடியாக சேர மன்னர் அவரது குதிரையில் சுந்தரரைப் பின்தொடர்ந்தார். பரவையாரும், சங்கிலியாரும் இறைவன் சிவபெருமான் அருளால் அவரது திருவடிகளில் சென்று சேர்ந்தனர். சுந்தரர் வெள்ளை யானையின் மீது அமர்ந்து செல்லும்போது ***'தானெனை முன்படைத்தான்'*** என்ற பாடலை பாடினார்.

தானெனை முன்படைத்தான் அத
றிந்துதன் பொன்னடிக்கே
நானெனப் பாடலந்தோ நாயி
னேனைப் பொருட்படுத்து
வானெனைவந் தெதிர்கொள்ள மத்த
யானை அருள்புரிந்து
ஊனுயிர் வேறுசெய்தான் நொடித்
தான்மலை உத்தமனே

திருக்கயிலை மலையில் வீற்றிருந்து அருள்புரியும் முதல்வன்

அவனே முன்பு என்னை நிலவுலகில் பிறக்கச் செய்தான்

அவனருளால் நிலவுலகில் பிறந்ததை உணர்ந்து அவனது பொன் போன்ற திருவடிகளுக்கு, நான் எவ்வளவோ பாடல்கள் பாடினேன்

என்னைத் தமது அடியவர்களுள் ஒருவனாக வைத்து வானவர்களும் வந்து என்னை அழைத்துச் செல்லுமாறு பெரிய வெள்ளை யானையை ஊர்தியாக எனக்கு அளித்து எனது உடலொடு உயிரை உயர்வுபெறச் செய்தான்

இதுவே அவனது திருவருள்!

சிவபெருமானின் திருவடிகளை சென்றடைந்த அவர் ஆலாலசுந்தரராகி தான் முன்னே செய்துவந்த திருத்தொண்டை மீண்டும் செய்ய ஆரம்பித்தார். பரவையாரும் சங்கிலியாரும் முறையே கமலினியாரும் அநிந்திதையாருமாகி, பார்வதிதேவியாருக்குத் தாங்கள் முன்னே செய்துவந்த திருத்தொண்டை மீண்டும் செய்ய ஆரம்பித்தனர் என்று நம்பப்படுகிறது.

ராணி மங்கையர்க்கரசி இந்த உலகை விட்டுப் பிரிந்து கிட்டத்தட்ட 100 ஆண்டுகள் கடந்துவிட்டன. ஏற்கனவே மேலும் இரண்டு மகான்கள் - மாணிக்கவாசகர் மற்றும் சுந்தரர் - கடவுளுடன் ஐக்கியமாகிவிட்டார்கள். பாண்டியர்கள் மெல்ல

மெல்ல தங்கள் கட்டுப்பாட்டை இழந்து கொண்டிருந்தனர். முதலாம் ஆதித்த சோழன் மன்னரின் மகனான முதலாம் பராந்தக சோழன், பாண்டிய நாட்டின் பல்வேறு பிரதேசங்களின் மீது படையெடுத்தார். பல ஆண்டுகளாக நடைபெற்ற போரில் பாண்டியப் பகுதிகளை ஆக்கிரமித்து வெற்றிவாகை சூடிய அவர், ஒரு விவாதத்தில் சமணத்துறவிகளைத் தோற்கடித்த திருஞானசம்பந்தரை ராணி மங்கையர்க்கரசி அழைத்திருந்த நகரம் என்ற பெருமையைப் பெற்றிருந்த பெரிய நகரமான மதுரையைக் கைப்பற்றினார். இருப்பினும், இந்த வெற்றி சைவ சமயத்திற்கு எந்தத் தீங்கும் செய்யவில்லை, அது தொடர்ந்து செழித்து வளர்ந்து கொண்டிருந்தது. சமணர்களுக்கும் எந்தத் தீங்கும் விளைவிக்காமல், தொடர்ந்து சிவபெருமானை வழிபட ஆதரவளித்த சோழ மன்னர்களுக்கு நன்றி. சோழ வம்சம் வெவ்வேறு அரசர்களின் கீழ் செழிப்பாக வளர்ந்தது. பேரரசர் முதலாம் இராசராச சோழன் தஞ்சாவூரில் காவிரி ஆற்றின் தென்கரையில் சிவபெருமானுக்கு ஒரு அற்புதமான கோவிலைக் கட்டினார். தஞ்சைப் பெருவுடையார் கோயில் அல்லது தஞ்சைப் பெரிய கோயில் என்று அறியப்படும் இக்கோவில் அற்புதமான கட்டிடக்கலை, சிற்பக்கலை, ஓவியக்கலை ஆகிய சிறப்பம்சங்களைக் கொண்ட மிகப்பெரிய கோவில்களில் ஒன்றாக அமைந்துள்ளது.

'என் அன்பான மன்னரே, நான் எனது கதையின் முடிவுக்கு வந்துவிட்டேன், இரண்டாம் குலோத்துங்க சோழனாகிய நீங்கள்தான் நாயன்மார்கள் என்றழைக்கப்படும் மகான்களின் அனைத்து மகத்தான படைப்புகளையும் சேகரிக்கும் எண்ணத்தை கொண்டிருந்தீர்கள் என்பதை நாங்கள் அனைவரும் அறிவோம். சிவபெருமானின் அற்புதங்களை அனுபவித்த அப்பர், திருஞானசம்பந்தர், மாணிக்கவாசகர், சுந்தரர் முதலான மகான்கள் ஏழை மற்றும் பணக்காரர் ஆகிய பிற மகான்களின் அனைத்து மகத்தான படைப்புகளையும் சேகரிப்பது உள்ளிட்ட இந்தக் கடினமான பணியைச் செய்ய நீங்கள் கருணை உள்ளத்தோடு என்னை நியமித்தீர்கள். இருப்பினும், திருஞானசம்பந்தர் மற்றும் அப்பர் எழுதிய பல கவிதைகள் அடங்கிய பனை ஓலைச்சுவடிகளை எறும்புகள் தின்றுவிட்டதைக் கண்டு நான் அதிர்ச்சியடைந்தேன். இந்த மகான்களின் அற்புதமான பல படைப்புகளை நாம் இழந்து விட்டோம்.'

'என்ன நடந்தது சேக்கிழார், ஏன் இத்தனை பனை ஓலைச்சுவடிகள் அழிக்கப்பட்டுள்ளன? திருஞானசம்பந்தர்

10,000க்கும் மேற்பட்ட கவிதைகளை எழுதியிருக்கிறார் என்று எங்கோ படித்ததாக நீங்கள் கூறினீர்கள். இப்போது அவற்றில் சுமார் 400 கவிதைகளை மட்டுமே தெளிவாக படிக்க முடியும் என்று நீங்கள் சொல்கிறீர்கள்.' மன்னர் இரண்டாம் குலோத்துங்க சோழன் பெரும் வியப்பில் ஆழ்ந்தார்.

'ஆம், என் மரியாதைக்குரிய மன்னரே, நாம் அவ்வளவு பாக்கியசாலிகள் அல்ல. சிதம்பரத்தில் தெய்விகக் குழந்தையான திருஞானசம்பந்தரின் மகத்துவத்தை யாரும் அறிந்திருக்க மாட்டார்கள். மறுபுறம், ராணி மங்கையர்க்கரசியும் அவரது கணவர் நின்றசீர் நெடுமாறன் அரசரும் விட்டுச் சென்ற சில சுவாரசியமான, முத்திரையிடப்பட்ட பனை ஓலைச்சுவடிகளை நான் கண்டேன்.'

'திருஞானசம்பந்தரை மதுரைக்கு அழைத்த அதே ராணியா அவள்?'

'ஆம், என் அன்பான மன்னரே. தயவுசெய்து முத்திரையிடப்பட்ட இந்த பனை ஓலைச்சுவடிகளைத் திறக்க என்னை அனுமதிக்கவும். ராணி மங்கையர்க்கரசி இதில் என்ன எழுதியிருக்கிறார் என்பதை நான் படிக்கிறேன்; அவர் கூறுகிறார் - என் கணவர் சமணர்களுக்கு ஆதரவு அளித்து, எங்கள் சிறிய தெய்விகக் குழந்தையை தண்டித்து கூர்மையான கம்பத்தில் அமர வைப்பார் என்று நான் பயந்தேன். எனவே, தெய்விகக் குழந்தையைக் காப்பாற்றுவதற்காக எங்கள் சமையற்காரர் சிவஞானத்திடம் சென்று அந்த கொடூரமான கம்பங்களுக்கு தீ வைத்து அவற்றை அழித்து விடுமாறு கேட்டுக்கொண்டேன். ஆனால் ஒரு விபத்து ஏற்படும் என்று நான் ஒருபோதும் எதிர்பார்க்கவில்லை. சமையற்காரர் சிவஞானம் தனது உயிரை இழந்தார். இறைவன் சிவபெருமான் என்னை மன்னித்துவிடுவார் என்று நம்புகிறேன். ஒருவேளை இந்தத் தகவல் என் அன்பான கணவருக்கு தெரியவந்தால், அவரும் என்னை மன்னித்துவிடுவார் என்று நம்புகிறேன். இது என் மரணத்திற்குப் பிறகுதான் தெரிய வேண்டும்.' தெய்விகக் குழந்தை வேறு யாருமல்ல, திருஞானசம்பந்தர் தான்.

'அப்படியானால், நீங்கள் இதுவரை என்னிடம் கூறியது உங்கள் கற்பனை அல்ல? ஆகா, நமது தெய்விகக் குழந்தையையும், சைவ சமயத்தைப் பின்பற்றுபவர்களையும் காப்பாற்ற ராணி மங்கையர்க்கரசி என்ன ஒரு உன்னதமான செயலைச் செய்திருக்கிறாள்! மேலும் அவளுடைய கணவர் நின்றசீர் நெடுமாறன் என்ன எழுதியிருக்கிறார்?'

சேக்கிழார் தொடர்ந்தார், 'தீ விபத்திற்குப் பிறகு, அங்கு என்ன நடந்தது என்று அறிந்துகொள்ள நான் சில அமைச்சர்களை ஈடுபடுத்தினேன், அவர்கள் முக்தானந்தாவும் சிவஞானமும் கம்பங்களை எரிப்பதற்காக அந்த மைதானத்திற்கு சென்றதை கண்டுபிடித்தனர். இந்த செயல்பாட்டில், அவர்கள் ஒருவருக்கொருவர் சண்டையில் ஈடுபட்டிருக்க வேண்டும், அவர்களைத் தடுக்க முற்பட்ட காவலாளியுடனும் அவர்கள் சண்டையில் ஈடுபட்டிருக்க வேண்டும், இதனால் அவர்கள் மூவரும் தீயினால் எரித்துக் கொல்லப்பட்டனர். என் மனைவி அல்லது சமணத் துறவிகளின் உணர்வுகளை புண்படுத்தும் நோக்கம் எனக்கு இல்லை, ஆனால் நான் அவர்களை மன்னித்து விட்டேன் என்பதை இந்த உலகம் தெரிந்து கொள்ள வேண்டும் என்று நான் விரும்புகிறேன்.'

'இந்த அரசர் எவ்வளவு கருணை உள்ளம் கொண்டவராக இருந்திருக்கிறார்.'

'இந்தப் பனை ஓலைச்சுவடிகள் மூலம் இன்று இந்த அரிய தகவல்கள் அனைத்தையும் நாம் தெரிந்து கொண்டோம், இந்தப் பனை ஓலைச்சுவடிகளுக்கு நன்றி.'

'சேக்கிழார், தயவுசெய்து ராணி மங்கையர்க்கரசி மற்றும் மன்னர் நின்றசீர் நெடுமாறன் ஆகியோரை நாயன்மார்கள் பட்டியலில் சேர்த்துக் கொள்ளுங்கள். நாம் அவர்களுக்கு சிலைகளை உருவாக்கி, நம் நாட்டில் உள்ள பல்வேறு சிவன் கோயில்களில் நிறுவ வேண்டும். ஆகா, நான் மறந்துவிட்டேன், ராணிக்கு மிகவும் உதவியாக இருந்த அவரது அமைச்சர் குலச்சிறை நாயனாரைப் பற்றி நீங்கள் முன்பே குறிப்பிட்டிருந்தீர்கள். உங்கள் எழுத்துக்களில் அவரது பெயரும் சேர்க்கப்பட வேண்டும். உங்கள் மகத்தான பணி இனி வரவிருக்கும் பல ஆண்டுகளாக மக்கள் மனதில் நீங்காது நிலைத்திருக்கும் என்று நான் நம்புகிறேன், மேலும் அனைத்து விவரங்களையும் கவனமாகக் குறிப்பிட்டதற்கு மக்கள் அனைவரும் உங்களுக்கு நன்றி தெரிவிப்பார்கள். ஆனால் உங்கள் பணிக்காக, மக்கள் இந்த நான்கு மாபெரும் மகான்களான அப்பர், திருஞானசம்பந்தர், மாணிக்கவாசகர் மற்றும் சுந்தரர் ஆகியோரை மறந்திருப்பார்கள், அற்புதங்களை அனுபவித்த எண்ணற்ற மகான்களின் வாழ்க்கை வரலாற்றைப் பற்றிச் சொல்லத் தேவை இல்லை, கண்டிப்பாக மறந்திருப்பார்கள். உங்கள் மகத்தான பணிக்காக, விரைவில் நாட்டு மக்கள் அனைவரும் இணைந்த ஒரு பெரிய கூட்டத்தின் முன்

உங்கள் பெரிய புராணத்தை நீங்கள் வாசிக்கும் போது, நாம் ஒரு மிகப்பெரிய கொண்டாட்டத்தை நடத்துவோம்.'

'என் அன்பான மன்னரே, முழுப் பெருமையும் பாராட்டும் உங்களையே சேரும். சிதம்பரத்திலிருந்து அனைத்து பனை ஓலைச்சுவடிகளையும் பெறுவதற்கான உங்கள் முயற்சிக்கு நன்றி, அவை இல்லாமல் நான் இந்த மகத்தான பணியைச் சாதித்திருக்க முடியாது.'

'சேக்கிழார், தில்லை நடராசரால் நீங்கள் ஆசிர்வதிக்கப்பட்டவர். இப்போது, என்னிடம் ஒன்று சொல்லுங்கள்; கங்க வம்ச மன்னர்கள் ஆட்சி செய்து கொண்டிருக்கும் இடத்திற்கு மேற்கு திசையை நோக்கிப் பயணம் செய்த நமது அமைச்சர்களில் சிலர், சமணத்துறவிகள் அங்கு மகிழ்ச்சியாக வாழ்ந்து வருவதாகவும், பாண்டிய இராச்சியத்தைச் சேர்ந்த பலர் அங்குச் சென்றிருப்பதாகவும் என்னிடம் கூறினார்கள். மேலும், அங்குப் பெரிய சிலை ஒன்று நிறுவப்பட்டு வருவதாகத் தெரிகிறது. அதைப் பற்றி நீங்கள் கேள்விப்பட்டிருக்கிறீர்களா?'

அதற்கு சேக்கிழார் மகிழ்ச்சியுடன் பதிலளித்தார், 'ஆம், நிச்சயமாக, கங்க மன்னரின் படைத்தலைவரும், அமைச்சருமான சாவுந்தரராயனால் தொடங்கப்பட்ட அந்த மாபெரும் நினைவுச்சின்னத்தின் கட்டுமானத்தை மன்னர் கங்கராசர் முடித்துவிட்டார் என்று கேள்விப்பட்டேன். அந்த பிரமாண்டமான கல் சிலை சுமார் 57 அடி உயரம் கொண்டது. விந்தியகிரி மலையின் உச்சியில் அமைந்துள்ள கோமதீசுவரரின் திருஉருவச்சிலை தான் அது. அவர் பற்றற்ற தன்மையுடன் உலகத்தைப் பார்ப்பது போல் அவரது கண்கள் திறந்திருக்கின்றன. கோமதீசுவரரின் உருவம் கருணையும், புன்முறுவலும் நிறைந்த முகம், படர்ந்த நெற்றி, உயர்ந்த புருவம், நீண்ட அழகிய காதுகள், தலையில் சுருள் முடி வளையங்கள், பரந்து விரிந்த மார்பு மற்றும் நீளமான இரு கைகளைக் கொண்டுள்ளது. அமைதியான மற்றும் உயிர் சக்தியை உள்ளடக்கிய உதடுகளின் ஓரத்தில் ஒரு மெல்லிய புன்னகையுடன் அவரது முக அம்சங்கள் மிகக் கச்சிதமாக செதுக்கப்பட்டுள்ளன. அவரது பரந்து விரிந்த தோள்களிலிருந்து கைகள் நேராகக் கீழே நீட்டுகின்றன, மேலும் இந்த உருவச்சிலைக்குத் தொடையிலிருந்து மேல்நோக்கி தாங்குவதற்கு எந்த ஆதரவும் இல்லை. அவரது இடைவிடாத தவத்தைக் குறிக்கும் வகையில் எறும்புப் புற்று . ஒன்று சிலைக்குப் பின்புறத்தில் உள்ளது. இந்த எறும்புப் புற்றிலிருந்து, ஒரு படமெடுத்தாடும் பாம்பு மற்றும் ஒரு படர்தாமரை வெளிப்படுகிறது.

இந்தப் படர்தாமரை சிலையின் இரண்டு கால்கள் மற்றும் கைகளை ஒரு கயிறுபோல் சுற்றி, கைகளின் மேல் பகுதியில் பூக்கள் மற்றும் பெர்ரிகளின் கொத்தாக முடிவடைகிறது. முழு உருவமும் மலர்ந்த நிலையில் உள்ள ஒரு தாமரையின் மீது நிற்கிறது. இது இந்தத் தனித்துவமான சிலையை நிறுவுவதில் அடைந்த முழுமையைக் குறிக்கும் வகையில் அமைந்துள்ளது. இந்தச் சிலை அபாரமான சிற்பக்கலை மற்றும் கம்பீரமான தோற்றத்துடன் பார்ப்பவர் யாவரையும் கவர்ந்திழுத்துப் பிரமிக்க வைக்கும் வகையில் நிறுவப்பட்டுள்ளது. ஏராளமான பக்தர்கள் தரிசனம் செய்யத் திரள்கின்றனர்' என்று கேள்விப்பட்டேன்.

'அவர்கள் இங்கே வந்து நமது வாழ்க்கை முறையை விமர்சிப்பதும், தொந்தரவு செய்வதும் இல்லாதவரை, அவர்களுக்கு எதிராக நமக்கு எந்த விரோதமும் இல்லை என்பதில் நாம் மகிழ்ச்சியடைகிறோம், பெருமிதம் கொள்கிறோம் அல்லவா? சைவ சமயத்தை ஏற்றுக் கொள்ளத் தொடங்கிய பிறகும் அவர்களை நிம்மதியாக வாழ அனுமதித்த பாண்டிய அரசர் நின்றசீர் நெடுமாறன் தான் இதற்குக் காரணமாக இருக்கலாம் என்று நான் நினைக்கிறேன். ஞானசம்பந்தரின் பேச்சைக் கேட்க அந்த விவாதத்தின்போது நான் மதுரை மாநகரத்தில் இருந்திருக்க வேண்டும் என்று விரும்புகிறேன். இது எவ்வாறு சாத்தியமாகும்? உங்களுக்கு நன்றி, இப்போது என்னால் அதை தெளிவாகக் கற்பனை செய்ய முடிந்தது. சோழ மன்னர்களாகிய நாங்கள் பேரரசர் முதலாம் இராசராச சோழனால் தஞ்சாவூரில் கட்டப்பட்ட தஞ்சை பெருவுடையார் கோயிலைப் போலப் மேலும் பல பெரிய சிவாலயங்களை நாட்டின் பல்வேறு பகுதிகளில் கட்டினோம். ஆனால், அவர்களையும் இந்த பாரம்பரியத்தையும் நாங்கள் தொடர்ந்து மதிப்போம். நமது தமிழ் இராச்சியத்தில் சமணர்கள் அமைதி மற்றும் மகிழ்ச்சியுடன் வாழவும் தங்கள் பாரம்பரியங்களை பின்பற்றவும் ஒருபோதும் பயப்படத் தேவையில்லை. நாங்கள் யாரும் சென்று அவர்களைத் துன்புறுத்தவோ அல்லது அவர்களது நினைவுச்சின்னங்களை அழிக்கவோ மாட்டோம் என்று நான் உறுதியாக நம்புகிறேன். உங்களது இந்த மகத்தான பணியின் வெற்றியைக் கொண்டாடும் வகையில் சிறப்பானதொரு விழாவை நடத்துவோம். நீங்கள் எனது அரச யானையின் மீது ஏறிச் சவாரி செய்வீர்கள், அரண்மனைக்கு வந்து உங்கள் மகத்தான பணியான **'பெரிய புராணம்'** எனும் கவிதைத் தொகுப்பை நம் நாட்டு மக்கள் அனைவரின், ஒரு பெரிய கூட்டத்திற்கு முன்னால் வழங்குவீர்கள், மேலும் இந்த விழாவில் நம் அண்டை இராச்சியங்களிலிருந்து அழைக்கப்படும் பல

*கற்றறிந்த நபர்கள் அடங்குவர். இது இனி வரவிருக்கும் பல ஆயிரம் ஆண்டுகளுக்கு மக்களால் என்றென்றும் நினைவுகூரப்படும், என்றென்றும் மக்களின் நினைவில் நீங்காது நிலைத்து இருக்கும். மேலும் மிகவும் முக்கியத்துவம் வாய்ந்த உங்களது மகத்தான இந்தப் பெரிய புராணம் நமது அரண்மனையில் நன்கு பாதுகாக்கப்படும். அதன்பிறகு நீங்கள் '**உத்தம சோழப் பல்லவன்**' என்றும் அழைக்கப்படுவீர்கள் என்பதை உங்களுக்குத் தெரிவித்துக் கொள்வதில் நான் மிகவும் மகிழ்ச்சி அடைகிறேன்.*

சேக்கிழார் இறைவன் சிவபெருமானின் பக்தர்களான மாபெரும் மகான்களின் வரலாற்றை விளக்கமாக எடுத்துக்கூறி சனாதன தர்மத்தின் சிறப்பினை தனது அரசர் இரண்டாம் குலோத்துங்க சோழ மன்னருக்கு எடுத்துரைத்ததில் பெருமகிழ்ச்சி அடைந்தார். மேலும் தனது அரசருக்கு முழு மனதுடன் நன்றி தெரிவித்தார். ஆனால் தனக்கு எந்தப் பட்டமும் தேவையில்லை என்று உணர்ந்தார். தனது பெரியபுராணம் எனும் மகத்தான பணியை தமிழக மக்கள் முன் சமர்ப்பிக்க இப்படிப்பட்ட ஒரு அற்புதமான வாய்ப்பை வழங்கிய நம்பியாண்டார் நம்பி மற்றும் சிதம்பரம் நடராசப் பெருமானுக்கு நன்றி தெரிவித்தார். அவர், தனது சகோதரருக்கு அவரது அமைச்சர் பதவியை வழங்கிவிட்டு நாட்டின் பல்வேறு பகுதிகளில் இருக்கும் சிவன் கோவில்களுக்குச் செல்ல முடிவு செய்தார்.

முடிவுரை

ஒரு வரலாற்றுக் கற்பனைக் கதையாக வடிவமைக்கப்பட்ட இந்த நாவலில், 10ஆம் நூற்றாண்டுக்கு முன் இந்தியாவிலிருந்த பிற மத நம்பிக்கைகளைச் சைவ சமயம் எப்படி வென்றது என்பதை சுட்டிக் காட்டுவதே எனது முக்கிய நோக்கமாக இருந்தது. உலகில் உள்ள பார்வையாளர்களுக்காகப் போட்டியிடும் புதுமையான ஆன்மீக நம்பிக்கைகள் நிறைந்த ஒரு காலம் அது. மற்றவர்களால் கட்டப்பட்ட நினைவுச் சின்னங்கள் அல்லது கோவில்களை அழிப்பதன் மூலம் அல்ல, மாறாக இறையியல் மற்றும் தத்துவ விவாதங்களில் ஆளும் மற்றும் வரலாற்றிலிருந்து அரசியல் வரை அனைத்தையும் அறிந்த பெரிய அறிவாளி; மேதாவி வர்க்கத்தை வென்றதன் மூலம் இது அடையப்பட்டது; இருப்பினும் சில பௌத்த குகைகள் மற்றும் சமண குகைகள், வழிபாட்டுத்தலம் அல்லது தேடுபவர்களுக்கான சரணாலயங்கள் சில மோதல்களில் அழிக்கப்பட்டிருக்கலாம். இருப்பினும், முதன்மை சரணாலயங்கள் பாதிப்பு இல்லாமல் விடப்பட்டன; இன்றும் ஒருவர் எல்லோரா குகைகள் மற்றும் அஜந்தா குகைகள் (மகாராஷ்டிராவில் உள்ளது) அல்லது சரவணபெலகோலா (மைசூர் அருகில் உள்ள சமணர்களின் முக்கியமான புனித யாத்திரை மையம்) மற்றும் மதுரைக்கு அருகில் உள்ள பல ஜெயின் குகைகள், குறிப்பாகக் குஜராத்தில் இன்னும் பல ஜெயின் கோவில்களைப் பார்வையிடலாம்.

பாண்டிய அல்லது சோழ மன்னர்கள் (கி.பி. 8 - 12ஆம் நூற்றாண்டு), அவர்கள் விரும்பியிருந்தால், அந்த மன்னர்கள் சக்திவாய்ந்த வலிமையான படையைக் கொண்டிருந்ததால், இந்தக் குகைகளை எளிதாக அழித்திருக்க முடியும். இந்த மன்னர்கள் சைவ சமயத்தைத் தவிர மற்ற மத நம்பிக்கையாளர்களிடம் மிகவும் சகிப்புத்தன்மையுடன் இருந்தனர் என்பது இதன்மூலம் வெளிப்படையாகத் தெரிகிறது. மேலும், அந்த நாட்களில் சங்கராச்சாரியார் போன்ற மதத் தலைவர்கள், எடுத்துக்காட்டாக, வார்த்தைகளால் போர்களை நடத்தி, சரியான தத்துவ வாதங்களைப் பயன்படுத்தி எதிரிகளை வென்றனர். விவாதத்தில் தோல்வியடைந்தவர் தனது தோல்வியை மனதார ஏற்றுக்கொண்டார் என்பது குறிப்பிடத்தக்கது.

முடிவுரை

அதே காலகட்டத்தில் ஐரோப்பாவில் ஏற்பட்ட முன்னேற்றங்களுடன் கண்ணோட்டத்தில் இந்தத் தனித்துவமான அணுகுமுறையை நம்பிக்கைக்கு வைக்க இது உதவுகிறது. மேற்கத்திய ரோமானியப் பேரரசின் வீழ்ச்சியைத் தொடர்ந்து ஏற்பட்ட காட்டுமிராண்டித்தனமான படையெடுப்புகளினால், 15ஆம் நூற்றாண்டின் இறுதியில் பைசண்டைன் பேரரசு உயிர் பிழைத்து மீண்டும் வீழ்ச்சியுற்று அதன் அழிவுக்குத் சென்ற, 8ஆம் நூற்றாண்டு முதல் 12ஆம் நூற்றாண்டு வரையிலான ஐரோப்பிய வரலாற்றை ஐரோப்பாவில் பின்னடைவின் இருண்ட காலங்களாக ஒருவர் ஒப்பிட்டுப் பார்க்க வேண்டும். இந்த இருண்ட காலங்களில் அறிவியல், தத்துவம் மற்றும் இறையியலில் இருட்டடிப்பு இல்லையென்றாலும் கிட்டத்தட்ட முழுமையான பின்னடைவு இருந்தது. உண்மையில் 15ஆம் நூற்றாண்டில் இறையியல் சிந்தனை கோட்பாட்டின் கேள்வி மற்றும் புராட்டஸ்டன்ட் மதத்தின் தோற்றத்துடன் மீண்டும் தொடங்கியபோது, விவாதங்கள் விரைவாக இரத்தக்களரி மற்றும் போர்களுக்கு வழிவகுத்தன. ஞானசம்பந்தருக்கு 800 ஆண்டுகளுக்கு முன்பே, யூதர்கள், ஆரம்பகால கிறிஸ்தவர்கள் மற்றும் பின்னர் ஈரானில் இருந்து விரட்டியடிக்கப்பட்ட பாரசீகர்களை இந்தியா வரவேற்றது, வேதங்கள் மற்றும் உபநிடதங்களில் இருந்து தோன்றிய சனாதன தர்மம் கற்பித்த பிற மத நம்பிக்கைகள் மீதான சகிப்புத்தன்மையை இது சுட்டிக்காட்டுவதாகத் தெரிகிறது.

ரா.சூர்யநாராயணன்

மேற்கோள் நூற்பட்டியல்

இந்த நாவலை எழுதுவதற்கு பின்வரும் குறிப்புகளும், புத்தகங்களும் எனக்கு மிகவும் பயனுள்ளதாக இருந்தன.

1. சமணர் கழுவேற்றம் கோ.செங்குட்டுவன் (தமிழில்), கிழக்கு பதிப்பகம், சென்னை, 2017

2. இந்துமஹாசமுத்திரம் தொகுதி.1 சோ (தமிழில்) கூட்டணி, சென்னை

3. Hymns Heritage of India – Tamil Saivite Saints, by Kingsbury, Forgottenbooks.org (ஹைம்ன்ஸ் ஹெறிடேஜ் ஆ∴ப் இந்தியா - தமிழ் சைவத் துறவிகள், கிங்ஸ்பரி எழுதியது, Forgottenbooks.org)

4. History of Tamil Nadu, by N. Subramanian, Koodal Publishers, Madurai தமிழ்நாடு வரலாறு, என். சுப்ரமணியம், கூடல் பப்ளிஷர்ஸ், மதுரை

5. On Yuan Chwang's travels in India, by Thomas Watters, Royal Asiatic Society, London 1904 (தாமஸ் வாட்டர்ஸ் எழுதிய யுவான்சுவாங்கின் இந்தியாவில் பயணங்கள், ராயல் ஏசியாடிக் சொசைட்டி, இலண்டன் 1904)

6. The Poems of Ancient Tamils by George Hart, University of California Press (ஜார்ஜ் ஹார்ட் எழுதிய பண்டைய தமிழர்களின் கவிதைகள், கலிபோர்னியா பல்கலைக்கழக அச்சகம், பெர்கெலே)

7. The Silk Road Journey with Xuanzang by Sally Hovey Wriggins, Westview press Oxford. (சாலி ஹோவி ரிக்கின்ஸ் எழுதிய ஜுவான்சாங்குடன் சில்க் ரோடு ஜர்னி, வெஸ்ட்வியூ பிரஸ் ஆக்ஸ்∴போர்டு)

8. Buddhism and Jainism, Series Editor Arvind Sharma; Editors K.T.S Sarao and Jeffrey D. Long, Springer Reference, Netherlands. (புத்தமும் சமணமும், தொடர் ஆசிரியர் அர்விந்த் சர்மா;

தொகுப்பாளர்கள் கே.டி. எஸ்.சரோ மற்றும் ஜெ.ஃப்ரி டி.லாங், ஸ்பிரிங்கர் குறிப்புகள், நெதர்லாந்து)

9. அறுபத்தி மூன்று நாயன்மார்கள் வரலாறு சிவ.த.வெங்கடேசன்

10. தமிழ் இலக்கிய வரலாறு தமிழ்ப் பேராசிரியர் மு.வரதராசன் எழுதிய தமிழ் ஆய்வுநூல். சாகித்திய அகாதெமி

11. பெரியபுராண ஆராய்ச்சி தமிழ்ப் பேராசிரியர் மா.இராசமாணிக்கனார் எழுதிய நூல். பெரியபுராணத்தைப் பற்றிய குறிப்பிடத் தக்க நாட்டுடைமையாக்கப்பட்ட நூல்

12. The Great Temple – Madurai Meenakshi, Valayapatti Ra. Krishnan, Published by Joint Commissioner, Madurai Temple (பெரிய கோவில் - மதுரை மீனாட்சி, வலயப்பட்டி ரா.கிருஷ்ணன், மதுரை கோயில் இணை ஆணையர் வெளியிட்டார்)

13. L'inde de Bouddha, vue par de pelerins Chinois sous la dynastic Tang-presentation D'Etiemble, Calmann Levy, Paris

14. A record of Buddhist Kingdoms being an account by Chinese Monk Fa-Hien, by James Legge, Dover Publications, New York (புத்த சாம்ராஜ்யங்களின் பதிவு சீன துறவி பாஹியான், ஜேம்ஸ் லெக், டோவர் பப்ளிகேஷன்ஸ், நியூ யார்க்)

15. The Silappadikaram by Ramachandra Dikshithar, Oxford University Press (ராமச்சந்திர தீட்சிதர் எழுதிய சிலப்பதிகாரம், ஆக்ஸ்போர்டு பல்கலைக்கழக அச்சகம்)

16. Jainism by Jeffrey D. Long, I.B. Tauris, London (ஜெ.ஃப்ரி டி.லாங் எழுதிய ஜைனிசம், ஐ.பி. டாரிஸ், லண்டன்)

17. The Jains by Paul Dundas, Routledge, London (பால் டன்டாஸ் எழுதிய தி ஜெயின், ரூட்லெட்ஜ், லண்டன்)

18. www.Hinduwisdom.info

19. www.Thevaaram.org

20. www.jainworld.org

21. www.jaina.org

22. www.sacred-texts.com

23. www.shaivam.org

24. www.jainworld.com

25. www.templenet.com

26. www.projectmadurai.org

27. www.puratattva.in

28. www.kamakoti.org

29. en.wikipedia.org

30. ta.wikipedia.org

31. www.tamilvu.org

32. www.noolaham.net

33. www.archive.org

34. www.forgottenbooks.com

முக்கிய கதாபாத்திரங்கள் மற்றும் சில முக்கியமான காலவரிசைகள்

சில பெயர்கள் மற்றும் வரலாற்றை அறிந்திராத சில வாசகர்களின் நலனுக்காக, இந்தக் கதையின் முக்கியக் கதாபாத்திரங்களையும் காலக் கோடுகளையும் கீழே பட்டியலிடுகிறேன்.

சேர, சோழ மற்றும் பாண்டியர்கள்

சங்ககாலத்தில் தென்னிந்தியாவின் பெரும்பகுதி இந்த மூன்று வம்சங்களைச் சேர்ந்த அரசர்களால் ஆளப்பட்டது. இவர்களில் சேரர்கள் கேரளா மற்றும் தமிழகத்தின் மேற்குப் பகுதிகளையும் சோழர்கள் திருச்சி மற்றும் தஞ்சாவூர் பகுதிகளையும் பாண்டியர்கள் மதுரைப் பகுதிகளையும் ஆட்சி செய்தனர். அக்காலத்தில் முடி அணியும் உரிமை இவர்களுக்கு மட்டுமே இருந்ததால் இவர்கள் மூவேந்தர் எனச் சிறப்புடன் அழைக்கப்படுகிறார்கள்.

சேர அரசர்களில் சேரன் செங்குட்டுவன் மிகவும் புகழ் பெற்றவர். சங்க இலக்கிய நூல்களில் ஒன்றான புகழ்பெற்ற சிலப்பதிகாரத்தை இயற்றிய இளங்கோவடிகள் இவரது தம்பி என்பது குறிப்பிடத்தக்கது. வில் அம்பு எய்வதில் தலைசிறந்தவர்களாக விளங்கிய சேரர்கள் வில் அம்பைத் தங்கள் சின்னமாகக் கொண்டிருந்தனர். சேர அரசர்களின் ஆட்சிக்காலம் சுமார் 15ஆம் நூற்றாண்டுவரை நிலைத்திருந்தது. இவர்கள் கரூரையும், வஞ்சியையும் தலைநகராகக் கொண்டிருந்தனர். மேலும் தொண்டியைத் துறைமுகமாகக் கொண்டு ரோமானிய, கிரேக்க, அரேபியா போன்ற மற்ற நாடுகளுடன் வணிகம் செய்து வந்தார்கள் எனத் தெரிகிறது. சங்ககால இலக்கியங்களுள் ஒன்றான பதிற்றுப்பத்துப் பாடல்கள்மூலம் சேர அரசர்களைப் பற்றிப் பல தகவல்களை நாம் மேலும் அறிந்து கொள்ளலாம்.

சோழ அரசர்கள் அத்திப்பூ மாலையை அணிந்தவர்களாகவும், புலி கொடியினை உடையவர்களாகவும் அறியப்படுகிறார்கள். இவர்கள் 10, 11, 12ம் நூற்றாண்டுகளில் மிகவும் வலிமை பெற்றவர்களாகத் திகழ்ந்தனர் எனத் தெரிகிறது.

முக்கிய கதாபாத்திரங்கள் மற்றும் சில முக்கியமான காலவரிசைகள்

சோழ மன்னர்களில் கரிகால சோழன், முதலாம் இராசராசன், மற்றும் அவரது மகனான முதலாம் இராசேந்திரன் ஆகியோர் குறிப்பிடத்தக்க மன்னர்களாவர். சோழ மன்னர்களில் தலைசிறந்தவராகப் போற்றப்படும் கரிகால சோழன், காவிரி ஆற்றுப் படுகைப் பகுதிகளில் ஆற்றின் நீர்ப் பெருக்கைத் திறம்படப் பயன்படுத்தி, வேளாண்மையை மேன்மைப்படுத்தி, வளம் பொருந்திய விளைநிலங்களாக மாற்ற எண்ணிய அவர் காவிரி ஆற்றின் குறுக்கே கல்லணையைக் கட்டினார். உலகின் மிகப் பழமையான அணைக்கட்டாக "கல்லணை" விளங்குகிறது. நெல் இயற்கையாகவோ, மிகுதியாகவோ விளைந்த நாடு சோழ நாடு என அழைக்கப்பட்டது. 'சோழ நாடு சோறுடைத்து' என்பது பழமொழி. அருண்மொழிவர்மன் அல்லது முதலாம் இராசராச சோழன் என்று அறியப்படும் புகழ் பெற்ற மன்னர் சுமார் 1000 ஆண்டுகளைத் தாண்டித் தமிழர் கட்டடக் கலைக்குப் பெருமை தேடித்தரும் கலைக் கருவூலம், சோழ மன்னர்களின் ஒப்பற்ற ஆட்சியின் நினைவுச் சின்னம், உலகப் பாரம்பரிய சின்னம் எனப் புகழ்பெற்றுத் திகழும் தஞ்சைப் பெருவுடையார் கோவில் அல்லது பிரகதீசுவரர் கோவில் (தஞ்சைப் பெரிய கோவில்) என்று அழைக்கப்படும் சிவன் கோவிலைக் காவிரி ஆற்றின் தென்கரையில் கட்டுவித்தார். சோழ அரசர்கள் உலகத்தின் பல பகுதிகளிலிருந்து வணிகர்களைத் தன்பால் ஈர்த்த புகார் அல்லது காவிரிப்பூம்பட்டினம் என்று அறியப்படும் துறைமுகத்தின் மூலம் வணிகத்திலும் சிறந்து விளங்கினர். வலிமை மிக்க படைபலம், கட்டிடக்கலை, சமயம், இலக்கியம், பொருளாதாரம், பண்பாடு எனப் பல்வேறு துறைகளில் சிறந்த பேரரசாகத் திகழ்ந்த சோழர்களின் ஆட்சி வடக்குத் திசையில் ஒரிசா, கிழக்குத்திசையில் ஜாவா, சுமத்ரா மற்றும் மலேசியா, தெற்குத்திசையில் மாலைத்தீவுகள், இலங்கை வரையிலும் பரந்து விரிந்து ஆசியா முழுவதிலும் செல்வாக்குப் பெற்று இருந்தது. சங்ககால இலக்கிய நூல்களான பட்டினப்பாலை, சிலப்பதிகாரம் மற்றும் கல்கி என்ற புனைபெயர் கொண்ட புகழ் பெற்ற தமிழ் எழுத்தாளரான ராமசாமி கிருஷ்ணமூர்த்தி எழுதிய பொன்னியின் செல்வன் போன்ற நூல்களின் மூலம் சேர அரசர்களைப் பற்றிப் பல தகவல்களை நாம் மேலும் அறிந்து கொள்ளலாம்.

பாண்டியர்கள் மதுரை, ராமநாதபுரம், திருநெல்வேலி மற்றும் தற்போதைய கேரளத்தின் தென்பகுதி ஆகியவற்றை ஆட்சி செய்தனர். புறப்பொருள் வெண்பாமாலை என்கின்ற இலக்கண நூலில் இடம்பெற்றுள்ள "கல் தோன்றி மண் தோன்றா காலத்தே வாளோடு முன் தோன்றி மூத்த குடி தமிழ்க்குடி" என்ற

முக்கிய கதாபாத்திரங்கள் மற்றும் சில முக்கியமான காலவரிசைகள்

பாடல்மூலம் மிகவும் தொன்மையான மொழியாக அறியப்படும் நம் தமிழ் மொழியை வளர்க்கும் பொருட்டு தமிழ்ச் சங்கங்களை நிறுவி புலவர்களையும் கற்றறிந்த அறிஞர்களையும் ஒருங்கிணைத்து அவர்களுக்கு ஆதரவு அளித்தவர்கள் என்று தமிழ் இலக்கியங்கள் பாண்டிய அரசர்களைப் போற்றுகின்றன. பாண்டிய அரசர்கள் வேப்பம்பூ மாலை அணிந்தவர்கள் எனவும் மீன்கொடியினை உடையவர்கள் எனவும் சங்க கால நூற்குறிப்புகள் மற்றும் கல்வெட்டுக்கள் மூலம் அறியப்படுகிறார்கள். பாண்டிய மன்னர்களில் புகழ் பெற்ற போர்வீரராகத் திகழ்ந்த பாண்டிய நெடுஞ்செழியன் மன்னர் சேர, சோழர்களின் கூட்டுப்படையைப் போரில் தோற்கடித்ததாக அறியப்படுகிறார். நெடியோன், முடத்திருமாறன், பழைய யாகசாலை முதுகுடுமிப் பெருவழுதி, குலசேகரப் பாண்டியன் மற்றும் நம் கதையில் குறிப்பிட்டுள்ள நின்றசீர் நெடுமாறன் (கூன் பாண்டியன்) ஆகியோரும் குறிப்பிடத்தக்க பாண்டிய மன்னர்களாக அறியப்படுகிறார்கள். பெருந்தொகை, இராமாயணம், திருவிளையாடல் புராணம் என்பன போன்ற இந்து மதப் புராணங்களிலும், தமிழ் இலக்கியம் மற்றும் நாட்டுப்புறக் கதைகளிலும் பல பாண்டிய மன்னர்களைப் பற்றிய குறிப்புகளை நாம் காணலாம். வெளிநாட்டவர்களான மெகசுதெனசு, பிளைனி, தாலமி, யூ உவான், மார்க்கோ போலோ, இபின் பட்டுடா போன்றோர் தங்கள் குறிப்புகளில் பல்வேறு பாண்டிய மன்னர்களைப் பற்றிக் குறிப்பிட்டுள்ளனர். முத்துக்குளிப்புக்கு புகழ் பெற்று விளங்கியது பாண்டிய நாடு. பாண்டியர்களின் ஆட்சிக் காலத்தில் கொற்கைத் துறைமுகத்தின் மூலம் வணிகமும் சிறந்து விளங்கியது.

சேக்கிழார்

நம் கதையில் குறிப்பிட்டுள்ள இரண்டாம் குலோத்துங்க சோழன் மன்னரின் பிரதம மந்திரி, கி.பி. 1130.

அறுபத்து மூன்று சைவ துறவிகளின் கதைகளை விவரிக்கும் பெரியபுராணத்தின் ஆசிரியர்.

இரண்டாம் குலோத்துங்க சோழன்

சோழ மன்னர், தன் தலைநகரை தஞ்சாவூரிலிருந்து சிதம்பரத்திற்கு மாற்றினார், கி.பி. 1130

கூன் பாண்டியன் (நின்றசீர் நெடுமாறன்)

மதுரையை ஆட்சி செய்த பாண்டிய மன்னர் கி.பி. 640 முதல் கி.பி. 670. பழையாறையை ஆட்சி செய்த சோழமன்னர்

மகளான ராணி மங்கையர்க்கரசியைத் திருமணம் செய்து கொண்டார். சமணர்களின் தீவிர ஆதரவாளராக இருந்த அவர் திருஞானசம்பந்தரால் சைவ சமயத்தைத் தழுவினார். தம் வெப்பு நோயுடன் சேர்ந்து கூன் நீங்கியதால் நின்றசீர் நெடுமாறன் என்று அழைக்கப்பட்டார்.

மங்கையர்க்கரசி

பாண்டிய மன்னர் கூன் பாண்டியனின் மனைவி கி.பி. 640 முதல் கி.பி. 670. அவர் தனது கணவரைச் சமண மதத்திலிருந்து சைவ மதத்திற்கு மாற்ற விரும்பினார்.

ஞானசம்பந்தர்

பாண்டிய மன்னர் கூன் பாண்டியனின் வெப்பு நோயைக் குணப்படுத்தி, அவரைச் சைவ சமயத்தைத் தழுவச் செய்தார். சிதம்பரத்திற்கு அருகில் உள்ள சீர்காழியில் பிறந்த (8ஆம் நூற்றாண்டு) தெய்விகக் குழந்தை.

திருநாவுக்கரசர்

முதலில் சமணத்தால் ஈர்க்கப்பட்டு பின்னர் சைவ சமயத்திற்கு மாறினார் மற்றும் ஞானசம்பந்தருடன் இணைந்து புனித யாத்திரை மற்றும் மதுரைக்கு (8ஆம் நூற்றாண்டு) சென்றார்.

சொற்களஞ்சியம்

சனாதன தர்மம்

வர்க்கம், சாதி அல்லது பிரிவு ஆகியவற்றைப் பொருட்படுத்தாமல், வேதங்கள் மற்றும் உபநிடதங்கள் ஆகியவற்றிலிருந்து பெறப்பட்ட "நித்திய" அல்லது முழுமையான கடமைகள் அல்லது மத ரீதியாக நியமிக்கப்பட்ட நடைமுறைகளைக் குறிக்கப் பயன்படுத்தப்படும் சொல்.

சனாதன தர்மம் என்பது வாழ்க்கையைப் பற்றிய முழுமையான கண்ணோட்டம், நேர்மறை தார்மீக செயல்களில் பொதிந்துள்ளது. சனாதன தர்மத்தின்படி, இயற்கையின் அனைத்து படைப்புகளும், அனைத்து தெய்வங்களும் நித்திய கடமையைப் பின்பற்றும் பொறுப்பைப் பகிர்ந்து கொள்கின்றன. தர்மம் என்பது இந்த கிரகத்தில் ஒருவரின் நடத்தையை வழிநடத்தும் மற்றும் ஒருவரின் மத கடமைகளை தீர்மானிக்கும் தார்மீக மற்றும் ஆன்மீக கொள்கைகளை குறிக்கிறது. தர்மம் என்பது ஒழுக்க விதிகளை நிலைநிறுத்துவதன் மூலம் உலக ஒழுங்கைப் பாதுகாப்பதாகும். கடவுளால் உருவாக்கப்பட்ட ஒவ்வொரு பொருளும் கடவுளின் வெளிப்பட்ட பிரபஞ்சத்தில் ஒரு குறிப்பிட்ட பங்கைச் செய்கிறது, இது சனாதன தர்மத்தின் அழகு. எனவே, ஒவ்வொரு உயிரினமும் கடமையால் பிணைக்கப்பட்டுள்ளது, அனைத்து உயிரினங்களாலும் பகிர்ந்து கொள்ளப்படும் கடமை.

உலக நன்மையே சனாதன தர்மத்தின் பிரதான நோக்கமாக உள்ளது. அமைதி என்பது ஒரு நாட்டுக்கோ அல்லது ஒரு சமூகத்திற்காக மட்டும் அல்லாமல் இந்த பிரபஞ்சத்துக்கே ஏற்பட வேண்டும் என்பதே சனாதன தர்மத்தின் நோக்கமாகும். அதுவும் மனித குலத்திற்கு மட்டும் அன்றி பறவைகள், விலங்குகள், தாவரங்கள் என அனைத்து உயிரினங்களுக்கும் நன்மை ஏற்பட வேண்டும் என நாம் விரும்புகிறோம்.

கும்பாபிசேகம்

கும்பாபிசேகம் என்பது ஒவ்வொரு இந்து கோவிலிலும் பன்னிரண்டு ஆண்டுகளுக்கு ஒருமுறை நடத்தப்படும் ஒரு சம்பிரதாய சடங்காகும். இதன்மூலம் கோவிலுக்குள் கருவறையில் இருக்கும் கடவுள் சிலைகளின் தெய்விகத்தன்மை

புதுப்பிக்கப்படுகிறது. பொதுவாக புனித ஆறுகளிலிருந்து கொண்டுவரப்படும் நீரை குடங்களில் நிரப்பி சக்தி வாய்ந்த மந்திரங்கள் மற்றும் யாகங்கள்மூலம் தெய்வத்தன்மை ஏற்றப்படுகிறது. இந்த புனித தீர்த்தங்களால் கடவுள் சிலைகளும் கோபுரத்தின் உச்சியிலிருக்கும் கோபுரக் கலசங்களும் நீராட்டப்படுவதால் இது குடமுழுக்கு அல்லது கும்பாபிசேகம் என்று அழைக்கப்படுகிறது. கும்பாபிசேகம் நடத்தப்படுவதன் மூலமாகவே கோபுரக் கலசங்களும் கடவுள் சிலைகளும் தெய்வசக்தியைப் பெறுகின்றன. ஒருவர் கோவிலுக்குள் செல்லாமலே கோபுர தரிசனம் மூலமாகவும் கடவுளின் அருளைப் பெற இயலும் என்று நம்பப்படுகிறது.

ஆதி சங்கராச்சாரியார்

இன்றைய கேரளத்தில் உள்ள "காலடி" எனப்படும் ஊரில் ஆர்யாம்பாள் - சிவகுரு தம்பதியினருக்கு மகனாகப் பிறந்த மெய்ஞான புனிதர். ஏழாம் நூற்றாண்டு.

இந்து சமயத்தின் அடிப்படை நூல்கள் என்று அறியப்படும் உபநிடதங்கள், பிரம்ம சூத்திரம் மற்றும் பகவத்கீதைக்கு மிக ஆழமான அர்த்தங்களை அளித்து அவை போதிக்கும் அத்வைத வேதாந்த தத்துவத்தை உலகத்திற்கு எடுத்துக்காட்டியவர். இந்து சமயத்தின் தலைசிறந்த சிந்தனையாளர். இந்துச் சமயம் மறுமலர்ச்சி அடைந்து தொடர்ந்து வளர்வதற்காகச் சிருங்கேரி (சாரதா மடம்), துவாரகா (காளிகா மடம்), புரி (கோவர்தன மடம்), ஜோஷி மடம் ஆகிய இடங்களில் மடாலயங்களை நிறுவினார்.

சங்கம்

பண்டைய தமிழகத்தில் தமிழ் மொழியை வளர்ப்பதற்காகப் பாண்டிய மன்னர்களால் மதுரையில் கற்றறிந்த புலவர்கள் மற்றும் கவிஞர்கள் சந்திப்பதற்காக நிறுவப்பட்ட அமைப்பு. முதல் சங்கம் தோராயமாக 4000 ஆண்டுகளுக்கு முன்பு நிறுவப்பட்டதாகத் தெரிகிறது.

சிலப்பதிகாரம்

ஐந்தாம் நூற்றாண்டில் கோவலன், கண்ணகி, மாதவி மற்றும் நேர்மைமிக்க பாண்டிய மன்னன் நெடுஞ்செழியன் மன்னரைக் கதை மாந்தர்களாக வைத்து இளங்கோவடிகளால் எழுதப்பட்ட 5730 வரிகள் கொண்ட கவிதை நூல்.

கழுவேற்றம்

குற்றவாளிகளாகக் கருதப்பட்டவர்களை நன்றாக எண்ணெய் தடவப்பட்ட கூர்மையான மரக்கம்பம் ஒன்றில் அமரச் செய்து வழங்கப்பட்ட ஒரு கொடூரமான மரண தண்டனை. தமிழகத்தில் உள்ள பல்வேறு கோவில்களில் கழுவேற்றம் குறித்த ஓவியங்களும், சிற்பங்களும் காணப்படுகின்றன.

சீவக சிந்தாமணி

சீவகசிந்தாமணி ஐம்பெரும் தமிழ்க் காப்பியங்களில் ஒன்றாகும்.

10ஆம் நூற்றாண்டின் முற்பகுதியில் மதுரையைச் சேர்ந்த சமணத்துறவியான திருத்தக்க தேவரால் இயற்றப்பட்டது.

ராமர்

இந்து சமயக் கடவுளான விஷ்ணுவின் பத்து அவதாரங்களில் (மறுபிறவி) ஏழாவது அவதாரமாக அயோத்தியின் அரசர் தசரதனின் நான்கு மகன்களில் மூத்தவராகப் பிறந்தவர்.

கிருஷ்ணர்

இந்து சமயக் கடவுளான விஷ்ணுவின் பத்து அவதாரங்களில் (மறுபிறவி) எட்டாவது அவதாரமாக வசுதேவர் - தேவகி ஆகியோருக்குக் குழந்தையாக மதுராவின் சிறையில் பிறந்தார். யமுனை ஆற்றுக்கு அப்பால் உள்ள கோகுலத்தில் குடியிருந்த யாதவ குலத்தினரான நந்தகோபர் - யசோதா அவர்களால் வளர்க்கப்பட்டார். பின்னர் கோகுலம் வாழ் யாதவர்களுடன் பிருந்தாவனத்திற்கு இடம் பெயர்ந்தார். இந்து சமய பக்தி நெறியைப் பின்பற்றும் பெரும்பாலான மக்கள் இவருடைய பக்தர்கள். இந்து சமயத்தின் புனித நூலாகப் போற்றப்படும் பகவத் கீதை (மகாபாரதம்) மூலம் இவரது சிறப்புக்களை அறியலாம்.

வால்மீகி

தோராயமாக 4ஆம் நூற்றாண்டில் ராமாயணக் காவியத்தைச் சமஸ்கிருத மொழியில் எழுதிய துறவி. காவியத்தின் நாயகனாகச் சித்தரிக்கப்படும் அயோத்தி நகரின் அரசர் ராமர் (விஷ்ணுவின் ஏழாவது அவதாரம்) குறைந்தது 5000 ஆண்டுகளுக்கு முன்பு வாழ்ந்தார். வால்மீகி இராமாயணம் என்று அழைக்கப்படும் இந்தக் காவியமும், தோராயமாக 12ம்

நூற்றாண்டின் பிற்பகுதியில் வாழ்ந்ததாகக் கருதப்படும் தமிழ் புலவர் கம்பரால் வால்மீகி இராமாயணத்தைப் தழுவித் தமிழ் மொழியில் இயற்றப்பட்டதாகக் கருதப்படும் கம்பராமாயணமும் ராமரின் வாழ்கை வரலாற்றைச் சித்தரிக்கும் இந்து சமயத்தின் தலைசிறந்த காவியங்களாகப் போற்றப்படுகின்றன.

வியாசர்

மற்றொரு துறவி, பகவத்கீதை மற்றும் இதிகாசமான மகாபாரதத்தினை எழுதிய ஆசிரியர். பாண்டவர்களுக்கும் கவுரவர்களுக்கும் இடையிலான போர் மற்றும் அந்தப் போரில் வெற்றிபெற கிருஷ்ணர் எவ்வாறு பாண்டவர்களுக்கு உதவினார் என்பதை மிக நீண்ட கவிதையாக (200000 வசனங்களுக்கு மேல்) விவரிக்கும் காவியம் மகாபாரதம். மகாபாரதக் காவியம் குறைந்தது 3000 ஆண்டுகளுக்கு முன்பு இயற்றப்பட்டதாக அறிகிறோம். இவர் வேதங்களையும் உபநிடதங்களையும் தொகுத்து வழங்கியதால் வேத வியாசர் என்றும் அழைக்கப்பெறுகிறார்.

திருவள்ளுவர்

பழந்தமிழ் இலக்கியமான புகழ்பெற்ற திருக்குறளை சுமார் 2500 ஆண்டுகளுக்கு முன்பு இயற்றிய தமிழ் கவிஞர். பொதுத்தன்மைக்கும் மதச்சார்பற்ற தன்மைக்கும் பெயர் பெற்றுத் திகழும் திருக்குறள், அறநெறிகளைப் பற்றிய உலகின் மிகச்சிறந்த படைப்புகளில் ஒன்றாகக் கருதப்படுக்கிறது. நாற்பதுக்கும் மேற்பட்ட இந்திய மற்றும் அயல் நாட்டு மொழிகளில் மொழிபெயர்க்கப்பட்டுள்ள இந்நூல் உலகின் அதிகமாக மொழிபெயர்க்கப்பட்ட பண்டைய படைப்புகளில் ஒன்றாகும். திருக்குறள் அறத்துப்பால், பொருட்பால், காமத்துப்பால் (அல்லது இன்பத்துப்பால்) என மூன்று தொகுப்புகளில் 133 அதிகாரங்களாக அதிகாரத்திற்குப் பத்து குறள் வீதம் மொத்தம் 1,330 குறள்களைக் கொண்டது. அறத்துப்பாலில் 380 குறள்களும், பொருட்பாலில் 700 குறள்களும், காமத்துப்பால் அல்லது இன்பத்துப்பாலில் 250 குறள்களும் உள்ளன. ஒவ்வொரு குறளிலும் முதல் வரியில் நான்கு சொற்கள் மற்றும் இரண்டாவது வரியில் மூன்று சொற்கள் என ஒவ்வொரு குறளும் சரியாக ஏழு சொற்களைக் கொண்டு எழுதப்பட்டுள்ளது.

"வள்ளுவன் தன்னை உலகினுக்கே தந்து
வான்புகழ் கொண்ட தமிழ்நாடு"

எனப் பாரதியாரும்,

"வள்ளுவனைப் பெற்றதால்
பெற்றதே புகழ் வையகமே"

எனப் பாரதிதாசனும் திருவள்ளுவரின் சிறப்பினைப் புகழ்ந்து பாடியுள்ளனர்.

புறநானூறு

தமிழில் நானூறு பாடல்களின் தொகுப்பாக இயற்றப்பட்ட ஒரு சங்கத் தமிழ் நூலாகும். சங்க காலத் தமிழ் நூல் தொகுப்பான எட்டுத்தொகை நூல்களில் ஒன்றாகத் திகழும் புறநானூற்றின் பாடல்கள் சங்ககாலத்தில் கி.மு. 1 முதல் கி.பி. 5 வரை ஆட்சி செய்த அரசர்களைப் பற்றியும் மக்களின் சமூக வாழ்க்கைமுறை பற்றியும் எடுத்துரைக்கின்றன. இதனை ஜி.யு.போப் அவர்கள் ஆங்கிலத்தில் மொழிபெயர்த்துள்ளார்.

மோட்சம்

சனாதன தர்மத்தின் குறிக்கோளின்படி எல்லாவற்றிலிருந்தும் விடுதலை, இந்த உலகத்திலிருந்து விடுதலை, படைப்பிலிருந்து விடுதலை, பிறப்பு இறப்பிலிருந்து விடுதலை, இந்த உலகில் மீண்டும் பிறக்காது விடுதலை பெற்று எல்லாம் வல்ல இறைவனின் பாதங்களைச் சரணடைந்துவிடுவது. இந்து சமயக் கோட்பாடுகளின்படி இல்லற வாழ்க்கையிலிருந்து கொண்டே ஒருவர் மோட்சம் (வீடுபேறு, விடுதலை, சுதந்திரம், விதேக முக்தி, விடுபட்ட நிலை) அடைய இயலுமென்பது நம்பிக்கை.

திரு

கற்றறிந்த அல்லது தெய்வ பக்தியுள்ள ஒரு மனிதரை சிறப்புடன் அழைப்பதற்கு அல்லது எழுதுவதற்கு பயன்படுத்தப்படும் சொல். திரு என்ற தமிழ்ச் சொல் ஒருவரைச் சிறப்பிப்பதற்கு, தமிழர்களின் பேச்சு வழக்கிலும், எழுத்து வழக்கிலும் பரவலாக ஒரு அடைமொழியாகப் பயன்படுத்தப்படுகிறது. ஒருவரைக் கூடுதல் சிறப்புடன் அழைப்பதற்கு அல்லது எழுதுவதற்கு உயர் திரு எனும் சொல் பயன்படுத்தப்படுகிறது.

சரதுசம் (சொராட்டிரியனிசம்)

இது உலகின் பழைமை வாய்ந்த சமயங்களில் ஒன்றாகும். இது பண்டைய உலகின் மிகப்பெரிய பேரரசுகளில் ஒன்றாக விளங்கிய பெரிசியா இனத்தவர்களின் மதம் மற்றும்

இந்தியாவிற்கு குடிபெயர்ந்த பார்சிகளால் இன்னும் பின்பற்றப்படுகிறது. சிறுபான்மையாக இது மசுதயசுனா என்றும் மயியானியம் என்றும் சரத்துசரின் நெறி என்றும் அழைக்கப்படுவதுண்டு. ஈரானிய இறைதூதர் சொராட்டிரரின் போதனைகளை அடிப்படையாகக் கொண்டு, பேரறிவு வடிவமான அகுரா மஸ்தா எனும் இறைவனைப் போற்றுவதாக இந்தச் சமயம் எழுச்சி பெற்றது.

பட்டுப் பாதை

தொடரான பல பாதைகள் இணைந்து சுமார் 6500 கிலோமீட்டருக்கு மேல் நீளம் கொண்ட, சீனா மற்றும் மேற்கத்திய நாடுகளை இணைக்கும் வர்த்தகப் பாதை. பட்டுப் பாதையின் மூலம் நடைபெற்ற வர்த்தக பரிமாற்றங்கள் சீனா, பண்டைய எகிப்து, மெசொப்பொத்தேமியா, பாரசீகம், இந்தியா மற்றும் ரோம் ஆகிய நாடுகளில் பின்பற்றப்பட்ட நாகரிகங்களின் வளர்ச்சிக்கு உறுதுணையாக இருந்தது மட்டுமின்றி, நவீன உலகத்தை உருவாக்குவதற்கும் அடிப்படையாக அமைந்தது.

கோமதீசுவரர் பாகுபலி சிலை

சரவணபெலகோலாவில் விந்தியகிரி மலையின் உச்சியில் அமைந்துள்ள சமணர்களின் முதல் தீர்த்தங்கரரின் மகன் பாகுபலியின் சிலை. இந்தச் சிலைக்கு 12 ஆண்டுகளுக்கு ஒரு முறை 1008 குடங்களில் பக்தர்கள் கொண்டுவரும் தீர்த்தங்கள் மூலம் மஹாமஸ்தகாபிஷேகம் என்ற அற்புதமான விழா நடைபெறுகிறது. இவ்விழாவில் கோமதீசுவரர் பாகுபலி சிலைக்கு நீர், மஞ்சள், அரிசி மாவு, கரும்புச் சாறு, சந்தனக் கரைசல், குங்குமப்பூ, தங்கம் மற்றும் வெள்ளியால் ஆன மலர்கள் ஆகியவற்றைக் கொண்டு அபிசேகம் செய்யப்படுகிறது.

வாசகர்களின் பாராட்டுக்கள்

COMMENTS ON TRIPLE MURDER IN MADURAI

Comments Received from Mr A. V. Venkatesh, Retd. Vice President, BASF, Bombay

Finished reading your book yesterday night.

You have certainly succeeded in bringing out that, barring some stray incidents, the Tamils never ill-treated the Jains.

Our generation of Tamils who had learnt in the schools about Sekizhar, Appar, Thirungyana Sambandar, and other saint poets will find the first 75% of the book very instructive and informative about them and the kings of those periods. But for the rest of the readers, it will be a drag, because they will be looking for the Murder which comes only after they had read 8 chapters occupying 75% of the book. But, if they have the patience to reach the 9th Chapter, they will be rewarded richly by the speed and direction with which the story moves thereafter.

Remember the Non detailed books we had to read in English when we were in the school. I don't know why we did not have such Non detailed books to read in Tamil Or, is my memory failing me? In any case, if I were in charge of the Education Dept in Tamil Nadu, I will prescribe your book as Non detailed book for SSLC because the children will get a flavour of how life was in the Tamil Kingdon in those days.

Comments Received from Dr; R. KRISHNAN, RETIRED DIRCETOR OF RESEARCH, MAGNETISM LABOARATORY, CNRS, MEUDON AND UNIVERSITY OF VERSAILLES, FRANCE

The book entitled Triple Murder in Madurai by Dr. R. Suryanarayanan is a very interesting one. One could say after reading that the title of the book is probably not the right one but then if one thinks carefully, it would appear that the title is well justified. The book starts like The Mahabharata one would say. For in that epic one reads what Vaisampayana told the king Pareekshit and here it is the Minister Sekkizhar who recounts to the KING KULOTHUNGA CHOLAN. Of course, the comparison stops there.

It is a well written story and if one starts reading it is hard to put the book down. The major portion of the book is devoted to historical facts which are very interesting and normally not known to many. The author brings very interesting and rich information on the varied aspects of culture, religion that existed at that time when the south India was at its peak under three major kingdoms: Chera, Chola and Pandya. The present story concerns the great Pandyan king Nedumaran or also known as Koon Pandyan as he was hunch backed.

We learn a lot of about the religious movements of those times; how the Jains were so powerful in many parts of the south India and how some of the Hindu kings embraced Jainism even though the people at large were left to their free choice. It was a period when the Saivism was at threat in an overall fashion. The conversation or rather Sekkizhar's long lecture to the king reveals the actual happenings in the country at those times and forms the story. We learn how Jainism was favored by some Hindu kings. For example, the Pandyan Queen continues to follow Hinduism while her his band the king follows Jainism. This clearly brings out the complications that would have reigned at that time. However, there were also some sad cases of violence. Of course, the proper names of so many characters that one comes across are a bit difficult and complex, again reminding one of our epic Mahabharatha. People who are not familiar with the these can refer to the Glossary and timeline given at the end of the novel.

The real story, in my opinion starts with the arrival in Madurai of the two famous Saivite monks Thirunavakkarasar, known also as Appar and Thirugnanasambandar. The Pandyan King welcomes them without any prejudice thus removing all anxieties of the queen who was a staunch Hindu. The Jains in the Royal court become uncomfortable fearing the possible conversion or reconversion of the king to Hinduism, that ocean of religion which survived all attacks by other religions. The king, as expected, wants to have a discussion between these two religious groups and orders a grand meeting.

The story gets more interesting now. The main fear was that if one of them fails to convince then he would be punished. And what a punishment! Something dreadful and very cruel. There was a custom to keep the condemned to sit on a wooden pole with a sharp needle at the top. He then would come down slowly due to his weight and the needle piercing his body and coming out of the head. It is a horror.

So, the Jains were worried very much, particularly their supreme head had to go away, and the disciple was not so sure of his capacity to convince the King about Jainism. A tense moment. But things happen very quickly and all ends well. I do not want to expose the details lest the reader would lose the pleasure of discovering it himself. All ends well. Read and enjoy it for yourself. A very interesting book indeed and I wish to congratulate Dr. Suryanarayanan for having brought out such a book of suspense.

Comments Received from Mr. V. Sambasivan, Retired, Ashok Leyland, CHENNAI

Of all the books you have written this one stands out from others in terms of genre. The title indicated a horror cum detective story. but to my surprise it is totally about the greatness of Hinduism and our ancient Tamil culture.

During my school days every year we used to read one or two poems written by these four great Saivites and other people like Kambar Thiruvalluvar. Beyond these I never ventured to know the stories (honestly speaking laziness to pursue them privately) of these saints and their greatness. I never knew so long their life-threatening struggle to safeguard and establish back the fading Hinduism, be it Vaishnavism/Shaivism, from the other religions like Buddhism, Jainism etc. which are being forced into our midst by the invaders. After reading this book only I could understand how much these outsiders went out of the way to establish their interests by enticing few unwary kings and well to do people.

This book has brought out these points so nicely.

It is to be really appreciated that even after leaving India in the year1960 (about sixty years back) you have taken so much interest in touring around so many places, collecting details about old Tamil culture, literature, dynasty details etc. Putting all these in a book with so much clarity and making an interesting reading is a great effort on your part. After reading this book you have induced me to read more books on these lines which I have already started doing.

Comments Received from Sreenivasaraghavan Subramanian, Retd SBI, Coimbatore

Ramanathan Suryanarayanan has written an Excellent Book Triple Murder in Madurai. The story is woven under Indian historical figures. The story enables us to know the part played by Appar, Sundar, Sambandar, Manickavasakar for the revival of Hinduism. It also gives a revealing picture of Buddhism and Jainism. Thevaram, and Tiruvachagam changes the attitudes of Kings towards Hinduism. The story narrates the Kazhuvetram practiced on Jains during the period of Khoon Pandian and his wife Queen Mangayarkarasi. The murder in the book is the plot. And the side stories about why Buddhism and Jainism could not spread in India is well enunciated. Sekkizhar description of Madurai is well documented. The Pandyan, Chola and Pallava dynasties have done a lot to the saivites philosophy. The book also deals with the importance of Yagas, Fire, Thiruneer, Sanathana Dharma while touching upon Thirthankaras. Sirkali Chidambaram as well as Saivites cities are the cities that give the importance of Saivites temples. On the whole the book gives a lucid reading to understand the Saivism, Sanatana Dharma, Kings, Queens and Saints responsible for renaissance. The author was a student of Loyola College, a Scientist, Dr Ramanathan Suryanarayanan D.Sc. who now lives in France. The book should be read by all ages. It has sense and style.

Comments Received from Dr. G. Bhandage, Retired Professor, Chemistry, Mysore.

Sekkizhar, the prime minister in the kingdom of Kulothunga Cholan II is an ardent devotee of lord Shiva. The king Cholan II is devout follower of Jainism while the queen is the faithful devotee of Shaivism. Sekkizhar and the queen have intense desire to make the king accept Shaivism. The author has constructed a fascinating historical narrative in a brilliant style to bring out a comparative study of Sanatana Dharma, Jainism, Buddhism and Shaivism. Sekkizhar appears to be an alter ego of author himself. The debates on religious issues are intended for the reader to gain profound insight into the intricacies of different religions. The author has done painstaking research to highlight the essence of each religion. The unforeseen meeting of Sivagnanam, Muktananda and the soldier in the night at the site of dreaded poles is symbolic and their dramatic end resulting from menacing fire is more like accidental occurrence than intended murder. The destruction of fierce poles in the fire is suggestive of futility of debate in the matters of religion. The plot in which the Pandiyan king arranging the debate between the divine child Gnanasambandhar and Haribhadra (a substitute for Jain monk Muktananda) is deftly handled by the author to reach the desired end towards harmonious coexistence of religions. The miracles occurring in the lives of Manickkavasakar, Sundarar and other saints are exciting depictions in the glory of lord Shiva. Dr Suryanarayanan has deep understanding of Sanatana Dharma and its extraordinary tolerance towards all other faiths, which is the quintessence of Hinduism. The author has impeccable style of storytelling and I wish he continues to write to enthrall his keen readers.

Comments Received from Mrs Lalitha Badrinath, President, Groupe de Réflexion Franco-Indien/ PARIS

"The great event in the Cathedral of Canterbury was to take place where the chorus was followed by the murders! T.S. Eliot also placed his murders at the end of his play.

Author of 'Triple murder in Madurai', R. Suryanarayanan, who is well versed in writing fiction based on historical characters and events, has come out with what Friedrich Nietzsche calls 'an innovation that follows an idea'.

The big picture of course is his presentation of the chronology of great events and ancient writings. Many research scholars are still working hard to fit the events and writings to their dates. They are trying to find out whether they belong to the definition of Puranas or Itihasas. Never mind, Suryanarayanan says that his book is fiction based on history!"

Comments Received from MRS USHA KUMAR, SOFTWARE ENGINEER, NEW ZEALAND

I finished reading your novel Triple murder in Madurai. I truly enjoyed reading this novel. it. It is not the usual murder mystery that I was expecting! Fiction and history have been interwoven so well. The simple endearing style in which the story progresses though conversations of Sekkizhar and later Mangaiyarkarasi is unique. The story within story style reminded me of Mahabharata! I have learnt and recaptured a lot about ancient Indian history, religion and philosophy from this. The timeline of important dates provided in this book was very helpful. I did not know that Jainism had a strong foothold in Tamil Nadu during Pallava and Chola periods. The philosophies of the three religions Sanatana Dharma, Jainism and Buddhism have been summarised well and have been woven into the narrative elegantly. This has been a great introduction, to me, of the great Shaivite saints - Gnanasambandhar, Appar, and their extraordinary works. I am now inspired to know more. I appreciate all the research that must have been done in to provide such interesting details.

Comments Received from MR SIVASANKAR, TECHNICAL PROJECT MANAGER, CHENNAI, INDIA

Hello Dear Suryanarayanan sir,

Hope all is well.

Myself Sivasankar and I am working in India in an automotive MNC Renault as a Project Technical Manager. I was in France on a deputation for 1 year to Renault Technical Center, Guyancourt.

I am an avid reader of books and also have more interest in spirituality.

As I came to know about you via the Facebook group "Indians in Paris", I was very much impressed about your selfless service and support you provide to all the people. It motivated me to read your book Triple Murder in Madurai".

Please let me know if there are any other books in pipeline which you are planning to release or released recently. Of course, I am going to order the other book "Malgova Tree".

Lastly, I want to thank you wholeheartedly for writing such wonderful / Very good books and inspiring many people like me.

Here's my review about the book "Triple Murder in Madurai."

I bought your book "Triple Murder in Madurai" recently and it has created so much of interest, So I could finish reading it back-to-back within a week in two shots. Your efforts are much appreciated that you observed each finite element of history and collected so much information. This book is written in such a way with very simple words and sentences that it gives real pleasure to the readers and is easy to understand.

The narration took me to all the places right from Sanatana Dharma period to up to the last conversation between Sekkizhar and King Kulothunga Cholan II. I was equally worried when Mahavir shared his feelings with Dharmapada. I was equally surprised as the security guard at Siddhartha Gautama's Palace and I also walked along with the young prince.

I lived along with our saints Gnanasambandar, Thirunavukarasar especially I was also present in the council hall of Koon Pandiyan when the debate and conversation happened between Gnanasambandar the divine child and Jain Monk Muktananda. I was also happy the way Queen Mangaiyarkarasi felt happy when she saw her husband Ninra Seer Nedumaran started wearing the white ash on his forehead.

I also reached Thiruperundhurai along with Manickkavasakar. The lines from Manickkavasakar "written by God as told by Manickkavasakar" were mesmerizing and gave me more understanding of the love of God. Overall, it was a blissful experience, and I have the confidence that one day I will also experience the miracles of Lord Siva.

I will be recommending this book to my friends, indeed already recommended to few.

Finally, I would like to ask you for the Tamil translation rights, so that this book can be released in Tamil language also and reach more and more people.

Sivasankar Thalavai

நீங்கள் இந்த புத்தகங்களைப் படித்திருக்கிறீர்களா?

Dharma is an immigrant in France from Mauritius with heavy roots in India. He meets Ram, a scientist, also an immigrant from India, in a supermarket. Dharma pretends that this meeting was arranged by God. He needs Rama's help to locate a temple in India. They seek the help of an African medium to talk to the spirit of Dharma's grandfather. The answer is given on a paper but needs to be decrypted. Surprisingly, Ram's wife finds the name of the temple. Ram feels that these two families are quantum entangled. Strange things happen during their visit to this temple in India. Ram, the scientist, is obliged to accept interconnection exists between people, and Dharma's intuitive power wins.

நீங்கள் இந்த புத்தகங்களைப் படித்திருக்கிறீர்களா?

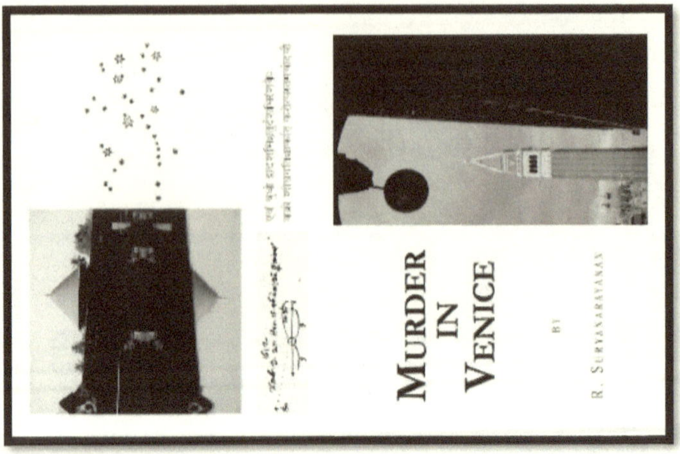

This scarce antiquarian book is a facsimile reprint of the original. Due to its age, it may contain imperfections such as marks, notations, marginalia and flawed pages. Because we believe this work is culturally important, we have made it available as part of our commitment for protecting, preserving, and promoting the world's literature in affordable, high quality, modern editions that are true to the original work.

நீங்கள் இந்த புத்தகங்களைப் படித்திருக்கிறீர்களா?

The great emperor Asoka grew up in Saivite tradition and learnt not only Vedas but also art of war. He grew up dreaming to become the great emperor of his country. His wife Devi and his beloved daughter Sangamitta would play a decisive role in stopping the bloody Kalinga war by converting him to Buddhism. But was she right? If she had fulfilled her father's last dream, she could have changed the destiny of India. On the banks of the Ganges, a Sanyasi speaking in fluent French recounts his dreams to a passer-by. He falls in love with Nalini. But he is unable to marry her-why? To forget her, he goes to Strasbourg to do his doctorate. Unknowingly he falls in love with Brigitte but due to a strange condition put by her father, he could not win her hand. The passer-by is surprised and upset to hear this story and decides not to reveal his own identity to the Sanyasi. Easwaran had his elementary and secondary education in an unknown school in Perambur, a suburb of Madras. Listening to inspirational stories of Newton, Faraday and Ramanujan told by his teachers and by his Diamond Uncle, a curious person, he started dreaming of becoming a scientist. Unable to get a doctorate in India, he succeeds in getting one at the University of Paris. However, he gets dejected there and decides to try his luck in USA. There, aided by his wife and his sons, he realizes his dream.

The Malgova tree is a collection of 15 short stories set in India France and in USA each describing a different type of character and situation. The reader will find out how - a college student gets mysterious messages from Lord Krishna a cotton picking girl on the banks of Godavari in 17th century falls in love with a Brahmin priest an unexpected meeting of a Brahmin girl with a Muslim boy grows into a romance a scientist spies on another to get a permanent job in USA a young man believes in quantum entanglement and regains his lost love a murderer on a French beach is found a girl student from Delhi is mistakenly involved in a terrorist act in Paris a lady meets a person in a forest who predicts her future and disappears into thin air a young student of Vedas lands up in a job in USA.

In this historic fiction, Triple Murder in Madurai, the author imagines a conversation between Sekkizhar (around 1135CE) and the King Kulothunga Chozhan II, Sekkizhar describes the events that lead to the firm establishment of Saivism in Madurai. The reader is taken from Vedic times to Mahavir Jain, to Buddha and to Sirkazhi where Gnanasambandar, the child blessed By Lord Siva, was born. This divine child goes to Madurai to meet the King Koon Pandyan, a staunch supporter of Jainism. Following a miracle and a remarkable debate between Gnanasambandar and the Jain Monks, Koon Pandyan converts himself to Saivism. However, a cruel triple murder is committed on the night before the debate. Was it planned and why?

மொழிபெயர்ப்பாளரைப் பற்றி

இந்த நாவலைத் தமிழில் மொழிபெயர்த்தவர் சிவசங்கர் தளவாய். இவர் 1981 ம் ஆண்டு தமிழ்நாட்டில் தற்போதைய தென்காசி மாவட்டம் கல்யாணிபுரம் என்கின்ற அழகிய கிராமத்தில் பிறந்தவர். சிறுவயது முதலே புத்தகங்கள் வாசிப்பதில் மிகுந்த ஆர்வம் கொண்ட இவர், திரு.சூர்யநாராயணன் அவர்கள் ஆங்கிலத்தில் எழுதிய "Triple Murder in Madurai" என்ற நாவலின் தாக்கத்தால் தனது எழுத்துப் பணியைத் தொடங்கியிருக்கிறார். மதுரையில் மூன்று கொலைகள் என்கிற இந்த நாவலைத் தொடர்ந்து மேலும் பல நாவல்களை எழுதத் திட்டமிட்டுள்ளார். இந்த தமிழ் நாவலை அமேசான் (Amazon), பிளிப்கார்ட் (Flipkart) போன்ற இணைய தளங்கள் மற்றும் நோசன் அச்சகம் (Notion Press) மூலம் ஆர்டர் செய்யலாம்.

இவர் பிறந்த ஊரான கல்யாணிபுரம் கிராமத்திற்கு அருகிலுள்ள சிவசைலம் கிராமத்தில் இயற்கை வளம் கொழிக்கும் சோலைகளின் மத்தியில் மிகவும் சிறப்பு வாய்ந்த சிவன் கோவிலான அருள்மிகு ஸ்ரீ பரமகல்யாணி அம்பாள் சமேத சிவசைலநாதர் சுவாமி திருக்கோவில் அமைந்துள்ளது. இந்த கோவில் இறைவன் சிவபெருமான் அத்ரி மகரிஷிக்கு மேற்கு நோக்கி காட்சிதந்த பெருமையுடையது. எனவே அத்ரி மகரிஷி இந்த கோவிலை மேற்கு பார்த்து கட்டினார். இங்குள்ள இறைவன் சிவசைலநாதர் சுயம்பு மூர்த்தி ஆவார். இங்குள்ள அம்மை பரமகல்யாணி கிணற்றில் இருந்து எடுக்கப்பட்ட சுயம்பு திருமேனி மற்றும் நான்கு கரங்கள் கொண்டு அழகே உறுவாக புன்முறுவல் பூத்த முகத்தவளாய் காட்சி தருகிறாள். இவளுக்கு மூக்கில் சாத்தப்படும் புல்லாக்கு மற்றும் மூக்குத்தி அழகுக்கே அழகு சேர்க்கும் வண்ணம் காட்சிதரும். இங்குள்ள மிகமிகக் கலையழகுவாய்ந்த நந்தி முன் காலையூன்றி எழுந்திருக்க தயாராகும் கோலத்தில் அற்புதமாக காட்சியளிப்பது சிறப்பம்சம் ஆகும். சிற்பி இந்த நந்தியைச் செதுக்கியபோது சிற்ப சாத்திரங்களின் அனைத்து விதிகளின் படி முழுமையாக விளங்கியதால் இறுதியில் உயிர் பெற்று எழுந்ததாகவும், அதனால் சிற்பி உளியினால் அடித்ததாகவும் சொல்லப்படுகிறது. அந்த தழும்பை இன்றும் இந்த நந்தியின் மீது நாம் பார்க்க முடியும்.

அருள்மிகு ஸ்ரீ பரமகல்யாணி அம்பாள் சமேத சிவசைலநாதர் சுவாமி திருக்கோவில். சிவசைலம்.

தெய்வச் சேக்கிழார் மணிமண்டபம் (குன்றத்தூர், சென்னை)

சேக்கிழாருக்கு சிறப்பு சேர்க்கும் வகையில் சேக்கிழார் பிறந்த ஊரான குன்றத்தூரில் 2011-ஆம் ஆண்டு தமிழக அரசு சார்பில் சேக்கிழார் மணிமண்டபம் அமைக்கப்பட்டுள்ளது. குன்றத்தூர் தெய்வச் சேக்கிழார் அறக்கட்டளை இந்த மணிமண்டபத்தை தற்போது பராமரித்து வருகிறது. இந்த மணிமண்டபம் அமைந்துள்ள வளாகத்தில் தியான மண்டபம் மற்றும் நூலகம் ஆகியவையும் அமைக்கப்பட்டுள்ளது. இந்த மணிமண்டபத்தில் சேக்கிழார் உருவச் சிலை மற்றும் அவரது வாழ்க்கை குறிப்புகளும் கல்வெட்டுகளில் பொறிக்கப்பட்டுள்ளன. இங்கு தினமும் தேவார திருமுறைப் பாடல்கள் ஒலிக்கப்பட்டு வருகிறது. இங்கு நாள்தோறும் ஏராளமான மக்கள் வருகின்றனர். இங்கு வருவதால் மன அமைதி கிடைப்பதாக இங்கு வருகை தரும் பொதுமக்கள் தெரிவிக்கின்றனர். அருகிலேயே சேக்கிழார் கோவிலும் அமைந்துள்ளது.

தெய்வச் சேக்கிழார் மணிமண்டபம்
(குன்றத்தூர், சென்னை)

தெய்வச் சேக்கிழார் மணிமண்டபம் (குன்றத்தூர், சென்னை)

கணேச பஞ்சரத்னம் - ஆதிசங்கராச்சாரியார்

ஒவ்வொரு நாளும் நமக்குத் தேவையான தைர்யம், பலம், தெளிவு, உற்சாகம், நிதானம், ஆரோக்கியம் ஆகியவற்றை அளிக்கக் கூடிய மந்திரம் ஸ்ரீகணேச பஞ்சரத்னம். ஜகத்குரு ஸ்ரீ ஆதிசங்கராச்சாரியார் இயற்றிய அற்புதமான பாடல். முழுமுதல் கடவுளான ஸ்ரீ கணேசப் பெருமானை வணங்கி தினமும் இந்தப் பாடலைப் பாடினால் அன்றைய நாளில் வரவிருக்கும் தடைகள் யாவும் நீங்கும் என நம்பப்படுகிறது.

1. முதாகராத்த மோதகம் ஸதா விமுக்தி ஸாதகம்
கலா தராவ தம்ஸகம் விலாஸிலோக ரக்ஷகம்
அநாயகைக நாயகம் விநாஸிதே பதைத்யகம்
நதாஸுபாஸு நாஸகம் நமாமி தம் விநாயகம்

2. நதேதராதி பீகரம் நவோதிதார்க்க பாஸ்வரம்
நமத்ஸுராரி நிர்ஜரம் நதாதிகாப துத்தரம்
ஸுரேச்வரம் நிதீஸ்வரம் கஜேஸ்வரம் கணேஸ்வரம்
மஹேச்வரம் தமாச்ரயே பராத்பரம் நிரந்தரம்

3. ஸமஸ்த லோக சங்கரம் நிரஸ்த தைத்ய குஞ்சரம்
தரேதரோதரம் வரம் வரேபவக்த்ரமக்ஷரம்
க்ருபாகரம் க்ஷமாகரம் முதாகரம் யசஸ்கரம்
மநஸ்கரம் நமஸ்க்ருதாம் நமஸ்கரோமி பாஸ்வரம்

4. அகிஞ்சனார்த்தி மார்ஜனம் சிரந்தனோக்த்தி பாஜனம்
புராரி பூர்வநந்தனம் ஸுராரி கர்வ சர்வணம்
ப்ரபஞ்சநாசபீஷணம் தனஞ்ஜயாதி பூஷணம்
கபோல தான வாரணம்பஜே புராண வாரணம்

5. நிதாந்த காந்த தந்த காந்தி மந்த காந்த காத்மஜம்
அசிந்த்ய ரூப மந்தஹீன மந்தராய க்ருந்தனம்
ஹ்ருதந்தரே நிரந்தரம் வஸந்தமேவ யோகினாம்
தமேக தந்தமேவ தம் விசிந்தயாமி ஸந்ததம்

6. மஹா கணேஸ பஞ்சரத்ன மாதரேண யோ(அ)ன்வஹம்
ப்ரஜல்பதி ப்ரபாதகே ஹ்ருதி ஸ்மரந் கணேஸ்வரம்
அரோகதாமதோஷதாம் ஸுஸாஹிதீம் ஸுபுத்ரதாம்
ஸமாஹிதாயு ரஷ்டபூதி மப்யுபைதி ஸோசிராத்.

மனம் மகிழ்ந்து, கையில் மோதகம் ஏந்தி, எப்பொழுதும் மோட்சம் நல்குபவரான விநாயகரை வணங்குகிறேன். அவர் சந்திரப்பிறை அணிந்தவர். அமைதிகொண்டோரைக் காப்பவர். துணையற்றவருக்கு துணையானவர். யானையரக்கனைக் கொன்றவர். வணங்கியவரை குறைதீர்த்துக் காப்பவர். அவரை வணங்குகிறேன்.

வணங்காதவருக்கு விநாயகர் பயமானவர். உதித்தெழும் சூரியன் போல் விளங்குகின்றார் அவர். தேவரும் அசுரரும் அவரை வணங்க, வணங்கியவரின் தீயதைப் போக்கி, தேவர்களுக்கும், நவநிதிகளுக்கும், கஜாஸுரனுக்கும், கணங்களுக்கும் தலைமை தாங்கி பரம்பொருளாய் நிற்கும் அவரை எக்கணமும் சரணமடைகிறேன்.

கஜாஸுரனை அழித்து அகில உலகுக்கும் ÷க்ஷமத்தைச் செய்தவர் விநாயகர். மேலும் அவர் பருத்த தொந்தியும், சிறந்த யானைமுகமும் கொண்டவர். கருணை புரிபவர். பொறுமையானவர். மகிழ்ச்சி தோன்ற புகழ்சேர்ப்பவர். வணங்கியவருக்கு நல் மனம் தந்து விளங்கும் அவரை வணங்குகின்றேன்.

ஏழைகளின் துன்பத்தைத் துடைத்து உபநிஷதங்கள் போற்ற நிற்பவர். பரமசிவனின் மூத்த மகனாய் அசுரர்களின் கர்வத்தை அடக்கியவர். பாம்பை ஆபரணமாகக் கொண்டவர். மதஜலம் பெருகும் பழம்பெரும் வாரணமுகத்தவனை வணங்குகிறேன்.

மிக அழகான தந்தங்களைக் கொண்டவர். யமனை அடக்கிய பரமசிவனின் புதல்வர். எண்ணுதற்கரிய உருவம் கொண்டவர். முடிவில்லாதவர். இடையூறுகளைத் தகர்ப்பவர். யோகிகளின் மனதில் குடிகொண்டவரான அந்த ஏகதந்தரை எப்பொழுதும் தியானம் செய்கிறேன்.

இந்த கணேச பஞ்சரத்னத்தை எவர் தினமும் காலையில் கணபதியை மனதில் தியானித்துக் கொண்டு பாராயணம் செய்கிறாரோ, அவன் நோயின்றி குறையேதுமின்றி, நல்ல கல்விகளையும், நன்மக்களையும், அஷ்டைச்வர்யமும் பெற்று நீண்ட ஆயுளுடன் வாழ்வார்கள்.

நிர்வாண ஷடகம் - ஆதிசங்கராச்சாரியார்

நிர்வாண ஷடகம் என்பது ஆதிசங்கராச்சாரியாரால் இயற்றப்பட்ட ஆறு சுலோகங்களின் தொகுப்பாகும். இது ஆத்ம ஷடகம் என்ற பெயராலும் அறியப்படுகிறது. இப்பாடல்களில் சிவ வழிபாட்டின் பெருமையை கூறியும், வேதம், வேள்வி, மதம் ஆகியவற்றை மறுத்து இறைவன் சிவபெருமானே ஆனந்த மயமானவன் என்றும் ஆதிசங்கராச்சாரியார் கூறுகிறார். ஆறு பாடல்களையும் சிதானந்த ரூப: சிவோஹம் சிவோஹம் என்ற ஒரு வரியாலேயே முடிக்கிறார்.

நான் யார்? - ஆதிசங்கராச்சாரியார் அருளிய ஆனந்த நிலையின் ஆறு சுலோகங்கள்.

மனோ புத்யஹங்கார சித்தா நினாஹம்,
ந ச ச்ரோத்ர ஜிஹ்வே, ந ச க்ராண நேத்ரே,
ந ச வ்யோம பூமிர், ந தேஜோ நவாயு:
சிதானந்த ரூபம்; சிவோஹம்! சிவோஹம்!

(மனம் புத்தி ஆணவச் சித்தங்கள் இல்லை; இரு
கண்ணில்லை; செவி, நாக்கு நாசியும் இல்லை;
வானில்லை மண்ணில்லை; வளி ஒளியும் இல்லை;
சிதானந்த ரூபம்; சிவோஹம்! சிவோஹம்!)

ந ச ப்ராண சங்க்யோ, ந வை பஞ்சவாயு:
ந வாக் சப்த தாதுர், ந வா பஞ்சகோச:
ந வாக் பாணி பாதம், ந சோப ஸ்தபாயு:
சிதானந்த ரூபம்; சிவோஹம்! சிவோஹம்!

(உயிர் மூச்சு மில்லை; ஐங் காற்றும் இல்லை;
எழு தாதும் இல்லை; ஐம் போர்வை இல்லை;
கை கால்கள் இல்லை; சினை வினையும் இல்லை;
சிதானந்த ரூபம்; சிவோஹம்! சிவோஹம்!)

நிர்வாண ஷடகம் - ஆதிசங்கராச்சாரியார்

ந மே த்வேஷ ராகௌ, ந மே லோப மோஹௌ,
மதோ நைவ, மே நைவ மாத்ஸர்ய பாவ:
ந தர்மோ ந சார்த்தோ, ந காமோ ந மோக்ஷ:
சிதானந்த ரூபம்; சிவோஹம்! சிவோஹம்!

(வெறுப்பில்லை விருப்பில்லை; மையல் பற்றில்லை;
சிறு கர்வம் இல்லை; அழுக்காறும் இல்லை;
அறம் பொருள் நல்லின்ப, வீடு பேறில்லை;
சிதானந்த ரூபம்; சிவோஹம்! சிவோஹம்!)

ந புண்யம் ந பாபம், ந சௌக்யம் ந துக்கம்!
ந மந்த்ரோ ந தீர்த்தம், ந வேதா ந யக்ஞ:
அஹம் போஜனம் நைவ, போஜ்யம் ந போக்தா,
சிதானந்த ரூபம்; சிவோஹம்! சிவோஹம்!

(வினை வேட்கை இன்பங்கள், துன்பங்கள் இல்லை;
மறை வேத தீர்த்தங்கள், வேள்விகள் இல்லை;
உணவில்லை, உணவாக்கி உண்பவரும் இல்லை!
சிதானந்த ரூபம்; சிவோஹம்! சிவோஹம்!)

ந ம்ருத்யுர் ந சங்கா, ந மே ஜாதி பேத:
பிதா நைவ, மே நைவ மாதா, ந ஜன்மா
ந பந்துர் ந மித்ரம், குருர் நைவ சிஷ்யா:
சிதானந்த ரூபம்; சிவோஹம்! சிவோஹம்!

(மரணங்கள் ஐயங்கள், உயர்வு தாழ்வில்லை;
தந்தை தாயில்லை; தரும் பிறப்பில்லை;
உற்றார்கள் சுற்றார்கள், குரு சீடர் இல்லை;
சிதானந்த ரூபம்; சிவோஹம்! சிவோஹம்!)

அஹம் நிர்விகல்போ, நிராகார ரூபோ,
விபுத் வாச்ஸ, சர்வத்ர, சர்வேந்த்ரி யானாம்
நச சங்கடம் நைவ, முக்திர் ந மேயா
சிதானந்த ரூபம்; சிவோஹம்! சிவோஹம்!

(மாற்றங்கள் இல்லை; பல தோற்றங்கள் இல்லை;
எங்கெங்கும் எல்லாமும், எதனுள்ளும் இவனே;
தளையில்லை; தடையில்லை; வீடுபேறில்லை;
சிதானந்த ரூபம்; சிவோஹம்! சிவோஹம்!)

நமச்சிவாய - சிவபெருமானின் திருநாமம் - திருநாவுக்கரசர்

நமச்சிவாய எனும் மந்திரத்தின் பெருமையை உணர்த்தும் விதமாக அப்பர் பெருமான் (திருநாவுக்கரசர்) அருளியுள்ள நமச்சிவாயவே எனும் பாடல்.

அருளியவர் : திருநாவுக்கரசர்
திருமுறை : நான்காம் திருமுறை
பண் : காந்தார பஞ்சமம்
நாடு : பொது
தலம் : பொது
சிறப்பு : நமச்சிவாயப்பதிகம்

சொற்றுணை வேதியன் சோதி வானவன்
பொற்றுணைத் திருந்தடி பொருந்தக் கைதொழக்
கற்றுணைப் பூட்டியோர் கடலிற் பாய்ச்சினும்
நற்றுணை யாவது நமச்சி வாயவே.

பூவினுக் கருங்கலம் பொங்கு தாமரை
ஆவினுக் கருங்கல மரனஞ் சாடுதல்
கோவினுக் கருங்கலங் கோட்ட மில்லது
நாவினுக் கருங்கல நமச்சி வாயவே.

விண்ணுற வடுக்கிய விறகின் வெவ்வழல்
உண்ணிய புகிலவை யொன்று மில்லையாம்
பண்ணிய வுலகினிற் பயின்ற பாவத்தை
நண்ணிநின் றறுப்பது நமச்சி வாயவே.

இடுக்கண்பட் டிருக்கினு மிரந்தி யாரையும்
விடுக்கிற் பிரானென்று வினவுவோ மல்லோம்
அடுக்கற்கீழ்க் கிடக்கினு மருளி னாமுற்ற
நடுக்கத்தைக் கெடுப்பது நமச்சி வாயவே.

நமச்சிவாய - சிவபெருமானின் திருநாமம் - திருநாவுக்கரசர்

வெந்தநீ றருங்கலம் விரதி கட்கெலாம்
அந்தணர்க் கருங்கல மருமறை யாறங்கம்
திங்களுக் கருங்கலந் திகழு நீண்முடி
நங்களுக் கருங்கல நமச்சி வாயவே.

சலமிலன் சங்கரன் சார்ந்த வர்க்கலால்
நலமில னாடொறு நல்கு வானலன்
குலமில ராகிலுங் குலத்துக் கேற்பதோர்
நலமிகக் கொடுப்பது நமச்சி வாயவே.

வீடினா ருலகினில் விழுமிய தொண்டர்கள்
கூடினா ரந்நெறி கூடிச் சென்றலும்
ஓடினே னோடிச்சென் றுருவங் காண்டலும்
நாடினே னாடிற்று நமச்சி வாயவே.

இல்லக விளக்கது விருள்கெ டுப்பது
சொல்லக விளக்கது சோதி யுள்ளது
பல்லக விளக்கது பலருங் காண்பது
நல்லக விளக்கது நமச்சி வாயவே.

முன்னெறி யாகிய முதல்வன் முக்கணன்
தன்னெறி யேசர ணாத றிண்ணமே
அந்நெறி யேசென்றங் கடைந்த வர்க்கெலாம்
நன்னெறி யாவது நமச்சி வாயவே.

மாப்பிணை தழுவிய மாதொர் பாகத்தன்
பூப்பிணை திருந்தடி பொருந்தக் கைதொழ
நாப்பிணை தழுவிய நமச்சி வாயப்பத்
தேத்தவல் லார்தமக் கிடுக்க ணில்லையே.

மந்திரமாவது நீறு - விபூதியின் மகிமையை உணர்த்திய திருஞானசம்பந்தர்

வெப்பம் மிகுதியால் ஏற்படும் நோய்கள், உடல் சூடு நீங்க பாட வேண்டிய பாடல்.

அருளியவர் : திருஞானசம்பந்தர்
திருமுறை : இரண்டாம் திருமுறை
பண் : காந்தார பஞ்சமம்
நாடு : காந்தாரம்
தலம் : திருஆலவாய் (மதுரை)
சிறப்பு : திருநீற்றுப்பதிகம்

மந்திரம் ஆவது நீறு; வானவர் மேலது நீறு;
சுந்தரம் ஆவது நீறு; துதிக்கப்படுவது நீறு;
தந்திரம் ஆவது நீறு; சமயத்தில் உள்ளது நீறு;
செந்துவர்வாய் உமை பங்கன் திரு ஆலவாயான் திருநீறே.

வேதத்தில் உள்ளது நீறு; வெந்துயர் தீர்ப்பது நீறு;
போதம் தருவது நீறு; புன்மை தவிர்ப்பது நீறு;
ஓதத் தகுவது நீறு; உண்மையில் உள்ளது நீறு;
சீதப்புனல் வயல் சூழ்ந்த திரு ஆலவாயான் திருநீறே.

முத்தி தருவது நீறு; முனிவர் அணிவது நீறு;
சத்தியம் ஆவது நீறு; தக்கோர் புகழ்வது நீறு;
பத்தி தருவது நீறு; பரவ இனியது நீறு;
சித்தி தருவது நீறு; திரு ஆலவாயான் திருநீறே.

காண இனியது நீறு; கவினைத் தருவது நீறு;
பேணி அணிபவர்க்கு எல்லாம் பெருமை கொடுப்பது நீறு;
மாணம் தகைவது நீறு; மதியைத் தருவது நீறு;
சேணம் தருவது நீறு; திரு ஆலவாயான் திருநீறே.

மந்திரமாவது நீறு - விபூதியின் மகிமையை உணர்த்திய திருஞானசம்பந்தர்

பூச இனியது நீறு; புண்ணியம் ஆவது நீறு;
பேச இனியது நீறு; பெருந் தவத்தோர்களுக்கு எல்லாம்
ஆசை கெடுப்பது நீறு; அந்தம் அது ஆவது நீறு;
தேசம் புகழ்வது நீறு; திரு ஆலவாயான் திருநீறே.

அருத்தம் அது ஆவது நீறு; அவலம் அறுப்பது நீறு;
வருத்தம் தணிப்பது நீறு; வானம் அளிப்பது நீறு;
பொருத்தம் அது ஆவது நீறு; புண்ணியர் பூசும் வெண் நீறு;
திருத் தகு மாளிகை சூழ்ந்த திரு ஆலவாயான் திருநீறே.

எயில் அது அட்டது நீறு; இருமைக்கும் உள்ளது நீறு;
பயிலப்படுவது நீறு; பாக்கியம் ஆவது நீறு;
துயிலைத் தடுப்பது நீறு; சுத்தம் அது ஆவது நீறு;
அயிலைப் பொலிதரு சூலத்து ஆலவாயான் திருநீறே.

இராவணன் மேலது நீறு; எண்ணத் தகுவது நீறு;
பராவணம் ஆவது நீறு; பாவம் அறுப்பது நீறு;
தராவணம் ஆவது நீறு; தத்துவம் ஆவது நீறு;
அரா அணங்கும் திருமேனி ஆலவாயான் திருநீறே.

மாலொடு அயன் அறியாத வண்ணமும் உள்ளது நீறு;
மேல் உறை தேவர்கள் தங்கள் மெய்யது வெண்பொடி நீறு;
ஏல உடம்பு இடர் தீர்க்கும் இன்பம் தருவது நீறு;
ஆலம் அது உண்ட மிடற்று எம் ஆலவாயான் திருநீறே.

குண்டிகைக் கையர்களோடு சாக்கியர் கூட்டமும் கூட,
கண் திகைப்பிப்பது நீறு; கருத இனியது நீறு;
எண்திசைப்பட்ட பொருளார் ஏத்தும் தகையது நீறு;
அண்டத்தவர் பணிந்து ஏத்தும் ஆலவாயான் திருநீறே.

ஆற்றல் அடல் விடை ஏறும் ஆலவாயான் திருநீற்றைப்
போற்றி, புகலி நிலாவும் பூசுரன் ஞானசம்பந்தன்,
தேற்றி, தென்னன் உடல் உற்ற தீப்பிணி ஆயின தீரச்
சாற்றிய பாடல்கள் பத்தும் வல்லவர் நல்லவர் தாமே.

திருவாசகம் எனும் தேன் - சிவபுராணம் - மாணிக்கவாசகர்

திருவாசகத்துக்கு உருகாதார் ஒருவாசகத்துக்கும் உருகார் என்பது மூதுரை. பக்திச் சுவையும், மனதை உருக்கும் தன்மையும் கொண்ட திருவாசகப் பாடல்கள், தமிழில் சிறந்த இலக்கியங்களின் வரிசையில் வைத்து போற்றப்படுகின்றன. கல்லையும் கனிய வைக்கும் எனப் புகழ் பெற்ற திருவாசகத்தின் முதல் பாடலாக வருவது சிவபுராணம்.

அருளியவர் : மாணிக்கவாசகர்
திருமுறை : எட்டாம் திருமுறை
பண் :
நாடு : பாண்டிய நாடு
தலம் : திருப்பெருந்துறை (ஆவுடையார் கோயில்)
சிறப்பு : சிவனது அநாதி முறைமையான பழமை; கலிவெண்பா

தொல்லை இரும்பிறவி சூழும் தளை நீக்கி
அல்லல் அறுத் தானந்தம் ஆக்கியதே - எல்லை
மருவா நெறி அளிக்கும் வாதவூர் எங்கோன்
திருவாசகம் என்னும் தேன்

நமச்சிவாய வாழ்க நாதன் தாள் வாழ்க
இமைப்பொழுதும் என் நெஞ்சில் நீங்காதான் தாள் வாழ்க
கோகழி ஆண்ட குருமணிதன் தாள் வாழ்க
ஆகமம் ஆகிநின்று அண்ணிப்பான் தாள் வாழ்க
ஏகன் அநேகன் இறைவன் அடி வாழ்க

வேகம் கெடுத்துஆண்ட வேந்தன் அடி வெல்க
பிறப்பறுக்கும் பிஞ்ஞகன்தன் பெய்கழல்கள் வெல்க
புறந்தார்க்குச் சேயோன் தன் பூங்கழல்கள் வெல்க
கரங்குவிவார் உள்மகிழும் கோன்கழல்கள் வெல்க
சிரம்குவிவார் ஓங்குவிக்கும் சீரோன் கழல் வெல்க

ஈசன் அடிபோற்றி எந்தை அடிபோற்றி
தேசன் அடிபோற்றி சிவன் சேவடி போற்றி

நேயத்தே நின்ற நிமலன் அடி போற்றி
மாயப் பிறப்பு அறுக்கும் மன்னன் அடி போற்றி
சீரார் பெருந்துறை நம் தேவன் அடி போற்றி

ஆராத இன்பம் அருளும் மலைபோற்றி
சிவன் அவன் என்சிந்தையுள் நின்ற அதனால்
அவன் அருளாலே அவன்தாள் வணங்கிச்
சிந்தை மகிழச் சிவ புராணம் தன்னை
முந்தை வினைமுழுதும் ஓய உரைப்பன் யான்

கண் நுதலான் தன்கருணைக் கண்காட்ட வந்தெய்தி
எண்ணுதற்கு எட்டா எழிலார் கழல் இறைஞ்சி
விண் நிறைந்தும் மண் நிறைந்தும் மிக்காய், விளங்கொளியாய்,
எண்ணிறந்து எல்லை இலாதானே நின் பெரும்சீர்
பொல்லா வினையேன் புகழுமாறு ஒன்றறியேன்

புல்லாகிப் பூடாய்ப் புழுவாய் மரமாகிப்
பல் விருகமாகிப் பறவையாய்ப் பாம்பாகிக்
கல்லாய் மனிதராய்ப் பேயாய்க் கணங்களாய்
வல் அசுரர் ஆகி முனிவராய்த் தேவராய்ச்
செல்லாஅ நின்ற இத் தாவர சங்கமத்துள்

எல்லாப் பிறப்பும் பிறந்து இளைத்தேன், எம்பெருமான்
மெய்யே உன் பொன் அடிகள் கண்டு இன்று வீடு உற்றேன்
உய்ய என் உள்ளத்துள் ஓங்காரமாய் நின்ற
மெய்யா விமலா விடைப்பாகா வேதங்கள்
ஐயா எனவோங்கி ஆழ்ந்து அகன்ற நுண்ணியனே

வெய்யாய், தணியாய், இயமான னாம்விமலா
பொய் ஆயின எல்லாம் போய் அகல வந்தருளி
மெய் ஞானம் ஆகி மிளிர் கின்ற மெய்ச் சுடரே
எஞ்ஞானம் இல்லாதேன் இன்பப் பெருமானே
அஞ்ஞானம் தன்னை அகல்விக்கும் நல் அறிவே

ஆக்கம் அளவு இறுதி இல்லாய், அனைத்து உலகும்
ஆக்குவாய் காப்பாய் அழிப்பாய் அருள் தருவாய்
போக்குவாய் என்னைப் புகுவிப்பாய் நின் தொழும்பின்
நாற்றத்தின் நேரியாய், சேயாய், நணியானே
மாற்றம் மனம் கழிய நின்ற மறையோனே

திருவாசகம் எனும் தேன் - சிவபுராணம் - மாணிக்கவாசகர்

கறந்த பால் கன்னலொடு நெய்கலந்தாற் போலச்
சிறந்தடியார் சிந்தனையுள் தேன்ஊறி நின்று
பிறந்த பிறப்பு அறுக்கும் எங்கள் பெருமான்
நிறங்கள் ஓர் ஐந்து உடையாய், விண்ணோர்கள் ஏத்த
மறைந்திருந்தாய், எம்பெருமான் வல்வினையேன் தன்னை

மறைந்திட மூடிய மாய இருளை
அறம்பாவம் என்னும் அரும் கயிற்றால் கட்டி
புறம்தோல் போர்த்து எங்கும் புழு அழுக்கு மூடி,
மலம் சோரும் ஒன்பது வாயிற் குடிலை
மலங்கப் புலன் ஐந்தும் வஞ்சனையைச் செய்ய

விலங்கு மனத்தால், விமலா உனக்குக்
கலந்த அன்பாகிக் கசிந்து உள் உருகும்
நலம் தான் இலாத சிறியேற்கு நல்கி
நிலம் தன்மேல் வந்தருளி நீள்கழல்கள் காட்டி,
நாயிற் கடையாய்க் கிடந்த அடியேற்குத்

தாயிற் சிறந்த தயாவான தத்துவனே
மாசற்ற சோதி மலர்ந்த மலர்ச்சுடரே
தேசனே தேனார் அமுதே சிவபுரானே
பாசமாம் பற்றறுத்துப் பாரிக்கும் ஆரியனே
நேச அருள்புரிந்து நெஞ்சில் வஞ்சம் கெடப்

பேராது நின்ற பெருங்கருணைப் பேராறே
ஆரா அமுதே அளவிலாப் பெம்மானே
ஓராதார் உள்ளத்து ஒளிக்கும் ஒளியானே
நீராய் உருக்கி என் ஆருயிராய் நின்றானே
இன்பமும் துன்பமும் இல்லானே உள்ளானே

அன்பருக்கு அன்பனே யாவையுமாய் இல்லையுமாய்
சோதியனே துன்னிருளே தோன்றாப் பெருமையனே
ஆதியனே அந்தம் நடுவாகி அல்லானே
ஈர்த்து என்னை ஆட்கொண்ட எந்தை பெருமானே
கூர்த்த மெய் ஞானத்தால் கொண்டு உணர்வார் தம்கருத்தின்

நோக்கரிய நோக்கே நுணுக்கரிய நுண்ணுணர்வே
போக்கும் வரவும் புணர்வும் இலாப் புண்ணியனே
காக்கும் என் காவலனே காண்பரிய பேரொளியே

ஆற்றின்ப வெள்ளமே அத்தா மிக்காய் நின்ற
தோற்றச் சுடர் ஒளியாய்ச் சொல்லாத நுண்ணுணர்வாய்

மாற்றமாம் வையகத்தின் வெவ்வேறே வந்து அறிவாம்
தேற்றனே தேற்றத் தெளிவே என் சிந்தனை உள்
ஊற்றான உண்ணார் அமுதே உடையானே
வேற்று விகார விடக்கு உடம்பின் உள்கிடப்ப
ஆற்றேன் எம் ஐயா அரனே ஓ என்றென்று

போற்றிப் புகழ்ந்திருந்து பொய்கெட்டு மெய் ஆனார்
மீட்டு இங்கு வந்து வினைப்பிறவி சாராமே
கள்ளப் புலக்குரம்பைக் கட்டழிக்க வல்லானே
நள் இருளில் நட்டம் பயின்று ஆடும் நாதனே
தில்லை உள் கூத்தனே தென்பாண்டி நாட்டானே

அல்லல் பிறவி அறுப்பானே ஓ என்று
சொல்லற்கு அரியானைச் சொல்லித் திருவடிக்கீழ்
சொல்லிய பாட்டின் பொருள் உணர்ந்து சொல்லுவார்
செல்வர் சிவபுரத்தின் உள்ளார் சிவன் அடிக்கீழ்ப்
பல்லோரும் ஏத்தப் பணிந்து.

பித்தா பிறைசூடி பெருமானே - சுந்தரர் பாடிய முதல் பாடல்

திருமண பந்தத்திலிருந்து சுந்தரரை வயோதிகராக வந்த இறைவன் சிவபெருமான் தடுத்தாட்கொண்டு அவரது புகழைப் பாடச் சொன்னார். அதற்கு சுந்தரர், "எனக்குப் பாடத் தெரியாது, நான் எப்படித் தொடங்குவது?" என்று கேட்டதற்கு, "நீ என்னைப் பித்தா (பைத்தியம்) என்று அழைக்கவில்லையா? உனது பாடலை "பித்தா" என்பதையே முதற்சொல்லாகக் கொண்டு பாடு" என்று அடியெடுத்துக் கொடுக்க, சுந்தரர் தனது முதல் பாடலைப் பாடினார்.

அருளியவர் : சுந்தரர்
திருமுறை : ஏழாம் திருமுறை
பண் : இந்தளம்
நாடு : நடுநாடு
தலம் : வெண்ணெய்நல்லூர்
சிறப்பு : சுந்தரர் பாடிய முதல் பாடல்

பித்தாபிறை சூடிபெரு
மானே அருளாளா
எத்தான்மற வாதேநினைக்
கின்றேன்மனத் துன்னை
வைத்தாய்பெண்ணைத் தென்பால்
வெண்ணெய் நல்லூர் அருட்டுறையுள்
அத்தாஉனக் காளாயினி
அல்லேன்எனல் ஆமே.

நாயேன்பல நாளும்நினைப்
பின்றிமனத் துன்னைப்
பேயாய்த்திரிந் தெய்த்தேன்பெற
லாகாவருள் பெற்றேன்
வேயார்பெண்ணைத் தென்பால்வெண்ணெய்
நல்லூர் அருட்டுறையுள்
ஆயாஉனக் காளாயினி
அல்லேன்எனல் ஆமே.

பித்தா பிறைசூடி பெருமானே - சுந்தரர் பாடிய முதல் பாடல்

மன்னேமற வாதேநினைக்
கின்றேன்மனத் துன்னைப்
பொன்னேமணி தானேவயி
ரம்மேபொரு துந்தி
மின்னார்பெண்ணைத் தென்பால்வெண்ணெய்
நல்லூர் அருட்டுறையுள்
அன்னேஉனக் காளாயினி
அல்லேன்எனல் ஆமே.

முடியேன்இனிப் பிறவேன்பெறின்
மூவேன்பெற்றம் ஊர்தீ
கொடியேன்பல பொய்யேஉரைப்
பேனைக்குறிக் கொள்நீ
செடியார்பெண்ணைத் தென்பால்வெண்ணெய்
நல்லூர் அருட்டுறையுள்
அடிகேளுனக் காளாயினி
அல்லேன்எனல் ஆமே.

பாதம்பணி வார்கள்பெறும்
பண்டம்மது பணியாய்
ஆதன்பொருள் ஆனேன்அறி
வில்லேன் அருளாளா
தாதார்பெண்ணைத் தென்பால்வெண்ணெய்
நல்லூர் அருட்டுறையுள்
ஆதீஉனக் காளாயினி
அல்லேன்எனல் ஆமே.

தண்ணார்மதி சூடிதழல்
போலும்திரு மேனீ
எண்ணார்புரம் மூன்றும்எரி
உண்ணநகை செய்தாய்
மண்ணார்பெண்ணைத் தென்பால்வெண்ணெய்
நல்லூர் அருட்டுறையுள்
அண்ணாஉனக் காளாயினி
அல்லேன்எனல் ஆமே.

ஊனாய்உயிர் ஆனாய்உடல்
ஆனாய்உல கானாய்
வானாய்நிலன் ஆனாய்கடல்

பித்தா பிறைசூடீ பெருமானே - சுந்தரர் பாடிய முதல் பாடல்

ஆனாய்மலை ஆனாய்
தேனார்பெண்ணைத் தென்பால்வெண்ணெய்
நல்லூர் அருட்டுறையுள்
ஆனாய்உனக் காளாயினி
அல்லேன்எனல் ஆமே.

ஏற்றார்புரம் மூன்றும்எரி
உண்ணச்சிலை தொட்டாய்
தேற்றாதன சொல்லித்திரி
வேனோசெக்கர் வானீர்
ஏற்றாய்பெண்ணைத் தென்பால்வெண்ணெய்
நல்லூர் அருட்டுறையுள்
ஆற்றாயுனக் காளாயினி
அல்லேன்எனல் ஆமே.

மழுவாள்வலன் ஏந்தீமறை
ஓதீமங்கை பங்கா
தொழுவார்அவர் துயர்ஆயின
தீர்த்தல்உன தொழிலே
செழுவார்பெண்ணைத் தென்பால்வெண்ணெய்
நல்லூர் அருட்டுறையுள்
அழகாஉனக் காளாயினி
அல்லேன்எனல் ஆமே.

காரூர்புனல் எய்திக்கரை
கல்லித்திரைக் கையால்
பாரூர்புகழ் எய்தித்திகழ்
பன்மாமணி உந்திச்
சீரூர்பெண்ணைத் தென்பால்வெண்ணெய்
நல்லூர் அருட்டுறையுள்
ஆரூரன்எம் பெருமாற்காள்
அல்லேன்எனல் ஆமே.

திருத்தொண்டத்தொகை - சுந்தரர்

சிவனடியார்தம் பெருமையை இந்த உலகம் உள்ள அளவும் நிலைக்கச் செய்ய வேண்டும் என்று திருவுளம் கொண்ட இறைவன் சிவபெருமான், விறன்மிண்டர் மூலம் நிகழ்த்திய அற்புதம் இது!

சைவ சமய நெறியில் அடியார்களே முதல். அடியார்களுடைய வரலாற்றையும் அன்பின் பெருமையையும் உலகுக்கு எடுத்துரைக்கவும் எப்போதும் அடியார் பெருமை நிலைத்திருக்கவும் இறைவன் சிவபெருமான் ஒரு திருவிளையாடலைப் புரிந்தார்.

"தில்லைவாழ் அந்தணர்தம் அடியார்க்கும் அடியேன்" என்று பாடும்படி அடியெடுத்துக் கொடுக்க, திருத்தொண்டர் தொகையை பாடினார் சுந்தரர்.

அருளியவர் : சுந்தரர்
திருமுறை : ஏழாம்-திருமுறை
பண் : கொல்லிக்கௌவாணம்
நாடு : சோழநாடு காவிரித் தென்கரை
தலம் : ஆரூர்
சிறப்பு : திருத்தொண்டத்தொகை

தில்லைவாழ் அந்தணர்தம் அடியார்க்கும் அடியேன்
திருநீல கண்டத்துக் குயவனார்க் கடியேன்
இல்லையே என்னாத இயற்பகைக்கும் அடியேன்
இளையான்றன் குடிமாறன் அடியார்க்கும் அடியேன்
வெல்லுமா மிகவல்ல மெய்ப்பொருளுக் கடியேன்
விரிபொழில்சூழ் குன்றையார் விறன்மிண்டர்க் கடியேன்
அல்லிமென் முல்லையந்தார் அமர்நீதிக் கடியேன்
ஆரூரன் ஆரூரில் அம்மானுக் காளே.

இலைமலிந்த வேல்நம்பி எறிபத்தர்க் கடியேன்
ஏனாதி நாதன்றன் அடியார்க்கும் அடியேன்
கலைமலிந்த சீர்நம்பி கண்ணப்பர்க் கடியேன்
கடவூரிற் கலயன்றன் அடியார்க்கும் அடியேன்
மலைமலிந்த தோள்வள்ளல் மானக்கஞ் சாறன்
எஞ்சாத வாட்டாயன் அடியார்க்கும் அடியேன்
அலைமலிந்த புனல்மங்கை ஆனாயர்க் கடியேன்
ஆரூரன் ஆரூரில் அம்மானுக் காளே.

மும்மையால் உலகாண்ட மூர்த்திக்கும் அடியேன்
முருகனுக்கும் உருத்திர பசுபதிக்கும் அடியேன்
செம்மையே திருநாளைப் போவார்க்கும் அடியேன்
திருக்குறிப்புத் தொண்டர்தம் அடியார்க்கும் அடியேன்
மெய்ம்மையே திருமேனி வழிபடா நிற்க
வெகுண்டெழுந்த தாதைதாள் மழுவினால் எறிந்த
அம்மையான் அடிச்சண்டிப் பெருமானுக் கடியேன்
ஆரூரன் ஆரூரில் அம்மானுக் காளே.

திருநின்ற செம்மையே செம்மையாக் கொண்ட
திருநாவுக் கரையன்றன் அடியார்க்கும் அடியேன்
பெருநம்பி குலச்சிறைதன் அடியார்க்கும் அடியேன்
பெருமிழலைக் குறும்பர்க்கும் பேயார்க்கும் அடியேன்
ஒருநம்பி அப்பூதி அடியார்க்கும் அடியேன்
ஒலிபுனல்சூழ் சாத்தமங்கை நீலநக்கர்க் கடியேன்
அருநம்பி நமிநந்தி அடியார்க்கும் அடியேன்
ஆரூரன் ஆரூரில் அம்மானுக் காளே.

வம்பறா வரிவண்டு மணம்நாற மலரும்
மதுமலர்நற் கொன்றையான் அடியலாற் பேணா
எம்பிரான் சம்பந்தன் அடியார்க்கும் அடியேன்
ஏயர்கோன் கலிக்காமன் அடியார்க்கும் அடியேன்
நம்பிரான் திருமூலன் அடியார்க்கும் அடியேன்
நாட்டமிகு தண்டிக்கும் மூர்க்கர்க்கும் அடியேன்
அம்பரான் சோமாசி மாறனுக்கும் அடியேன்
ஆரூரன் ஆரூரில் அம்மானுக் காளே.

வார்கொண்ட வனமுலையாள் உமைபங்கன் கழலே
மறவாது கல்லெறிந்த சாக்கியர்க்கும் அடியேன்
சீர்கொண்ட புகழ்வள்ளல் சிறப்புலிக்கும் அடியேன்
செங்காட்டங் குடிமேய சிறுத்தொண்டர்க் கடியேன்
கார்கொண்ட கொடைக்கழறிற் றறிவார்க்கும் அடியேன்
கடற்காழிக் கணநாதன் அடியார்க்கும் அடியேன்
ஆர்கொண்ட வேற்கூற்றன் களந்தைக்கோன் அடியேன்
ஆரூரன் ஆரூரில் அம்மானுக் காளே.

பொய்யடிமை யில்லாத புலவர்க்கும் அடியேன்
பொழிற்கருவூர்த் துஞ்சிய புகழ்ச்சோழர்க் கடியேன்
மெய்யடியான் நரசிங்க முனையரையர்க் கடியேன்
விரிதிரைசூழ் கடல்நாகை அதிபத்தர்க் கடியேன்
கைதடிந்த வரிசிலையான் கலிக்கம்பன் கலியன்
கழற்சத்தி வரிஞ்சையர்கோன் அடியார்க்கும் அடியேன்
ஐயடிகள் காடவர்கோன் அடியார்க்கும் அடியேன்
ஆரூரன் ஆரூரில் அம்மானுக் காளே.

திருத்தொண்டத்தொகை - சுந்தரர்

கறைக்கண்டன் கழலடியே காப்புக்கொண் டிருந்த
கணம்புல்ல நம்பிக்குங் காரிக்கும் அடியேன்
நிறைக்கொண்ட சிந்தையான் நெல்வேலி வென்ற
நின்றசீர் நெடுமாறன் அடியார்க்கும் அடியேன்
துறைக்கொண்ட செம்பவளம் இருளகற்றுஞ் சோதித்
தொன்மயிலை வாயிலான் அடியார்க்கும் அடியேன்
அறைக்கொண்ட வேல்நம்பி முனையடுவார்க் கடியேன்
ஆரூரன் ஆரூரில் அம்மானுக் காளே.

கடல்சூழ்ந்த உலகெலாங் காக்கின்ற பெருமான்
காடவர்கோன் கழற்சிங்கன் அடியார்க்கும் அடியேன்
மடல்சூழ்ந்த தார்நம்பி இடங்கழிக்குந் தஞ்சை
மன்னவனாம் செருத்துணைதன் அடியார்க்கும் அடியேன்
புடைசூழ்ந்த புலியதள்மேல் அரவாட ஆடி
பொன்னடிக்கே மனம்வைத்த புகழ்த்துணைக்கும் அடியேன்
அடல்சூழ்ந்த வேல்நம்பி கோட்புலிக்கும் அடியேன்
ஆரூரன் ஆரூரில் அம்மானுக் காளே.

பத்தராய்ப் பணிவார்கள் எல்லார்க்கும் அடியேன்
பரமனையே பாடுவார் அடியார்க்கும் அடியேன்
சித்தத்தைச் சிவன்பாலே வைத்தார்க்கும் அடியேன்
திருவாரூர்ப் பிறந்தார்கள் எல்லார்க்கும் அடியேன்
முப்போதுந் திருமேனி தீண்டுவார்க் கடியேன்
முழுநீறு பூசிய முனிவர்க்கும் அடியேன்
அப்பாலும் அடிச்சார்ந்த அடியார்க்கும் அடியேன்
ஆரூரன் ஆரூரில் அம்மானுக் காளே.

மன்னியசீர் மறைநாவன் நின்றவூர்ப் பூசல்
வரிவளையாள் மானிக்கும் நேசனுக்கும் அடியேன்
தென்னவனாய் உலகாண்ட செங்கணார்க் கடியேன்
திருநீல கண்டத்துப் பாணனார்க் கடியேன்
என்னவனாம் அரனடியே அடைந்திட்ட சடையன்
இசைஞானி காதலன் திருநாவ லூர்க்கோன்
அன்னவனாம் ஆரூரன் அடிமைகேட் டுவப்பார்
ஆரூரில் அம்மானுக் கன்ப ராவாரே.

தினமும் பாட வேண்டிய பன்னிரு திருமுறைப் பாடல்கள்

முதல் திருமுறை

தோடுடையசெவி யன்விடையேறியோர் தூவெண்மதிசூடிக்
காடுடையசுட லைப்பொடிபூசியென் னுள்ளங்கவர்கள்வன்
ஏடுடையமல ரான்முனை நாட்பணிந் தேத்தவருள்செய்த
பீடுடையபிர மாபுரமேவிய பெம்மானிவனன்றே.

இரண்டாம் திருமுறை

என்ன புண்ணியஞ் செய்தனை நெஞ்சமே யிருங்கடல் வையத்து
முன்ன நீபுரி நல்வினைப் பயனிடை முழுமணித் தரளங்கள்
மன்னு காவிரி சூழ்திரு வலஞ்சுழி வாணனை வாயாரப்
பன்னி யாதரித் தேத்தியும் பாடியும் வழிபடு மதனாலே.

மூன்றாம் திருமுறை

காத லாகிக் கசிந்துகண் ணீர்மல்கி
ஓது வார்தமை நன்னெறிக் குய்ப்பது
வேதம் நான்கினும் மெய்ப்பொரு ளாவது
நாதன் நாமம் நமச்சி வாயவே.

நான்காம் திருமுறை

கூற்றாயின வாறு விலக்ககிலீர்
கொடுமைபல செய்தன நான்அறியேன்
ஏற்றாய்அடிக் கேஇர வும்பகலும்
பிரியாது வணங்குவன் எப்பொழுதும்
தோற்றாதென் வயிற்றின்
அகம்படியே குடரோடு துடக்கி முடக்கியிட
ஆற்றேன்அடி யேன்அதி கைக்கெடில
வீரட்டா னத்துறை அம்மானே.

ஐந்தாம் திருமுறை

வாழ்த்த வாயும் நினைக்க மடநெஞ்சும்
தாழ்த்தச் சென்னியுந் தந்த தலைவனைச்
சூழ்த்த மாமலர் தூவித் துதியாதே
வீழ்த்த வாவினை யேன்நெடுங் காலமே.

ஆறாம் திருமுறை

வாயானை மனத்தானை மனத்துள் நின்ற
கருத்தானைக் கருத்தறிந்து முடிப்பான் தன்னைத்
தூயானைத் தூவெள்ளை யேற்றான் தன்னைச்
சுடர்த்திங்கட் சடையானைத் தொடர்ந்து நின்றென்
தாயானைத் தவமாய தன்மை யானைத்
தலையாய தேவாதி தேவர்க் கென்றும்
சேயானைத் தென்கூடல் திருவா லவாய்ச்
சிவனடியே சிந்திக்கப் பெற்றேன் நானே.

ஏழாம் திருமுறை

பித்தாபிறை சூடிபெரு
மானேயரு ளாளா
எத்தான்மற வாதேநினைக்
கின்றேன்மனத் துன்னை
வைத்தாய்பெண்ணைத் தென்பால்வெண்ணெய்
நல்லூரருட் டுறையுள்
அத்தாஉனக் காளாய்இனி
அல்லேனென லாமே.

எட்டாம் திருமுறை

நானேயோ தவஞ்செய்தேன்
சிவாயநம எனப்பெற்றேன்
தேனாய்இன் அமுதமுமாய்த்
தித்திக்குஞ் சிவபெருமான்
தானேவந் தெனதுள்ளம்
புகுந்தடியேற் கருள்செய்தான்
ஊனாரும் உயிர்வாழ்க்கை
ஒறுத்தன்றே வெறுத்திடவே.

ஒன்பதாம் திருமுறை

மன்னுக தில்லை வளர்கநம் பத்தர்கள்
வஞ்சகர் போயகலப்
பொன்னின்செய் மண்டபத் துள்ளே புகுந்து
புவனியெல் லாம்விளங்க
அன்ன நடைமட வாள்உமை கோன்அடி
யோமுக் கருள்புரிந்து
பின்னைப் பிறவி யறுக்க நெறிதந்த பித்தற்குப்
பல்லாண்டு கூறுதுமே.

பத்தாம் திருமுறை

அன்புசிவம் இரண் டென்பர் அறிவிலார்
அன்பே சிவமாவ தாரும் அறிகிலார்
அன்பே சிவமாவ தாரும் அறிந்தபின்
அன்பே சிவமாய் அமர்ந்திருந் தாரே.

பதினொன்றாம் திருமுறை

இடர்களையா ரேனும் எமக்கிரங்கா ரேனும்
படரும் நெறிபணியா ரேனும் - சுடருருவில்
என்பறாக் கோலத் தெரியாடும் எம்மானார்க்
கன்பறா தென்நெஞ் சவர்க்கு.

பன்னிரண்டாம் திருமுறை

உலகெ லாம்உணர்ந் தோதற் கரியவன்
நிலவு லாவிய நீர்மலி வேணியன்
அலகில் சோதியன் அம்பலத் தாடுவான்
மலர்சி லம்படி வாழ்த்தி வணங்குவாம்.

www.ingramcontent.com/pod-product-compliance
Lightning Source LLC
LaVergne TN
LVHW060213051026
849517LV00005B/1395
9798895441534